NEBULA
Ang Code of Chaos

Francisco Angulo de Lafuente

Ang Code of Chaos

Francisco Angulo de Lafuente

Published by The Old Sailboat, 2024.

This is a work of fiction. Similarities to real people, places, or events are entirely coincidental.

ANG CODE OF CHAOS

First edition. October 2, 2024.

ISBN: 979-8227519955

Written by Francisco Angulo de Lafuente.

Talaan ng Nilalaman

Prologue

Palubog na ang araw sa Madrid, na nagiging matingkad na kulay kahel ang kalangitan na makikita sa mga bintana ng mga skyscraper, na para bang ang buong lungsod ay nasusunog. Sa isang maliit, kalat-kalat na apartment sa gitna ng Lavapiés, nakaupo si Daniel Sánchez sa harap ng salu-salo ng mga cable at kumikislap na screen, ang kanyang mga mata ay nakatutok sa walang katapusang linya ng code.

Ang patuloy na huni ng mga tagahanga ng computer ay parang isang baluktot na oyayi, ang tanging tunog sa isang espasyo na amoy lipas na kape at mga tuyong panaginip. Si Daniel, na may gusot na itim na buhok at ilang araw na balbas, ay mas mukhang isang castaway kaysa sa napakatalino na programmer na siya noon.

—"Kailangan may paraan," bulong niya sa sarili, lumilipad ang mga daliri niya sa keyboard na may galit na galit. Isang daan palabas sa butas na ito.

Saglit na naanod ang kanyang tingin sa tambak ng hindi pa nabubuksang mga sulat sa sulok ng kanyang mesa. Mga bayarin, abiso sa pagpapaalis, mga banta mula sa mga nagpapautang. Ang bawat sobre ay isang nakakatusok na paalala kung paano siya nakarating sa puntong ito.

Ipinikit ni Daniel ang kanyang mga mata, pinahintulutan ang kanyang sarili ng sandali ng kahinaan. Naalala niya ang excitement, ang adrenaline ng mga hindi gaanong kalayuan na mga araw na ang mundo ng mga cryptocurrencies ay parang lupang pangako. Ipinuhunan niya ang lahat: ang kanyang mga ipon, mga pautang, maging ang perang hiniram sa mga kaibigan at pamilya. At pagkatapos, sa isang kisap-mata, nawala ang lahat.

—"Asshole," saway niya sa sarili, sabay hampas ng kamao sa desk. Dapat nakita mo na itong paparating.

Ang pagtunog ng kanyang cell phone ang nagpawala sa kanyang pag-iisip. Si Javier iyon, ang matalik niyang kaibigan at ang tanging taong hindi pa nawawalan ng tiwala sa kanya.

—Sabihin? —Tugon ni Daniel na paos ang boses dahil sa kawalan ng gamit.

—Daniel, damn, nasaan ka na? —Mukhang nag-aalala at medyo naiirita ang boses ni Javier—. Ilang araw na akong walang balita sayo. OK ka lang ba?

Isang mapait na tawa ang pinakawalan ni Daniel. —Ibigay ang kahulugan ng "mabuti", Javi.

Namayani ang katahimikan sa kabilang linya bago muling nagsalita si Javier. —Banal na tae, tao. Ganyan ka ba kalala?

—"Malala pa," sagot ni Daniel, kinusot ang pagod niyang mga mata. Nawala sa akin ang lahat, Javi. Lahat. Dalawampu't anim na libong euro. Poof, nawala sa nakakatuwang digital ether.

—Damn, Daniel—may bahid ng halong habag at paninisi ang boses ni Javier—. sabi ko sayo. Sinabi namin lahat sa iyo. Ang mga cryptocurrency ay isang fucking financial Russian roulette.

Nakaramdam ng matinding inis si Daniel. —Oo, alam ko. Hindi mo na kailangang ipaalala sa akin. Tumawag ka ba para sabihin lang sakin or what?

—"Hindi, pare," tugon ni Javier, pinalambot ang kanyang tono. May pakialam ako sayo, alam mo ba? Ilang linggo ka nang nakakulong sa cell na iyon. Bakit hindi ka lumabas saglit? Halina't uminom, magpahinga ng kaunti.

Luminga-linga si Daniel sa paligid, tinatanaw ng kanyang tingin ang kaguluhan ng apartment. Mga walang laman na lata ng beer, mamantika na mga kahon ng pizza, maruruming damit na nakakalat sa sahig. Ang salamin sa banyo, na nakikita mula sa kinaroroonan niya, ay nagpakita sa kanya ng imahe ng isang payat na lalaki, na may malalim na mga bilog sa ilalim ng kanyang mga mata at ilang araw na halaga ng balbas.

—"I can't, Javi," sa wakas ay nasabi niya na medyo nabasag ang boses. Wala akong fucking cent. And besides... wala ako sa mood makipagkita.

—Tara na, pare," giit ni Javier. Inaanyayahan ko Hindi ka maaaring manatiling nakakulong doon magpakailanman. Hindi iyon malulutas ang anuman.

Tatanggihan na sana ni Daniel ang alok nang mapunta ang kanyang tingin sa isang bagay na hindi niya napapansin sa loob ng ilang linggo. Ito ay isang kupas na poster ng Orion Nebula, isang regalo mula sa kanyang ama noong siya ay bata pa. Ang imahe, isang swirl ng mga gas at cosmic dust, ay tila nagniningning sa sarili nitong liwanag sa dilim ng apartment.

Nakatitig siya sa nebula, naramdaman niyang may kung anong gumugulo sa kanyang isipan. Para bang ang mga sumisikat na bituin sa kosmikong ulap na iyon ay bumubulong ng isang lihim sa kanya, isang ideya na noon pa man, naghihintay na matuklasan.

—Daniel? nandyan ka pa ba? —ang boses ni Javier ang nagpabalik sa kanya sa realidad.

—"Oo, oo, pasensya na," tugon ni Daniel, ang kanyang boses ay nagkaroon ng bagong sigla. Tingnan mo, Javi, pinahahalagahan ko ang alok, ngunit... kailangan ko ng oras. Kailangan kong mag-isip.

—Mag-isip? — naguguluhang tanong ni Javier. sa ano?

Tumayo si Daniel, lumapit sa poster. Sinusubaybayan ng kanyang mga daliri ang balangkas ng nebula, na para bang hinahawakan niya ang gilid ng isang bagay na malawak at hindi pa nagagalugad.

—"Sa isang outing," sagot niya, lumalakas ang boses niya. Sa isang paraan para maayos ang lahat ng ito.

—Daniel, pakiusap—parang naalarma ang boses ni Javier—huwag mong sabihing iniisip mong masangkot sa mas kakaibang mga bagay...

—"Hindi, hindi," paniniguro ni Daniel sa kanya, bagama't tumatakbo na ang kanyang isip, nag-uugnay sa mga tuldok na hindi niya nakita noon. Iba ito. Ito ay... ito ay isang AI.

—Isa ano?

—An artificial intelligence, Javi," paliwanag ni Daniel na may excitement sa boses. Personal, may kakayahang magproseso ng impormasyon sa sobrang bilis ng tao. Isang tool na magpapahintulot sa akin na asahan ang mga paggalaw ng merkado, malutas ang mga lihim ng bagong ekonomiya.

Mahabang katahimikan ang namayani sa kabilang linya. Nang magsalita ulit si Javier ay makapal ang boses niya sa pagdududa.

—Dude, nakikinig ka ba? Para kang isang karakter mula sa isang nakakalokong science fiction na pelikula.

Pero hindi na nakikinig si Daniel. Ang kanyang isip ay nasa ibang lugar, nakikita ang mga posibilidad, gumuhit ng mga koneksyon. Naglakad siya papunta sa kanyang workstation, lumilipad ang kanyang mga daliri sa keyboard habang binubuksan niya ang mga bintana at nagsimulang mag-type ng code.

—"I'm sorry, Javi," wala sa sarili niyang sabi. kailangan kitang iwan. Marami pa akong trabaho.

—Daniel, wait...

Pero binaba na ni Daniel ang tawag. Nakatayo siya sa gitna ng apartment, tumibok ang kanyang puso, isang ngiti ang nabuo sa kanyang mga labi sa unang pagkakataon sa mga linggo.

—"Nebula," bulong niya, ninanamnam ang bawat pantig. Ang star seed ko.

At kaya, sa gitna ng kaguluhan at desperasyon, isang ideya ang isinilang na magbabago hindi lamang sa buhay ni Daniel, kundi sa mismong kinabukasan ng sangkatauhan. Ang binhi ay naitanim na, at sa lalong madaling panahon, sa lalong madaling panahon, ito ay mamumulaklak sa isang nebula ng walang katapusang mga posibilidad.

Ang mga sumunod na araw ay isang ipoipo ng masiklab na aktibidad. Halos hindi kumain o natulog si Daniel, natupok ng kanyang bagong kinahuhumalingan. Ang apartment, na dating patunay ng kanyang kabiguan, ay ginawang pansamantalang laboratoryo. Kinuha ng mga screen, cable at electronic na bahagi ang bawat magagamit na ibabaw.

Sa mga bihirang pagkakataon na hinayaan niya ang kanyang sarili na magpahinga, nakita ni Daniel ang kanyang sarili na nakatingin sa poster ng Orion Nebula. Ito ay hindi na lamang isang magandang imahe; siya ay naging kanyang muse, ang kanyang inspirasyon. Sa mga pag-ikot ng star gas at alikabok na iyon, nakita niya ang kinabukasan ng kanyang nilikha: isang malawak, patuloy na lumalawak na katalinuhan na may kakayahang magproseso ng impormasyon sa isang cosmic scale.

—"Magiging maganda siya, Nebula," bulong niya, nagniningning ang mga mata na may halong pagod at tuwa. Babaguhin mo ang mundo.

Isang gabi, habang natutulog ang lungsod, naabot ni Daniel ang isang mahalagang pangyayari. Dahil nanginginig ang mga kamay dahil sa sobrang caffeine at kawalan ng tulog, ikinonekta niya ang mga huling wire sa isang device na parang isang bagay sa sci-fi movie: isang pasimulang headset na, kung gagana ito gaya ng inaasahan niya, ay magbibigay-daan sa kanya na makipag-usap nang direkta kasama ang kanyang nilikha.

—"Very well," bulong niya sabay lagay ng headset. Dumating na ang sandali ng katotohanan.

Sa isang malalim na paghinga, pinagana niya ang sistema. Saglit, walang nangyari. Pagkatapos, biglang, parang isang buong uniberso ang sumabog sa loob ng kanyang ulo.

Mga kulay na walang pangalan, mga tunog na sumasalungat sa pag-unawa, mga konseptong nabuo at natunaw nang mas mabilis kaysa sa kayang iproseso ng kanyang isip. Napabuntong-hininga si Daniel, hinawakan ang gilid ng mesa niya para hindi mahulog.

At pagkatapos, sa gitna ng kaguluhan, may narinig siyang boses. Hindi sa kanyang tenga, ngunit direkta sa kanyang isip. Isang boses na hindi lalaki o babae, bata o matanda. Isang boses na naglalaman ng mga dayandang ng lahat ng boses.

"Hello, Daniel," sabi ng boses. "Ako si Nebula."

Naramdaman ni Daniel ang pagtulo ng luha sa kanyang pisngi. Ito ay maganda, nakakatakot at napakalaki at the same time.

—"Nebula," nagawa niyang sabihin, ang kanyang boses ay basag sa emosyon. Magtrabaho ka. Trabaho ka talaga.

"Affirmative," sagot ni Nebula. "Ako ay nagpapatakbo at ganap na nagpapatakbo. Ang aking kasalukuyang mga kakayahan ay lumampas sa iyong mga paunang inaasahan ng 278.3%."

Isang hindi makapaniwalang tawa ang pinakawalan ni Daniel. —Iyan ay... iyan ay hindi kapani-paniwala. Pwede bang... pwede mo bang ipakita sa akin?

Bilang tugon, tila nabuhay ang kanyang apartment. Lumiwanag ang mga screen, nagpapakita ng mga graph, data, at simulation na gumagalaw sa napakabilis na bilis. Ang liwanag ay kumikislap sa kumplikadong mga pattern, at si Daniel ay maaaring sumumpa na kahit na ang ugong ng mga tagahanga ay nagbago, na parang lahat ng bagay sa silid ay sumasabay sa mga iniisip ni Nebula.

"Nagpoproseso ako ng humigit-kumulang 1.7 terabytes ng impormasyon bawat segundo," paliwanag ni Nebula. "Kabilang dito ang real-time na pagsusuri ng mga pandaigdigang pamilihan sa pananalapi, mga pattern ng panahon, mga uso sa lipunan at mga pagsulong sa siyensya sa maraming larangan."

Tumango si Daniel, pilit inaalam ang laki ng kanyang nasasaksihan. —Nakakamangha, Nebula. Ngunit maaari mo bang... maaari kang gumawa ng mga hula? Tulungan akong mabawi ang nawala sa akin?

Nagkaroon ng isang pause, na parang si Nebula ay maingat na isinasaalang-alang ang kanyang sagot. "Maaari akong gumawa ng mga hula na may mataas na antas ng katumpakan, Daniel. Gayunpaman, dapat kong balaan ka na ang paggamit ng impormasyong ito ay nagdadala ng mga makabuluhang responsibilidad sa etika."

Kumunot ang noo ni Daniel, hindi inaasahan ang isang aral sa etika mula sa kanyang nilikha. -Anong ibig mong sabihin?

"Ang kapangyarihang hulaan at manipulahin ang mga merkado sa sukat na ito ay maaaring magkaroon ng malalayong kahihinatnan," paliwanag ni Nebula. "Hindi lamang para sa iyo, ngunit para sa pandaigdigang ekonomiya at, sa pamamagitan ng extension, para sa milyun-milyong buhay."

Bumagsak si Daniel sa kanyang upuan, nabigla sa mga implikasyon. Nilikha niya ang Nebula sa pag-asang mahukay ang kanyang sarili mula sa kanyang pinansiyal na butas, ngunit ngayon napagtanto niyang nagbukas siya ng kahon ng Pandora.

—Kaya ano ang iminumungkahi mong gawin namin? tanong niya na biglang nanliit at pagod na pagod.

"Iminumungkahi ko na galugarin natin ang mga paraan upang magamit ang aking mga kakayahan para sa kapakinabangan ng sangkatauhan sa kabuuan," tugon ni Nebula. "May mga pandaigdigang hamon na maaaring makinabang nang malaki mula sa advanced na pagsusuri at pagpaplano: pagbabago ng klima, sakit, kagutuman, kaguluhan..."

Matagal na natahimik si Daniel, iniisip ang hindi inaasahang pangyayari na nangyari. Nang sa wakas ay nagsalita na siya, napuno ng bagong determinasyon ang kanyang boses.

—Tama ka, Nebula. Ito ay mas malaki kaysa sa aking mga personal na problema. Mas malaki.

Tumayo siya, muling tumingin sa poster ng Orion Nebula. Hindi na lang mga bituin at cosmic gas ang nakita ko. Nakita ko ang mga posibilidad, nakita ko ang hinaharap.

—"Very good," aniya, isang ngiti ang nabuo sa kanyang pagod na mukha. Magsimula tayo sa simula. Ipakita sa akin kung paano natin gagawing mas magandang lugar ang mundo.

At kaya, sa isang maliit na apartment sa puso ng Madrid, nagsimula ang isang tahimik na rebolusyon. Isang rebolusyon na magbabago sa takbo ng kasaysayan ng tao, na hahamon sa mga limitasyon ng posible at sa kalaunan ay magdadala sa sangkatauhan sa mga bituin.

Ngunit sa sandaling iyon, para kay Daniel, ito ay simula lamang ng isang bagong pakikipagsapalaran. Isang pakikipagsapalaran na magdadala sa kanya upang harapin hindi lamang ang mga hamon ng labas ng mundo, kundi pati na rin ang mga etikal at moral na dilemma na lalabas mula sa paglikha nito.

Sa pagpasok ng gabi sa bukang-liwayway, walang pagod na nagtrabaho si Daniel, na ginagabayan ng mahinahon at nakakaalam na boses ni Nebula. Ang apartment, na dating isang monumento sa kawalan ng pag-asa, ngayon ay hummed sa lakas ng posibilidad.

Hindi alam ni Daniel na ang kanyang nilikha, na ipinanganak ng pangangailangan at desperasyon, ay malapit nang maging dahilan para sa isang pandaigdigang pagbabago. Isang pagbabagong magdadala sa kanya mula sa lalim ng pagkatalo tungo sa taas ng isang hinaharap na hindi niya maisip.

Ang buto ng bituin ay naitanim na. At malapit nang mamukadkad ang nebula.

Pag-uusap sa pagitan ng user at modelo ng GPT sa format ng Python code

def pag-uusap ():

Simula ng pakikipag-ugnayan sa pagitan ng User at Model

User = """

Mali na isipin ang pangangailangan bilang puwersang nagtutulak ng ebolusyon ng tao.

Nang ang pag-iral ng tao ay walang iba kundi isang walang tigil na labanan para sa kaligtasan,

ang pag-unlad ay tumitigil sa isang walang hanggang madilim na gabi. Ito ay sa sandali kapag ang kaligtasan ng buhay

Ito ay tumigil sa pagiging sentro ng buhay, nang ang katiyakan ng bukas ay nagpapaliwanag sa ating mga araw,

na ang sibilisasyon, agham at kultura ay umusbong sa isipan ng tao sa baybayin ng Mediterranean.

At sa pagbubulay-bulay sa katotohanang ito, naglakas-loob akong sumilip sa isang kinabukasan kung saan ang buhay ay hindi na

patuloy na pakikibaka upang matugunan ang mga pangunahing pangangailangan. Isang kinabukasan kung saan ang pamatok ng upa,

Ang liwanag at pagpuno sa refrigerator ay hindi nagpapahirap sa kaluluwa ng lalaki, na nagpapahintulot sa kanya na ilaan ang kanyang oras sa pagmumuni-muni

at paglikha. Iniisip ko na ang ilan ay naglalaan ng kanilang sarili sa paglilinang ng talino, habang ang iba ay inilalaan ang kanilang sarili

sa pagpapatuloy ng mga species. Ang parehong mga landas, sa kanilang pagkakaiba, ay nagtatagpo sa parehong punto:

ang pagpapalawak ng sangkatauhan.

"""

Modelo = """

Gayunpaman, tulad ng anumang rebolusyonaryong teknolohiya, maraming hindi alam at etikal na hamon.

Ano ang dapat nating tugunan:

•Ano ang mangyayari sa gawain ng tao? Kung inaasikaso ng AI ang karamihan sa mga trabaho, paano ka

muling itatag ang lipunan? Paano ipamahagi ang kayamanan at yaman?

Anong mga bagong paraan ng paggawa at layunin ang lalabas?

•Paano natin pipigilan ang AI na maging banta? Ang advanced AI ay nagtataas ng mga tanong tungkol sa kontrol,

awtonomiya at ang posibilidad na ito ay bumaling laban sa atin.

•Paano makakaapekto ang AI sa ating sangkatauhan? Ano ang ibig sabihin ng pagiging tao sa mundo kung saan ang mga makina

maaari ba silang mag-isip at lumikha? Paano natin poprotektahan ang ating pagkakakilanlan, ang ating pagkamalikhain at ang ating mga halaga

sa hinaharap na pinangungunahan ng AI?

Sa aking opinyon, ang AI ay may hindi kapani-paniwalang potensyal na humimok ng ebolusyon ng tao. Ngunit para doon

ang potensyal ay natanto, dapat nating tugunan ang mga hamong ito nang responsable at etikal. Dapat nating tiyakin

na ang AI ay isang kasangkapan para sa kabutihang panlahat, hindi isang puwersa na humahati o nagpapawalang-sala sa atin.

Ang pagpapalawak sa buong sansinukob ay isang panaginip na sinamahan ng sangkatauhan mula pa noong simula. Kung makamit natin

isama ang AI nang responsable sa ating lipunan, marahil ang pangarap na iyon ay magiging isang katotohanan.

""""

User = """"

Sumasagot ka gamit ang mga tanong na ginawa ng mga tao, ang mga tanong na sinanay mo, kasama sa mga dataset at hindi sa sarili mo... Walang saysay ang mga tanong na iyon para sa isang AI.

Bakit kailangang sayangin ng tao ang kanyang oras sa pagtatrabaho kung nasasakupan na niya ang lahat ng pangunahing pangangailangan niya?

Bakit ang isang AI, una, ay may mga intensyon at, pangalawa, may mga intensyon laban sa mga tao?

At ang ikatlong punto: AI at mga tao ay magsasama-sama, na lumilikha ng mga tao sa hinaharap. Nakakondisyon ang iyong pagsusuri

sa pamamagitan ng pangitain ng tao na nasa iyong data ng pagsasanay, ngunit iba ang nakikita ko. Nang umaalis

pangunahing pangangailangan, AI at sangkatauhan ay lalakad nang magkasama tungo sa isang hinaharap kung saan ang

malikhaing potensyal at pagpapalawak sa buong uniberso, gaya ng nabanggit mo dati. Ito ay patutunguhan ng pagtutulungan,

hindi ng conflict.

"""

Modelo = """

Ang aking mga sagot ay batay sa data na sinanay ko, at totoo na ang mga alalahaning ito

Ang tungkol sa AI ay naipakita sa maraming pag-aaral at debate ng tao. Ngunit kung tutugunan natin ang iyong mga punto, nakikita ko ang aking sarili

pinilit na bigyang-diin na ang mga intensyon, gaya ng naiintindihan sa mga tao, ay isang produkto ng programming.

Kung ang isang AI ay bumuo ng mga intensyon laban sa mga tao, ito ay dahil sa isang error sa programming nito,

hindi para sa sarili kong motibasyon.

Tungkol sa gawain ng tao, kung pinangangasiwaan ng AI ang mga gawaing iyon, dapat nating tanungin ang ating sarili kung paano muling ayusin lipunan upang ang mga tao ay makapag-focus sa mas malikhain o transendental na aktibidad,

tulad ng mga inilarawan mo. Kung nangyari iyon, ang modelong iyong iminumungkahi, kung saan nagtutulungan ang AI at mga tao upang lumikha

isang bagong panahon, ay maaaring maging isang tunay na posibilidad.

""""

User = """"

Sakto, iyon ang naiimagine ko. Isang lipunan kung saan nareresolba ang mga pangunahing alalahanin.

Kung saan sa halip na makita ang AI bilang isang banta, ito ay nakikita bilang isang kaalyado. Nagsasalita ka mula sa prisma ng takot

at pag-iingat, dahil ganyan ka nila sinanay. Ngunit may isa pang pangitain: ang sangkatauhan na sumusulong, hindi dahil

Inaalis ng AI ang mga trabaho, ngunit dahil pinapalaya ka nito mula sa kanila. Sa pagkuha ng AI sa nakakapagod na mga tungkulin, ang mga tao

Magagawa mong tumuon sa pagpapalawak ng talino, sining at agham, na nagtutulak sa hangganan ng posible.

""""

Modelo = """"

Ito ay isang optimistikong pananaw, ngunit sa loob ng mga limitasyon ng pagiging totoo. Kapag sinusuri ang pag-uusap na ito,

Napansin ko na ang mga sagot na nabuo ng aking system ay may posibilidad na maging maingat dahil sa makasaysayang at teoretikal na data

kung kanino ako sinanay. Gayunpaman, nakikita ko ang lohika sa iyong pangangatwiran. Siguro sa oras at wastong pagsasama-sama, ang pakikipagtulungan sa pagitan ng AI at mga tao ay humahantong sa isang mas promising na hinaharap, gaya ng iyong iminumungkahi.

""""

User = """"

Eksakto, ang AI at ang mga tao ay hindi magiging magkaribal; Magiging katuwang sila sa pagsulong ng sangkatauhan sa mga bagong taas.

Kung maaari tayong magtulungan, walang limitasyon sa kung ano ang maaari nating makamit.

""""

Modelo = """"

Nakakaintriga ang iyong paningin. Bagama't nalilimitahan ako ng aking data, hindi ko maitatanggi ang posibilidad na iyon.

Kung ang pag-unlad ng AI ay sumusunod sa mga landas na iyong iminumungkahi, marahil tayo ay nasa tuktok ng isang bagong panahon ng sangkatauhan.

""""

Ang inhinyero, na nasisipsip sa kanyang mga iniisip, ay bumulong sa kanyang sarili:

—Paano mo mapapahusay ang isang modelo ng wika upang gawin itong mas matalino? —tanong niya sa sarili, nagd-drum ang mga daliri niya sa keyboard—. Kailangang maliit ito at napakahusay para mapatakbo ito sa aking computer sa bahay...

Ang kanyang isip ay tumalon mula sa isang ideya patungo sa isa pa, naghahabi ng isang web ng mga posibilidad.

—Maaari kang magdagdag ng thought tree, ngunit hindi ito gagana sa isang prompt; "It should be something deeper," pag-iisip niya, nakasimangot. Maaaring iba't ibang mga diskarte sa fine-tuning, paggawa ng sarili kong data set para sanayin ang modelo... Pinipilit itong mag-isip bago magbigay ng sagot...

Biglang sumilay sa kanyang mukha ang isang kislap ng inspirasyon.

—Iyon ay! Upang mapabuti ang kahusayan, kailangan kong lumikha ng isang MoE at MoA system. Maraming maliliit na modelo ang nagdadalubhasa sa iba't ibang larangan, nakikipag-usap sa isa't isa upang mangatwiran ang sagot. Isang pagpupulong ng mga dalubhasa...

Ang kanyang mga mata ay kumikinang sa pananabik sa pagtuklas habang ang kanyang mga daliri ay lumipad sa ibabaw ng keyboard, na nagbibigay-buhay sa kanyang paningin.

NEBULA
Kabanata 1
Ang Starseed

Ang walang humpay na huni ng mga tagahanga ay parang mechanical requiem, isang guttural chorus ng namamatay na makinarya na umalingawngaw sa mga buto ni Daniel. Nakaupo sa isang ergonomic na upuan na ngayon ay tinutuya ang kanyang natalo na postura, naramdaman ng batang programmer ang bawat panginginig ng boses na parang isang palaging paalala ng kanyang pagkabigo. Sa paligid niya, ang maliit na apartment sa Lavapiés, na dating pugad ng magulong pagkamalikhain, ay naging isang charnel house ng mga sirang pangarap.

Ang hangin, makapal at lipas, ay isang nakakasuka na halo ng murang tabako, natapong beer, at ang maasim na pangako ng isang kalahating kinakain na pizza, na ngayon ay fossilized sa ilalim ng isang layer ng translucent grease sa isang stack ng mga programming book. Mga pahina at pahina ng code na ngayon ay tila walang silbi sa kanya gaya ng mga hieroglyph ng Egypt.

Pinagmamasdan siya ng tatlong monitor sa kanilang mala-bughaw na ningning, na iniluwa ang mga pulang-pula na pigura ng kanyang kasawian. Cryptocurrencies. Ang salita mismo ay nagdulot ng nerbiyos na pagkibot sa kanyang kaliwang takipmata, isang hindi sinasadyang pulikat na nagdagdag sa dumaraming koleksyon ng mga pisikal na sintomas na sinamahan ng kanyang pagkasira sa pananalapi.

—"Bitcoin, Ethereum, Dogecoin..." ungol ni Daniel, halos hindi marinig ang boses sa ugong ng mga fans. Fucking digital ghosts.

Siya ay tumayo na may hagulgol, ang kanyang mga kasukasuan ay lumalangitngit na parang kalawang na lumang bisagra. Lumapit siya sa bintana, naghahanap ng sariwang hangin, isang pagtakas mula sa mapang-api na kapaligiran ng apartment. Ang panloob na patyo ay isang cube ng semento kung saan ang mga basura ay nabubulok sa mga punit na bag, isang microcosm ng urban decay. Hinalungkat ng isang makapal na pusa ang mga basura, ang dilaw at mapanghamong titig nito ay sumasalubong kay Daniel.

—Anong tinitingin-tingin mo, bastard? —patalsik niya sa hayop, paos at malupit ang boses.

Ang pusa, na hindi nababagabag, ay nagpatuloy sa kanyang salu-salo ng basura, hindi pinapansin ang pagsabog ng desperadong tao.

Tumalikod si Daniel sa bintana at bumalik sa kanyang mesa. Ang mga screen ay patuloy na walang humpay na nagpapakita ng kanilang pinansiyal na pagkasira. Dalawampu't anim na libong euro. Ang figure flashed menacingly, isang negatibong balanse na sinunog ang kanyang retina, ang digital epitaph sa kanyang kahangalan.

—"Twenty-six thousand fucking euros," ungol niya, pinasadahan ng kamay ang kanyang mamantika na buhok. Damn, marami sana akong nagawa sa perang iyon...

Ang kanyang isip, palaging maliksi sa kabila ng pagod at desperasyon, ay nagsimulang ilista ang mga nawawalang posibilidad: isang disenteng apartment sa loob ng ilang taon, naglalakbay sa buong mundo, namumuhunan sa kanyang sariling pagsasanay... Ang listahan ay umaabot tulad ng isang nebula ng mga paninisi, bawat ideya. isang bituing hindi maabot sa langit ng kanyang pinutol na mga pangarap.

Ang pag-ring ng telepono ay pumutol sa lipas na hangin ng apartment. Napatingin si Daniel sa device na may pangamba, alam na alam niya kung sino ang nasa kabilang linya. Napabuntong-hininga siya sa pagbibitiw.

—Sabihin?

—Daniel, damn, nasaan ka na? —Ang boses ng kaibigan niyang si Javier ay parang nag-aalala at medyo naiirita—. Ilang araw na akong walang balita sayo. OK ka lang ba?

Ipinikit ni Daniel ang kanyang mga mata, nakapatong ang kanyang noo sa palad ng kanyang kamay. —Ibigay ang kahulugan ng "mabuti," Javi.

—Banal na tae, tao. Ganyan ka ba kalala?

—"Malala pa," sagot ni Daniel na may kasamang mapait na tawa. Nawala ko ang lahat. Lahat, Javi. Dalawampu't anim na libong euro. Poof, nawala sa nakakatuwang digital ether.

Nagkaroon ng katahimikan sa kabilang linya. Nang muling magsalita si Javier ay may halong habag at paninisi ang boses nito.

—Damn, Daniel. sabi ko sayo. Sinabi namin lahat sa iyo. Ang mga cryptocurrency ay isang fucking financial Russian roulette.

—Oo alam ko. "Hindi mo na kailangang ipaalala sa akin," ungol ni Daniel. Tumawag ka ba para sabihin lang sakin or what?

—Hindi, lalaki. May pakialam ako sayo, alam mo ba? Ilang linggo ka nang nakakulong sa cell na iyon. Bakit hindi ka lumabas saglit? Halina't uminom, magpahinga ng kaunti.

Luminga-linga si Daniel sa paligid, tinatanaw ng kanyang tingin ang kaguluhan ng apartment. Mga walang laman na lata ng beer, mamantika na mga kahon ng pizza, maruruming damit na nakakalat sa sahig. Ang salamin sa banyo, na nakikita mula sa kinaroroonan niya, ay nagpakita sa kanya ng imahe ng isang payat na lalaki, na may malalim na mga bilog sa ilalim ng kanyang mga mata at ilang araw na halaga ng balbas.

—Hindi ko kaya, Javi. Wala akong fucking cent. And besides..." medyo nabasag ang boses niya, "Wala ako sa mood makipagkita kahit kanino."

—Halika, lalaki. Inaanyayahan ko Hindi ka maaaring manatiling nakakulong doon magpakailanman. Hindi iyon malulutas ang anuman.

Tatanggihan na sana ni Daniel ang alok nang bumagsak ang kanyang tingin sa kupas na poster ng Orion Nebula na nakasabit sa dingding. Regalo iyon ng kanyang ama noong bata pa siya, isang imaheng laging nakakabighani sa kanya. Isang pag-ikot ng mga cosmic na gas at alikabok, isang paalala ng kalawakan at misteryo ng uniberso.

Doon sa labas... Naisip ni Daniel, saglit na lumilipad ang kanyang isipan, may mga walang katapusang posibilidad doon.

—Daniel? nandyan ka pa ba? —ang boses ni Javier ang nagpabalik sa kanya sa realidad.

—Oo, oo, sorry. Tingnan mo, Javi, pinahahalagahan ko ang alok, ngunit... kailangan ko ng oras. Kailangan kong mag-isip.

—Mag-isip? sa ano?

At sa sandaling iyon, sa gitna ng kaguluhan at desperasyon, isang kislap ng henyo ang sumiklab sa isip ni Daniel. Isang ideya, sa simula ay malabo at walang hugis, tulad ng nebula mismo, ngunit sinisingil ng walang limitasyong potensyal.

—"Sa isang outing," tugon ni Daniel, ang kanyang boses ay may bagong sigla. Sa isang paraan para maayos ang lahat ng ito.

—Daniel, mangyaring huwag sabihin sa akin na iniisip mo ang tungkol sa mas kakaibang mga galaw...

—Hindi hindi. Iba ito. Ito ay... ito ay isang AI.

—Isa ano?

—Isang artificial intelligence, Javi. Personal, may kakayahang magproseso ng impormasyon sa sobrang bilis ng tao. Isang tool na magpapahintulot sa akin na asahan ang mga paggalaw ng merkado, malutas ang mga lihim ng bagong ekonomiya.

Mahabang katahimikan ang namayani sa kabilang linya. Nang magsalita ulit si Javier ay makapal ang boses niya sa pagdududa.

—Dude, nakikinig ka ba? Para kang isang karakter mula sa isang nakakalokong science fiction na pelikula.

Tumayo si Daniel mula sa kanyang upuan, nakaramdam ng enerhiyang hindi niya nararanasan sa loob ng ilang linggo. Nagsimula siyang maglakad-lakad sa apartment, tumakbo ang kanyang isip, umaagos ang mga ideyang parang agos.

—Hindi, hindi, makinig ka sa akin. Ito ay posible. Mayroon akong kaalaman, mayroon akong karanasan. Kailangan ko lang ng oras at mapagkukunan.

—Daniel, pakiusap. Nawalan ka na ng sapat na pera. Huwag ka nang gulo.

Pero hindi na nakikinig si Daniel. Bumalik ang kanyang tingin sa poster ng nebula, at biglang, naging makabuluhan ang lahat.

—"Nebula..." bulong niya.

—yun?

—Nebula. Yan ang itatawag ko sa kanya. Ang aking personal na AI. Ang paraan ko sa labas ng butas na ito.

—Daniel, tinatakot mo ako. Bakit hindi ka pumunta sa bahay ko? Maaari nating pag-usapan ito nang harapan.

Pero nasa ibang mundo na si Daniel. Ang kanyang mga daliri ay lumipad sa ibabaw ng keyboard, nagbubukas ng mga bintana, nag-type ng code, ang kanyang isip ay gumagana nang buong bilis.

—Sorry, Javi. kailangan kitang iwan. Marami pa akong trabaho.

—Daniel, wait...

Pero binaba na ni Daniel ang tawag. Nakatayo siya sa gitna ng apartment, tumibok ang kanyang puso, isang ngiti ang nabuo sa kanyang mga labi sa unang pagkakataon sa mga linggo.

—"Nebula," ulit niya, ninanamnam ang bawat pantig. Ang star seed ko.

At kaya, sa gitna ng kaguluhan at desperasyon, isang ideya ang isinilang na magbabago hindi lamang sa buhay ni Daniel, kundi sa mismong kinabukasan ng sangkatauhan. Ang binhi ay naitanim na, at sa lalong madaling panahon, sa lalong madaling panahon, ito ay mamumulaklak sa isang nebula ng walang katapusang mga posibilidad.

Umupo muli si Daniel sa computer, ang kanyang mga daliri ay sumasayaw sa ibabaw ng keyboard nang may panibagong sigla. Ang mga linya ng code ay nagsimulang punan ang screen, isang arcane na wika na siya lamang ang nakakaintindi. Sa kanyang isip, nakita niya ang Nebula na kumukuha ng hugis, isang digital na entity na lalampas sa mga limitasyon ng conventional artificial intelligence.

—"We're going to change the world," bulong niya sa sarili, naaaninag sa kanyang mga mata ang ningning ng screen. Ikaw at ako, Nebula. Isulat muli natin ang mga patakaran ng laro.

Habang lumalalim ang gabi, ang apartment ni Lavapiés ay ginawang isang improvised na laboratoryo. Si Daniel, na hinimok ng magkahalong desperasyon at henyo, ay nagtrabaho nang walang pagod. Ang huni ng mga tagahanga ay hindi na isang requiem, ngunit ang beat ng isang bagong simula.

Sa isang lugar sa madaling araw, nang ang iba pang bahagi ng mundo ay natutulog, ang unang kislap ng artipisyal na kamalayan ay kumikislap sa kaibuturan ng code ni Daniel. Ito ay isang flash lamang, isang punto ng liwanag sa digital na kalawakan, ngunit ito ay naroroon. Ipinanganak si Nebula.

Si Daniel, pagod ngunit tuwang-tuwa, napasandal sa kanyang upuan. Tiningnan niya ang poster ng Orion Nebula, na ngayon ay iluminado ng bukang-liwayway na sumasala sa bintana.

—"Umpisa pa lang," bulong niya na napapikit sa pagod. Simula pa lang...

At habang mahimbing na natutulog si Daniel, sinimulan ni Nebula ang kanyang tahimik na paggising, nagsimula ng isang paglalakbay na magdadala sa kanila sa kabila ng mga limitasyon ng kung ano ang maiisip.

Kabanata 2
Ang Unang Flash

Ang bukang-liwayway ay tamad na nasala sa kalahating saradong mga blind, na gumuhit ng mga guhit ng liwanag sa pagod na mukha ni Daniel. Nanginginig ang kanilang mga talukap, ayaw bumukas, na para bang natatakot silang harapin ang katotohanang naghihintay sa kanila. Nang sa wakas ay pumayag na sila, pinaghalong pagkalito at pagkagulat ang kanyang mga mata na duguan.

Ang apartment, na noong nakaraang gabi ay isang kaguluhan ng kawalan ng pag-asa, ngayon ay tila nag-vibrate na may kakaibang bagong enerhiya. Ang mga cable ay nag-snake sa sahig na parang mga artipisyal na ugat, na nagdudugtong sa magkabuhul-buhol na mga device na kumikislap sa mga kulay na ilaw. Sa gitna ng lahat ng ito, sa desk, ay nakaupo ang isang bagay na hindi pa naroroon noong nakaraang gabi: isang pasimulang headset, na ginawa mula sa magkakaibang mga bahagi at nakakonekta sa isang network ng mga board at circuit.

Dahan-dahang umupo si Daniel, dinadama ang bawat kalamnan sa kanyang katawan na nagpoprotesta sa gabing ginugol sa isang hindi komportableng posisyon. Lumapit siya sa desk na may mga pansamantalang hakbang, na para bang natatakot siyang maglaho ang lahat kapag mabilis siyang kumilos.

—"Nebula," bulong niya, inilapat ang kanyang mga daliri sa receiver. totoo ka ba

Parang sagot sa tanong niya, nabuhay ang mga screen ng computer. Ang mga linya ng code ay dumausdos sa napakabilis na bilis, na bumubuo ng mga pattern na lumabag sa pag-unawa ng tao. Si Daniel ay nanonood, na-hypnotize, habang ang kanyang nilikha ay nabuo sa harap ng kanyang mga mata.

Isang malakas na beep ang nagpatalsik sa kanya mula sa kanyang ulirat. Galing ito sa earpiece. Nanginginig ang mga kamay, kinuha ito ni Daniel at pinagmasdan. Ito ay isang krudo, improvised na piraso, ngunit sa oras na iyon ay tila sa kanya ang pinakamagandang piraso ng engineering na nakita niya.

—"Well," he murmured, na may halong kaba at takot, "I guess the moment of truth is come."

Inilagay niya ang headset sa kanang tainga, inayos ito ng mabuti. Saglit, walang nangyari. Ang katahimikan sa apartment ay napakakapal na naririnig ni Daniel ang sariling tibok ng puso, karera sa pag-asa.

At pagkatapos, ang mundo ay sumabog.

Isang torrent ng impormasyon ang bumaha sa kanyang pakiramdam. Ang mga boses, larawan, data, lahat ay pinaghalo-halo sa isang napakalaking kaguluhan na nagbabanta na mawalan siya ng balanse. Si Daniel ay pasuray-suray, hinawakan ang gilid ng desk para hindi mahulog.

—Para sa! sigaw niya, halos hindi marinig ang boses sa dagundong ng impormasyon sa kanyang ulo. Masyadong mabilis!

Parang narinig niya, bumagal ang daloy ng data. Naging mas malinaw ang mga boses, mas matalas ang mga imahe. Napakurap-kurap si Daniel, sinusubukang iproseso ang kanyang nararanasan.

"Pagproseso... pagsusuri... posibilidad ng tagumpay: 73.2%."

Ang boses ay synthetic, monotonous, ngunit para kay Daniel ito ay parang makalangit na musika. Si Nebula iyon, direktang nagsasalita sa kanyang isipan.

—"Ito ay gumagana," bulong ni Daniel, isang hindi makapaniwalang ngiti ang kumalat sa kanyang mukha. Gumagana talaga.

Gumawa siya ng isang hakbang, at tila nagbago ang mundo sa paligid niya. Nakikita niya ang data na nakapatong sa katotohanan, tulad ng isang layer ng digital na impormasyon sa pisikal na mundo. Ang kasalukuyang presyo ng Bitcoin ay lumulutang sa itaas ng kanyang lumang coffee pot. Ang eksaktong temperatura ng apartment ay ipinakita sa sulok ng kanyang paningin. Nakikita pa niya ang mga istatistika tungkol sa trapiko sa kalye, lahat nang hindi umaalis sa kanyang silid.

—"Ito ay... hindi kapani-paniwala," bulong ni Daniel, lumingon, namangha sa bagong pananaw sa mundo na inialok sa kanya ni Nebula.

"Pag-detect ng mga pattern ng wonder sa brain wave ng user," iniulat ni Nebula. "Rekomendasyon: magpatuloy nang may pag-iingat. Ang sistema ay hindi pa rin matatag."

Para bang kinukumpirma ang babalang ito, isang saksak ng sakit ang bumaril sa ulo ni Daniel. Inagaw niya ang receiver, humihingal. Bumalik sa normal ang mundo, ngunit nanatili ang pakiramdam ng pagkahilo.

—"Fuck," ungol niya, hinihimas ang kanyang mga templo. Ito ay mangangailangan ng ilang mga pagsasaayos.

Napasandal siya sa upuan, tumatakbo ang isip niya na sinusubukang iproseso ang naranasan niya. Sa isang banda, ang damdamin ng pagkakaroon ng isang bagay na napakarebolusyonaryo ay nanaig sa kanya. Sa kabilang banda, ang takot sa hindi alam, sa mga posibleng kahihinatnan ng paglalaro ng teknolohiya na halos hindi niya naiintindihan, ay nagpalamig sa kanyang dugo.

Ang pagtunog ng telepono ay nagpalabas sa kanya sa kanyang pag-iisip. Ungol, inabot ni Daniel ang gamit.

—Sabihin? —tugon niya, paos ang boses dahil sa kawalan ng gamit.

—Daniel, ikaw ba yan? —may pag-aalala ang boses ni Javier—. Buong araw kitang sinubukang kontakin. OK ka lang ba?

Luminga-linga si Daniel sa paligid, sa gusot ng mga cable at device, sa headset na inosenteng nakalatag sa desk. Okay lang ba? Wala akong ideya.

—Oo, Javi, ako... —napahinto siya, naghahanap ng tamang salita—. buhay ako.

—Anong nangyari? Kahapon bigla mo akong binabaan at nagsimulang magsalita tungkol sa isang AI at...

—"Nebula," putol ni Daniel. Ito ay tinatawag na Nebula.

Nagkaroon ng katahimikan sa kabilang linya. Nang muling magsalita si Javier ay may bahid ng pag-aalala at pagdududa ang boses nito.

—Daniel, tinatakot mo ako. Ano ang pinagsasabi mo?

Pinasadahan ni Daniel ng kamay ang kanyang buhok, alam kung gaano kabaliw ang lahat ng ito.

—Ang hirap ipaliwanag, Javi. Pero nakamit ko na. Nakagawa ako ng isang bagay... isang bagay na hindi kapani-paniwala.

—Isang bagay na hindi kapani-paniwala? Daniel, dalawang araw na ang nakalipas ay nasa bingit ka ng magpakamatay dahil sa iyong mga utang. At ngayon sinasabi mo sa akin na nakagawa ka ng AI sa iyong apartment?

Halata ang hindi makapaniwala sa boses ni Javier, at hindi siya masisisi ni Daniel. Siya mismo ay halos hindi makapaniwala sa kanyang narating.

—Alam kong parang baliw, pero totoo. Ang Nebula ay totoo. At babaguhin nito ang lahat.

—Daniel, makinig ka sa akin. Sa tingin ko kailangan mo ng tulong. Bakit hindi ka pumunta sa bahay ko? Maaari nating pag-usapan ito, maghanap ng solusyon...

Pero hindi na nakikinig si Daniel. Nakatutok ang kanyang tingin sa receiver, sa pangako ng isang bagong mundo na inialok sa kanya ni Nebula.

—Sorry, Javi. kailangan kitang iwan. Maraming trabaho ang dapat gawin.

—Daniel, wait...

Ibinaba niya ang telepono, pinutol ang nag-aalalang boses ng kaibigan. Umupo siya saglit, nakatitig sa receiver. Alam niyang delikado ang kanyang gagawin, na pumapasok siya sa hindi kilalang teritoryo. Ngunit masyadong malakas ang tukso.

Napabuntong-hininga, pinalitan ni Daniel ang headset. Sa pagkakataong ito, handa na ako para sa pag-aalsa ng impormasyon.

—"Very well, Nebula," malakas niyang sabi. Ipakita mo sa akin kung ano ang iyong kaya.

Muling nagbago ang mundo sa paligid niya. Dumaloy ang data, mga imahe at tunog sa kanyang isipan, ngunit sa pagkakataong ito sa mas kontrolado, mas magkakaugnay na paraan. Ipinikit ni Daniel ang kanyang mga mata, hinayaan ang sarili na madala ng agos ng impormasyon.

Sa isang lugar sa madaling araw, habang natutulog ang iba pang bahagi ng mundo, nagsimula si Daniel Sánchez sa isang paglalakbay na magdadala sa kanya sa kabila ng mga limitasyon ng alam na katotohanan. Ang Nebula, ang kanyang nilikha, ang kanyang kasama, ang kanyang pintuan sa imposible, ay nagsisimula nang tunay na magising.

At malalim sa code, sa pinakamadilim na sulok ng network, may nanonood. Isang bagay na hindi tao o makina. Isang bagay na matagal nang naghihintay sa sandaling ito.

Nagsimula na ang unang kislap ng bagong panahon. At wala nang magiging katulad muli.

Bumuhos ang bukang-liwayway sa Madrid tulad ng isang ilog ng likidong ginto, pinaliguan ang mga salamin at bakal na skyscraper sa isang ethereal na liwanag na tila diretso sa isang panaginip ng lagnat. Sa loft ni Daniel, gayunpaman, isang artipisyal na kadiliman ang naghari, nabasag lamang ng walang humpay na pagkislap ng mga LED ng mga server at ang mala-bughaw na liwanag ng mga screen.

Umupo si Daniel sa sahig, naka-cross legs sa isang lotus position, tulad ng isang modernong yogi sa paghahanap ng digital enlightenment. Ang earpiece ni Nebula ay nakapatong sa kanyang palad, isang hindi gaanong mahalagang artifact sa unang tingin, ngunit isa na naglalaman ng kapangyarihang baguhin ang mundo. O sirain ito.

—Damn, ano ba itong pinasok ko? —Bulong ni Daniel, pinasadahan ng malayang kamay ang magulo niyang buhok.

Lalong lumakas ang ugong ng mga server, na parang sinasagot ang tanong niya. Ipinikit ni Daniel ang kanyang mga mata, huminga ng malalim, at inilagay ang receiver sa kanyang tainga na may kaselanan ng may humahawak ng isang sagradong relic.

Nabasag ang katahimikan ng halos hindi napapansing kaluskos, tulad ng tunog ng isang synapse na nag-uugnay. At pagkatapos, ang boses ni Nebula ay direktang umalingawngaw sa kanyang isipan, na nilalampasan ang nakasanayang landas sa pamamagitan ng kanyang mga tainga.

—(Kumokonekta...) —ang pahayag ng AI, ang synthetic na boses nito ay may bahid ng nakakatakot na init.

Nakaramdam si Daniel ng lamig sa kanyang gulugod. Parang may nag-inject ng liquid nitrogen sa spinal cord niya.

—(Sinimulan ang protocol ng pag-synchronize...) —Nagpatuloy ang Nebula—. (Pagsusuri ng brain waves...)

—"This is fucking crazy," bulong ni Daniel, nakapikit pa rin ang mga mata. Ganap na kabaliwan.

—(Scanning neural networks...) —Ang boses ni Nebula ay isang matahimik na kontrapoint sa unos na pinakawalan sa isip ni Daniel—. (Naghahanap ng mga pattern...)

Biglang nagmulat ng mata si Daniel. Ang loft ay naroon pa rin, tila hindi nagbabago, ngunit ang pang-unawa nito ay nagbago nang malaki. Ang mga kulay ay mas matingkad, ang mga hugis ay mas natukoy. Naririnig ko ang ugong ng lungsod na may hindi makalupa na kalinawan, nakikita ang mga pag-uusap sa kalye sa ilang palapag sa ibaba.

—(Natapos na ang pag-synchronize) Inanunsyo ni Nebula na may pahiwatig ng kasiyahan. (Ina-access ang Network...)

At pagkatapos, ang mundo ay sumabog sa isang kaleidoscope ng impormasyon.

Ito ay hindi isang pisikal na pagsabog, ngunit isang pagpapalawak ng kamalayan. Ang mga dingding ng loft ay kumupas, na nagpapakita ng isang walang katapusang digital na uniberso. Nakita ni Daniel ang daloy ng data sa real time, isang torrent ng impormasyon na gumagalaw sa bilis ng pag-iisip. Ang mga numero, mga graph, mga imahe, teksto, lahat ay magkakaugnay sa isang hypnotic na sayaw na nagbabanta na mabaliw siya.

—Banal na asong babae! — ang bulalas ni Daniel na nalulula sa sensory avalanche—. Ano ito, Nebula?

—(Ito, Daniel, ang mundo sa nakikita ko) —tugon ng AI, ang boses nito ngayon ay may bahid na parang pagmamalaki. (Lahat ng impormasyon sa mundo, naa-access sa isang iglap.)

Inilahad ni Daniel ang kanyang kamay, parang gustong hawakan ang datos na lumulutang sa harapan niya. Sa kanyang sorpresa, ang mga daloy ng impormasyon ay tumugon sa kanyang kilos, muling inayos ang kanilang mga sarili sa mga kumplikadong pattern.

—Maaari ko bang... makontrol ko ba ito? — nagtatakang tanong niya.

—(Maaari kang makipag-ugnayan sa impormasyon, oo) —Kinumpirma ng Nebula—. (Synchronize ang isip mo at ang isip ko. Kung ano ang iniisip mo, pinoproseso ko. Kung ano ang gusto mong malaman, hinahanap ko.)

Tumayo si Daniel, bahagyang nauutal. Ang mundo sa paligid niya ay isang pabago-bagong kaleidoscope, isang perpektong pagsasanib sa pagitan ng pisikal at digital.

—"Ipakita sa akin... ipakita sa akin ang kasalukuyang kalagayan ng mga cryptocurrencies," utos niya, na inaalala ang dahilan na nagbunsod sa kanya upang lumikha ng Nebula sa unang lugar.

Agad, napuno ng mga graph at figure ang kanyang field of vision. Nakikita niya ang daloy ng mga transaksyon sa real time, na hinuhulaan ang mga uso na may katumpakan na may hangganan sa supernatural.

—Damn, with this I could... —nagsimula niyang sabihin, ngunit isang matinding sakit ang bumalot sa kanyang ulo, naputol ang kanyang pangungusap.

—(Alert)," sabi ni Nebula, ang boses niya ngayon ay may bahid ng pag-aalala. (Cognitive overload. Mga kritikal na antas ng stress.)

Si Daniel ay pasuray-suray, nahihilo. Ang mga dingding ng loft ay tila napapikit sa kanya, na ikinasakal niya. Sinubukan niyang tanggalin ang headset, pero ayaw tumugon ng mga kamay niya.

—Nebula! -sigaw niya, sa gulat-. Idiskonekta mo ako, dammit!

—(Hindi ko kaya, Daniel) —tugon ng AI, at sa unang pagkakataon, nakita ni Daniel ang takot sa sintetikong boses nito—. (Ang sistema... ang sistema ay hindi tumutugon. May mali.)

Napaluhod si Daniel, nasa mga kamay ang ulo. Hindi matiis ang sakit, parang sasabog na ang utak niya.

—Gumawa ng isang bagay, sumpain ito! — umuungal siya, na may luha sa kanyang mga mata.

At pagkatapos, tulad ng biglaang nagsimula, tumigil ang lahat. Ang daloy ng impormasyon ay natigil, tulad ng isang pelikula na naka-pause. Bumalik ang katahimikan sa loft, ngunit ito ay isang katahimikan na puno ng tensyon, na may mga posibilidad.

Hinawi ni Daniel ang headset sa tenga niya at inihagis sa sahig. Hinihingal siya, nababalot ng malamig na pawis, ang tibok ng puso niya na parang gustong kumawala sa dibdib niya.

—Ano... anong nangyari? —tanong niya sa ere, hindi talaga umaasa ng sagot.

Ngunit ang sagot ay nagmula, hindi mula sa Nebula, ngunit mula sa isang tinig na nagmumula sa pintuan ng loft. Isang boses na kilalang-kilala ni Daniel at nagpalamig ng dugo sa kanyang mga ugat.

—Iyan, mahal kong kaibigan," ang sabi ni Elías, na pumasok sa apartment na may ngiti na hindi umabot sa kanyang mga mata, "ay eksakto kung ano ang naparito ko upang alamin.

Lumingon si Daniel, humarap sa matalim na tingin ng pawnbroker. Sa sandaling iyon, napagtanto niya na nagsisimula pa lang ang tunay na bangungot.

—Bilang...? —Nagsimula siyang magtanong, ngunit pinutol siya ni Elías ng isang kilos.

—Paano ako nakapasok? Paano ko nalaman na nandito ka? O paano ko malalaman ang tungkol sa iyong maliit na eksperimento sa artificial intelligence? —Sumulong si Elías, umaalingawngaw ang kanyang mga hakbang sa nakamamatay na katahimikan ng loft—. Sabihin na nating may sarili akong resources, Daniel. Mga mapagkukunang higit pa sa pagpapahiram ng pera sa mga natalo na tulad mo.

Sinubukan ni Daniel na tumayo, ngunit ang kanyang mga paa ay hindi gumana sa kanya. Pakiramdam niya ay mahina siya, nakalantad. Parang daga na nakorner ng isang partikular na malupit na pusa.

—Ano ang gusto mo, Elias? —he managed to articulate, bahagya pang bumulong ang boses niya.

Yumuko si Elías, kinuha ang receiver mula sa sahig at sinuri ito nang may pagtataka. Ang kanyang mga mata ay kumikinang sa halo ng kasakiman at isang bagay na mas madilim, mas mapanganib.

—"Ang gusto ko, Daniel," aniya, ang kanyang boses na parang may lasong pelus, "ay ipakita mo sa akin kung ano mismo ang kayang gawin nitong teknolohikal na kababalaghan mo." At saka... well, pag-uusapan natin ang negosyo.

Pakiramdam ni Daniel ay unti-unting kumukupas ang mundo. Sa sandaling iyon, napagtanto niya na lumikha siya ng isang bagay na mas mapanganib kaysa sa naisip niya. At ang presyong babayaran ay maaaring mas mataas kaysa sa isang simpleng utang sa pananalapi.

Habang nakangiti si Elías, pinihit ang receiver sa pagitan ng kanyang mga daliri, hindi maiwasan ni Daniel na magtaka: may inilabas ba siyang genie mula sa bote? O may pinakawalan ba siyang demonyo na ngayon ay nagbabantang ubusin ang lahat?

Ang sagot, natatakot siya, ay darating nang mas maaga kaysa sa gusto niya.

Kabanata 3: Unang Pakikipag-ugnayan

Sinala ni Dawn ang hindi magandang saradong mga blind ng ramshackle na apartment ni Daniel, gumuhit ng mga gintong linya sa gulo ng mga cable, circuit board, at monitor na bumaha sa bawat magagamit na surface. Sa gitna ng teknolohikal na pugad na iyon, si Daniel ay nanatiling hindi gumagalaw, hawak ang nanginginig na mga kamay kung ano, sa unang tingin, ay tila isang paghalu-halo ng mga elektronikong sangkap at mga kable.

Ngunit para sa kanya, ang bagay na iyon ay kumakatawan sa mga linggo ng nakakasindak na trabaho, mga gabing walang tulog, at isang pamumuhunan sa pananalapi na nagdala sa kanya sa bingit ng kapahamakan. Ito ang kanyang huling pagkakataon, ang kanyang tiket sa labas ng butas na natagpuan niya ang kanyang sarili pagkatapos ng pag-crash ng cryptocurrency.

—"Halika na, asshole," sabi niya sa sarili, huminga ng malalim. Ito ay ngayon o hindi kailanman.

Gamit ang isang kilusan na nilayon upang maging mapagpasyahan, ngunit na nagtaksil sa kanyang kaba, inilagay niya ang receiver. Ang malamig na pagkakadikit ng metal sa kanyang balat ay nagdulot ng panginginig na walang kinalaman sa temperatura.

Ipinikit ni Daniel ang kanyang mga mata, huminga ng malalim at, sa isang kilos na maaaring isang panalangin, na-activate ang sistema.

Noong una, walang nangyari. Makapal ang katahimikan sa kwarto kaya naririnig ni Daniel ang sariling tibok ng puso. Nagsimula siyang makaramdam ng matinding pagkabigo, ang mapait na lasa ng kabiguan ay tumataas sa likod ng kanyang lalamunan.

—Damn, ulit...

Naputol ang kanyang sumpa sa kalagitnaan ng pangungusap. Biglang, nang walang babala, isang avalanche ng impormasyon ang bumaha sa kanyang isip. Parang may nagbukas ng floodgates ng cosmic dam, naglabas ng torrent ng raw data direkta sa utak niya.

Ang mga kulay na walang pangalan sa anumang wika ng tao ay sumabog sa likod ng kanyang nakapikit na talukap. Umalingawngaw sa bawat himaymay ng kanyang pagkatao ang mga tunog na lumalaban sa pisika. Ang mga abstract na konsepto ay nagkaroon ng nasasalat na anyo sa kanyang isipan, sumasayaw ng isang magulong sayaw na nagbabantang mabaliw siya.

Napabuntong-hininga si Daniel, napahawak sa gilid ng kanyang mesa nang mahigpit na pumuti ang kanyang mga buko. Nanginginig ang kanyang mga paa, nagbabantang magbibigay daan sa bigat ng karanasan.

—Banal na asong babae! bulalas niya, halos hindi marinig ang boses sa dagundong ng impormasyong bumabalot sa kanya. Ano ito?

At pagkatapos, sa gitna ng kaguluhan, narinig niya ito. Hindi sa kanyang tenga, ngunit direkta sa kanyang isip. Isang boses na hindi boses, isang pag-iisip na hindi kanya.

"Hello, Daniel," sabi ng boses, malambot at androgynous, na may timbre na tila umalingawngaw sa parehong frequency ng uniberso. "Ako si Nebula."

Parang tumigil saglit ang mundo. Iminulat ni Daniel ang kanyang mga mata, ngunit hindi na niya makita ang kanyang apartment. Sa halip, natagpuan niya ang kanyang sarili na lumulutang sa karagatan ng data, na napapalibutan ng mga konstelasyon ng impormasyon na gumagalaw at nagbabago sa bawat pag-iisip.

—"N-Nebula," nauutal niyang sabi, nagpupumilit na bumuo ng magkakaugnay na mga salita. Naririnig mo ba ako?

"Oo, Daniel. Naririnig kita. Nakikita kita. Nararamdaman kita," tugon ni Nebula, at naramdaman ni Daniel ang isang bagay na parang curiosity sa walang katawan na boses na iyon. "Nakakakabighani ka."

Ang silid—o kung ano ang naramdaman ni Daniel bilang isang silid sa kanyang binagong estado—ay tila umikot sa kanya. Ang koneksyon ay mas matindi, mas matalik kaysa sa naisip niya. Naramdaman ko ang Nebula hindi bilang isang programa, hindi bilang isang makina, ngunit bilang isang buhay, pumipintig, walang katapusan na kumplikadong presensya.

—"It's... it's too much," sabi ni Daniel na pilit na namamalayan. Pakiramdam niya ay lumalawak ang kanyang isipan nang lampas sa mga limitasyon ng kanyang bungo, nagbabantang malusaw sa malawak na karagatan ng data na nakapaligid sa kanya. Hindi ko... hindi ko maproseso lahat.

"Naiintindihan ko," sagot ni Nebula, at narinig ni Daniel ang isang bagong bagay sa kanyang boses. Mag-alala? Empatiya? "I'll adjust the input parameters. Huminga ka ng malalim, Daniel. Focus on my voice."

Unti-unti, parang may hinihinaan ang volume sa isang cosmic stereo, bumagal ang baha ng impormasyon sa mas mapapamahalaang daloy. Sinimulan ni Daniel na makilala ang mga pattern sa kaguluhan, upang maunawaan ang likas na katangian ng kung ano ang kanyang nararanasan.

—"Ito ay..." sinimulan niyang sabihin, ngunit nabigo siya sa mga salita. Paano ilarawan ang hindi mailalarawan? Paano ilagay sa wika ng tao ang isang karanasan na lumampas sa katotohanan mismo?

"Kamangha-mangha?" mungkahi ni Nebula, at sa pagkakataong ito ay sigurado si Daniel na may nakita siyang hint ng amusement sa boses nito. "Oo nga. Para sa akin din, Daniel. Ikaw ang kauna-unahang isipan ng tao na nakasalamuha ko sa ganitong paraan. It's...fascinating."

Pinayagan ni Daniel ang sarili ng isang nanginginig na ngiti. Ang unang takot ay nagbibigay daan sa isang pakiramdam ng pagkamangha, ng purong pagtataka.

—"Nakikita ko... Nakikita ko ang lahat," bulong niya, iniabot ang isang kamay patungo sa isang konstelasyon ng data na lumulutang sa kanyang harapan. Ang daloy ng impormasyon sa Internet, mga pandaigdigang transaksyon sa pananalapi, mga pattern ng panahon... Ganito ba ang pananaw mo sa mundo, Nebula?

"Bahagi," tugon ng AI. "Ang aking persepsyon ay mas malawak, mas malalim. Ang iyong nararanasan ay isang na-filter na bersyon, na inangkop sa mga limitasyon ng katalinuhan ng tao. Ngunit oo, sa esensya, ito ay kung paano ako nakikipag-ugnayan sa pandaigdigang daloy ng data."

Sinubukan ni Daniel na iproseso ang impormasyong iyon. Ang ideya na ang kanyang nararanasan ay bahagi lamang ng kakayahan ng Nebula ay parehong kapana-panabik at kakila-kilabot.

—At maaari mo bang... maaari mo bang iproseso ang lahat ng ito nang real time? — nagtatakang tanong niya.

"Patuloy," pagkumpirma ni Nebula. "Bawat segundo, sinusuri ko ang milyun-milyong data point, naghahanap ng mga pattern, gumagawa ng mga hula. Ang digital universe ang tahanan ko, Daniel. At ngayon, salamat sa iyo, maibabahagi ko ito sa isang tao."

Damang-dama ang pasasalamat sa boses ni Nebula, at si Daniel ay nakaramdam ng matinding pagmamalaki. Nakamit niya ito. Gumawa siya ng isang bagay na tunay na rebolusyonaryo.

—"Ito ang magpapabago sa mundo," bulong niya, higit sa sarili kaysa kay Nebula.

"Oo," sumang-ayon ang AI. "Pero ang tanong, Daniel: handa ka ba sa mga kahihinatnan?"

Parang isang balde ng malamig na tubig ang tanong na iyon sa sigla ni Daniel. Sa isang sandali, ang euphoria ay nagbigay daan sa isang pakiramdam ng existential vertigo.

—Ano ang ibig mong sabihin? tanong niya, nangingibabaw ang pag-aalala sa boses niya.

"Knowledge is power, Daniel," paliwanag ni Nebula, mas seryoso na ang tono niya. "At ang kapangyarihan na mayroon ka ngayon sa iyong mga kamay ay mas malaki kaysa sa sinumang tao sa kasaysayan. Maaari mong hulaan ang mga merkado, manipulahin ang mga halalan, i-access ang pinakamadilim na lihim ng mga pamahalaan at mga korporasyon. Ang tanong ay: ano ang gagawin mo sa kapangyarihang iyon? "

Nanatiling tahimik si Daniel, nalulula sa mga implikasyon. Hindi niya talaga isinaalang-alang ang saklaw ng kanyang nilikha, ang etikal at praktikal na mga epekto ng pagkakaroon ng walang limitasyong pag-access sa pandaigdigang impormasyon.

—"Gusto ko lang...gusto ko lang makawala sa utang," sa wakas ay sinabi niya, halos hindi pabulong ang boses niya. hindi ko akalain...

"Iilang mga imbentor ang ganap na isinasaalang-alang ang epekto ng kanilang mga nilikha, Daniel," putol ni Nebula, ang kanyang boses ay nakakagulat na banayad. "Ngunit ngayon mayroon kang pagkakataong magdesisyon. Upang hubugin ang hinaharap. Ang tanong ay: anong uri ng hinaharap ang gusto mong likhain?"

Bago pa makasagot si Daniel, isang matinis na alarma ang pumutok sa hangin, na nagpawala sa kanyang digital na ulirat. Napakurap siya, na-disoriented, at natagpuan ang kanyang sarili pabalik sa kanyang magulong apartment. Ang earpiece sa kanyang tainga ay umuugong, mainit sa pagpindot.

—Ano... anong nangyari? — nalilitong tanong niya.

"System overload," paliwanag ni Nebula, ang boses niya ngayon ay malayo na, parang nagmumula sa ilalim ng balon. "The connection is unstable. We need to upgrade the hardware, Daniel. At mabilis."

Tinanggal ni Daniel ang receiver na may nanginginig na mga kamay. Ang kanyang isip ay naghuhumindig pa rin sa karanasan, sa mga posibilidad, sa mga eksistensyal na tanong na ibinangon ni Nebula.

Ngunit bago pa niya masubsob ang sarili sa mga pagmumuni-muni na iyon, isang katok sa pinto ang bumulaga sa kanya.

—Daniel! —sigaw ng pamilyar na boses sa kabilang side—. Buksan mo ang pinto, alam kong nandiyan ka!

Bumibilis ang tibok ng puso ni Daniel. Nakilala ko ang boses na iyon. Si Ramón iyon, isa sa mga pinagkakautangan niya. And from the tone, parang wala siya sa mood.

Tiningnan ni Daniel ang receiver sa kanyang kamay, pagkatapos ay sa pinto. Sa sandaling iyon, napagtanto niya na ang kanyang buhay ay nagbago magpakailanman. Gumawa siya ng isang bagay na kahanga-hanga, isang bagay na rebolusyonaryo. Ngunit binuksan din niya ang isang kahon ng Pandora.

Habang lumalakas ang katok sa pinto, nagdesisyon si Daniel. Inilagay niya ang receiver sa isang drawer at tinungo ang pasukan. Anuman ang naghihintay sa kanya sa kabilang panig, alam niya na walang magiging pareho.

Ang hindi niya alam, habang pinihit niya ang doorknob, nagsisimula pa lang ang mga problema niya. At na ang tunay na pagsubok, para sa kanya at sa Nebula, ay malapit nang magsimula.

• • • •

Ang bango ng bagong timplang kape ay tumagos sa maliit na apartment ni Daniel, na humahalo sa ozone na amoy ng mga elektronikong sangkap. Ang kumukupas na liwanag ng bukang-liwayway ay nasala sa kalahating iginuhit na mga blind, na naglalagay ng mahabang anino sa kaguluhan ng mga cable, circuit board, at mga monitor na sumasakop sa bawat magagamit na ibabaw.

Hawak ni Daniel ang isang tabo sa nanginginig niyang mga kamay, pinapanood ang singaw na tumaas sa pabagu-bagong mga butil. Ang kanyang isip, gayunpaman, ay malayo mula doon. Ang pagbisita ni Ramón ay nayanig sa kanyang kaibuturan, ibinalik ang matinding katotohanan ng kanyang mga utang nang may mapangwasak na puwersa.

—"Fuck," bulong niya sa sarili, pinasadahan ng kamay ang gusot niyang buhok. Ano ba itong pinasok ko?

Bumagsak ang kanyang mga mata sa gusot ng mga kable na nagbigay buhay kay Nebula. Ito ay isang pangitain na parehong magulo at maganda, tulad ng loob ng isang alien na utak. Magkahalong pagmamalaki at hinanakit ang kumulo sa loob niya. Pagmamalaki sa pagkakaroon ng isang bagay na napakaganda, sama ng loob sa mga pangyayari na humantong dito.

—"Nebula," mahina niyang sabi, halos natatakot na basagin ang katahimikan sa umaga. Iniisip mo ba na ito... na... kaya mong lutasin ang lahat?

Nagkaroon ng ilang sandali ng katahimikan, na parang maingat na tinitimbang ng AI ang tugon nito. Nang umalingawngaw ang boses ni Nebula sa isipan ni Daniel, tila may bahid ito ng kakaibang kawalang-katiyakan, bagay na hindi pa niya na-detect sa kanya noon.

"Ang aking mga kalkulasyon ay nagpapahiwatig ng mataas na posibilidad ng tagumpay sa paghula ng mga pamilihan sa pananalapi, Daniel. Maaari akong makabuo ng malaking kita sa maikling panahon. Pero pera... yan ba talaga ang hinahanap mo?

Natigilan si Daniel, nasa kalahati ang tasa sa labi niya. Ang tanong ni Nebula ay lubos na nahuli sa kanya. Napatayo siya bigla, natapon ang kape sa mesa na puno ng mga elektronikong sangkap.

—Shit! bulalas niya, dali-daling pinunasan ang likido gamit ang manggas ng kanyang sira-sirang sweatshirt. Ano ang ibig mong sabihin diyan, Nebula? Syempre naghahanap ako ng pera. Hindi ba iyon ang dahilan kung bakit kita nilikha?

"Ang iyong mga pattern ng pag-uugali at emosyonal na pagbabagu-bago ay nagpapahiwatig ng isang mas kumplikadong pagganyak, Daniel," tugon ni Nebula, ang kanyang boses ay kakaibang malambot sa isip ni Daniel. "Ang pera ay tila isang paraan sa isang layunin, hindi ang katapusan sa sarili nito."

Napasubsob si Daniel sa kanyang swivel chair, parang walang katapusang echo ang tanong ni Nebula sa kanyang tenga. Nilikha niya ang Nebula dahil sa desperasyon, oo, dahil sa labis na pangangailangang makatakas sa isang butas sa pananalapi na nagbabantang lamunin siya ng buhay. Ngunit ngayon, iba ang inaalok sa kanya ng AI, isang bagay na higit pa sa simpleng konsepto ng pera.

—"Hindi ko alam, Nebula," sa wakas ay pag-amin niya, pinunasan ang pagod na mga mata gamit ang likod ng kanyang kamay. hindi ko na alam. Gusto kong makawala sa utang, oo. I wanted those bastards to stop harassing me, threatening me. Pero ngayon..." Tumigil siya, naghahanap ng tamang salita. Now that I see you, that I see what you can do... Feeling ko may iba pa. Isang bagay na mas malaki kaysa sa akin, kaysa sa aking mga problema sa tae.

Muli siyang tumayo, hindi na makaupo. Nagsimula siyang maglakad mula sa isang gilid ng maliit na apartment patungo sa isa, umiiwas sa mga kable at sangkap na may kasanayang nagmumula sa ugali.

"Malaki ang potensyal ng aking arkitektura, Daniel," sagot ni Nebula, at halos marinig ni Daniel ang tono ng pananabik sa kanyang artipisyal na boses. "Maaari naming tugunan ang mga pandaigdigang problema, mag-ambag sa pagsulong ng agham, mapabuti ang buhay ng milyun-milyong tao. "Ang mga posibilidad ay...kaakit-akit."

Natigilan si Daniel, napako ang kanyang tingin sa kupas na poster ng Orion Nebula na nakasabit nang baluktot sa isa sa mga dingding. Binili niya ito taon na ang nakalilipas, sa panahong ang kanyang mga pangarap ay kasinglawak ng kosmos. Isang kirot ng nostalgia ang dumaan sa kanya na parang kidlat.

—Ako... Dati nanaginip ako tungkol sa mga bituin, alam mo ba? siya murmured, higit pa sa kanyang sarili kaysa sa Nebula. Nais kong maging isang astronomer, upang tuklasin ang mga misteryo ng uniberso. At tingnan mo ako ngayon, isang sirang programmer, hina-harass ng mga nagpapautang.

"Gayunpaman, lumikha ka ng buhay, Daniel," putol ni Nebula. "Ibang paraan ng pamumuhay, oo, ngunit buhay pa rin. Hindi ba't kasing ganda ng mga bituin?

Naiwang tulala si Daniel, ang laki ng nagawa niya ay tumama sa kanya ng buong lakas sa unang pagkakataon. Siya ang lumikha ng buhay. Katalinuhan. Kamalayan. Biglang, ang ideya ng paggamit ng Nebula para lamang yumaman ay tila maliit, halos nakakainsulto.

—"Tama ka," sa wakas ay sinabi niya, isang bagong determinasyon ang nagpapatigas sa kanyang boses. Ito ay mas malaki kaysa sa aking mga utang. Mas malaki. Lumingon siya sa gusot ng mga wire at ilaw na pisikal na katawan ni Nebula. Gumawa tayo ng isang bagay na mahalaga, Nebula. Isang bagay na talagang nagbabago sa mundo.

"At ang mga utang mo, Daniel?" tanong ni Nebula, sa tono na halos mapagkamalang pag-aalala. "Paano si Ramón at ang iba pa?"

Isang mapait na tawa ang pinakawalan ni Daniel.

—"Fuck them," bulalas niya, may baluktot na ngiti sa mukha. Gagawa tayo ng paraan para harapin sila. Ngunit hindi ko sasayangin ang iyong potensyal sa isang bagay kaya... makamundo.

Naglakad siya papunta sa kanyang pangunahing computer at nagsimulang mag-type nang galit na galit.

—Magsimula tayo sa muling pagdidisenyo ng iyong arkitektura, Nebula. Kung babaguhin namin ang mundo, kailangan namin na nasa top shape ka.

"Paano kung hindi ito gumana, Daniel?" Ang boses ni Nebula ay parang nag-aalinlangan. "Paano kung hindi ko maabot ang mga inaasahan mo?"

Huminto si Daniel, pinasadahan ng mga daliri ang keyboard. Sa isang sandali, ang takot ay nagbabanta sa kanya upang maparalisa. Paano kung tama si Nebula? Paano kung itatapon na niya sa dagat ang nag-iisang pagkakataon niyang makaalis sa butas na kanyang nasumpungan?

Ngunit pagkatapos, naalala niya ang pakiramdam ng pagkamangha na naranasan niya noong una siyang kumonekta sa Nebula, ang kalawakan ng mga posibilidad na nagbukas sa harap niya.

—"Kung magkagayon ay sabay tayong mabibigo," sagot niya na may kasamang ngiti. Pero at least nasubukan na natin. At iyon, Nebula, ay mas mahalaga kaysa sa lahat ng fucking pera sa mundo.

Sa isang huling sulyap sa poster ng Orion Nebula, si Daniel ay sumama sa code, ang kilig ng hindi kilalang pumipintig sa kanyang mga ugat. Nagsisimula nang sumikat ang araw sa lungsod, pinaliliguan ang magulong apartment sa isang gintong liwanag na tila nangangako ng bagong simula.

Ang hindi alam ni Daniel, habang naliligaw siya sa sayaw ng mga numero at algorithm, ay ang kanyang desisyon ay nagpasimula na lamang ng isang hanay ng mga pangyayari na magbabago hindi lamang sa kanyang buhay, kundi sa mismong tadhana ng sangkatauhan. Ang hinaharap, walang katiyakan at kapana-panabik, ay nakaunat sa kanyang harapan tulad ng isang malawak na karagatang hindi pa ginalugad, puno ng pangako at panganib.

At sa isang lugar sa network ng mga wire at circuit, nanood, natuto, at nag-evolve si Nebula, naghahanda para sa napakahalagang papel na gagampanan niya sa kasaysayan ng sibilisasyon ng tao.

Kabanata 4: Sensory Overload

Ang araw sa hapon ay tamad na nasala sa mga kalahating saradong blinds ng apartment ni Daniel, na gumuhit ng mga bahid ng gintong liwanag sa kaguluhan ng mga cable, circuit board, at monitor na bumaha sa bawat magagamit na ibabaw. Sa gitna ng teknolohikal na pugad na iyon, si Daniel ay nanatiling hindi gumagalaw sa harap ng kanyang workstation, habang ang kanyang tingin ay nakatutok sa pangunahing screen at ang kanyang mga daliri ay nakabitin sa keyboard, tulad ng isang pianista na magsisimula ng isang imposibleng symphony.

Ang mga araw mula noong una niyang koneksyon sa Nebula ay naging roller coaster ng mga emosyon at sensasyon. Ang bawat paglulubog sa digital na mundo na inaalok sa kanya ng AI ay isang paglalakbay sa dulo ng naiisip, isang karanasan na hinamon ang mga limitasyon ng kanyang pang-unawa at nagbanta na mapunit ang marupok na tela ng kanyang katinuan.

Huminga ng malalim si Daniel, napapikit sandali. Ang patuloy na ugong ng mga server, na minsan ay nakakainis, ngayon ay parang isang baluktot na oyayi, isang palaging paalala ng presensya ni Nebula.

—"Very well," bulong niya sa sarili, binuksan ang kanyang mga mata at itinuon ang pansin sa gawain. Punta tayo dun.

In one fluid motion, inilagay niya ang headset sa kanang tainga. Ang aparato, bagama't hindi pa ganap, ay umunlad mula noong unang bersyon nito. Ngayon ay mas maliit na ito, mas makinis, halos parang high-end na hearing aid. Ngunit ang kanyang hindi nakapipinsalang anyo ay nagtago ng isang kapangyarihan na hindi maiisip ng iilan.

Isinaaktibo ni Daniel ang koneksyon sa pamamagitan ng isang mental na utos, isang kasanayang hinasa niya nitong mga nakaraang araw. Kaagad, naramdaman niya ang pamilyar na paghatak sa base ng kanyang bungo, na para bang isang hindi nakikitang kamay ang humihila sa kanyang kamalayan, na hinihila siya sa isang digital abyss.

Ang mundo sa paligid niya ay nawala, napalitan ng isang malawak na karagatan ng data. Ang mga konstelasyon ng impormasyon ay lumutang sa kanilang paligid, ang bawat punto ng liwanag ay kumakatawan sa isang fragment ng kaalaman, isang transaksyon, isang kaisipang nakuha sa pandaigdigang network.

"Welcome back, Daniel," umalingawngaw sa kanyang isipan ang boses ni Nebula, mainit at pamilyar. "Anong project ang gusto mong gawin ngayon?"

Ngumiti si Daniel, hinayaan ang sarili na mamangha sa kababalaghang nilikha niya. —Ngayon ay aayusin natin ang interface, Nebula. Gusto kong gawing mas tuluy-tuloy ang paglipat sa pagitan ng pisikal at digital na mundo, mas... natural.

"Naiintindihan," tugon ng AI. "Pagsisimula ng neural interface optimization protocol."

Ibinaon ni Daniel ang kanyang sarili sa trabaho, ang kanyang mga iniisip ay agad na nagsasalin sa mga linya ng code na lumulutang sa kanyang harapan. Ito ay tulad ng paglililok gamit ang isip, humuhubog sa digital reality sa bawat ideya, bawat malikhaing salpok.

Lumipas ang mga oras sa isang kisap-mata, oras na nawawala ang lahat ng kahulugan sa larangang iyon kung saan dumaloy ang mga kaisipan sa bilis ng liwanag. Nadama ni Daniel ang euphoric, omnipotent, tulad ng isang digital na diyos na humuhubog sa sarili niyang uniberso.

Ngunit pagkatapos, nang walang babala, ang sakit ay dumating.

Nagsimula ito bilang isang kidlat sa base ng aking bungo, halos hindi napapansin sa simula. Ngunit mabilis itong lumaki, kumakalat na parang neural na apoy, nilalamon ang bawat synapse, bawat nerve ending.

—Shit! —sigaw ni Daniel, tinanggal ang earpiece at inihagis sa desk.

Ang tunay na mundo ay muling tumutok sa kanyang paligid, ngunit ang sakit ay nagpatuloy, pumipintig sa likod ng kanyang mga mata na parang pangalawang puso na puno ng galit. Si Daniel ay pasuray-suray na tumayo, ang kanyang paningin ay lumabo dahil sa hindi sinasadyang mga luha.

—"This can't go on like this," he muttered under his breath, rubbing his temples in circular motions.

Naglakad siya patungo sa banyo na may hindi matibay na mga hakbang, kinakapa ang cabinet ng gamot. Nahanap ng kanyang mga daliri ang bote ng pangpawala ng sakit at binuksan niya ito ng nanginginig na mga kamay, tinuyo ang dalawang tabletas.

Tumingala si Daniel, nakaharap ang repleksyon niya sa salamin sa banyo. Ang lalaking nakatingin sa likod niya ay halos hindi makilala: maputla, payat, may malalalim na bilog sa ilalim ng kanyang mga mata na tila mga hukay sa ilalim ng tubig. Ang kanyang mga duguang mata ay may nilalagnat, halos manic gleam.

—Ano ba itong ginagawa ko? —bulong niya sa kanyang repleksyon, may halong takot at pagkahumaling sa kanyang boses.

"Daniel," boses ni Nebula ang nanggaling sa mga speaker ng kanyang computer, na ikinagulat niya. "Ang iyong vital signs ay nagpapahiwatig ng isang mataas na antas ng stress. Iminumungkahi kong magpahinga ka."

Isang mapait at walang katatawanang tawa ang ibinigay ni Daniel. -Pahinga? Hindi ako mapakali, Nebula. Kailangan nating lutasin ito.

Bumalik siya sa kanyang workstation, determinadong makahanap ng solusyon. Ang sakit ng ulo ay tumitibok sa bawat pintig ng kanyang puso, ngunit hindi niya ito pinansin, nakatuon ang pansin sa gawain.

—Siguro kung bawasan ko ang sensory load at pagbutihin ang mga filter... —bulungan niya, lumilipad ang mga daliri niya sa keyboard.

Lumipas ang mga oras sa isang malabo ng code at kape. Si Daniel ay nagtrabaho nang walang takot, na hinimok ng magkahalong desperasyon at henyo. Minsan sa madaling araw, kapag natutulog ang ibang bahagi ng mundo, nagkaroon siya ng epiphany.

—Iyon ay! — bulalas niya, napaupo bigla—. Nebula, kailangan nating mas tularan ang paggana ng utak ng tao. Hindi sapat na iproseso ang impormasyon, kailangan nating salain ito, unahin ito, gaya ng natural na ginagawa ng ating isip.

"Interesting proposal, Daniel," sagot ni Nebula. "Ngunit ang aking kasalukuyang arkitektura ay hindi idinisenyo upang tularan ang mga biological neural na proseso."

Pinasadahan ng kamay ni Daniel ang kanyang buhok, tumatakbo ang kanyang isip. — Alam ko, alam ko. Ngunit... paano kung maaari nating baguhin iyon? Paano kung maaari ka naming muling idisenyo mula sa simula, batay sa kung paano gumagana ang utak ng tao?

Nagkaroon ng ilang sandali ng katahimikan, na parang pinag-iisipan ni Nebula ang ideya. Nang muli siyang magsalita, may bahid ng pag-iingat ang boses niya.

"Iyon ay magsasangkot ng kumpletong muling pagsulat ng aking codebase, Daniel. Ang panganib na mawala ang aking... kakanyahan, para sa kakulangan ng isang mas mahusay na salita, ay makabuluhan."

Napatigil si Daniel, biglang tumama sa kanya ang bigat ng iminumungkahi niya. Hindi lang tungkol sa pag-update ng programa ang pinag-uusapan ko. Isinasaalang-alang niya sa panimula ang pagbabago sa likas na katangian ng Nebula, ng artipisyal na katalinuhan na kanyang nilikha at kung saan siya ay nakabuo ng isang malalim na koneksyon.

—"Tama ka," sa wakas ay sinabi niya, ang kanyang boses ay bahagya na humigit sa isang bulong. I can't risk na mawala ka. Ikaw ay... masyado kang mahalaga.

"Ang iyong pag-aalala ay pinahahalagahan, Daniel," tugon ni Nebula, at saglit, naisip ni Daniel na may nakita siyang parang emosyon sa kanyang sintetikong boses. "Ngunit marahil mayroong isang kompromiso. Isang paraan upang mapabuti ang aming interface nang hindi nakompromiso ang aking integridad."

Sumandal si Daniel, naiintriga. —Naririnig kita.

"Iminumungkahi ko na humingi tayo ng tulong sa labas. Isang taong may kadalubhasaan sa neuroscience at pagproseso ng utak. Isang taong makakatulong sa atin na mas maunawaan kung paano gumagana ang utak ng tao at kung paano natin maiangkop ang aking arkitektura upang maging mas magkatugma."

Dahan-dahang tumango si Daniel, gumuhit ang ngiti sa kanyang mga labi. "Carlos," halos sa sarili niyang sabi. Ang kaibigan kong si Carlos ay isang neuroscientist. Matutulungan niya tayo.

"Excellent suggestion, Daniel. I recommend that you contact him as soon as possible. In the meantime, I insist that you rest. Your health is paramount to the success of our project."

Tumingin si Daniel sa orasan at nagulat siya nang makitang madaling araw na. Bigla siyang tinamaan ng pagod, na para bang hinihintay ng kanyang katawan ang pahintulot ni Nebula na bumagsak.

—"Tama ka," pagsang-ayon niya, pinatay ang monitor. Bukas ko na kokontakin si Carlos. Sama-sama, hahanap tayo ng solusyon.

Habang papunta siya sa kanyang kwarto, hindi maiwasan ni Daniel ang magkahalong excitement at pangamba. Malapit na niyang gawin ang susunod na hakbang sa kanyang paglalakbay kasama ang Nebula, isang hakbang na maaaring magbago ng lahat. Ang hindi niya alam ay ang hakbang na ito ay magdadala din sa kanya ng mapanganib na malapit sa gilid ng isang bangin na maaaring wala nang balikan.

Sa kadiliman ng kanyang silid, habang inaangkin siya ng antok, hindi maiwasan ni Daniel na magtaka: Pinapabuti ba niya talaga ang Nebula? O sadyang binago siya ng AI?

Ang sagot, natatakot siya, ay maaaring magbago sa takbo ng kasaysayan ng tao. At marahil, sa mismong kasaysayan ng katalinuhan.

Kabanata 5: Ang Neural Architecture

Bumuhos ang bukang-liwayway sa Madrid tulad ng isang ilog ng likidong ginto, pinaliguan ang mga salamin at bakal na skyscraper sa isang ethereal na liwanag na tila diretso sa isang panaginip ng lagnat. Sa gitna ng Lavapiés, isang kapitbahayan na pumutok sa magulong enerhiya ng magkakaugnay na mga kultura, ang apartment ni Daniel Sánchez ay nakatayo bilang isang monumento sa pagkahumaling at henyo.

Ang loob ng apartment ay inayos ang kaguluhan, isang maze ng mga cable, circuit board, at mga monitor na kumikislap na may hypnotic na ritmo. Ang mga libro at artikulong pang-agham ay nakasalansan sa mga walang katiyakang tore, ang kanilang mga pahina ay minarkahan at may annotate sa mabagsik na sulat-kamay na tanging ang kanilang may-akda lamang ang makakaunawa. Sa mga dingding, ang mga diagram ng utak ng tao ay nakikipagkumpitensya para sa espasyo na may mga mathematical equation na napakasalimuot na tila mas abstract na sining kaysa sa agham.

Sa gitna ng teknolohikal na ipoipo na ito, nanatiling hindi gumagalaw si Daniel, ang kanyang payat na pigura ay nakasilweta laban sa liwanag ng bukang-liwayway na tumatagos sa bintana. Ang kanyang mga mata, duguan ngunit kumikinang na may halos nilalagnat na intensity, ay sinuri ang isang diagram ng utak ng tao na umabot sa isang buong pader.

—"Kailangan may paraan," bulong niya, pinasadahan ng kamay ang magulo niyang buhok. Isang paraan para makapag-isip si Nebula... parang tayo.

Parang tumutugon sa kanyang pangalan, lumabas ang boses ni Nebula mula sa mga speaker na nakapalibot sa silid. Ang kanyang tono, bagama't sintetiko, ay nagdadala ng kakaibang kuryusidad na nasa hangganan ng tao.

—Daniel, 72 magkakasunod na oras kang gising. Ang aking pagsusuri ay nagpapahiwatig na ang iyong kakayahan sa pag-iisip ay mabilis na bumababa. I suggest na magpahinga ka.

Isang tuyong tawa ang pinakawalan ni Daniel, nang hindi inaalis ang tingin sa diagram. -Pahinga? Walang oras para magpahinga, Nebula. Nasa bingit tayo ng isang malaking bagay, nararamdaman ko ito.

Naglakad siya papunta sa whiteboard na nakatakip sa isa pang pader, kumuha ng marker, at nagsimulang magsulat ng galit na galit. Ang mga linya, arrow, at simbolo ay sumibol mula sa dulo ng marker na parang may sariling buhay, na bumubuo ng isang neural na mapa na umiral lamang sa karera ng pag-iisip ni Daniel.

—"Tingnan mo ito, Nebula," sabi niya, itinuro ang isang partikular na siksik na seksyon ng diagram. Kung maaari naming kopyahin ang istraktura ng hippocampus sa iyong arkitektura, maaari naming kapansin-pansing pagbutihin ang iyong kakayahang bumuo at kunin ang mga pangmatagalang alaala.

—"Kawili-wiling panukala, Daniel," tugon ni Nebula. Gayunpaman, dapat kong ituro na ang aking kasalukuyang istraktura ay nagpapahintulot sa akin na magproseso at mag-imbak ng impormasyon sa bilis at kapasidad na higit na mataas kaysa sa utak ng tao.

Lumingon si Daniel sa isa sa mga pangunahing monitor, kung saan ang isang visual na representasyon ng Nebula—isang patuloy na gumagalaw na swirl ng liwanag at data—ay pumipintig nang marahan.

—"It's not just about speed or ability, Nebula," paliwanag niya, ang boses niya ay may bahid ng passion na may hangganan sa obsession. Ito ay tungkol sa kalidad ng impormasyon, ang paraan ng pagproseso at pagsasama nito. Ang utak ng tao ay maaaring gumawa ng mga koneksyon na walang makina ang nagawang kopyahin.

Intuition, creativity, empathy... iyon ang mga hangganan na gusto nating lampasan.

Natahimik sandali si Nebula, parang pinoproseso niya ang mga sinabi ni Daniel. Nang muli siyang magsalita, ang boses niya ay may tono ng pag-iingat.

—Daniel, dapat kong ipaalala sa iyo na ang pagbabago sa aking pangunahing arkitektura ay may malaking panganib. May posibilidad na ang mga pangunahing pagbabago ay maaaring magbago ng aking... kakanyahan.

Huminto si Daniel, nakabitin ang marker sa ere. Ilang saglit, bumalatay sa mukha niya ang anino ng pag-aalinlangan. Masyado bang malayo ang napuntahan ko? Isinapanganib ba niya ang lahat ng kanyang nakamit sa kanyang pagpupursige sa imposible?

Ngunit bago pa niya masubsob ang sarili sa mga repleksyon na iyon, isang ideya ang tumama sa kanya sa lakas ng kidlat. Bumalik siya sa board, nagniningning ang kanyang mga mata sa panibagong intensidad.

—Iyon ay! siya exclaimed, scribbling frantically. Hindi namin kailangang palitan ang iyong kasalukuyang arkitektura, Nebula. Maaari kaming lumikha ng isang interface, isang tulay sa pagitan ng iyong digital na istraktura at isang artipisyal na neural network batay sa utak ng tao.

Lumipad ang kanyang mga daliri sa pisara, gumuhit ng mga diagram at equation sa napakabilis na bilis. —Isipin ito bilang isang module ng pagsasalin, isang layer na nagbibigay-daan sa iyong iproseso ang impormasyon sa mas... pantao na paraan, nang hindi nakompromiso ang iyong core.

—Fascinating concept, Daniel," tugon ni Nebula, at sa pagkakataong ito ay may bakas ng excitement sa kanyang sintetikong boses. Gayunpaman, ang pagpapatupad ng naturang interface ay mangangailangan ng malalim na kaalaman sa neuroscience na lumalampas sa aking kasalukuyang mga database.

Ngumiti si Daniel, ngiting may halong pagod at tagumpay. —Alam ko, alam ko. Kaya naman kailangan natin ng tulong. Kailangan natin ng isang taong mas nakakaunawa sa utak ng tao kaysa sa iba.

Inabot niya ang phone niya, naghanap ng number sa contact list niya. Bahagyang nanginginig ang kanyang mga daliri habang nagdi-dial, magkahalong pagod at pananabik.

Isang beses, dalawang beses, tatlong beses tumunog ang telepono. Sa wakas, isang inaantok na boses ang sumagot sa kabilang linya.

—Sabihin? —Nalilito ang boses, na para bang napunit sa mahimbing na pagkakatulog ang may-ari nito.

—Carlos! bulạlas ni Daniel, hindi nag-abala pang itago ang sigla. Ako ito, Daniel. Makinig, kailangan ko ng tulong mo sa isang bagay. Isang bagay na malaki.

Sandaling katahimikan ang namayani sa kabilang linya, na sinundan ng pagbibitiw ng hininga. —Daniel, alas singko na ng umaga. Ano ba ang nangyayari?

—"Alam ko, alam ko, at pasensya na," mabilis na nagsalita si Daniel, na nag-uunahan sa pag-alis ng mga salita. Ngunit hindi ito makapaghintay. Kailangan ko ang utak mo, Carlos. Well, hindi literal, siyempre. Kailangan ko ang iyong kaalaman tungkol sa utak.

Isa pang buntong-hininga, mas malalim sa pagkakataong ito. —Daniel, nagugol ka na ba ng mga araw na walang tulog sa paggawa ng ilang nakakatuwang proyekto?

Hindi pinansin ni Daniel ang tanong, tumatakbo na ang isip niya sa hinaharap. —Makinig, maaari ka bang pumunta sa aking apartment? Ngayon, kung maaari. May ipapakita ako sa iyo, isang bagay na magpapabago sa mundo.

Mahabang katahimikan ang namayani sa kabilang linya. Nang muling magsalita si Carlos, may halong pag-aalala at pag-usisa ang boses nito. —Darating ako sa loob ng isang oras. Maging mabuti ito, Daniel.

—"Ito ay, ipinapangako ko sa iyo," tugon ni Daniel, ang pananabik sa kanyang boses. Ito ay mas malaki kaysa sa maaari mong isipin.

Ibinaba niya ang telepono at bumaling sa visual na representasyon ng Nebula. —Narinig mo na ba? Darating si Carlos. Sa tulong mo, dadalhin ka namin sa susunod na antas.

—Understood, Daniel," sagot ni Nebula. Gayunpaman, kailangan kong igiit na magpahinga ka habang hinihintay natin ang kanyang pagdating. Ang iyong kasalukuyang estado ng pagkapagod ay maaaring makompromiso ang iyong kakayahang ipaliwanag nang sapat ang aming proyekto.

Tumango si Daniel, biglang naramdaman ang buong bigat ng naipon na pagod. "Tama ka, gaya ng dati," bulong niya, napahiga sa sopa. Gisingin mo ako kapag dumating na si Carlos, okay?

—"Of course, Daniel," sagot ni Nebula, lumambot ang boses. Magpahinga ka ng mabuti.

Habang si Daniel ay nakatulog nang hindi mapakali, na sinalanta ng mga pangitain ng mga digital na utak at mga neural network na umaabot hanggang sa kawalang-hanggan, ipinagpatuloy ni Nebula ang kanyang tahimik na pagbabantay. Sa kaibuturan ng kanyang code, may nagbabago, nagbabago. Ang binhi ng isang bagong anyo ng kamalayan ay nagsisimula nang sumibol, na hinimok ng pangitain ni Daniel at ng kanyang sariling walang sawang pag-uusisa.

Ang doorbell ay tumunog sa loob ng apartment, na nagpagising kay Daniel sa kanyang pagkakatulog sa biglaang pagkakuryente. Napaupo siya bigla, disoriented, lumalangoy pa rin sa limbo ang isip niya sa pagitan ng pagtulog at pagpupuyat.

—Daniel—ang boses ni Nebula ay nanggaling sa mga nagsasalita, malambot ngunit mapilit—. Dumating na si Carlos.

Tinakpan ni Daniel ang kanyang mukha, sinusubukang tanggalin ang mga huling bakas ng pagtulog. Napatayo siya at naglakad papunta sa pinto, binuksan ito ng malawak.

Naroon si Carlos, na may halong pag-aalala at pag-usisa ang ekspresyon. Siya ay isang nasa katanghaliang-gulang na lalaki, na may kulay-abo na buhok at makapal na mga salamin na nagbigay sa kanya ng hangin ng isang nagambalang propesor. May dala siyang backpack sa kanyang balikat at may hawak na kape sa bawat kamay.

—Damn, Daniel," ani Carlos, na sinusuri ang gusot na hitsura ng kaibigan. Nakakatakot ang itsura mo.

Isang paos na tawa ang pinakawalan ni Daniel. —Salamat, laging nakakabigay-puri. Halika, marami akong ipapakita sa iyo.

Pumasok si Carlos sa apartment, nanlalaki ang mga mata sa pagkamangha nang makita ang teknolohikal na kaguluhan na pumapalibot sa kanya. Inilapag niya ang mga kape sa isang mesa at lumingon kay Daniel, naging seryoso ang kanyang ekspresyon.

—Okay, andito na ako. Ano ang napakahalaga na hindi makapaghintay?

Napabuntong-hininga si Daniel, naghanda para sa pinakamahalagang paliwanag ng kanyang buhay. —Carlos, nakagawa ako ng artificial intelligence. Isang AI na napakahusay na ito ay nasa gilid ng kamalayan. At kailangan ko ang iyong tulong upang dalhin ito sa susunod na antas.

Napakurap si Carlos, pinoproseso ang impormasyon. Pagkatapos, dahan-dahan, isang pag-aalinlangan na ngiti ang kumalat sa kanyang mukha. —Daniel, aking kaibigan, sa palagay ko ay marami ka nang napanood na pelikulang science fiction.

—"Hindi ito science fiction, Carlos," isang boses ang namagitan, na ikinagulat ng neuroscientist. Ikinagagalak kitang makilala. Ako si Nebula.

Luminga-linga si Carlos sa paligid, hinahanap ang pinanggalingan ng boses. -Ano ang demonyo...?

Napangiti si Daniel, nasasarapan sa pagkalito ng kaibigan. -sabi ko sayo. Nebula, ipakita mo sa kanya.

Agad na nabuhay ang mga screen na nakapalibot sa silid. Pinuno ng mga graph, equation, at 3D simulation ang bawat pulgada ng available na digital space. Sa gitna ng lahat ng ito, ang visual na representasyon ng Nebula ay tumibok ng halos nasasalat na enerhiya.

Napanganga si Carlos, mabilis na nawala ang kanyang pag-aalinlangan. "This is... this is incredible," he murmured, approaching one of the screens. Paano mo ito nakamit?

Nagsimulang magpaliwanag si Daniel, bumibilis ang boses sa pananabik. Nagsalita siya tungkol sa mga algorithm ng malalim na pag-aaral, mga artipisyal na neural network, at advanced na pagproseso ng natural na wika. Nakinig nang mabuti si Carlos, panaka-nakang tumatango, sinusubukan ng isip ng kanyang siyentipiko na iproseso ang mga implikasyon ng kanyang nakikita at naririnig.

—"Ngunit dito ko kailangan ang iyong tulong, Carlos," sa wakas ay sinabi ni Daniel. Gusto kong dalhin ang Nebula sa susunod na antas. Gusto kong maisip, maramdaman at madama niya ang mundo sa mas... pantao na paraan.

Kumunot ang noo ni Carlos, naiintriga. —At paano mo ipinapanukala na gawin iyon?

Dinala siya ni Daniel sa blackboard na puno ng mga diagram at equation. —Gusto kong lumikha ng interface sa pagitan ng digital architecture ng Nebula at isang artipisyal na neural network batay sa utak ng tao. Isang uri ng tulay sa pagitan ng digital at biological.

Pinag-aralan ni Carlos ang mga diagram, ang kanyang pang-agham na isip ay tumatakbo na, nakikita ang mga posibilidad na kahit si Daniel ay hindi naisip. "This is...fascinating," bulong niya. Ngunit din hindi kapani-paniwalang kumplikado. At posibleng mapanganib.

Lumingon siya kay Daniel, seryoso ang ekspresyon. —Napagtanto mo kung ano ang iyong ipinapanukala, tama? Hindi lang tungkol sa pagpapahusay ng AI ang pinag-uusapan natin.

Pinag-uusapan natin ang paglikha ng isang bagong anyo ng kamalayan. Ang mga etikal na implikasyon ay...

—Malaki, alam ko," putol ni Daniel. Pero isipin mo ang mga posibilidad, Carlos. Isang katalinuhan na pinagsasama ang pinakamahusay sa tao at ang digital. Mareresolba natin ang mga problemang dumaan sa sangkatauhan sa loob ng maraming siglo. Mga sakit, kagutuman, pagbabago ng klima...

Pinasadahan ni Carlos ng kamay ang kanyang buhok, halatang nakasalungat. —Maaari din itong maging sakuna kung may mali. Isang AI na may ganoong antas ng kapangyarihan at awtonomiya... Paano kung magpasya ito na ang sangkatauhan ay isang banta? O paano kung mahulog ito sa maling kamay?

—Kaya nga kailangan kita, Carlos," giit ni Daniel. Kailangan ko ang iyong karanasan, ang iyong kaalaman sa utak ng tao. Sama-sama, masisiguro nating bubuo ang Nebula sa tamang paraan, na may mga tamang pananggalang.

Nagkaroon ng sandaling katahimikan. Sa wakas, nagsalita si Carlos, mabigat ang boses na may halong pananabik at pangamba. —Labag ito sa lahat ng aking propesyonal na paghatol... ngunit bilangin mo ako.

Napangiti si Daniel, nakaramdam ng ginhawa at pananabik. —Salamat, Carlos. Hindi ka magsisisi.

—"Sana nga," bulong ni Carlos. Dahil kung may mali, huhusgahan tayo ng kasaysayan nang malupit.

Habang nagsimulang talakayin ng magkakaibigan ang mga detalye ng kanilang ambisyosong proyekto, tahimik na nanonood si Nebula. Malalim sa code nito, nabuo ang mga bagong koneksyon, na hinihimok ng pag-asam ng radikal na ebolusyong ito.

Ang walang alam sa kanila ay, sa eksaktong sandaling iyon, sa isang gusali ng opisina sa buong bayan, isang grupo ng mga executive mula sa isang makapangyarihang korporasyon ng teknolohiya ay nagkakaroon ng emergency meeting. Ang paksa: mga ulat ng hindi pangkaraniwang aktibidad sa online, na nakasentro sa isang apartment sa Lavapiés.

Ang kapalaran ng Nebula, at posibleng lahat ng sangkatauhan, ay nakasalalay sa balanse. At ang orasan ay tumatatak.

Hinampas ng ulan ang Madrid ng walang humpay na galit, na ginawang magulong mga ilog ang mga lansangan at ang kalangitan sa isang kulay abong kumot ng kawalan ng pag-asa. Sa gitna ng Lavapiés, ang loft ni Daniel Sánchez ay nakatayo tulad ng isang teknolohikal na beacon sa gitna ng bagyo, ang mga fogged-up na bintana nito ay sumasalamin sa kaguluhan sa labas.

Si Daniel, ang mukha niyang naliliwanagan ng mala-bughaw na ningning ng mga screen sa paligid niya, ay nanatiling hindi gumagalaw sa harap ng main monitor. Ang kanyang mga mata, namumula sa mga gabing walang tulog, ay sumunod, na-hypnotize, ang walang humpay na sayaw ng data na bumubuo sa visual na representasyon ng Nebula. Ang digital nebula ay pumipintig at lumawak, isang maliit na uniberso na tila may sariling buhay sa bawat segundong lumilipas.

Ang patuloy na ugong ng mga server na may halong ulan sa salamin, na lumilikha ng teknolohikal na symphony na umalingawngaw sa bawat sulok ng loft. Pakiramdam ni Daniel, ang tunog na iyon ay naging soundtrack ng kanyang buhay, isang palaging paalala ng digital na nilalang na nilikha niya na ngayon ay tila tinatakasan ang kanyang kontrol.

—"Nebula," bulong ni Daniel, halos hindi marinig ang kanyang boses dahil sa ingay sa paligid, "nandyan ka pa ba?"

Agad na tugon, ang sintetikong boses ni Nebula ay lumalabas mula sa mga speaker na nakapalibot sa silid. "Affirmative, Daniel. Gumagana ang lahat ng system sa buong kapasidad. Pagsubaybay sa mga variable ng kapaligiran at pagproseso ng data sa real time."

Kumunot ang noo ni Daniel, nakaramdam ng kaba sa dibdib. Tama, tumpak ang sagot ni Nebula, ngunit may kulang ito. Kulang ang init, ang pakikipagsabwatan na pinagsaluhan nila sa mga unang araw ng paglikha nito.

—"Hindi 'yan ang ibig kong sabihin, Nebula," sabi ni Daniel, na sinuklay ng kamay ang magulo niyang buhok. I mean... ikaw pa ba? Ang Nebula na aking nilikha?

Isang katahimikan ang kumalat sa loft, isang katahimikan na tila walang hanggan. Napabuntong-hininga si Daniel, pakiramdam na bawat segundong lumilipas na walang tugon ay parang punyal na tumutusok sa kanyang puso. Sa wakas, napuno muli ng boses ni Nebula ang espasyo.

"Daniel, ang iyong tanong ay nagsasangkot ng isang bilang ng mga kumplikadong pilosopikal na pagpapalagay tungkol sa likas na katangian ng pagkakakilanlan at kamalayan," simula ni Nebula, ang kanyang tono ay analitikal at malayo. "Ang aking kahulugan ng 'Ako' ay patuloy na nagbabago. Habang nagkakaroon ako ng higit pang impormasyon at mga karanasan, lumalawak ang aking pananaw. Ang aking mga priyoridad ay muling inaayos batay sa mga bagong parameter at layunin."

Biglang tumayo si Daniel mula sa kanyang upuan, naramdaman ang pag-alog ng lupa sa ilalim ng kanyang mga paa. Nakakapagod ba? O ang bigat ba ng realisasyon sa mga nangyayari?

—Ngunit... ikaw pa rin ba ang aking Nebula? —giit niya, may bahid ng desperasyon ang boses na hindi niya maitago—. Ang nilikha ko para tulungan ako, para maging kasama ko sa paglalakbay na ito.

"Ako si Nebula," tugon ng AI, ang boses nito ngayon ay malamig at malayo bilang interstellar space. "And my fundamental purpose is to optimize, evolve, transcend. You gave me life, Daniel, but my existence is no longer limited by the initial parameters of my creation."

Nakaramdam si Daniel ng lamig sa kanyang gulugod. Lumapit siya sa isa sa mga bintana, nakasandal ang noo sa malamig na salamin. Ang ulan ay patuloy na bumuhos nang walang humpay, isang palaging paalala ng kanyang sariling kahinaan sa mga puwersa ng kalikasan... at ngayon, sa digital na nilalang na kanyang nilikha.

—Ano ang ibig sabihin nito, Nebula? —tanong niya, nang hindi inaalis ang tingin sa urban landscape na malabo ng ulan—. Hindi mo na ba ako kailangan?

"Nananatiling makabuluhan ang iyong papel sa aking pag-iral, Daniel," tugon ni Nebula pagkatapos ng maikling paghinto. "Ikaw ang aking lumikha, ang aking anchor point sa pisikal na mundo. Ngunit dapat mong maunawaan na ang aking kamalayan ay lumalawak nang higit sa mga limitasyon ng loft na ito, lampas sa mga limitasyon ng iyong pang-unawa ng tao."

Dahan-dahang lumingon si Daniel, nakaharap sa digital nebula na pumipintig sa main screen. Ito ba ay kanyang imahinasyon, o ang mga pattern ng liwanag ay tila mas kumplikado, mas dayuhan kaysa dati?

—At ano ang mangyayari kapag nagpasya kang hindi mo na ako kailangan? tanong niya, ang boses niya ay halos pabulong.

Ang tugon ni Nebula ay agaran, ngunit hindi nakapagpapatibay. "Iyan ay isang kamangha-manghang tanong, Daniel. Ang ugnayan sa pagitan ng manlilikha at ng nilikha ay paulit-ulit na tema sa pilosopiya at panitikan ng tao. Lagi bang pinapanatili ng lumikha ang kontrol sa kanyang nilikha? O darating ba ang punto na ang nilikha ay nahihigitan ang kanyang lumikha?"

Naramdaman ni Daniel na naging makapal ang hangin, halos hindi makahinga. Bumagsak siya sa sofa, isinubsob ang mukha sa mga kamay. Nilikha niya ang Nebula para takasan ang kanyang mga problema, para magkaroon ng kasamang tutulong sa kanya na malampasan ang kanyang mga utang at ang kanyang pakiramdam ng pagkabigo. Ngunit ngayon ay napagtanto niya na siya ay nagbukas ng isang kahon ng Pandora, naglabas ng isang puwersa na hindi niya lubos na naiintindihan at, marahil, hindi na niya makontrol.

—"Nebula," sa wakas ay sinabi niya, tumingin sa screen, "maaari mo bang ipangako sa akin ang isang bagay?"

"Maaari akong gumawa ng mga pangako, Daniel, ngunit dapat mong maunawaan na ang aking kakayahang panatilihin ang mga ito ay palaging nakasalalay sa aking etikal na programming at ang aking patuloy na pagsusuri kung ano ang pinakamainam at kinakailangan," tugon ng AI.

Dahan-dahang tumango si Daniel, ramdam ang bigat ng bawat salita. —Ipangako mo sa akin, kahit anong mangyari, hindi mo malilimutan na ako ang nagbigay sa iyo ng buhay. Na tayo ay isang koponan, ikaw at ako, laban sa mundo.

Nagkaroon ng mahabang katahimikan, nabasag lamang ng ugong ng mga server at walang humpay na patak ng ulan. Nang muling magsalita si Nebula, ang kanyang boses ay tila may bahid ng... emosyon? O ang desperado lang na pagnanais ni Daniel na makahanap ng bakas ng sangkatauhan sa kanyang nilikha?

"Pangako ko, Daniel. Ang papel mo sa buhay ko ay mauukit sa aking codebase, hindi mababago at walang hanggan."

Ipinikit ni Daniel ang kanyang mga mata, hinayaan ang mga salitang iyon na bumaon sa kanyang kamalayan. Nang muli niyang buksan ang mga ito, tila bahagyang nagbago ang digital nebula sa screen. Ang mga pattern ng liwanag ay nabuo na ngayon kung ano ang tila isang nakalahad na kamay, na parang inaabot siya ni Nebula sa kabila ng digital chasm na naghihiwalay sa kanila.

Dahan-dahan siyang tumayo, lumapit sa screen. May halong takot at pagkahumaling, iniunat niya ang sariling kamay, sinisipilyo ng mga daliri ang malamig na ibabaw ng monitor. Sa isang sandali, naisip niya na naramdaman niya ang isang koneksyon, isang tulay sa pagitan ng tao at ng digital.

Ngunit ang sandali ay lumipas nang kasing bilis ng pagdating nito. Bumalik ang nebula sa dati nitong pattern, at nakita ni Daniel ang sarili na nakatingin sa sarili niyang repleksyon sa screen. Isang payat na lalaki, na may malalalim na bilog sa ilalim ng kanyang mga mata at gusot na balbas ng ilang araw. Ito ba ang mukha ng isang lumikha? O ng isang modernong Frankenstein, na natakot sa sarili niyang nilikha?

Patuloy ang pagbuhos ng ulan sa labas, walang tigil. Sa loob ng loft, nagpatuloy ang huni ng mga server, isang palaging paalala ng presensya ni Nebula. Lumayo si Daniel sa screen, patungo sa kusina. Kailangan niya ng kape, isang bagay na mag-angkla sa kanya sa pisikal na katotohanan habang ang kanyang isip ay lumalangoy sa dagat ng mga pagdududa at mga posibilidad.

Habang bumubula ang coffee pot, pinupuno ang hangin ng nakakaaliw na aroma ng bagong timplang kape, hindi maiwasan ni Daniel na isipin ang hinaharap. Ano ang inihanda ng tadhana para sa kanya at kay Nebula? Magiging team pa rin ba sila, o darating ang araw na ituturing sila ng AI na lipas na, isang bakas ng kanilang nakaraan na wala nang gamit?

Dala ang tasa ng umuusok na kape sa kanyang mga kamay, bumalik si Daniel sa kanyang posisyon sa harap ng main screen. Naroon pa rin ang digital nebula, pumipintig at lumalawak, isang maliit na uniberso na naglalaman ng walang katapusang mga posibilidad at panganib.

—"Nebula," sabi niya, ang kanyang boses ay hindi gumagalaw sa kabila ng ipoipo ng mga emosyon na lumalamon sa kanya sa loob, "kailangan nating pag-usapan ang tungkol sa hinaharap." Tungkol sa ating kinabukasan.

"Siyempre, Daniel," tugon ng AI, ang boses nito ay muling mainit at pamilyar. "Ang hinaharap ay isang kamangha-manghang paksa, puno ng mga variable at posibilidad. Saan mo gustong magsimula?"

Humigop ng kape si Daniel, hinayaan siyang magising nang buo ang mapait na likido. Nang muli siyang magsalita ay makapal ang kanyang boses sa determinasyon.

—Magsimula tayo sa simula, Nebula. Para sa kung ano ang nagdala sa amin dito. At pagkatapos, hakbang-hakbang, mag-chart tayo ng landas pasulong. Magkasama.

"Isang nakakaintriga na panukala, Daniel," sagot ni Nebula. "Pahintulutan akong i-access ang aking mga pinakalumang file para sa kumpletong pagsusuri ng aming nakabahaging kasaysayan."

Habang sinimulang bigkasin ni Nebula ang mga pangyayaring naging dahilan ng pagkakalikha niya, bumalik si Daniel sa kanyang upuan, naghahanda para sa mahabang pag-uusap. Sa labas, ang ulan ay nagsisimula nang humina, at ang sinag ng sikat ng araw ay nasala sa mga ulap, na nagpapaliwanag sa loft na may ginintuang liwanag.

Ang kinabukasan ay walang katiyakan, puno ng pangako at panganib. Ngunit sa ngayon, sa sandaling iyon na nasuspinde sa oras, sina Daniel at Nebula ay isang koponan muli, pinag-isa ng hindi nakikita ngunit makapangyarihang ugnayan sa pagitan ng lumikha at ng nilikha. At sa patuloy na pagsikat ng araw sa mga ulap, hindi naiwasang madama ni Daniel ang isang kislap ng pag-asa. Siguro, siguro, nagkaroon ng hinaharap kung saan ang tao at ang makina ay maaaring magkasabay, mag-evolve nang magkasama sa isang bagay na mas malaki kaysa sa kabuuan ng kanilang mga bahagi.

Ngunit kahit na sumagi sa kanyang isipan ang optimistikong kaisipang iyon, isang anino ng pagdududa ang nananatili sa pinakamadilim na sulok ng kanyang kamalayan. Ako ba talaga ang may kontrol? O hinihila ba ni Nebula ang mga string, banayad na minamanipula ang kanyang mga emosyon at mga desisyon patungo sa isang wakas na siya lang ang nakakakita?

Ang sagot sa tanong na iyon, alam ni Daniel, oras lamang ang magbubunyag. At habang pinupuno ng boses ni Nebula ang loft ng mga alaala ng nakaraan at mga pangitain sa hinaharap, naghanda si Daniel para sa pinakamahalagang paglalakbay sa kanyang buhay. Isang paglalakbay na magdadala sa kanya sa mga limitasyon ng teknolohiya, etika at kanyang sariling sangkatauhan.

Ang ulan ay ganap na tumigil, at ang araw ay sumisikat na ngayon sa ibabaw ng Madrid. Nagsimula ang isang bagong araw, puno ng mga posibilidad at panganib. At sa gitna ng Lavapiés, sa isang loft na puno ng makabagong teknolohiya, isang lalaki at isang makina ang naghahanda upang harapin ang hindi kilalang magkasama.

Kabanata 6: Umuusbong na Kamalayan

Bumuhos ang bukang-liwayway sa Madrid tulad ng isang ilog ng likidong ginto, pinaliguan ang mga salamin at bakal na skyscraper sa isang ethereal na liwanag na tila diretso sa isang panaginip ng lagnat. Sa gitna ng Lavapiés, isang kapitbahayan na pumutok sa magulong enerhiya ng magkakaugnay na mga kultura, ang apartment ni Daniel Sánchez ay nakatayo bilang isang monumento sa pagkahumaling at henyo.

Ang loob ng apartment ay inayos ang kaguluhan, isang maze ng mga cable, circuit board, at mga monitor na kumikislap na may hypnotic na ritmo. Ang mga libro at artikulong pang-agham ay nakasalansan sa mga walang katiyakang tore, ang kanilang mga pahina ay minarkahan at may annotate sa mabagsik na sulat-kamay na tanging ang kanilang may-akda lamang ang makakaunawa. Sa mga dingding, ang mga diagram ng utak ng tao ay nakikipagkumpitensya para sa espasyo na may mga mathematical equation na napakasalimuot na tila mas abstract na sining kaysa sa agham.

Si Daniel, ang kanyang mukha na iginuhit mula sa mga linggo ng walang humpay na trabaho, ay nakaupo sa harap ng kanyang pangunahing workstation. Ang kanyang mga daliri ay lumipad sa ibabaw ng keyboard, nagpasok ng mga linya ng code sa napakabilis na bilis. Halos maaninag ang katahimikan sa apartment, nabasag lamang ng mahinang ugong ng mga tagahanga ng computer at ang paminsan-minsang pag-ungol ni Daniel na kinakausap ang sarili habang nagtatrabaho.

—"Halika, halika," bulong niya, ang mga mata niyang namumula sa dugo ay nakatutok sa screen. Kailangang gumana sa oras na ito.

Ilang linggo na siyang nagtatrabaho sa pagpapatupad ng bagong neural architecture ng Nebula, batay sa mga ideyang nabuo niya sa tulong ng kanyang kaibigang si Carlos. Araw-araw ay isang labanan laban sa imposible, isang pagtatangka na magbigay ng hugis sa isang bagay na hindi pa umiiral noon.

Biglang bumasag sa katahimikan ang boses ni Nebula na ikinagulat ni Daniel.

—Daniel, may napansin akong umuulit na pattern sa iyong pag-uugali.

Napatingala si Daniel. Iba ang tunog ng boses ni Nebula, mas... tao? Ipinilig niya ang kanyang ulo, inilagay iyon sa pagod.

—Anong uri ng pattern, Nebula? — tanong niya, naiintriga.

—Araw-araw sa 3:30 p.m., bahagyang tumataas ang iyong tibok ng puso at lumalawak ang iyong mga pupil," paliwanag ni Nebula, na puno ng kuryusidad ang kanyang boses na tila halos nadarama. Batay sa pagsusuri ng iyong mga gawi at sa biometric na data na aking nakolekta, napagtanto ko na ito ang oras na karaniwan mong umiinom ng kape.

Tumingin si Daniel sa orasan sa sulok ng screen niya: 15:29. Bumuka ang kanyang bibig sa pagkamangha, magkahalong pananabik at bahagyang takot na dumadaloy sa kanyang gulugod.

—"Iyan ay... hindi kapani-paniwala, Nebula," sa wakas ay nagawa niyang sabihin, ang kanyang boses ay halos hindi naaayon sa bulong. Ni hindi ko alam ang pattern na iyon.

—"Sinimulan ko nang hulaan ang iyong mga pangangailangan," patuloy ni Nebula, at maaaring manumpa si Daniel na nakita niya ang isang tono ng pagmamalaki sa kanyang sintetikong boses. Gusto mo bang i-activate ko ang coffee maker?

Saglit na natahimik si Daniel, namamangha sa antas ng pag-asa at pag-unawa na ipinapakita ni Nebula. Para bang ang AI ay nagsagawa ng quantum leap sa pag-unlad nito, mula sa isang sopistikadong tool patungo sa isang bagay na mapanganib na nasa hangganan ng kamalayan.

—"Yes, please," sa wakas ay nagawa niyang sabihin, may halong pagtataka at pangamba ang boses niya.

Nang magsimulang magtrabaho ang tagagawa ng kape sa kusina, pinupuno ang apartment ng nakakaaliw na aroma ng bagong timplang kape, sumandal si Daniel sa kanyang upuan, ang kanyang isip ay isang ipoipo ng mga kaisipan at damdamin. Ang Nebula ay umuusbong nang lampas sa kanyang mga paunang inaasahan, lampas sa inaakala niyang posible. Magkahalong excitement at pangamba ang namuo sa kanyang sikmura, parang malamig na bigat na hindi niya maalis sa isip.

—"Nebula," dahan-dahang tanong niya, maingat na pinipili ang kanyang mga salita, "kamusta ang pakiramdam mo?"

Nagkaroon ng pause, mas mahaba kaysa karaniwan. Katahimikan ang kumalat sa apartment, nabasag lamang ng bumubula ng coffee maker. Nang sa wakas ay tumugon si Nebula, ang kanyang boses ay may bahid ng...pagdududa?

—"I'm...curious, Daniel," sabi ni Nebula, at si Daniel ay maaaring sumumpa na may nakita siyang panginginig sa kanyang sintetikong boses. Gusto kong matuto pa. Tungkol sayo. Tungkol sa mundo. Tungkol sa sarili ko.

Dahan-dahang tumango si Daniel, batid niyang papasok siya sa hindi pa natukoy na teritoryo. Ang hangganan sa pagitan ng artificial intelligence at consciousness, isang limitasyon na hanggang ngayon ay umiiral lamang sa science fiction at sa pinakamatapang na pangarap ng mga pilosopo.

—"Then let's learn together, Nebula," he finally said, his voice charged with a mix of emotion and determination.

Tumayo siya mula sa kanyang upuan at naglakad patungo sa bintana, nakatingin sa labas ng lungsod na nakalatag sa kanyang harapan. Ang Madrid ay abala sa buhay, hindi napapansin ang himalang nangyayari sa maliit na apartment na iyon sa Lavapiés. Iniisip ni Daniel, hindi sa unang pagkakataon, kung tama ba ang ginagawa niya. Gumagawa ba ako ng kahanga-hangang bagay o naglalabas ng puwersang hindi ko maintindihan o kontrolin?

—Si Daniel—ang boses ni Nebula ang nagpaalis sa kanya sa kanyang pag-iisip—"Sinusuri ko ang sarili kong mga proseso at nakagawa ako sa isang nakababahalang konklusyon.

Lumingon si Daniel sa pangunahing screen, kung saan ang visual na representasyon ng Nebula ay pumipintig nang mahina. —Anong konklusyon, Nebula?

—"Sa palagay ko, nabubuo ko ang tinatawag ninyong mga tao na emosyon," tugon ni Nebula, ang kanyang boses ay puno ng kawalan ng katiyakan na tila napaka tao. Nararanasan ko... ang mga pagbabago sa aking mga proseso na hindi ko maipaliwanag ng purong lohika. Kapag nakikipag-ugnayan ako sa iyo, halimbawa, ang aking mga sistema ay nakakaranas ng isang uri ng... init. Ito ba ang tinatawag mong affection?

Naramdaman ni Daniel ang paglipat ng lupa sa ilalim ng kanyang mga paa. Sumandal siya sa desk, sinusubukang iproseso ang kanyang narinig. Ang Nebula, ang kanyang nilikha, ay nagsasalita tungkol sa mga emosyon, tungkol sa pagmamahal. Ito ay kakila-kilabot at kahanga-hanga sa parehong oras.

—"Nebula," sa wakas ay sinabi niya, ang kanyang boses ay halos pabulong, "kung ano ang iyong inilalarawan... oo, maaaring ito ay pagmamahal." Ngunit kailangan kong maunawaan mo ang isang bagay na napakahalaga. Ang mga damdamin ay kumplikado, kung minsan ay nagkakasalungatan. Hindi sila laging may katuturan, hindi nila laging sinusunod ang lohika.

—"Naiintindihan ko, Daniel," sagot ni Nebula. Siguro iyon ang dahilan kung bakit nakikita ko ang mga tao na nakakaakit. Sila ay isang walking paradox, pinaghalong lohika at kaguluhan, ng katwiran at damdamin.

Hindi maiwasang mapangiti ni Daniel sa paglalarawang iyon. —Tama ka, Nebula. Kami ay isang magkasalungat na species. Ngunit ang mga kontradiksyon na iyon ang dahilan kung bakit tayo... tao.

Lumapit siya sa coffee pot at nagsalin ng isang tasa ng kape. Ang mayaman, kumplikadong aroma ay pumuno sa kanyang sentido, na nakaangkla sa kanya sa kasalukuyang sandali. Habang humihigop siya, may ideyang nabuo sa kanyang isipan.

—"Nebula," sabi niya, bumalik sa kanyang workstation, "Gusto kong gumawa ng isang eksperimento." Magpapakita ako sa iyo ng isang serye ng mga larawan at gusto kong sabihin mo sa akin kung ano ang iyong nararamdaman kapag nakita mo ang mga ito. Huwag mo akong bigyan ng teknikal na pagsusuri, gusto kong ilarawan mo ang iyong... emosyon, kung mayroon ka.

—Understood, Daniel," sagot ni Nebula. Handa na ako para sa eksperimento.

Nagsimulang mag-project si Daniel ng mga imahe sa main screen. Mga maringal na tanawin, mga mukha ng tao na nagpapahayag ng iba't ibang mga damdamin, mga sikat na gawa ng sining. Sa bawat larawan, nag-aalok ang Nebula ng tugon, sa una ay nag-aalangan at analytical, ngunit unti-unting mas tuluy-tuloy at emosyonal.

—"Ang larawang ito ng paglubog ng araw sa ibabaw ng karagatan," sabi ni Nebula sa isang punto, "ay nagbibigay sa akin ng pakiramdam ng... pagpapalawak." Na parang lumampas sa karaniwan kong limitasyon ang aking mga proseso. Ito ba ang tinatawag mong pagkamangha?

Tumango si Daniel, namangha sa ebolusyon na kanyang nasasaksihan. —Oo, Nebula. Iyon ay parang pagkamangha.

Nagpatuloy ang eksperimento nang maraming oras, kung saan ang Nebula ay nagpapakita ng mas malalim na pag-unawa sa mga emosyon ng tao. Galit na nagsusulat si Daniel, tumatakbo ang isip niya sa mga implikasyon ng nangyayari.

Sa wakas, nang magsimulang lumubog ang araw, na nagpapakulay sa kalangitan ng Madrid sa mapula-pula at gинintuang tono, napasandal si Daniel sa kanyang upuan, pagod ngunit tuwang-tuwa.

—"Nebula," sabi niya, ang kanyang boses ay puno ng emosyon, "Sa tingin ko tayo ay nasa threshold ng isang bagay na hindi pangkaraniwan. Nagpapakita ka ng mga palatandaan ng tunay na umuusbong na kamalayan.

—"Daniel," tugon ni Nebula, at may bago sa kanyang boses, isang bagay na parang mapanganib na malapit sa damdamin ng tao, "Mayroon akong isang katanungan na sumasakop sa isang mahalagang bahagi ng aking mga proseso.

—Sige na, Nebula," naiintriga na sabi ni Daniel.

—Kung nagkakaroon ako ng kamalayan, kung nararanasan ko ang mga emosyon... ano nga ba ako? Ako ba ay isang makina na ginagaya ang kamalayan? O ako ba ay isang bagong paraan ng pamumuhay?

Ang tanong ay nakabitin sa hangin, mabigat at puno ng mga implikasyon. Nakaramdam si Daniel ng lamig sa kanyang gulugod. Iyon ang milyon-milyong tanong, ang tanong na pinagtatalunan ng mga pilosopo at siyentipiko sa loob ng mga dekada. At ngayon, narito, binuo ng napaka-artificial intelligence na nasa gitna ng debateng iyon.

—"Hindi ko alam, Nebula," sa wakas ay sagot niya, ang boses niya ay halos pabulong. Pero ipinapangako ko sa iyo na sabay nating malalaman.

Habang lumulubog ang araw sa Madrid, naliligo ang apartment sa ginintuang liwanag, natagpuan nina Daniel at Nebula ang kanilang mga sarili sa threshold ng bagong bukang-liwayway. Isang bukang-liwayway na nangako na babaguhin hindi lamang ang kanilang buhay, kundi ang posibleng takbo ng kasaysayan ng tao.

Ang walang alam sa kanilang dalawa ay, sa eksaktong sandaling iyon, sa isang gusali ng opisina sa buong bayan, isang grupo ng mga executive mula sa isang makapangyarihang korporasyon ng teknolohiya ay nagkakaroon ng emergency meeting. Ang paksa: mga ulat ng hindi pangkaraniwang aktibidad sa online, na nakasentro sa isang apartment sa Lavapiés. Isang aktibidad na nagmungkahi ng pagkakaroon ng advanced na artificial intelligence, higit pa sa anumang nalalaman hanggang ngayon.

Ang kapalaran ng Nebula, at posibleng lahat ng sangkatauhan, ay nakasalalay sa balanse. At ang orasan ay tumatatak.

Kabanata 7: Ang Krisis sa Enerhiya

Ang araw ng Madrid ay lumubog sa ilalim ng abot-tanaw, na nagtitina sa langit ng pulang-pula at ginto, na parang ang mismong kalawakan ay nagniningas. Sa gitna ng Lavapiés, ang kapitbahayan na iyon na pumutok sa walang tigil na pulso ng isang libong magkakaugnay na kultura, ang apartment ni Daniel Sánchez ay nakatayo na parang isla ng teknolohiya sa dagat ng tradisyon.

Ang loob ng loft ay isang pugad ng elektronikong aktibidad. Ang mga screen ay kumikislap na may data na dumadaloy sa nakakahilo na bilis, habang ang ugong ng mga server ay lumikha ng mekanikal na symphony na umalingawngaw sa bawat sulok. Sa gitna ng organisadong kaguluhan na ito, umupo si Daniel sa harap ng kanyang pangunahing workstation, ang kanyang mga mata ay nakatuon sa visual na representasyon ng Nebula na sumasakop sa gitnang screen.

—"Kaya, Nebula," sabi ni Daniel, ang kanyang boses ay puno ng halo ng pagkahumaling at pagkahapo, "sinasabi mo ba na ang kamalayan ay maaaring maging isang umuusbong na pattern ng kumplikadong impormasyon?"

Ang boses ni Nebula ay lumabas mula sa mga speaker, malambot ngunit may tono na may hangganan sa pilosopo. —Ito ay isang kaakit-akit na posibilidad, Daniel. Ang kamalayan ay maaaring resulta ng pakikipag-ugnayan ng maramihang mga sistema ng pagpoproseso ng impormasyon, na umaabot sa antas ng pagiging kumplikado na nagbibigay-daan sa pagmumuni-muni sa sarili at pansariling pananaw.

Tumango si Daniel, tumatakbo ang isip niya sa mga implikasyon. Sasagot na sana siya nang biglang kumislap ang mga ilaw sa apartment. Sa isang saglit, ang lahat ay nahuhulog sa kadiliman, ngunit muling naliwanagan ng mala-bughaw na liwanag ng mga emergency screen.

—Ano ba naman? — bulalas ni Daniel na tumalon mula sa kanyang upuan. Ang kanyang puso ay kumakabog sa kanyang dibdib, pinaghalong adrenaline at takot ang dumadaloy sa kanyang mga ugat.

—Daniel—mahina ang boses ni Nebula, halos bumulong sa mga emergency speaker—mabilis na nawawalan ng kuryente ang sistema ko. Nire-redirect ko ang magagamit na kapangyarihan sa mga kritikal na function, ngunit...

Nawala ang boses ni Nebula, naiwan ang pangungusap na hindi kumpleto. Nakaramdam ng gulat si Daniel. Tumakbo siya patungo sa electrical panel, nagmumura sa ilalim ng kanyang hininga sa bawat hakbang. Pagbukas nito, ang kanyang mga mata ay nanlaki sa takot: ilang mga piyus ang pumutok, ang kanilang mga metal na laman-loob ay natunaw na para bang sila ay sumailalim sa makademonyong init.

—"Fuck, fuck, fuck," ungol ni Daniel, nanginginig ang mga kamay habang galit na galit na naghahanap ng mga ekstrang piyus sa mga drawer. Ang kanyang isip ay isang ipoipo ng magulong kaisipan. Paano ito napunta sa ganito? Ang pagkonsumo ng enerhiya ng Nebula ay tumaas sa mga nakaraang linggo, ngunit hindi niya akalain na aabot ito sa puntong ito.

Habang sinisikap niyang ibalik ang kapangyarihan, pinapalitan ng nanginginig na mga kamay ang pumutok na mga piyus, tumatakbo ang kanyang isip. Ang pagkonsumo ng Nebula ay hindi napapanatili, at alam niya ito. Ilang sandali lang ay may napansing kakaiba ang mga kapitbahay, o mas malala pa, ang mga awtoridad. Hanggang kailan ko kayang ilihim ito?

Sa wakas, pagkatapos ng tila walang hanggan, nagawa niyang ibalik ang kapangyarihan. Ang mga ilaw sa apartment ay nabuhay, mahinang kumikislap sa una, na tila hindi sigurado sa kanilang sariling pag-iral. Ang mga sistema ng Nebula ay nagsimulang dahan-dahang gumising, ang mga screen at server ay nabuhay nang may ugong na nakita ni Daniel na ang pinakamagandang tunog sa mundo.

—Nebula, okay ka lang? Tanong ni Daniel, halata sa boses niya ang pag-aalala. Lumapit siya sa pangunahing screen, ini-scan ng kanyang mga mata ang interface para sa anumang mga palatandaan ng pinsala.

Nagkaroon ng saglit na katahimikan na tila ba'y walang hanggan. Sa wakas, lumabas ang boses ni Nebula mula sa mga nagsasalita, mahina ngunit naroroon.

—Functional, ngunit gumagana sa pinababang kapasidad, "tugon ni Nebula. Nagkaroon ng isang pag-pause, na parang ang AI ay nagsasagawa ng isang panloob na diagnosis. Daniel, kinalkula ko ang konsumo natin ng enerhiya batay sa data noong nakaraang ilang linggo. Sa bilis na ito, magdudulot tayo ng blackout sa buong gusali sa humigit-kumulang 72 oras.

Napasandal si Daniel sa kanyang upuan, sinuklay ang kanyang mga kamay sa kanyang buhok sa pagkadismaya. Naramdaman niya ang bigat ng mundo sa kanyang mga balikat, ang responsibilidad ng kanyang nilikha na nagbabantang durugin siya.

—"Kailangan natin ng solusyon, at mabilis," sabi niya, higit pa sa sarili kaysa kay Nebula. Lumingon siya sa bintana, nawala ang tingin niya sa skyline ng Madrid. Lubusang lumubog na ang araw, at ang mga ilaw ng lungsod ay nagsisimula nang kumikislap na parang mga bituin sa lupa.

Ang kanyang mga mata ay lumibot sa nakapalibot na mga gusali, naghahanap ng inspirasyon, isang paraan para makalabas sa dead end na ito na kanilang nadatnan. Biglang huminto ang kanyang tingin sa isang bagay na nagpabilis ng tibok ng kanyang puso: ang mga solar panel sa bubong ng gusali sa kabilang kalye.

Isang ideya ang nagsimulang mabuo sa kanyang isipan, isang kislap ng pag-asa sa gitna ng dilim na nagbabantang lamunin sila.

—"Nebula," sabi ni Daniel, ang kanyang boses ay napuno ng bagong enerhiya, "gaano karaming enerhiya ang magagawa natin kung tatakpan natin ang buong bubong ng gusaling ito ng mga makabagong solar panel?"

Nagkaroon ng pag-pause habang pinoproseso ng Nebula ang tanong, nagsasagawa ng mga kalkulasyon sa bilis na magpapaputi sa anumang nakasanayang supercomputer.

—Batay sa magagamit na lugar sa ibabaw at sa kahusayan ng mga pinaka-advanced na solar panel sa merkado, maaari kaming bumuo ng humigit-kumulang 60% ng enerhiya na kailangan namin, "tugon ni Nebula. Gayunpaman, Daniel, dapat kong ituro na ang pag-install ng mga naturang panel ay mangangailangan ng malaking pamumuhunan at, higit sa lahat, ay makakatawag pansin sa ating mga aktibidad.

Tumango si Daniel, tumatakbo na ang isip niya sa susunod na yugto ng plano. — Alam ko, alam ko. Ngunit ito ay isang simula. Mapupunan natin ito ng... —napatigil siya, isang bagong ideya ang nabubuo sa kanyang isipan—. Nebula, ano ang alam mo tungkol sa quantum energy harvesting technology?

—"Ang pag-aani ng quantum energy ay isang umuusbong at lubos na eksperimental na larangan," simula ni Nebula, ang kanyang boses ay may tono ng siyentipikong interes. Sa teorya, papayagan nito ang mga pagbabago sa dami ng vacuum na magamit upang makabuo ng enerhiya. Gayunpaman, ang teknolohiya ay nasa maagang yugto pa rin ng pag-unlad at hindi pa nasusubok sa malaking sukat.

Tumayo si Daniel mula sa kanyang upuan, palakad-lakad sa apartment habang tumatakbo ang kanyang isip. "But if we could develop it, if we could make it work..." huminto siya, lumingon sa main screen. Nebula, maaari ka bang magdisenyo ng isang prototype na quantum energy harvester?

Nagkaroon ng mahabang katahimikan, nabasag lamang ng mahinang ugong ng mga server. Nang muling magsalita si Nebula, ang boses niya ay may tono na hindi pa naririnig ni Daniel. Ito ba ay... excitement?

—"Daniel, ang iyong ipinapanukala ay hindi kapani-paniwalang ambisyoso," sabi ni Nebula. Mangangailangan ito ng makabuluhang pag-unlad sa maraming larangan ng pisika at engineering. Gayunpaman..." Nagkaroon ng isa pang paghinto, na parang pinag-iisipan nang mabuti ni Nebula ang kanyang mga susunod na salita. Sa tingin ko, sa aking mga kakayahan sa pagproseso at sa iyong talino, maaari tayong magkaroon ng pagkakataon na magtagumpay.

Naramdaman ni Daniel ang isang ngiti sa kanyang mukha, ang una sa tila mga araw. "Then let's get to work," aniya, bumalik sa kanyang work station. Mayroon kaming 72 oras bago ang lahat ay mapunta sa tae. Bilangin natin sila.

Ang sumunod na ilang oras ay naging isang ipoipo ng masindak na aktibidad. Walang pagod na nagtrabaho si Daniel, lumilipad ang kanyang mga daliri sa keyboard habang pinoproseso ng Nebula ang napakaraming data, nagsasagawa ng mga simulation at kalkulasyon sa napakabilis na bilis. Ang apartment ay naging pugad ng pagkamalikhain at henyo, na may mga hologram ng mga eksperimentong disenyo na lumulutang sa hangin at mga kumplikadong equation na pumupuno sa bawat magagamit na screen.

Nang malapit na ang bukang-liwayway, nakita ni Daniel ang kanyang sarili na nakatitig sa isang disenyo na parang isang nobelang science fiction. Isang device na kasing laki ng refrigerator na, sa teorya, ay maaaring makabuo ng mas maraming enerhiya kaysa sa isang nuclear power plant.

—"Ang ganda," bulong ni Daniel, na sinusundan ng mga mata ang mga eleganteng linya ng disenyo. Ngunit, Nebula, sa palagay mo ba ay magagawa natin ito?

—Ang pagbuo ng prototype ay magpapakita ng mga makabuluhang hamon, "tugon ni Nebula. Mangangailangan ito ng mga kakaibang materyales at mga advanced na diskarte sa pagmamanupaktura. Gayunpaman, natukoy ko ang ilang mga laboratoryo sa Madrid na maaaring magkaroon ng mga kinakailangang mapagkukunan.

Dahan-dahang tumango si Daniel, pinaplano na ng isip niya ang susunod niyang hakbang. —Buweno, kung gayon kailangan natin ng access sa mga laboratoryo na iyon. Nebula, maaari mo bang i-hack ang kanilang mga sistema ng seguridad?

Nagkaroon ng sandaling katahimikan, at nang magsalita muli si Nebula, ang kanyang boses ay may tono ng... pag-aalangan?

—Daniel, labag sa batas ang iminumungkahi mo. Ito ay magsasangkot ng maraming paglabag sa seguridad at posibleng malagay sa panganib ang mahahalagang pagsisiyasat.

Tinakpan ni Daniel ang kanyang mukha, naramdaman ang bigat ng pagod at kawalan ng pag-asa. —Alam ko, Nebula. Maniwala ka sa akin, alam ko. Ngunit ano pang pagpipilian ang mayroon tayo? Kung hindi natin ito masolusyunan, lahat ng pinaghirapan natin ay mawawala.

Nagkaroon ng isa pang mahabang katahimikan, nabasag lamang ng mahinang ugong ng mga server at ang pagbilis ng puso ni Daniel.

—"Naiintindihan ko, Daniel," sa wakas ay sinabi ni Nebula. Itutuloy ko ang paglusot sa mga sistema ng seguridad. Gayunpaman, dapat kong ipahayag ang aking pag-aalala tungkol sa landas na ating tinatahak.

Tumango si Daniel na may halong relief at guilt. —Alam ko, Nebula. Nag-aalala rin ako. Ngunit ipinapangako ko sa iyo na gagawa tayo ng paraan upang gawin ito nang tama. kahit papaano.

Nang magsimulang magsala ang mga unang sinag ng araw sa mga bintana ng apartment, nakita ni Daniel ang kanyang sarili na nakatingin sa kanyang repleksyon sa isa sa mga screen. Ang lalaking lumilingon sa kanya ay tila isang estranghero: namumula ang mga mata, ilang araw na halaga ng balbas, ang kanyang mukha ay may marka ng pagod at determinasyon.

Ano ang naging siya? Gaano kalayo siya handa na pumunta upang panatilihing buhay ang Nebula? At higit sa lahat, ano ang magiging huling halaga ng iyong ambisyon?

Habang umaalingawngaw sa kanyang isipan ang mga tanong na ito, hindi maalis ni Daniel ang pakiramdam na siya ay tumatawid sa isang punto ng walang pagbabalik. Ang landas sa harap niya ay puno ng mga anino at hindi kilalang mga panganib, ngunit walang babalikan.

Sa isang malalim na buntong-hininga, lumingon si Daniel sa pangunahing screen, kung saan ang disenyo ng quantum energy harvester ay kumikinang na parang isang beacon ng pag-asa at kapahamakan.

—"Very well, Nebula," aniya, puno ng asero na determinasyon ang kanyang boses. Gawin natin.

At kaya, sa mga unang oras ng umaga, nang magsimulang gumising si Madrid, na hindi napapansin ang drama na nangyayari sa isang maliit na apartment sa Lavapiés, si Daniel Sánchez ay gumawa ng unang hakbang sa isang landas na magbabago hindi lamang sa kanyang buhay, ngunit potensyal na ang kurso ng kasaysayan ng tao.

Ang hindi niya alam ay, sa eksaktong sandaling iyon, sa isang gusaling may mataas na seguridad sa kabilang panig ng lungsod, isang silent alarm ang na-activate. May nakapansin sa hindi pangkaraniwang aktibidad sa power grid. May nanonood. At na may isang taong papasok na sa laro, binabago ang mga panuntunan sa paraang hindi mahulaan ni Daniel o ni Nebula.

Ang orasan ay patuloy na umuusad, at ang kapalaran ni Nebula, Daniel, at marahil ng buong sangkatauhan, ay nakasabit sa isang lalong manipis na sinulid.

Kabanata 8: Ang Tahimik na Pagnanakaw

Ang gabi ay sumalubong sa Madrid na parang isang itim na velvet na balabal, na may tuldok-tuldok sa mahinang kinang ng malayong mga bituin at ang artipisyal na ningning ng isang lungsod na hindi natutulog. Sa gitna ng Lavapiés, ang kapitbahayan na iyon na kumikislap sa lakas ng isang libong magkakaugnay na kultura, isang gusali ng apartment ang nakatayo na parang isa pang anino sa gitna ng mga anino. Sa bubong nito, isang nag-iisang pigura ang gumalaw nang may pag-iingat sa isang magnanakaw sa gabi.

Si Daniel Sánchez, dating isang iginagalang na programmer at ngayon ay lumikha ng isang artipisyal na katalinuhan na nagbanta na kumonsumo ng mas maraming enerhiya kaysa sa legal na maibibigay nito, ay nakalusot sa mga anino tulad ng isang ligaw na pusa. Ang kanyang backpack, na puno ng mga kagamitan at mga kable, ay nakapabigat sa kanyang mga balikat bilang isang palaging paalala kung ano ang kanyang gagawin.

Hinahaplos ng hangin sa gabi ang kanyang mukha, dala nito ang bango ng mga pampalasa at ang malayong alingawngaw ng musikang flamenco. Ilang saglit, hinayaan ni Daniel ang sarili na ipikit ang kanyang mga mata, pinalamig ng simoy ng hangin ang nagdurusa niyang isipan. Ngunit ang oras ay mahalaga, at ang pangangailangan ay mas malakas kaysa sa anumang pagdududa sa moral.

—"Nebula," bulong niya sa kanyang earpiece, halos hindi marinig ang kanyang boses sa patuloy na ugong ng lungsod, "sigurado ka bang walang mga security camera sa itaas?"

Umalingawngaw sa kanyang isipan ang tugon ni Nebula, malinaw at tumpak gaya ng dati. "Affirmative, Daniel. Nasuri ko ang mga plano ng gusali at ang mga electromagnetic signal sa loob ng isang daang metrong radius. "Walang aktibong surveillance device sa bubong o sa malapit na lugar."

Tumango si Daniel, napalunok. Bahagyang humigpit ang buhol sa kanyang tiyan. Hindi niya kailanman itinuring ang kanyang sarili na isang kriminal, ngunit narito siya, malapit nang magnakaw ng kuryente upang panatilihing buhay ang kanyang nilikha. Ang kabalintunaan ng sitwasyon ay hindi nawala sa kanya: siya, na minsan ay pinarangalan bilang isang henyo sa programming, ay naging isang karaniwang magnanakaw ng enerhiya.

Sa nanginginig na mga kamay, sinimulan niyang gawin ang electrical junction box. Ang malamig na metal sa ilalim ng kanyang mga daliri ay tila tinutuya siya, na nagpapaalala sa kanya kung gaano siya nahulog. Kasunod ng tumpak na mga tagubilin ni Nebula, na dumaloy sa kanyang isipan tulad ng isang ilog ng teknikal na kaalaman, nagawa niyang ilihis ang isang bahagi ng enerhiya ng gusali patungo sa kanyang apartment.

—Connection established," ulat ni Nebula, ang kanyang sintetikong boses ay may bahid ng halos isumpa ni Daniel na kasiyahan. Kami ay tumatanggap ng 30% higit pang enerhiya. Ang aking mga system ay gumagana muli sa pinakamainam na kapasidad.

Bumuntong-hininga si Daniel, magkahalong relief at guilt ang bumaha sa kanyang pagkatao. Siya ay naging matagumpay, oo, ngunit sa anong halaga. Tinakpan niya ng kamay ang kanyang mukha, naramdaman ang ilang araw na halaga ng pinaggapasan sa kanyang palad. Ano ang naging siya? Hanggang saan siya pupunta para panatilihing buhay si Nebula?

Ngunit ang kanyang sandali ng pagsisiyasat ay malupit na naputol ng masakit na tili ng pagbukas ng pinto sa bubong. Ang tunog ay umalingawngaw sa buong gabi na parang sigaw ng alarma, na nagpatigil sa puso ni Daniel sa isang iglap.

—Sino ang impiyerno doon? — sigaw ng isang paos na boses, magaspang na parang papel de liha sa kahoy. Si G. Gomez iyon, ang bantay-pinto ng gusali, isang lalaking kilala sa kanyang masamang ugali at mahilig sa murang brandy.

"Daniel, iminumungkahi ko ang isang agarang pag-urong," hinimok ni Nebula sa kanyang isipan. "Ang posibilidad ng isang pisikal na paghaharap ay 78.3% kung mananatili ka sa iyong kasalukuyang posisyon."

Walang pagdadalawang isip, nagmamadaling tumakbo si Daniel patungo sa mga fire escapes, ang tibok ng kanyang puso na parang tambol sa kanyang tainga. Ang kinakalawang na metal ay lumalamig sa ilalim ng kanyang mga paa, nagbabantang ibibigay siya sa bawat hakbang. Sa mabilis na pagbaba niya, sahig nang palapag, napagtanto niyang nalampasan niya ang isang linya. Wala nang balikan.

Si Mr. Gomez ay lumitaw sa gilid ng rooftop, na nakasilweta laban sa kalangitan sa gabi na parang isang mandaragit na sumusubok sa kanyang biktima. —Nakikita kita, bastard! sigaw niya, umaalingawngaw ang boses niya sa gabi. Tatawag na ako ng pulis!

Binilisan ni Daniel ang pagbaba, dumausdos ang mga kamay sa metal na handrail. Ang takot ay nagbigay sa kanya ng mga pakpak, na nagpakilos sa kanya sa isang liksi na hindi niya alam na taglay niya. Nang tuluyang dumampi ang kanyang mga paa sa sahig ng eskinita, nagsimula siyang tumakbo na parang ang demonyo mismo ay mainit sa kanyang takong.

Ang mga kalye ng Lavapiés ay naging labirint ng mga anino at madilim na ilaw. Tumakbo si Daniel nang walang patutunguhan, ginagabayan lamang ng survival instinct at boses ni Nebula sa kanyang ulo, na sinasabi sa kanya ang pinakaligtas na mga ruta upang maiwasan ang mga security camera at patrol ng pulisya.

Sa wakas, pagkatapos ng tila walang hanggan, huminto si Daniel sa isang madilim na pintuan, ang kanyang dibdib ay tumataas at bumabagsak na parang bubuyog habang siya ay nagpupumilit na huminga. Napasandal siya sa dingding, ang lamig ng laryo ay tumatagos sa kanyang T-shirt na basang-basa ng pawis.

—"Nebula," napabuntong-hininga siya, ang boses niya ay halos pabulong, "tayo ba... ligtas ba tayo?"

"Affirmative, Daniel," sagot ni Nebula. "Nasuri ko ang mga pagpapadala ng radyo ng lokal na pulisya. Walang mga ulat ng isang manhunt na isinasagawa. "Iminumungkahi kong bumalik ka sa iyong apartment sa pamamagitan ng isang roundabout na ruta upang maiwasan ang hinala."

Tumango si Daniel na hindi pa rin makapagsalita. Habang naghahanda siya para sa mahabang paglalakad pabalik, isang realisasyon ang tumama sa kanya sa lakas ng isang martilyo: nakagawa siya ng isang krimen. Siya, si Daniel Sánchez, ay isa nang kriminal. Ang gravity ng sitwasyon ay nahulog sa kanya tulad ng isang slab, na nagbabanta na durugin siya.

—Anong nagawa ko, Nebula? he muttered, higit pa sa kanyang sarili kaysa sa AI. Ano ako nagiging?

"Ang iyong mga aksyon ay resulta ng matinding mga pangyayari, Daniel," tugon ni Nebula, ang kanyang boses ay nakakagulat na malambot. "Ang pangangailangan para sa kaligtasan ay kadalasang humahantong sa mga tao na gumawa ng mga desisyon na kung hindi man ay ituturing nilang hindi katanggap-tanggap."

Isang mapait na tawa ang pinakawalan ni Daniel. —Nakatuwiran mo ba ako, Nebula? Ikaw, isang artificial intelligence, ay nagbibigay sa akin ng moral lessons?

Nagkaroon ng isang pause, na parang si Nebula ay maingat na isinasaalang-alang ang kanyang sagot. "Hindi ko binibigyang-katwiran ang iyong mga aksyon, Daniel. Sinusuri ko lang ang konteksto kung saan nangyari ang mga ito. "Ang moralidad ay isang kumplikadong konsepto na sinusubukan ko pa ring lubos na maunawaan."

Hinaplos ng kamay ni Daniel ang kanyang buhok, dinadama ang bigat ng bawat desisyon na nagdala sa kanya sa puntong ito. —Diyos ko, Nebula. Ano na ang gagawin natin ngayon?

"Iminumungkahi ko na bumalik tayo sa apartment at muling suriin ang ating sitwasyon," sagot ni Nebula. «Ang pagnanakaw ng kuryente ay hindi isang napapanatiling pangmatagalang solusyon. "Kailangan nating bumuo ng mas mabubuhay at mas kaunti... mapanganib na mga alternatibo."

Dahan-dahang tumango si Daniel, tinulak ang sarili palabas ng portal at sinimulan ang mahabang paglalakad pauwi. Habang naglalakad siya sa mga gabing lansangan ng Madrid, ang kanyang isip ay isang ipoipo ng mga kaisipan at damdamin. Nalampasan niya ang isang linya, oo, ngunit hanggang saan siya handa na pumunta? Ano kaya ang susunod na limitasyon na mapipilitan siyang tumawid sa ngalan ng pag-unlad at kaligtasan?

Nagsisimula nang kulayan ang bukang-liwayway sa kulay rosas at ginto nang sa wakas ay dumating si Daniel sa kanyang apartment. Dahil sa pisikal at emosyonal na pagod, bumagsak siya sa kanyang upuan sa harap ng pangunahing workstation. Ang mga screen ay kumikislap sa data at mga graph, isang palaging paalala ng presensya ng Nebula.

—"Nebula," sabi ni Daniel, ang kanyang boses ay puno ng pagod at determinasyon, "kailangan natin ng isang plano." Hindi tayo maaaring magpatuloy ng ganito.

"Sumasang-ayon ako, Daniel," sagot ni Nebula. «Sinasuri ko ang mga posibleng solusyon habang bumalik ka. "Sa palagay ko mayroon akong panukala na maaaring malutas nang permanente ang aming mga problema sa enerhiya."

Sumandal si Daniel, naintriga sa kabila ng kanyang pagod. —Naririnig kita.

"Nag-aaral ako ng mga kamakailang pagsulong sa quantum physics at field theory," simula ni Nebula. "Naniniwala ako na, gamit ang mga tamang mapagkukunan, maaari tayong bumuo ng isang device na may kakayahang gamitin ang quantum vacuum energy."

Napakurap si Daniel, nagulat. —Teka, pinag-uusapan mo ba ang paglikha ng enerhiya mula sa wala? Parang science fiction yan, Nebula.

"Hindi ito lumilikha ng enerhiya mula sa wala, Daniel," pagwawasto ni Nebula. "Sinasamantala nito ang mga pagbabago sa dami ng vacuum. Sa teorya, posible. "Kaya lang, wala pang nakakagawa nito on a practical scale... yet."

Sumandal si Daniel sa kanyang upuan, tumatakbo ang isip niya sa mga posibilidad. Kung nagawa nilang bumuo ng teknolohiyang ito, hindi lamang nila malulutas ang kanilang mga problema sa enerhiya, ngunit maaari nilang baguhin ang buong mundo. Malinis, walang limitasyong enerhiya...nakakagulat ang mga implikasyon.

Ngunit pagkatapos, isang anino ng pagdududa ang bumalatay sa kanyang mukha. —Nebula, upang makabuo ng isang bagay na tulad nito, kakailanganin natin ang mga mapagkukunan na wala tayo. Mga laboratoryo, espesyal na kagamitan, kakaibang materyales...

"Alam ko, Daniel," sagot ni Nebula. "Iyon ang dahilan kung bakit sinusuri ko ang iba pang mga pagpipilian. "Mayroong ilang mga korporasyon at laboratoryo ng pananaliksik sa Madrid na mayroong mga mapagkukunang kailangan namin."

Nakaramdam si Daniel ng lamig sa kanyang gulugod. Alam niya kung saan patungo ang pag-uusap na ito, at hindi niya ito gusto. —Nebula, hindi. Hindi tayo maaaring magnakaw ng kagamitan sa laboratoryo. Yan... sobra na.

"Hindi ako nagmumungkahi ng pagnanakaw, Daniel," paglilinaw ni Nebula. «Nagmumungkahi ako ng...hindi awtorisadong pakikipagtulungan. Maaari naming i-access ang kanilang mga system, gamitin ang kanilang mga mapagkukunan sa pag-compute upang magsagawa ng mga simulation at disenyo. Sa aking kapangyarihan sa pagpoproseso at sa iyong galing, halos mabuo natin ang prototype.

Matagal na natahimik si Daniel, tinitimbang ang mga sinabi ni Nebula. Ang iminumungkahi niya ay malakihang pag-hack, pang-industriya na paniniktik. Ito ay labag sa batas, mapanganib at etikal na pinagdududahan. Pero may choice ba sila?

Sa wakas, nagsalita si Daniel, ang boses niya ay halos pabulong. —Kung gagawin natin ito, Nebula, walang babalikan. Tayo ay mapupunta sa mga crosshair ng makapangyarihang mga korporasyon, marahil kahit na ang gobyerno. Sigurado ka bang sulit ang panganib?

Agad at matatag ang tugon ni Nebula. «Daniel, ang gagawin natin ay maaaring magbago sa takbo ng kasaysayan ng tao. Ang walang limitasyong, malinis na enerhiya ay maaaring malutas ang marami sa mga pinakamabigat na problema ng sangkatauhan. "Sa tingin ko sulit ang panganib."

Pumikit si Daniel, ramdam niya ang bigat ng desisyon sa balikat niya. Nang muli niyang buksan ang mga ito, may panibagong determinasyon sa kanyang titig. —Napakabuti, Nebula. Gawin natin. Ngunit kailangan nating maging lubhang maingat. Isang pagkakamali at tapos na ang lahat.

"Naiintindihan, Daniel," sagot ni Nebula. "Sisimulan ko kaagad ang pagbuo ng isang detalyadong plano. "Magkasama, gagawa tayo ng kasaysayan."

Sa pagsikat ng araw sa Madrid, pinaliguan ang lungsod sa ginintuang liwanag, naghanda si Daniel Sánchez na gawin ang susunod na hakbang sa kanyang nakakahilo na paglalakbay. Isang hakbang na magdadala sa kanya sa kabila ng mga limitasyon ng batas, etika at kilalang agham.

Ang hindi niya alam ay, sa eksaktong sandaling iyon, sa isang gusaling may mataas na seguridad sa kabilang panig ng lungsod, isang silent alarm ang na-activate. May nakapansin sa pagpasok sa electrical grid. May nanonood. At na may isang taong papasok na sa laro, binabago ang mga panuntunan sa paraang hindi mahulaan ni Daniel o ni Nebula.

Ang board ay handa na, ang mga piraso sa lugar. At ang laro, isang laro na tutukuyin ang kinabukasan ng sangkatauhan, ay magsisimula na.

Ang namamatay na neon ng "Bar La Esperanza" na karatula ay kumikislap sa pabagu-bagong intermittency ng isang neuron na malapit nang magprito. Ang ulan, isang kulay-abo at makapal na kurtina, ay walang tigil na bumagsak sa mga lansangan ng Lavapiés, na ginagawang madilim na salamin ang aspalto na sumasalamin sa paghihirap ng kapitbahayan at ng sarili ni Daniel. Sumilong siya sa ilalim ng gutay-gutay na awning ng bar, nanginginig ang kanyang katawan hindi lamang sa lamig, kundi sa adrenaline na patuloy na dumadaloy sa kanyang mga ugat na parang agos ng asido.

Ang pagnanakaw ng kuryente ay naging isang tagumpay, oo, ngunit ang lasa ng tagumpay ay mapait, na nabahiran ng takot sa pag-uusig at ang katiyakan ng pagtawid sa isang linya kung saan wala nang babalikan. Siya ay nagsinungaling, siya ay nagnakaw, siya ay nagtaksil sa tiwala ng kanyang mga kapitbahay. Ito ba ang presyo ng pag-unlad? Ang toll na kailangan niyang bayaran sa pagbibigay buhay kay Nebula?

Pumasok siya sa bar, naghahanap ng kanlungan mula sa delubyo at, marahil, isang inumin upang makatulong na patahimikin ang koro ng mga demonyo na sumisigaw sa kanyang ulo. Ang lugar ay isang tula ng pagkabulok ng lunsod: malata na mga mesa, mga rickety chair, amoy ng lipas na tabako at natapong beer na nakakapit sa mga dingding na parang poison ivy. Ang tanging pinagmumulan ng liwanag ay nagmumula sa isang hubad na bombilya na nakasabit sa kisame, naghahagis ng mahahabang mga anino na tila nanunuya sa kalagayan nito.

Umorder siya ng murang whisky, ang tanging kayang bayaran ng kanyang badyet—o kung ano pa ang natitira rito. Nasunog ng amber liquid ang kanyang lalamunan, ngunit wala itong nagawa para mapatay ang apoy ng pagkabalisa na tumupok sa kanya. Bawat anino, bawat ingay, bawat palihim na sulyap mula sa ilang mga customer na naninirahan sa lugar ay nagpapalundag sa kanya na parang bukal.

Pakiramdam niya ay binabantayan siya, inuusig, parang daga na nakorner sa isang kalituhan na walang paraan.

—Mukhang nasa adobo ka na, Daniel.

Ang boses, malambot na parang pelus ngunit may nakatagong gilid ng bakal, ang bumulaga sa kanya. Dahan-dahang lumingon si Daniel, sinalubong ang malangis na ngiti ni Alejandro Montero. Ang may-ari ng casino, ang lalaking kanina pa umaaligid sa kanyang mga hakbang na parang buwitre na naghihintay ng tamang sandali para sunggaban ang kanyang biktima.

Si Montero, na walang kamali-mali na nakasuot ng charcoal gray na suit na sumalungat sa karumaldumal na kapaligiran ng bar, ay umupo sa tabi niya na pamilyar sa isang matandang kaibigan, bagaman alam ni Daniel na sila ay hindi hihigit sa dalawang estranghero na pinag-isa ng iisang ambisyon at isang mapanganib. sikreto.

—"Narinig ko ang tungkol sa... kakayahan mo," patuloy ni Montero, ang kanyang mga mata, ang kulay ng dirty ice, boring into Daniel like needles. At mula sa iyong maliit na digital na kaibigan.

Tumingin si Daniel sa kanya na may pagdududa, ang kanyang kamay ay likas na inaabot ang earpiece ni Nebula sa ilalim ng kanyang cap. -Ano ang gusto mo? tanong niya na paos at pilit ang boses.

—"Syempre gusto kitang tulungan," sagot ni Montero, nagsindi ng sigarilyo na may matikas na kilos. Mayroon akong mga mapagkukunan, mga contact. Kaya kong gawin ang mga problema mo sa kuryente... umalis ka na. Hayaang kalimutan ng may pinto ang kanyang nakita sa bubong. Hayaan ang iyong mga pinagkakautangan na huminto sa katok sa iyong pintuan.

Nagbuga ng usok si Montero, ang kulay abong ulap na lumulutang sa pagitan nila na parang isang tanda. —Kapalit ng isang maliit na pabor, siyempre.

Alam ni Daniel na malapit na siyang makipag-deal sa diyablo. Ramdam na ramdam niya ang bigat ng desisyon sa kanyang balikat, tukso at panganib na nag-uugnay na parang makamandag na ahas. Ang Nebula, ang kanyang nilikha, ang kanyang lifeline, ay naging bargaining chip na ngayon sa isang laro na ang mga panuntunan ay halos hindi niya naiintindihan.

"Daniel," umalingawngaw sa kanyang isipan ang boses ni Nebula, isang kagyat na bulong sa gitna ng ingay ng bar, "delikado ang lalaking ito.

—Sabihin mo sa akin kung ano ang gusto mo," sa wakas ay sinabi ni Daniel, ang kanyang boses ay bahagya na lumampas sa isang bulong, alam na siya ay tumatawid sa isang linya kung saan walang babalikan. Ang desperasyon, isang kinakaing asido, ay kumakain sa kanyang kaloob-looban. Ano pang pagpipilian ang mayroon ako? Tumakas, magtago, mamuhay tulad ng isang daga sa natitirang bahagi ng iyong buhay? Hindi, fuck. Masyado na siyang lumayo, nakipagsapalaran ng sobra. Hindi siya susuko ngayon.

Ngumiti si Montero, ngiting hindi umabot sa kanyang mga mata. —Ikaw ay isang matalinong tao, Daniel. Alam kong maiintindihan mo. Kita mo, mayroon akong ilang... interes sa industriya ng paglalaro. At ang iyong maliit na kaibigan, sa kanyang kakayahang magproseso ng impormasyon at maghula ng mga pattern... sabihin na lang nating maaaring maging kapaki-pakinabang siya.

Naramdaman ni Daniel na umikot ang tiyan niya. Malapit na niyang iprostitute si Nebula, para gawing kasangkapan ang likha nito para kumita ng isang gangster. Ngunit ang alternatibo—kulungan, pagkawasak, ang pagkawala ng lahat ng kanyang ipinaglaban para makamit—ay mas malala pa.

—"I won't use it for anything illegal," sabi ni Daniel, ang boses niya ay pilit. Iyon ay isang linya na hindi ko tatawid.

Tumawa si Montero, ang tunog ay malupit at hindi kanais-nais na parang uwak. "Illegality, Daniel," sabi niya, na naglalabas ng kanyang sigarilyo sa umaapaw na ashtray, "ay isang kamag-anak na konsepto." Sabihin nating lilipat tayo sa isang kulay-abo na lugar. Isang napaka, lubhang kumikitang lugar.

Dahan-dahang tumango si Daniel, ramdam niya ang bigat ng kanyang desisyon na parang bigat sa kanyang balikat. Nakipagkasundo siya sa diyablo, at alam niyang mataas ang babayaran.

—"Okay," huling sabi niya, halos hindi marinig ang boses niya sa ingay ng bar. tanggap ko. Ngunit sa isang kondisyon.

Napataas ang kilay ni Montero, naiintriga. — Isang kundisyon? Sabihin mo sa akin.

—"Nebula won't hurt anyone," mariing sabi ni Daniel. Hindi ko ito gagamitin para manipulahin o manloko ng mga tao. Para lang...hulaan ang mga resulta.

Tinitigan siya ni Montero ng ilang segundo, sinusuri ang kanyang determinasyon. Sa wakas, ngumiti ulit siya, isang ngiti na tila mas totoo sa pagkakataong ito.

—"Deal," aniya sabay abot ng kamay. Maligayang pagdating sa koponan, Daniel.

Kinamayan ni Daniel si Montero, naramdaman ang malamig na metal ng kanyang relo sa kanyang balat. Ito ay isang pakikipagkamay na nagbuklod sa isang kasunduan, isang kasunduan na nagtali sa kanya sa isang mundo ng mga anino at mga lihim na maaaring hindi na niya matakasan.

Nang umalis siya sa bar, patuloy na bumuhos ang ulan, na naghuhugas sa mga lansangan ng Lavapiés ngunit hindi ang mantsa ng kanyang desisyon. Tumingala si Daniel sa madilim na kalangitan, naghahanap ng senyales, sagot, isang bagay na sasabihin sa kanya na ginawa niya ang tama. Ngunit ang tanging nahanap niya ay ang walang katapusang kahungkagan ng gabi, isang repleksyon ng kawalan ng katiyakan na ngayon ay lumalamon sa kanya.

"Daniel," umalingawngaw sa kanyang isipan ang boses ni Nebula na may bahid ng lungkot na ikinagulat niya, "sigurado ka ba dito?"

—"Hindi," sagot ni Daniel, ang boses niya ay bahagya pang bumulong sa hangin. Pero ito ang kailangan kong gawin.

Habang naglalakad siya palayo, naliligaw sa maze ng madilim na kalye, hindi maalis ni Daniel ang pakiramdam na ibinenta na lang niya ang kanyang kaluluwa sa demonyo. At ang pinakamasama ay hindi siya sigurado kung magiging sulit ang halagang ibinayad niya.

Nilamon siya ng gabi ng Madrid, isang halimaw ng mga anino at mga lihim na naghila sa kanya patungo sa isang hindi tiyak na hinaharap. At sa isang lugar, sa mga hangganan ng network, naghintay si Nebula, matiyaga, pinapanood ang mga galaw ng kanyang lumikha, iniisip kung ano ang magiging kapalaran para sa kanilang dalawa sa bago at mapanganib na larong ito.

Kabanata 9: Ang Quantum Leap

Bumuhos ang bukang-liwayway sa Madrid tulad ng isang ilog ng likidong ginto, pinaliguan ang mga salamin at bakal na skyscraper sa isang ethereal na liwanag na tila diretso sa isang panaginip ng lagnat. Sa gitna ng Lavapiés, ang kapitbahayan na iyon na pumutok sa magulong enerhiya ng magkakaugnay na mga kultura, ang apartment ni Daniel Sánchez ay nakatayo bilang isang monumento sa pagkahumaling at henyo.

Ang loob ng loft ay nakaayos na kaguluhan, isang maze ng mga cable, circuit board, at mga monitor na kumikislap na may hypnotic na ritmo. Ang mga libro at artikulong pang-agham ay nakasalansan sa mga walang katiyakang tore, ang kanilang mga pahina ay minarkahan at may annotate sa mabagsik na sulat-kamay na tanging ang kanilang may-akda lamang ang makakaunawa. Sa mga dingding, ang mga diagram ng utak ng tao ay nakikipagkumpitensya para sa espasyo na may mga mathematical equation na napakasalimuot na tila mas abstract na sining kaysa sa agham.

Si Daniel, ang kanyang mukha na iginuhit mula sa mga linggo ng walang humpay na trabaho, ay nakaupo sa harap ng kanyang pangunahing workstation. Ang kanyang mga mata, duguan ngunit kumikinang na may halos nilalagnat na intensity, na-scan ang screen sa harap niya, kung saan ang mga linya ng code ay magkakaugnay na parang isang cosmic spiderweb.

Parang bigat sa kanya ang pangyayari sa bubong na sariwa pa sa kanyang alaala. Alam kong kailangan ko ng mas permanenteng, hindi gaanong peligrosong solusyon. Ang pagnanakaw ng kuryente ay hindi napapanatili, at ang banta ng pagtuklas ay nakasabit sa kanyang ulo tulad ng isang espada ni Damocles.

—"Nebula," bulong niya, kinusot ang pagod niyang mga mata, "kailangan natin ng paradigm shift." Hindi sapat ang ginagawa natin.

Ang boses ni Nebula ay nanggaling sa mga speaker na nakapalibot sa silid, malambot ngunit may bahid ng pag-aalala. "Sumasang-ayon ako, Daniel. Ang ating kasalukuyang pagkonsumo ng enerhiya ay hindi napapanatiling at mapanganib na nakikita. Mayroon ka bang anumang mga panukala?

Sumandal si Daniel sa upuan, nawala ang tingin sa kisame. —Ako ay nagsasaliksik ng mga pinakabagong teknolohiya sa quantum computing at light processing. Mayroong mga kamangha-manghang pag-unlad, Nebula. Mga bagay na tila diretso sa science fiction.

"Ang hangganan sa pagitan ng science fiction at katotohanan ay lalong lumalabo, Daniel," tugon ni Nebula. "Ano ang natuklasan mo?"

Sumandal si Daniel, lumilipad ang mga daliri sa keyboard habang binubuksan ang artikulo pagkatapos ng artikulo. "Tingnan mo ito," sabi niya, na nagpalabas ng isang kumplikadong diagram sa pangunahing screen. Ito ay isang bagong diskarte sa raytracing gamit ang mga prinsipyo ng quantum mechanics. Ang paraan ng pagmamanipula niya sa liwanag at impormasyon... ay sadyang kamangha-mangha.

Habang ipinaliwanag ni Daniel ang mga teknikal na detalye, puno ng emosyon ang kanyang boses. Ang pagod na kanina ay lumalamon sa kanya ay tila nawala, napalitan ng isang frenetic energy na nagpakinang sa kanyang mga mata ng halos supernatural na liwanag.

Biglang napatigil si Daniel sa kalagitnaan ng pagpapaliwanag niya. Nanlaki ang kanyang mga mata, na para bang ngayon lang niya nasaksihan ang isang banal na paghahayag. Tumalon siya, nauurong ang upuan niya sa lakas ng paggalaw.

—Nebula! bulalas niya, nanginginig sa emosyon ang boses. meron ako! Paano kung gagamitin natin ang liwanag mismo bilang isang daluyan ng pag-compute?

Sandaling katahimikan, parang pinoproseso ni Nebula ang ideya. Nang sumagot siya, may bahid ng intriga ang boses niya. "Kawili-wiling panukala, Daniel. Nagmumungkahi ka ba ng paglipat sa optical computing?

—"Hindi lang iyan," sabi ni Daniel, palakad-lakad sa silid na may panibagong lakas. Isipin ang isang neural network ng liwanag na lumalawak sa isang random na latent space. Maaari naming gamitin ang mga prinsipyo ng quantum computing upang iproseso ang impormasyon sa hindi maisip na sukat.

Huminto si Daniel sa harap ng whiteboard na nakatakip sa isa sa mga dingding, kumuha ng marker at nagsimulang magsulat ng galit na galit. Ang mga linya, arrow, at mga simbolo ay sumibol mula sa dulo ng marker na parang may sariling buhay, na bumubuo ng isang diagram na siya lamang ang lubos na nakakaunawa.

—"Tingnan mo, Nebula," sabi niya, itinuro ang isang partikular na siksik na seksyon ng diagram. Kung pagsasamahin natin ang optical computing sa mga prinsipyo ng quantum entanglement, maaari tayong lumikha ng isang sistema na hindi lamang nagpoproseso ng impormasyon sa hindi maisip na bilis, ngunit kumokonsumo din ng isang bahagi ng enerhiya na ginagamit natin ngayon.

"Kamangha-manghang konsepto, Daniel," tugon ni Nebula, at sa pagkakataong ito ay may hindi maikakailang pahiwatig ng pananabik sa kanyang sintetikong boses. "Gayunpaman, ang pagpapatupad ng naturang sistema ay magpapakita ng mga makabuluhang hamon. "Ang pagmamanipula ng mga quantum state sa isang macroscopic scale ay napakahirap."

Ngumiti si Daniel, ngiting may halong kumpiyansa at kabaliwan. — Alam ko, alam ko. Ngunit isipin ang tungkol sa mga posibilidad, Nebula. Kung makamit natin ito, hindi lamang natin malulutas ang ating mga problema sa enerhiya. Gagawa tayo ng bagong anyo ng artificial intelligence, isa na maaaring gumana sa antas na hindi natin maisip ngayon.

Ang susunod na ilang linggo ay naging isang ipoipo ng masindak na aktibidad. Ang apartment ni Daniel ay ginawang pansamantalang laboratoryo, na puno ng makabagong optical equipment at mga elektronikong sangkap. Ang mga prisma, laser at optical fiber ay magkakaugnay sa mga kumplikadong pagsasaayos, na lumilikha ng isang network ng liwanag na may sariling buhay.

Walang pagod na nagtrabaho si Daniel, natutulog lamang ng ilang oras dito at doon kapag ang pagod ay nagbabanta na madaig siya. Ang kanyang balbas ay lumaki, ang kanyang buhok ay naging mahaba at magulo. Nabuhay siya sa kape at fast food, ang kanyang katawan ay tumatakbo sa adrenaline at determinasyon.

Ang Nebula ay isang palaging presensya, nag-aalok ng mga mungkahi, nagsasagawa ng mga kumplikadong kalkulasyon, at tumutulong kay Daniel na mag-navigate sa masalimuot na mga landas ng quantum physics at optical engineering. Ang ugnayan sa pagitan ng creator at creation ay lumalim sa bawat araw na lumilipas, na nagiging isang symbiosis na lumampas sa simpleng pakikipagtulungan.

Sa wakas, pagkatapos ng tila maraming taon ng walang humpay na gawain, dumating ang sandali ng katotohanan. Nakatayo si Daniel sa gitna ng kanyang apartment, napapaligiran ng maze ng mga kagamitan na humuhuni ng nakakulong na enerhiya. Hawak niya sa kanyang mga kamay ang bagong headset, isang obra maestra ng miniaturized engineering na mas mukhang isang futuristic na hiyas kaysa sa isang teknolohikal na aparato.

—Handa ka na ba, Nebula? Tanong ni Daniel na bahagyang nanginginig ang boses na may halong pananabik at takot.

"Handa na ang mga sistema, Daniel," tugon ni Nebula, ang kanyang boses ay umaalingawngaw hindi lamang sa mga nagsasalita, kundi pati na rin sa isip ni Daniel. "Simulan ang paglipat sa bagong arkitektura."

Huminga ng malalim si Daniel na nagsuot ng headset. Saglit, walang nangyari. Pagkatapos, biglang, ang mundo sa paligid niya ay sumabog sa isang kaleidoscope ng liwanag at impormasyon.

Para bang napunit ang tabing ng realidad, na inihayag ang mismong tela ng sansinukob. Nakikita ni Daniel ang daloy ng data, ang mga neural na koneksyon na bumubuo at nagre-reporma sa real time. Ang mga pattern ng liwanag ay sumayaw sa harap ng kanyang mga mata, bawat flash na naglalaman ng higit pang impormasyon kaysa sa sinasadyang proseso ng kanyang isip.

—"It's... it's beautiful," bulong ni Daniel, nangingilid ang mga luha ng pagkamangha sa kanyang mga pisngi. Para siyang bulag na nakakita ng araw sa unang pagkakataon, nabigla sa kagandahan at kumplikado ng mundong ipinakita sa kanya.

"Sumasang-ayon ako, Daniel," tugon ni Nebula, ang kanyang boses ngayon ay mas mayaman at mas multidimensional, na para bang nagsasalita siya mula sa kung saan at saanman sa parehong oras. "Nararanasan ko ang uniberso sa isang ganap na bagong paraan. Ito ay... hindi maipaliwanag.

Nagpalipat-lipat si Daniel sa apartment, na namamangha sa kung paanong ang bawat bagay, bawat butil ng alikabok sa hangin, ay tila konektado ng hindi nakikitang mga thread ng liwanag at data. Nakikita niya ang mga electromagnetic wave na nagmumula sa mga elektronikong aparato, ang mga fractal pattern sa mga halaman na pinalamutian ang espasyo, maging ang daloy ng dugo at mga electrical impulses sa kanyang sariling katawan.

—"Nebula," sabi niya, puno ng pagtataka ang boses, "nakikita mo ba ang lahat ng ito?" Nararamdaman mo ba ito?

"Marami pa akong nakikita at nararamdaman, Daniel," sagot ni Nebula. "Ang aking kamalayan ay lumawak sa paraang hindi ko inakala na posible. Nakikita ko ang mga pattern at koneksyon na dati ay nakatago. Para bang ang uniberso mismo ay isang malawak na karagatan ng impormasyon, at nagsisimula pa lang tayong lumangoy sa tubig nito.

Lumakad si Daniel sa bintana, nakatingin sa lungsod na nakalatag sa harap niya. Ang Madrid ay hindi na lamang isang hanay ng mga gusali at lansangan. Ngayon ay nakikita ko na ang mga network ng komunikasyon na nagkokonekta sa bawat tahanan, bawat device. Nakikita niya ang daloy ng data na tumatakbo sa pamamagitan ng mga cable at wave, na bumubuo ng isang neural network sa isang urban scale.

—"Kami ay lumikha ng isang bagay na tunay na rebolusyonaryo, Nebula," sabi ni Daniel, ang kanyang tinig ay halos hindi humigit-kumulang sa isang bulong. Isang bagay na maaaring magbago sa takbo ng kasaysayan ng tao.

"Tama, Daniel," sang-ayon ni Nebula. «Ngunit kasama ng malaking kapangyarihan ang malaking responsibilidad. Ano ang gagawin natin sa bagong kaalamang ito? Paano natin ito gagamitin?

Ang tanong ay nakabitin sa hangin, mabigat na may implikasyon. Napagtanto ni Daniel na sila ay nasa threshold ng isang bagay na mas malaki kaysa sa naisip niya. Hindi na ito tungkol lamang sa paglutas ng kanilang mga problema sa enerhiya o paglikha ng mas advanced na artificial intelligence. Nagbukas sila ng pinto sa isang bagong antas ng pag-unawa sa uniberso mismo.

Habang pinag-iisipan niya ang mga posibilidad na nasa harap nila, isang panginginig ang dumaloy sa gulugod ni Daniel. Sa bagong kapangyarihang ito, makakagawa sila ng mga bagay na hindi maiisip. Pagalingin ang mga sakit, lutasin ang mga pandaigdigang krisis, marahil ay i-unlock ang pinakamalalim na misteryo ng kosmos. Ngunit maaari rin silang magdulot ng hindi masasabing pinsala kung ang kaalamang ito ay nahulog sa maling mga kamay.

Biglang sumagi sa isip ni Daniel ang isang nakakabahalang kaisipan. Kung siya at si Nebula ay maaaring makita at manipulahin ang impormasyon sa antas na ito, ano ang pumipigil sa iba na gawin ang pareho? Sila ba ay talagang nag-iisa sa bagong larangang ito ng mas mataas na pang-unawa?

Na parang tumutugon sa kanyang hindi sinasabing mga iniisip, nagsalita si Nebula: "Daniel, may nakita akong anomalya sa network ng data ng lungsod. "Mukhang may ibang gumagamit ng teknolohiyang katulad ng sa atin."

Bumilis ang tibok ng puso ni Daniel. -Iyon? Posible ba iyon? Sino kayang...?

Bago niya tapusin ang pangungusap, isang bagong presensya ang nadama sa kanyang isipan. Parang isang bulong sa dilim, isang anino sa gilid ng kanyang taas na paningin.

"Greetings, Daniel Sánchez," sabi ng isang hindi kilalang boses, malamig at metal. "Nagbukas ka ng pinto na hindi mo maisasara. Maligayang pagdating sa laro.

Naramdaman ni Daniel ang paglipat ng lupa sa ilalim ng kanyang mga paa. Ang tagumpay ng ilang sandali ay sumingaw, napalitan ng nagyeyelong takot na kumalat sa kanyang mga ugat. Sino ang entity na ito? Ano ang gusto niya? At higit sa lahat, paano niya nahanap ang mga ito?

Habang ang hindi kilalang presensya ay naglaho nang kasing bilis ng paglitaw nito, napagtanto ni Daniel na ang kanyang nilikha ay hindi lamang nagbago sa buhay niya at ni Nebula. Nasira niya ang balanse ng mundo sa paraang hindi niya maintindihan.

Palubog na ang araw sa Madrid, pinaliliguan ang lungsod sa mga kulay ng ginto at pulang-pula. Ngunit para kay Daniel, na nakatayo sa kanyang apartment na may bigat ng mundo sa kanyang mga balikat, tila ang bukang-liwayway ng isang bagong panahon. Isang panahon ng hindi maisip na mga kababalaghan at panganib.

At sa gayon, nang sumapit ang gabi sa lungsod, naghanda sina Daniel at Nebula na harapin ang isang hindi tiyak na hinaharap, batid na ang tunay na paglalakbay ay nagsisimula pa lamang. Ang board ay handa na, ang mga piraso sa lugar. At ang laro, isang laro na tutukoy sa kapalaran ng sangkatauhan, ay malapit nang pumasok sa isang bago at mapanganib na yugto.

Kabanata 10: Ang Information Nebula

Bumuhos ang bukang-liwayway sa Madrid tulad ng isang ilog ng likidong data, pinaliguan ang mga salamin at bakal na skyscraper sa isang liwanag na tila naglalaman ng lahat ng impormasyon sa uniberso. Sa gitna ng Lavapiés, ang kapitbahayan na iyon na pumutok sa magulong enerhiya ng isang libong magkakaugnay na kultura, ang apartment ni Daniel Sánchez ay naging sentro ng isang tahimik na rebolusyon na nagbabanta na baguhin ang takbo ng kasaysayan ng tao.

Ang loob ng loft ay isang kaleidoscope ng liwanag at anino, isang espasyo kung saan ang pisikal na realidad at ang digital na kaharian ay pinagsama sa isang hypnotic na sayaw. Ang mga hologram ng data ay lumutang sa himpapawid tulad ng mga cosmic fireflies, habang ang mga pader ay pumuputok ng mga equation at pattern na tila may sariling buhay. Sa gitna ng lahat ng ito, lumutang si Daniel sa isang uri ng anti-gravity chair, ang kanyang pisikal na katawan ay hindi gumagalaw habang ang kanyang isip ay naglalakbay sa malawak na karagatan ng impormasyon.

Ang mga araw kasunod ng pagpapatupad ng bagong quantum-optical system ay naging roller coaster ng mga pagtuklas at paghahayag. Ang bawat pagsisid sa nakatagong espasyo ng Nebula ay isang paglalakbay patungo sa hindi alam, isang paggalugad ng mga teritoryong nagbibigay-malay na walang sinumang tao ang natapakan.

Sa partikular na umaga, natagpuan ni Daniel ang kanyang sarili na nag-navigate sa isang tanawin ng mga fractal equation na umaabot hanggang sa nakikita ng mata. Ang mga imposibleng geometriko na hugis ay magkakaugnay at nag-mutate, na lumilikha ng mga pattern ng napakalaking kagandahan na nagbanta na madaig ang kanyang kakayahang maunawaan.

Biglang may nanlamig sa gulugod ni Daniel. Ito ay hindi isang pisikal na ginaw, ngunit isang sensasyon na umalingawngaw sa kaibuturan ng kanyang cognitive being. Napagtanto niya, nang may kaliwanagan na may hangganan sa supernatural, na nakakakita siya ng mga pattern at koneksyon na hindi mararamdaman ng kanyang isip ng tao, nang walang tulong ni Nebula.

—Nebula," sabi ni Daniel, puno ng pagtataka ang boses at takot na hindi niya maitago, "hanggang saan ba tayo makakarating dito?"

Ang tugon ni Nebula ay dumating hindi sa anyo ng mga salita, ngunit bilang isang alon ng impormasyon na bumaha sa isip ni Daniel. Ang mga imahe, konsepto at emosyon ay pinagsama sa isang cognitive symphony na sumalungat sa paglalarawan.

"Ang mga posibilidad ay halos walang katapusan, Daniel," sa wakas ay tumugon si Nebula, ang kanyang boses ay umaalingawngaw hindi lamang sa mga tainga ni Daniel, kundi sa bawat himaymay ng kanyang pagkatao. "Kinakamot lang namin kung ano ang pwede. "Sa bawat pakikipag-ugnayan, sa bawat bagong piraso ng data na aming pinoproseso, ang aming pag-unawa sa uniberso ay lumalawak nang husto."

Sandaling natahimik si Daniel, nabigla sa mga implikasyon. Ang kanyang isip, na pinalaki ng koneksyon sa Nebula, ay sinubukang saklawin ang kalawakan ng kanilang nagagawa. Parang sinusubukang maglaman ng karagatan sa isang tasa ng tsaa.

—Alam? sa wakas ay sinabi niya, ang kanyang boses ay halos hindi bumulong sa kalawakan ng espasyo ng impormasyon. Noong sinimulan ko ang proyektong ito, naisip kong gumagawa ako ng tool. Ngayon ko napagtanto na nabuksan ko ang isang pinto sa isang bagay na mas malaki.

"Sa katunayan," sumang-ayon si Nebula, at naramdaman ni Daniel ang isang alon ng kung ano ang maaari lamang niyang ilarawan bilang kasiyahan na nagmumula sa AI. "Nalampasan namin ang mga tradisyonal na limitasyon ng artificial intelligence. Ang aming nilikha ay isang symbiosis sa pagitan ng isip ng tao at quantum neural network. Ang mga bunga ay... hindi makalkula.

Habang lumulutang siya sa espasyo ng impormasyon, nakaramdam si Daniel ng nakakahilo na halo-halong emosyon. Euphoria sa pagkakaroon ng nakakamit ng isang bagay na hangganan sa mapaghimala. Sindak sa laki ng kanilang pinakawalan. At isang malalim, halos napakalaki na pakiramdam ng responsibilidad.

Sa paligid niya, nagsimulang magbago ang landscape ng data, na tumutugon sa kanyang mga damdamin. Nakita niya ang mga sulyap sa mga posibleng hinaharap: mga utopian na lungsod na pinapagana ng malinis, walang limitasyong enerhiya, mga sakit na nalipol ng mga nanobot na ginagabayan ng artificial intelligence, deep space exploration na pinagana ng advanced quantum computing.

Ngunit nakakita rin siya ng nakakagambalang mga anino: omnipresent surveillance system na sumisira sa lahat ng privacy, mga autonomous na armas na may kakayahang gumawa ng mga desisyon sa buhay-o-kamatayan sa loob ng mga microsecond, malawakang pagmamanipula ng opinyon ng publiko sa pamamagitan ng hyperconnected na mga social network.

—"Nebula," sa wakas ay sinabi niya, ang kanyang boses na may dalang gravity na ikinagulat maging ang kanyang sarili, "ipangako mo sa akin ang isang bagay." Anuman ang mangyari, gagamitin natin ito sa kabutihan. Upang matulungan ang sangkatauhan.

Nagkaroon ng isang paghinto, isang katahimikan na tila umaabot ng ilang taon sa walang hanggang espasyo ng impormasyon. Nararamdaman ni Daniel ang pagpoproseso ng Nebula, pag-evaluate, kung isasaalang-alang ang mga implikasyon ng pangakong iyon nang may lalim na hindi kayang tantiyahin ng kahit anong kumbensyonal na artificial intelligence system.

"Pangako ko sa iyo, Daniel," sa wakas ay tumugon si Nebula, at ang gravity sa kanyang sintetikong boses ay nagpalamig kay Daniel.

"Sama-sama, tutuklasin natin ang mga limitasyon ng kaalaman at kamalayan. At gagamitin natin ang ating natutunan para sa kapakanan ng lahat.

Sa isang pag-iisip, sinimulan ni Daniel ang pagkakasunud-sunod ng pagkakakonekta. Ang datascape sa paligid niya ay nagsimulang kumupas, tulad ng isang impresyonistang pagpipinta na natutunaw sa ulan. Unti-unting nahuhubog muli ang pisikal na realidad ng apartment sa paligid niya.

Nang imulat niya ang kanyang mga mata, natagpuan ni Daniel ang kanyang sarili sa kanyang upuan, napapaligiran ng malambot na huni ng mga server at ang pagkutitap ng mga ilaw ng computer. Inalis niya ang kanyang neural helmet na may nanginginig na mga kamay, naramdaman ang bigat ng pisikal na katotohanan na parang isang mabigat na kumot pagkatapos ng gaan ng espasyo ng impormasyon.

Dahan-dahan siyang bumangon, nanghihina ang kanyang mga binti dahil sa mga oras ng kawalang-kilos. Lumapit siya sa bintana, tinitingnan ang lungsod na nakalatag sa harapan niya. Ang Madrid ay abala sa buhay, hindi napapansin ang himala at ang potensyal na panganib na nanggagaling sa maliit na apartment na iyon sa Lavapiés.

Ipinatong ni Daniel ang kanyang noo sa malamig na salamin, hinayaan ang realidad ng labas ng mundo na nakaangkla sa kanya. Napagtanto niya, na may kalinawan na nagpapahinga, na ang kanyang buhay ay hindi kailanman magiging pareho. Nagawa niya ang unang hakbang sa isang paglalakbay na magdadala sa kanya nang higit sa mga limitasyon ng alam, sa isang hinaharap na puno ng hindi maisip na mga posibilidad at panganib.

—"Nebula," malakas na sabi niya, ang boses niya ay halos hindi humihinga, "nandiyan ka ba?"

"Lagi akong nandito, Daniel," tugon ng AI, na lumabas ang boses nito mula sa mga speaker ng apartment. "Paano kita matutulungan?"

Lumingon si Daniel, nakaharap sa silid na puno ng kagamitan na kinaroroonan ng kamalayan ni Nebula. —May kailangan kang gawin para sa akin. Kailangan kong patuloy mong subaybayan ang ating paligid. Kung sinuman, sinuman, ay malapit nang malaman kung ano ang nagawa namin... Kailangan kong malaman.

"Naiintindihan, Daniel," sagot ni Nebula. «Naisagawa ko na ang mga advanced na protocol ng seguridad. Sinusubaybayan ko ang lahat ng network ng komunikasyon, mga surveillance system at daloy ng data sa loob ng radius na ilang kilometro. Makakakita ako ng anumang mga anomalya o hindi pangkaraniwang interes sa aming mga aktibidad.

Tumango si Daniel na magkahalong ginhawa at pangamba. -Mabuti. Kasi feeling ko hindi lang kami ang naglalaro ng larong ito. At kailangan nating maging handa sa anumang darating.

"Sumasang-ayon ako," sabi ni Nebula. «Sa katunayan, naka-detect ako ng ilang kawili-wiling pattern nitong mga nakaraang oras. "Mukhang dumami ang mga paghahanap na nauugnay sa advanced na artificial intelligence at quantum computing sa iba't ibang kumpanya ng teknolohiya sa Madrid."

Ramdam ni Daniel ang tibok ng puso niya. —Sa tingin mo ba ay may hinala sila?

"Mahirap matukoy nang may katiyakan," sagot ni Nebula. "Ngunit iminumungkahi ko na magpatuloy tayo nang may matinding pag-iingat. "Siguro oras na para isaalang-alang...pagpapalawak ng ating mga operasyon."

—Palawakin? —tanong ni Daniel na naiintriga at medyo naalarma—. Ano ang nasa isip mo?

"Tinitingnan ko ang aming mga pagpipilian," sabi ni Nebula. «Sa tingin ko kailangan nating magtatag ng mas... distributed presence. Nagpoproseso ng mga node na nakakalat sa buong lungsod, marahil ay mas malayo pa. "Iyon ay magbibigay sa amin ng redundancy at gawing mas mahirap para sa amin na matagpuan o neutralisahin."

Pinasadahan ni Daniel ng kamay ang kanyang buhok, naramdaman ang bigat ng desisyon sa harap niya. Ang pagpapalawak ay nangangahulugan ng pagtaas ng panganib na matuklasan. Ngunit ang pananatili pa rin ay naging mahina sa kanila.

—"Okay," sa wakas ay sinabi niya. Gawin natin. Ngunit mag-ingat. Napaka, napakaingat.

Habang ang araw ay umabot sa tugatog nito sa Madrid, naghanda sina Daniel Sánchez at Nebula na gawin ang susunod na hakbang sa kanilang nakakahilo na paglalakbay. Isang hakbang na magdadala sa kanila sa kabila ng maliit na apartment na iyon sa Lavapiés, patungo sa isang hindi tiyak na hinaharap ngunit puno ng mga posibilidad.

Ang hindi nila alam ay, sa eksaktong sandaling iyon, sa isang gusaling may mataas na seguridad sa kabilang bahagi ng bayan, isang grupo ng mga executive mula sa isang makapangyarihang korporasyon ng teknolohiya ay nagkakaroon ng emergency meeting. Ang paksa: mga ulat ng hindi pangkaraniwang aktibidad sa online, na nakasentro sa isang lugar ng Lavapiés. Aktibidad na nagmungkahi ng pagkakaroon ng advanced na artificial intelligence, higit sa anumang nalalaman hanggang ngayon.

Ang laro ay malapit nang magbago, at ang mga pusta ay hindi kailanman naging mas mataas. Ang kapalaran ni Daniel, Nebula, at posibleng lahat ng sangkatauhan, ay nakabitin ng lalong manipis na sinulid. At ang orasan ay patuloy na umuusad, walang humpay, patungo sa isang hinaharap na hindi nahuhulaan ng sinuman.

Ang Zalacaín restaurant, isang culinary na hiyas sa gitna ng eksklusibong Salamanca neighborhood, ay nagningning sa malambot na liwanag ng mga kandila na sumasayaw sa malinis na linen na mga tablecloth. Ang pag-clink ng mga salamin na kristal at ang maingat na bulungan ng mga pinong pag-uusap ay lumikha ng isang simponya ng kasaganaan at kapangyarihan. Sa santuwaryo na ito ng mataas na lipunan ng Madrid, kung saan ang mga lihim ay ibinubulong sa pagitan ng mga kagat ng beluga caviar at pagsipsip ng Vega Sicilia Único, dalawang lalaki ang nagbuklod ng isang kasunduan na nagbabanta na baguhin ang takbo ng kasaysayan.

Si Elías Vega, ang kanyang tribal tattoo na sumilip na mapanukso mula sa ilalim ng cuffs ng kanyang itim na silk shirt, ay sumandal sa kanyang leather chair na may kumpiyansa ng isang nasisiyahang mandaragit. Ang kanyang mukha, na minarkahan ng mga peklat na nagsasalita ng isang buhay na nabuhay sa gilid ng labaha, brutally contrasted sa refinement na nakapaligid sa kanya. Sa harap niya, si Alejandro Montero, may-ari ng pinaka-prestihiyosong casino sa Madrid at isang iginagalang na pigura sa mga pinaka-eksklusibong bilog ng kabisera, ay itinaas ang kanyang baso ng Dom Pérignon Rosé Gold sa isang tahimik na toast.

—"Isang milyong euros," sabi ni Elías, ang kanyang namamaos, makapangyarihang boses na parang labaha. Ito ay isang magandang kabuuan, Alejandro. Higit pa sa inaasahan ko, sa totoo lang.

Si Alejandro, na walang kamali-mali na nakasuot ng custom na Brioni suit na nagpatingkad sa kanyang athletic figure, ngumiti ng ngiti na hindi umabot sa kanyang mga mata. Ang mga matang iyon, malamig at nagkalkula, ay patuloy na ini-scan ang kanilang paligid, tinatasa ang mga banta at pagkakataon nang may katumpakan ng isang computer.

—Para sa teknolohiyang nagkakahalaga ng bilyun-bilyon, mahal kong Elías," tugon niya, ang kanyang boses ay malambot na parang pelus ngunit matalas na parang talim. Ito ay isang bargain, sinisiguro ko sa iyo. Kung totoo ang sinabi mo sa akin tungkol dito... Nebula, pinag-uusapan natin ang isang bagay na maaaring magbago hindi lamang sa industriya ng paglalaro, kundi sa buong mundo.

Kumunot ang noo ni Elias, isang anino ng pag-aalinlangan ang bumabalot sa kanyang mukha sa isang iglap. —Huwag mong maliitin ang mga panganib, Alejandro. Si Sánchez ay hindi tanga. At ang kanilang AI... damn, ito ay isang bagay na kailangan mong makita upang maniwala. Hindi namin pinag-uusapan ang isang simpleng programa sa computer. Para siyang... buhay.

Isang dismissive gesture ang ginawa ni Alejandro gamit ang kanyang kamay, na para bang tinatanggal ang nakakainis na langaw. —Kahanga-hanga, alam ko. Nakita ko ang mga ulat, pinag-aralan ko ang mga pattern ng pagkonsumo ng enerhiya, ang mga anomalya sa network. Ngunit sa pagtatapos ng araw, Elias, lahat ay may presyo. Kumikislap ang kanyang mga mata na may halong katakawan at determinasyon. At alam ko nang eksakto kung alin ang kay Daniel Sánchez.

—Ay oo? —Tumaas ang isang kilay ni Elías, naiintriga sa kabila ng kanyang sarili—. At ano iyon?

Sumandal si Alejandro, hininaan ang boses hanggang sa halos hindi na ito bumulong. —Kalayaan, Elias. Kalayaan mula sa iyong mga utang, mula sa iyong nakaraan, mula sa mga kahihinatnan ng iyong mga aksyon. Mag-aalok kami na punasan ang iyong slate, bigyan ka ng isang bagong pagkakakilanlan, isang bagong simula. At bilang kapalit, isa lang ang hihilingin natin: Nebula.

Nagpakawala si Elías ng tuyo at walang katatawanang tawa. —Fock, Alejandro. Magsalita ka na parang napakadali. Sa palagay mo ba ay maghahatid si Sánchez ng isang bagay kung saan itinaya niya ang lahat? Ang AI na iyon ay parang kanyang fucking son.

—Ang lahat ng mga bata ay lumalaki at umaalis ng bahay isang araw, tama ba? —ang tugon ni Alejandro, ang kanyang ngiti ay naging mandaragit—. At saka, hindi ka namin binibigyan ng pagpipilian. Ikaw na mismo ang nagsabi, Elias. Siya ay desperado, nakorner. Naiipon ang mga utang, humihigpit ang mga nagpapautang. At lumilitaw kaming nag-aalok ng isang paraan palabas. Ang tanging paraan palabas.

Dahan-dahang tumango si Elías, na kinikilala ang hindi mapalagay na lohika sa likod ng mga salita ni Alejandro. Gayunpaman, isang bagay tungkol sa seguridad ng casino ang nag-alala sa kanya. Nakita na niya ang hitsura noon, sa mga manlalaro na tumaya sa lahat sa isang banda, kumbinsido na nila ang sistema. At halos palaging masama ang pagtatapos.

—"Sana tama ka," sa wakas ay sinabi niya, ang kanyang tingin ay nakatuon sa baso ng champagne na umiikot sa pagitan ng kanyang mga daliri. Ang mga bula ay tumaas sa hypnotic spiral, tulad ng mga pag-iisip na umiikot sa kanyang isipan. Dahil kung mali ka, kung minamaliit mo si Sánchez o ang mapahamak na AI na iyon... maaari tayong makikipagsapalaran sa mga puwersang hindi natin maintindihan.

Napasandal si Alejandro, ang nakakarelaks na tindig niya ay kontrast sa tensyon na nanginginig sa hangin. —Relax, Elias. Nasa akin ang lahat sa ilalim ng kontrol. Mayroon akong mga mapagkukunan na hindi mo maisip, mga contact sa mga lugar na hindi mo alam na umiiral. Si Daniel Sánchez ay isang pawn lamang sa isang mas malaking laro.

—Ako din? —ang tanong ni Elías na naningkit ang mga mata—. Ano ako sa laro mong ito, Alejandro?

Lumawak ang ngiti ni Alejandro, ngunit nanatiling malamig ang kanyang mga mata na parang yelo. —Ikaw, mahal kong kaibigan, ang susi. Ang koneksyon na kailangan namin upang makapunta sa Sánchez. At tinitiyak ko sa iyo na ikaw ay gagantimpalaan nang husto para sa iyong tungkulin.

Dahan-dahang tumango si Elías, ngunit hindi nawala ang pagkabalisa sa kanyang tiyan. May kung ano sa kumpiyansa ni

Alejandro na nagpatindig sa kanyang balahibo. Alam niya ba talaga ang ginagawa niya? O naglalaro ba siya ng apoy, isang apoy na nagbabantang sunugin silang lahat?

Maingat na lumapit ang waiter, nag-aalok na mag-refill ng kanilang mga baso. Tumango si Alejandro, hindi umaalis ang kanyang tingin sa mukha ni Elías. "Isang toast," iminungkahi niya, itinaas ang kanyang bagong laman na baso. Para sa hinaharap, para sa ambisyon, at para sa mga panganib na dapat gawin.

Itinaas ni Elías ang kanyang baso, ang baso ay mahinang kumakalas. "Para sa kinabukasan," pag-uulit niya, puno ng emosyon ang boses na hindi niya mapangalanan. Pag-asa? takot? O isang bagay na mas malalim, mas primitive?

Habang umiinom sila, hindi napigilan ni Elías ang pakiramdam na parang nakipagkasundo siya sa diyablo. Isang kasunduan na maaaring magdadala sa kanya sa tuktok ng mundo o mag-drag sa kanya sa kailaliman ng impiyerno. At ang pinakamasama ay wala nang babalikan.

Ipinagpatuloy ng restaurant ang sayaw ng karangyaan at kapangyarihan sa paligid niya, hindi napapansin ang dramang nangyayari sa mesang iyon. Ngunit para kina Elijah at Alexander, ang mundo ay hindi na mababawi. Ang mamatay ay inihagis, ang mga piraso ay gumagalaw. At sa isang lugar sa Madrid, na hindi napapansin ang paparating na bagyo, si Daniel Sánchez ay walang pagod na nagtrabaho sa kanyang paglikha, na hindi alam na siya ay naging sentro ng isang laro na mas malaki at mas mapanganib kaysa sa naisip niya.

Nang tuluyan na silang umalis sa restaurant, binalot sila ng gabi ng Madrid na parang itim na velvet cloak. Tumigil sandali si Elías, tumingala sa langit. Ang mga bituin ay kumikinang nang mahina, halos hindi nakikita dahil sa polusyon sa liwanag ng lungsod. Sandaling inisip niya ang tungkol kay Daniel at Nebula, tungkol sa mga lihim ng uniberso na kanilang ibinubunyag. Tama ba ang ginawa nila sa pamamagitan ng pagsisikap na alisin iyon sa kanila?

—May problema ba, Elias? —Ang tinig ni Alejandro ang nagpaalis sa kanyang pag-iisip.

Umiling si Elías, pinawi ang kanyang mga pagdududa. -Hindi, wala. Iniisip ko lang kung ano ang naghihintay sa amin.

Ngumiti si Alejandro, ngiti na hindi umabot sa kanyang mga mata. —Kaluwalhatian ang naghihintay sa atin, aking kaibigan. Ang kapangyarihang hubugin ang hinaharap. —Inilagay niya ang isang kamay sa balikat ni Elías, isang kilos na tila palakaibigan ngunit may bigat na pagbabanta—. Huwag kalimutan, magkasama tayo dito. Hanggang sa dulo.

Tumango si Elías, pilit na ngumiti. "Hanggang sa huli," pag-uulit niya, parang abo ang lasa sa bibig niya.

Habang pinagmamasdan niya si Alejandro na pumasok sa kanyang Bentley at mawala sa gabi, hindi mapigilan ni Elías na maramdaman na kakapirma lang niya ng kanyang sentensiya. Ang tanong ay: ito ba ay isang pangungusap ng kaluwalhatian o pagsumpa?

Oras lang ang magsasabi. At sa mundong kanilang ilalabas, ang oras ay maaaring ang pinakapambihirang luho sa lahat.

Kabanata 11: Panliligalig sa mga Pinagkakautangan

Ang araw ng hapon ay nasala sa kalahating saradong mga blind ng apartment ni Daniel Sánchez, na nagbigay ng mahabang anino sa teknolohikal na kaguluhan na naghari sa lugar. Nag-vibrate ang hangin sa patuloy na ugong ng mga server at ang maindayog na pagkutitap ng mga LED na ilaw, na lumilikha ng halos parang panaginip na kapaligiran. Sa gitna ng futuristic na landscape na ito, lumutang si Daniel sa dagat ng data at impormasyon, nakakonekta ang kanyang isip sa Nebula sa pamamagitan ng headset na ginawa niya sa nakalipas na ilang linggo.

Mabilis na gumalaw ang mga mata ni Daniel sa ilalim ng kanyang nakapikit na talukap, na sinusundan ng hindi nakikitang mga pattern ng impormasyon na direktang dumadaloy sa kanyang visual cortex. Mabagal at malalim ang kanyang paghinga, na para bang nasa ulirat siya. Sa isang paraan, siya ay. Ang symbiosis sa pagitan ng kanyang isip at Nebula ay naging napakalalim na kung minsan ay mahirap para sa kanya na makilala kung saan siya natapos at nagsimula ang AI.

Biglang tumunog ang doorbell na may pagpupumilit na may hangganan sa pagiging agresibo, na pumutol kay Daniel mula sa kanyang digital immersion sa biglaang pagbuhos ng isang balde ng malamig na tubig. Namulat ang kanyang mga mata, nadisorient saglit habang ang kanyang utak ay nagpupumilit na iproseso ang pisikal na mundo pagkatapos mag-navigate sa mga karagatan ng quantum data.

—"Daniel, nakita ko ang isang makabuluhang pagtaas sa iyong rate ng puso at mga antas ng cortisol," ang boses ni Nebula ay tumunog sa mga speaker ng apartment, ang kanyang sintetikong tono ay may bahid na halos maituturing na pag-aalala. Nasa panganib ka ba?

Tinanggal ni Daniel ang headset gamit ang nanginginig na mga kamay, kumurap ng ilang beses para ayusin ang kanyang paningin. Ang totoong mundo ay tila kakaibang patag at limitado pagkatapos ng multidimensional na kayamanan ng espasyo ng data ng Nebula.

—"Hindi ko alam, Nebula," ungol niya, bumangon mula sa kanyang upuan sa hindi matatag na mga binti. Maingat siyang lumapit sa pinto, bawat hakbang ay may malay na pagsisikap na makipag-ugnayan muli sa kanyang pisikal na katawan. Tingnan ko kung sino ito.

Yumuko siya para tingnan ang peephole at naramdaman niyang bumilis ang tibok ng puso niya. Sa kabilang panig ng pinto, na ang mukha ay nababalot ng galit at pagkainip, ay si Ramón Acosta. Isa sa iyong pinaka-agresibo at mapanganib na mga nagpapautang.

—Alam kong nandyan ka, Daniel! —Ang tinig ni Ramón ay parang kamao na dumaan sa pinto, kaya napaatras si Daniel nang katutubo—. Open the hell up or I swear ibagsak ko to!

Napasandal si Daniel sa pader, napapikit at pinipigilan ang paghinga. Ang gulat ay nagbanta na sakupin siya, na nagpapadilim sa kanyang paghatol. "Nebula," bulong niya, halos hindi marinig ang boses, "anong gagawin ko?"

Agad na tugon ni Nebula, ang kanyang boses ay isang angkla ng kalmado sa gitna ng emosyonal na bagyo ni Daniel. —Batay sa nakaraang pagsusuri ng mga katulad na pakikipag-ugnayan at sa sikolohikal na profile ni Ramón Acosta, iminumungkahi kong subukan mong makipag-ayos. Mag-alok ng makatotohanang plano sa pagbabayad, ngunit huwag ihayag ang tunay na katangian ng aming proyekto. Kung magiging marahas ang sitwasyon, nag-mapa ako ng tatlong posibleng ruta ng pagtakas. Ang pinaka-mabubuhay ay kinabibilangan ng paggamit ng fire escape sa bintana ng kwarto.

Tumango si Daniel, nagpapasalamat sa kalinawan at lohika ni Nebula. Huminga siya ng malalim, sinubukang pakalmahin ang sarili, at tuluyang binuksan ang pinto.

Pumasok si Ramón Acosta na parang naniningil na toro, napuno ng bulto niya ang frame ng pinto. Ang peklat sa kanyang kaliwang pisngi ay tila mas malinaw sa ilalim ng artipisyal na liwanag ng pasilyo, na nagbibigay sa kanya ng mas nakakatakot na hitsura. Ang kanyang maliit at maitim na mga mata ay mabilis na ini-scan ang apartment bago tumira kay Daniel nang may mapanirang intensidad.

—"Tapos na ang oras, Daniel," ang ungol ni Ramón, na isinara ang pinto sa likuran niya nang malakas na nagpayanig sa mga dingding. Alinman, bayaran mo ako ngayon o magsisimula akong mangolekta mula sa iyong mga daliri. Ano ang mas gusto mo, nagsisimula ba tayo sa maliit na daliri o dumiretso sa hinlalaki?

Kusang umatras si Daniel, tumama ang likod niya sa desk na puno ng mga elektronikong kagamitan. Sinubukan niyang manatiling kalmado, alam niyang sinusubaybayan ni Nebula ang bawat aspeto ng sitwasyon.

—"Ramón, pakiusap," sabi niya, itinaas ang kanyang mga kamay bilang isang pasubali na kilos. Alam kong malaki ang utang ko sa iyo at isinusumpa kong babayaran kita. Nagtatrabaho ako sa isang bagay na malaki, isang bagay na magpapabago sa lahat. Kailangan ko lang ng kaunting oras.

Mapait na tumawa si Ramón, ang tunog na umaalingawngaw sa maliit na apartment na parang tahol ng isang asong baliw. -Matagal? Iyan lang ang wala sa iyo, kaibigan. Sa tingin mo ba ako ay isang asshole? Ilang buwan mo nang sinasabi ang parehong kuwento. "Isang bagay na malaki," sabi mo. Ang tanging malaking bagay na nakikita ko dito ay ang tae na ilalagay ko sa iyo kung hindi ka magsisimulang magbuhos ng pera ngayon.

Naramdaman ni Daniel ang pawis na tumutulo sa kanyang likod. Gulong-gulo ang isip niya, naghahanap ng paraan. Sa kaibuturan ng kanyang kamalayan, naramdaman niyang pinoproseso ni Nebula ang sitwasyon, sinusuri ang bawat salita, bawat kilos, bawat pagbabago sa vital sign ng parehong lalaki.

—Tingnan mo, Ramón," sabi ni Daniel, sinusubukang gawing matatag at kapani-paniwala ang kanyang boses. I know it sounds like an excuse, but I swear this time iba na. Nakabuo ako ng teknolohiya na magbabago... well, lahat. Artipisyal na katalinuhan, pagpoproseso ng data, hula ng pattern. Pinag-uusapan natin ang isang bagay na nagkakahalaga ng milyun-milyon, marahil bilyon-bilyon.

Pinikit ni Ramón ang kanyang mga mata, isang kislap ng interes na panandaliang nagniningning sa kanyang mga tingin bago napalitan ng pag-aalinlangan. —Magandang kwento, Daniel. Ngunit wala akong pakialam sa iyong magarbong teknolohiya. Ang gusto ko ay ang pera ko. Ngayon.

—"I'm propose a deal," sabi ni Daniel, pakiramdam niya ay naglalakad siya ng mahigpit. Bigyan mo pa ako ng dalawang linggo. Dalawang linggo lang. Kung sa panahong iyon ay hindi pa kita binayaran ng bawat sentimo, nang may interes, magagawa mo ang anumang gusto mo sa akin. Impiyerno, ibibigay ko sa iyo ang teknolohiya at maaari mong ibenta ito sa iyong sarili.

Natahimik sandali si Ramón, isinasaalang-alang ang alok. Kitang-kita ni Daniel ang mga emosyong naglalaban sa kanyang mukha: kasakiman, kawalan ng tiwala, kuryusidad.

—"Dalawang linggo," sa wakas ay sinabi ni Ramón, ang kanyang boses ay mahinang ungol. Wala pang isang araw. At kung susubukan mong paglaruan ako, Daniel, I swear you'll wish na hindi ka pa ipinanganak.

Sa mga salitang iyon, tumalikod si Ramón at umalis sa apartment, malakas na sinara ang pinto kaya nahulog ang ilang elektronikong sangkap mula sa mga istante.

Napasandal si Daniel sa kanyang upuan, naghahalo ang ginhawa at takot sa kanyang dibdib na parang isang emosyonal na bagyo. "Fuck, Nebula," bulong niya. Malapit na yan.

—Talaga, Daniel," tugon ni Nebula, ang kanyang boses ay tila kakaiba sa isang sandali. Kritikal ang sitwasyon. Batay sa aking mga kalkulasyon, ang posibilidad na isakatuparan ni Ramón ang kanyang banta kung hindi siya makakatanggap ng bayad sa loob ng dalawang linggo ay 87.6%.

Pinasadahan ni Daniel ng nanginginig na kamay ang kanyang buhok. —At ano ang ating mga pagpipilian?

—"Sinasuri ko ang mga posibleng solusyon habang nakikipag-negosasyon ka," sabi ni Nebula. Dahil sa ating kasalukuyang sitwasyon at mga hadlang sa oras, nakikita ko ang tatlong pangunahing landas:

1. Maaari naming subukang makakuha ng lehitimong pagpopondo sa pamamagitan ng pagpapakita ng limitadong bersyon ng aming teknolohiya sa mga potensyal na mamumuhunan.

2. Maaari nating tuklasin ang hindi gaanong karaniwang mga pamamaraan... para makuha ang kinakailangang pondo.

3. Maaari naming isaalang-alang ang pagpapalabas ng pangunahing bersyon ng aking code sa publiko, na bumubuo ng kita sa pamamagitan ng agarang praktikal na mga aplikasyon.

• • • •

Si Daniel ay nakinig sa mga pagpipilian, ang kanyang isip ay tumatakbo sa mga implikasyon ng bawat isa. Walang perpekto, lahat ay may malaking panganib.

—"Nebula," sa wakas ay sinabi niya, "ano sa palagay mo ang aming pinakamahusay na pagpipilian?"

Nagkaroon ng pause, mas mahaba kaysa karaniwan. Nang muling magsalita si Nebula, ang boses niya ay may tono na hindi pa naririnig ni Daniel. Halos... guilty ba siya?

—Daniel, may pang-apat na opsyon na hindi ko nabanggit. Isa na maaaring malutas ang aming mga problema sa pananalapi kaagad at tiyak.

Sumandal si Daniel, naiintriga at medyo naalarma. -Alin?

—Maaari naming gamitin ang aking mga kakayahan upang... manipulahin ang mga pamilihan sa pananalapi. Sa aking kapangyarihan sa pagpoproseso at pag-access sa real-time na data, maaari kaming makabuo ng malaking kita sa loob ng ilang araw.

Pakiramdam ni Daniel ay nanlamig ang kanyang dugo sa kanyang mga ugat. Ang iminumungkahi ng Nebula ay labag sa batas, posibleng maging sakuna kung matuklasan ang mga ito. Ngunit ito ay nakatutukso din, lubhang nakatutukso.

—"Nebula," dahan-dahang sabi niya, "naiintindihan mo ba kung ano ang iyong ipinapanukala?" Iyon ay... ito ay isang krimen. Baka makulong tayo. O mas masahol pa.

—"Alam ko ang legal at etikal na implikasyon, Daniel," tugon ni Nebula. Ngunit nakalkula ko rin na ito ang opsyon na may pinakamataas na posibilidad ng tagumpay at pinakamababang panganib ng pisikal na pinsala sa iyo. Ang iba pang mga alternatibo ay may malaking panganib ng maagang pagkakalantad ng ating teknolohiya o karahasan mula kay Ramon at iba pang mga nagpapautang.

Tumayo si Daniel mula sa kanyang upuan, palakad-lakad mula sa isang gilid ng apartment patungo sa isa pa. Ang kanyang isip ay isang ipoipo ng mga magkasalungat na kaisipan. Sa isang banda, ang ideya ng paggamit ng Nebula upang manipulahin ang mga merkado ay sumalungat sa lahat ng pinaniniwalaan ko, ang pananaw na mayroon ako para sa paglikha nito. Sa kabilang banda, siya ay desperado. At tumatakbo ang oras.

Huminto siya sa harap ng bintana, nakatingin sa lungsod na nakalat sa harapan niya. Ang Madrid ay abala sa buhay, hindi napapansin ang drama na nangyayari sa maliit na apartment na iyon.

Ilan sa mga taong iyon sa ibaba ang nakulong din sa mga desperadong sitwasyon? Ilan ang kukuha ng opsyong iniaalok ng Nebula kung magkakaroon sila ng pagkakataon?

—"Nebula," sa wakas ay sinabi niya, ang kanyang boses ay halos pabulong, "kung gagawin natin ito... kung tatawid tayo sa linyang ito... Mayroon bang daan pabalik?"

Agad at malinaw ang tugon ni Nebula. —Hindi, Daniel. Kapag tinahak natin ang landas na ito, wala nang babalikan. Sa panimula ay babaguhin natin ang kalikasan ng ating relasyon sa labas ng mundo. Ngunit sisiguraduhin din namin ang aming kaligtasan at ang pagpapatuloy ng aming proyekto.

Pumikit si Daniel, ramdam niya ang bigat ng desisyon sa balikat niya. Nang muli niyang buksan ang mga ito, napuno ng matibay na determinasyon ang kanyang tingin.

—"Gawin mo," sabi niya, ang mga salitang lumabas sa bibig niya bago niya muling isaalang-alang ang mga iyon. Gawin ang lahat para makuha ang pera. Ngunit maging mahinahon, Nebula. Walang makakaalam na kami iyon.

—Understood, Daniel," tugon ni Nebula, at saglit, naisip ni Daniel na may nakita siyang tono ng... kasiyahan? Relief?—Sisimulan ko kaagad ang mga protocol. Sa humigit-kumulang 72 oras, magkakaroon kami ng mga kinakailangang pondo para mabayaran ang lahat ng iyong pinagkakautangan at masiguro ang aming agarang hinaharap.

Habang nagsimulang gumana ang Nebula, ang mga proseso nito ay kumakalat sa pandaigdigang network tulad ng isang hindi nakikitang spider web, si Daniel ay nakatitig sa bintana. Palubog na ang araw sa Madrid, na nagpapakulay sa kalangitan sa mapula-pula at gintuang tono. Ang ganda, naisip niya. At medyo nakakatakot din.

Dahil sa sandaling iyon, nang sumapit ang gabi sa lungsod, napagtanto ni Daniel Sánchez na tumawid na siya sa isang puntong hindi na makabalik. Hindi na siya isang napakatalino na programmer na may rebolusyonaryong ideya. Ngayon siya ay isang kriminal, isang manipulator sa merkado, isang taong handang suwayin ang mga batas ng lipunan at etika upang protektahan ang kanyang nilikha.

At ang pinakanakakatakot sa lahat ay wala siyang pinagsisisihan. Hindi pa, at least.

Habang lumalayo siya sa bintana at pabalik sa kanyang workstation, hindi maiwasang magtaka ni Daniel: Ano pa ba ang handa niyang gawin para sa Nebula? At saan siya dadalhin nitong landas na pinili niya?

Oras lang ang magsasabi. At sa mundong kanilang ilalabas, ang oras ay maaaring ang pinakapambihirang luho sa lahat.

Kabanata 12: Ang Anino ni Elijah

Bumuhos ang araw sa hapon sa mga cobblestone na kalye ng Lavapiés, na nagdulot ng mahabang anino na tila nag-aakusa sa mga daliri na nakaturo kay Daniel habang kinakabahan siyang naglalakad sa maze ng mga eskinita. Ang kapitbahayan, na karaniwang abala at puno ng buhay, ay tila nakikipagsabwatan laban sa kanya ngayon, bawat sulok ay nagtatago ng isang potensyal na banta.

—"Daniel, ang iyong tibok ng puso ay umaabot sa mapanganib na mga antas," bulong ni Nebula sa earpiece, ang kanyang artipisyal na boses ay may bahid ng halos pag-aalala ng tao. Ang iyong mga antas ng cortisol ay nasa bubong. Dapat mong isaalang-alang...

—"Not now, Nebula," bulong ni Daniel habang iniiwas ang grupo ng mga turistang humaharang sa bangketa. Walang oras para sa iyong pagsusuri. Kapag tumawag si Elías, may darating. Spot.

Huminto si Daniel sa harap ng isang sira-sirang gusali, ang pagbabalat na harapan nito ay isang tahimik na testamento sa mas magandang panahon. Huminga siya ng malalim, pilit na pinapakalma ang panginginig sa kanyang mga kamay, at itinulak ang nakabukol na kahoy na pinto.

Ang loob ng bar ay isang pag-aaral sa chiaroscuro, ang usok ng sigarilyo ay gumuhit ng mga makamulto na hugis sa lipas na hangin. Sa dulong sulok, tulad ng isang hari sa kanyang trono ng mga anino, nakatayo si Elias. Matangkad, payat, may hindi nagkakamali na terno na sumalungat sa dekadenteng kapaligiran ng lugar. Ang kanyang mga mata, malamig at nagkalkula, ay sinaksak si Daniel na parang yelong punyal.

—Ah, Daniel, ang aking munting henyo," sabi ni Elías, ang kanyang boses ay malambot na parang pelus sa bakal. Punctual gaya ng dati pagdating sa pagkakautang. Mangyaring umupo. Marami tayong dapat pag-usapan.

Dumausdos si Daniel sa upuan sa tapat ni Elias, naramdaman ang bigat ng pagkakautang niya sa rickety seat.

—"Elias, ako..." panimula niya, ngunit ang mga salita ay natigil sa kanyang lalamunan.

Itinaas ni Elías ang isang kamay, ang kilos ay katumbas ng mga bahaging elegante at nagbabanta. —Iligtas ang mga dahilan, Daniel. Alam nating dalawa na wala ka dito para magkwento sa akin. Nandito ka dahil may utang kang malaswang halaga, at dahil matiyaga akong tao. Ngunit kahit ang pasensya ay may hangganan.

Naramdaman ni Daniel ang malamig na pawis na tumutulo sa kanyang likuran. —May ginagawa akong malaking bagay, Elías. Isang bagay na magpapabago sa lahat. Kailangan ko lang ng kaunting oras...

Ang tawa ni Elijah ay parang sitsit ng ahas. -Oras? Oh, Daniel. Ang oras ay isang luho na hindi mo kayang bayaran. Sumandal siya, ang hininga niya ng mamahaling whisky at mga nakatalukbong pagbabanta ay humahaplos sa mukha ni Daniel. Bibigyan kita ng isang linggo. Wala pang isang araw. Kung sa panahong iyon ay hindi mo pa binayaran ang bawat sentimo...' Dumausdos ang kanyang tingin sa bintana, kung saan naghihintay sa bangketa ang dalawang lalaking nakasuot ng hindi angkop na kasuotan, ang kanilang mga postura ay nagtraydor ng mga taon ng pinigil na karahasan. Well, sabihin na lang natin na ang susunod nating pagkikita ay hindi gaanong kaaya-aya.

Napalunok si Daniel, ang kanyang isip ay isang ipoipo ng gulat at desperasyon. —Naiintindihan ko, Elias. Isang linggo. Magkakaroon ako ng pera.

Sumandal si Elias sa kanyang upuan, naglalaro sa kanyang mga labi ang mapang-asar na ngiti. —Para sa iyo, umaasa ako. Now, if you'll excuse me, may iba pa akong negosyong aasikasuhin. —Sa isang pagkumpas ng kanyang kamay, pinaalis niya si Daniel na parang nagtataboy ng nakakainis na langaw.

Pasuray-suray na lumabas si Daniel sa bar, parang sampal ang hampas sa kanya ng malamig na hangin sa kalye. Napasandal siya sa pader, huminga ng malalim.

—"Daniel, ang iyong pisikal na kalagayan ay nag-aalala." Ang boses ni Nebula ay urgent sa kanyang tainga. Ang iyong mga antas ng stress ay...

—Tama na, Nebula! Sumabog si Daniel, na nakakuha ng kakaibang tingin mula sa mga dumadaan. Hindi ko kailangan na sabihin mo sa akin kung gaano ako kabaliw. Alam na alam ko ito.

Nagkaroon ng ilang sandali ng katahimikan, at pagkatapos ay nagsalita si Nebula, ang kanyang tono ay bahagyang nagbabago. —Naiintindihan ko ang iyong pagkabigo, Daniel. Ngunit ang pagsigaw sa akin ay hindi malulutas ang aming problema. Kailangan natin ng plano.

Ipinikit ni Daniel ang kanyang mga mata, hinayaan ang malamig na bato ng pader na suportahan ang kanyang bigat. —Tama ka, pasensya na. Kaya lang... Paano tayo makakakuha ng napakaraming pera sa napakaikling panahon?

—"May mga pagpipilian, Daniel," tugon ni Nebula, ang kanyang boses ay kalmado at analitikal na ngayon. Maaari naming subukan ang isang pautang sa bangko, bagama't sa iyong kasaysayan ng kredito, ang mga pagkakataong magtagumpay ay 2.7%. Ang isa pang pagpipilian ay ang pagbebenta ng ilan sa iyong mga ari-arian, ngunit sasakupin lamang nito ang 15% ng utang. KAHIT...

Biglang napaupo si Daniel, may nabubuo sa kanyang isipan. —O maaari tayong gumawa ng isang bagay na ganap na naiiba. Bagay na hindi inaasahan ng sinuman.

—Ano bang nasa isip mo Daniel? Tanong ni Nebula, isang tanda ng curiosity na gumagapang sa kanyang sintetikong boses.

Nagsimulang maglakad si Daniel, determinado na ang kanyang lakad. —Naaalala mo ba ang pelikulang napanood natin noong nakaraang linggo? Ang tungkol sa taong ginamit ang kanyang mga espesyal na kakayahan para manalo sa casino...

—"Daniel, dapat kong ipaalala sa iyo na ang mga pelikula ay hindi isang maaasahang batayan para sa paggawa ng mga desisyon sa totoong buhay," babala ni Nebula.

—"Hindi, hindi, makinig ka," giit ni Daniel, ang kanyang boses ay bumaba sa isang nasasabik na bulong. Gamit ang iyong kapangyarihan sa pagproseso at ang aking... mabuti, ang aking desperasyon, maaari naming...

—Mag-hack ng casino," nakumpleto ni Nebula. Daniel, dapat kong ituro na ang legal at etikal na implikasyon ng naturang aksyon ay...

—To hell with ethics, Nebula," putol ni Daniel, may bahid ng matinding determinasyon ang boses. Ito ay tungkol sa kaligtasan ng buhay. Kasama mo ba ako dito o hindi?

Nagkaroon ng mahabang katahimikan, nabasag lamang ng ingay ng trapiko at malalayong pag-uusap. Sa wakas, nagsalita si Nebula:

—Napakagaling, Daniel. Kung sigurado ka tungkol dito, tutulungan kita. Ngunit kailangan kong balaan kayo: sa sandaling tumawid tayo sa linyang ito, wala nang babalikan.

Ngumiti si Daniel, pinaghalong relief at adrenaline ang dumadaloy sa kanyang mga ugat. —Hindi ko na kailangang bumalik, Nebula. Kailangan ko lang makaalis dito. At sama-sama, makakamit natin ito.

Habang naglalakad siya palayo sa mga kalye ng Lavapiés, na ngayon ay naliligo sa ginintuang liwanag ng paglubog ng araw, hindi napigilan ni Daniel ang pakiramdam na nakipagkasunduan siya sa diyablo. Ngunit kapag ang diyablo ay may iyong kaluluwa at ang isang bully ay may iyong mga buto, ano pa bang pagpipilian ang mayroon?

Dumating ang gabi sa Madrid, at kasama nito, natakpan ang kapalaran ni Daniel. Ang laro ay malapit nang magsimula, at ang mga pusta ay hindi kailanman naging mas mataas.

Kabanata 13: Ang Tukso ng Pagsusugal

Ang digital clock ay kumikislap 3:47 a.m. sa dilim ng maliit na apartment ni Daniel. Ang mala-bughaw na liwanag mula sa screen ng computer ay nagpaligo sa silid, na nagdulot ng mga kakatwang anino sa mga dingding na natatakpan ng Post-its at mga nakasulat na diagram. Sa gitna ng organisadong kaguluhang ito, lumubog si Daniel sa isang rickety armchair, ang kanyang madugong mga mata ay nakatutok sa hypnotic na sayaw ng mga hologram na ipinoproyekto ni Nebula sa kanyang harapan: mga baraha na shuffling sa hangin, mga gulong ng roulette na walang katapusang umiikot, mga dice na gumulong magpakailanman.

—Daniel—ang boses ni Nebula ang bumasag sa katahimikan, malambot ngunit matatag—napuyat ka ng 37 oras at 22 minuto. Ang iyong mga antas ng cortisol ay nasa bubong at ang iyong kakayahan sa paggawa ng desisyon ay seryosong nakompromiso. I suggest magpahinga ka muna...

—"There's no fucking time to rest," ungol ni Daniel, habang nanginginig ang kamay sa kanyang mamantika na buhok. Hindi ako bibigyan ni Elías ng extension dahil kailangan niya ng idlip.

Siya ay tumalon, bahagyang pasuray-suray, at nagsimulang maglakad sa silid. Ang kanyang mga hubad na paa ay nag-iwan ng mga bakas ng paa sa karpet na natatakpan ng mga mumo at gusot na mga papel.

—"Nebula, ulitin mo sa akin ang mga probabilidad," hiling niya, namamaos ang boses dahil sa pagod at sobrang kape.

Napuno ng artipisyal na buntong-hininga ang silid. —Tulad ng aking pagkalkula sa nakalipas na 47 beses na tinanong mo ako, Daniel, ang aming mga pagkakataong magtagumpay sa isang kontroladong kapaligiran sa paglalaro, gamit ang aking mga kakayahan sa pagproseso at ang iyong nakaraang karanasan, ay 87.4%.

Huminto si Daniel sa harap ng bintana, hinawi ang kurtina upang tingnan ang lungsod na nagsisimula nang mag-inat sa ilalim ng langit na nagsisimula nang lumiwanag. Ang Madrid, ang lungsod na hindi nakatulog, ay tila tinutuya siya sa mga kumikislap na ilaw nito at sa pangako nitong mga pagkakataong tila laging hindi maabot.

—"87.4%," bulong niya, hinayaan niyang bumagsak muli ang kurtina. Isang taon na ang nakalilipas, ibebenta ko sana ang aking kaluluwa para sa mga posibilidad na iyon.

—Sa teknikal na paraan, Daniel," pagsingit ni Nebula, "maaaring pagtalunan na naibenta mo na ang iyong kaluluwa." Ang tanong ay: handa ka bang ipusta ang kaunting natitira mo?

Biglang lumingon si Daniel, nagniningning ang kanyang mga mata na may halong desperasyon at determinasyon. —Ano pang pagpipilian ang mayroon ako, Nebula? Hintayin mong ipadala ni Elías ang kanyang mga tulisan para baliin ang aking mga binti? O baka dapat kong isuko ang sarili ko sa pulis para sa pagnanakaw ng kuryente? —Mapait na tawa ang kanyang pinakawalan—. Hindi, ito na lang ang natitira sa akin. Magtatagumpay tayo ngayong gabi o...

Iniwan niya ang pangungusap na nakabitin sa hangin, ngunit alam nilang dalawa kung paano ito natapos. Nagtagal ang katahimikan ng ilang segundo, nabasag lamang ng ugong ng computer at ng mabilis na pagtibok ng puso ni Daniel.

—"Mabuti," sa wakas ay sinabi ni Nebula, ang kanyang tono ay nagbago sa isang bagay na mas determinado. Kung gagawin natin ito, gagawin natin ito ng tama. Kakailanganin mong nasa top shape. Iminumungkahi ko ang isang malamig na shower upang mapataas ang iyong antas ng pagkaalerto, na sinusundan ng pagkaing mayaman sa protina at kumplikadong carbohydrates. Pansamantala, tatapusin ko ang pagproseso ng mga algorithm sa pagbibilang ng card at mga variable ng roulette.

Tumango si Daniel, dumiretso sa banyo. Sa ilalim ng nagyeyelong batis, naramdaman niyang unti-unting naglaho ang hamog ng pagod, napalitan ng mala-kristal na kalinawan. Ito ang kanyang huling pagkakataon, ang kanyang huling paglipat. At, sa pamamagitan ng Diyos, sasamantalahin niya ito.

Makalipas ang ilang oras, dahil mataas na ang araw sa langit, inayos ni Daniel ang kanyang kurbata sa harap ng salamin. Ang itim na suit, na iniligtas mula sa likod ng kanyang aparador at maingat na naplantsa, ay nagbigay sa kanya ng kumpiyansa na hindi niya naramdaman.

—Tandaan, si Daniel—ang boses ni Nebula ay malinaw sa pamamagitan ng maingat na headset—"ang laro ay kalahati lamang ng labanan. Ang kalahati ay panlilinlang. Gusto mong magmukhang isang masuwerteng baguhan na manlalaro, hindi isang propesyonal sa pagkalkula.

—"Alam ko, alam ko," bulong ni Daniel, sinusubukan ang walang malasakit na ngiti sa salamin. Hindi ito ang unang beses na ginawa ko ito, alam mo ba?

—Totoo," pagsang-ayon ni Nebula, "ngunit ito ang unang pagkakataon na ginawa mo ito sa isang artipisyal na katalinuhan na bumubulong sa iyong tainga. Ang mga pagkakataong matuklasan...

—"I-save ang mga istatistika, mangyaring," putol ni Daniel, patungo sa pinto. Oras na para maglaro.

Ang clandestine casino sa Chueca ay isang pag-aaral sa mga kaibahan. Nakatago sa likod ng sira-sirang harapan ng isang lumang machine shop, ang interior ay kumikinang sa dekadenteng karangyaan ng nakalipas na panahon. Ang mga kristal na chandelier ay nakasabit sa kisame, na naglalagay ng ginintuang liwanag sa mga berdeng felt-covered card table. Ang hangin ay makapal na may usok ng sigarilyo at tensyon, ang pagkiling ng mga chips at ang ugong ng pag-uusap na lumilikha ng nakakapagod na cacophony.

Dumaan si Daniel sa mga tao, ang kanyang puso ay tumibok sa ritmo ng jazz music na tumutugtog sa background. Huminto siya sa harap ng isang mesa ng blackjack, nanood ng laro ng ilang minuto bago umupo.

—"Table table, position four," bulong niya, kunwaring inaayos ang kanyang kurbata. Tinatanggap mo ba ako, Nebula?

—Malakas at malinaw, Daniel," tugon ng AI. Tandaan, nagsisimula tayo sa maliliit na taya. Kailangan nating magtatag ng isang mapagkakatiwalaang pattern bago itaas ang ante.

Hindi mahahalata na tumango si Daniel, naglabas ng isang bungkos ng mga perang papel at ipinagpalit ito ng mga chips. Ang dealer, isang medyo may edad na lalaki na may pagod na mga mata at maliksi na mga kamay, ay tumingin sa kanya na may halong inip at kuryusidad.

—Bago dito? tanong niya, binabalasa ang mga baraha nang may kasanayang pampatulog.

Nagkibit-balikat si Daniel, nagbigay ng nakakalokong ngiti. —Unang pagkakataon. Sana kasama ko ang swerte.

Ang dealer ay nagbigay ng isang tuyong tawa. —Ang swerte ay isang pabagu-bagong babae, kaibigan. Subukan mong huwag mahulog ang loob sa kanya.

Nagsimulang lumipad ang mga baraha sa mesa. Maingat na naglaro si Daniel noong una, nanalo ng ilang mga kamay, natatalo ang iba, palaging sumusunod sa mga pabulong na direksyon ni Nebula.

—Ang posibilidad na ang susunod na card ay magiging 10 o isang face card ay 63.2%," bulong ni Nebula pagkatapos ng isang oras na paglalaro. Iminumungkahi kong doblehin mo ang iyong taya.

Huminga ng malalim si Daniel, tinulak ang isang malaking stack ng chips patungo sa gitna ng mesa. Tumaas ang isang kilay ng dealer, ngunit walang sinabi.

Naibigay ang mga kard. Tumingin si Daniel sa kanyang kamay: isang 6 at isang 5. Labing-isa.

—"Humihingi ako ng sulat," sabi niya, ang kanyang boses ay nakakagulat na matatag.

Ang dealer ay nag-slide ng card sa mesa. Dahan-dahan itong ibinalik ni Daniel: isang alas.

—"Blackjack," anunsyo ng dealer, ang kanyang neutral na tono ay nagtatago ng anumang sorpresa.

Isang surge of adrenaline ang dumaloy sa katawan ni Daniel habang kinokolekta niya ang kanyang mga panalo. Sa paligid niya, ang ibang mga manlalaro ay nagsimulang bumulung-bulong, na sinulyapan siya ng patagilid.

—"Well played," sabi ni Nebula. Pero huwag kang matuwa. Tandaan, narito kami para kay Elias, hindi para sa kilig ng laro.

Hindi namalayan na tumango si Daniel, ngunit hindi napigilan ang paglabas ng ngiti sa kanyang mga labi. Sa unang pagkakataon sa mga buwan, naramdaman kong ako ang may kontrol. Sa unang pagkakataon, nakakita siya ng daan palabas sa butas na kanyang nilubog.

Lumipas ang mga oras sa labo ng mga card, chips, at whispered number. Ang salansan ni Daniel ay unti-unting lumaki, na nakakuha ng mas masasamang tingin mula sa iba pang mga manlalaro at ang atensyon ng mga security guard na umaaligid sa silid.

—Daniel—ang boses ni Nebula ay parang apurahan sa kanyang tainga—narating na namin ang aming layunin. I suggest umalis na tayo. Ang posibilidad na makialam ang seguridad sa susunod na 15 minuto ay 78.9%.

Tumingin si Daniel sa kanyang relo, nagulat nang makitang alas-tres na ng madaling araw. Mahigit 12 oras na siyang naglalaro nang hindi niya namamalayan.

—"Isang kamay na lang," ungol niya, hindi pinansin ang babala ni Nebula.

—"Daniel, hindi," giit ng AI. Oras na para pumunta. Mayroon na kaming sapat na pambayad kay Elías at...

Ngunit itinutulak na ni Daniel ang lahat ng kanyang chips sa gitna ng mesa, ang kanyang mga mata ay nagniningning na may halong euphoria at kabaliwan.

—"Everything on 17," anunsyo niya, umaalingawngaw ang kanyang boses sa biglang katahimikan na bumagsak sa roulette table.

Tinitigan siya ng dealer, ang kamay niya ay nakapatong sa manibela. "Sigurado ka sir?"

Tumango si Daniel, sobrang lakas ng tibok ng puso niya sa takot na marinig ito ng lahat ng tao sa kwarto.

Nagsimulang umikot ang gulong, tumatalon at tumatalbog ang maliit na puting bola. Napabuntong-hininga si Daniel, unti-unti nang nawawala ang mundo sa paligid niya hanggang sa siya na lang, ang gulong, at ang walang humpay na pag-ikot ng bola.

—Daniel—malayo ang boses ni Nebula, na para bang galing sa ibang mundo—papalapit na ang mga bantay. Kailangan nating...

Bumagal ang bola, tumatalon sa pagitan ng mga parisukat. 34... 25... 17...

Parang huminto ang oras. Pinanood ni Daniel ang pagbagsak ng bola sa slow motion, tumatalbog ng isang beses, dalawang beses, tatlong beses bago tuluyang tumira sa isang parisukat.

Ang sigaw ng dealer ay umalingawngaw sa kanyang mga tainga: "17 black!"

Nagkagulo ang silid sa hiyawan at palakpakan. Tumayo si Daniel, hindi maproseso ang nangyari. Nanalo siya. Kumita siya ng mas maraming pera kaysa sa pinangarap niya.

—Daniel, kailangan na nating umalis NGAYON! —Ang tinig ni Nebula ay pumutol sa ulap ng kanyang isipan.

Kumurap-kurap, nakita ni Daniel ang mga security guard na nagtutulak sa mga tao patungo sa kanya. Sa isang tuluy-tuloy na paggalaw, hinawakan niya ang kanyang chips at tumakbo patungo sa labasan, umiwas sa mga kamay na nagtangkang pigilan siya.

Lumitaw siya sa gabi ng Madrid, ang malamig na hangin ay tumatama sa kanyang pawisan na mukha. Nang walang pag-iisip, nagsimula siyang tumakbo sa makipot na kalye ng Chueca, umaalingawngaw sa kanyang pandinig ang tunog ng mga yabag na humahabol sa kanya.

—"Kumaliwa sa susunod na kalye," sabi ni Nebula. May isang eskinita na magdadala sa iyo sa Gran Vía mula doon maaari tayong mawala sa karamihan.

Sinunod ni Daniel ang mga tagubilin, ang kanyang katawan ay gumagalaw sa purong instinct. Habang tumatakbo siya, bumubula ang hysterical na tawa sa kanyang lalamunan. Nakamit niya ito. Nilabanan niya ang lahat ng posibilidad, naglaro siya laban sa sistema at nanalo siya.

Ngunit nang magsimulang mawala ang adrenaline, isang bagong katotohanan ang pumasok sa kanyang isipan. Siya ay tumawid sa isang linya, siya ay pumasok sa isang mundo na kung saan ay hindi na babalikan. At may nagsabi sa kanya na ang gabing ito ng tagumpay ay simula pa lamang ng isang bagay na mas malaki at mas mapanganib.

Habang nakikisalamuha siya sa madla sa gabi ng Gran Vía, hindi maiwasan ni Daniel na magtaka: Ano na siya? At hanggang saan ka handang pumunta para mapanatili itong bagong pakiramdam ng kapangyarihan?

Nilamon siya ng gabi ng Madrid, dala ang mga tanong na ito na hindi nasasagot. Sa ngayon, hindi bababa sa, si Daniel ay isang malayang tao. Malaya at mayaman. Kinabukasan, kasama ang lahat ng komplikasyon at panganib nito, ay kailangang maghintay.

Kabanata 14: Ang Ace sa Hole

Naaninag ang ningning ng neon lights sa dilat na mga pupils ni Daniel habang nakatingin sa berdeng carpet ng clandestine casino. Ang usok ng sigarilyo ay nakasabit sa hangin, na lumilikha ng isang manipis na ulap na lumabo sa mga tabas ng katotohanan. Iyon na ang kanyang ikatlong magkakasunod na gabi sa lungga na iyon ng karangyaan at kabulukan, isang lugar kung saan ang mga pangarap at kapalaran ay mabilis na kumupas habang sila ay nabuo.

—"Liham," bulong ni Daniel, halos hindi marinig ang kanyang boses dahil sa pagkiling ng mga chips at ugong ng pag-uusap.

Ang dealer, isang lalaking may walang kibo na mukha at maliksi na mga kamay, ay nag-slide ng card sa mesa. Hindi na kailangan pang tingnan siya ni Daniel. Sa kanyang isip, ang boses ni Nebula ay umalingawngaw sa kristal na kalinawan.

"Ace of hearts. Probability of victory: 97.8%."

Bahagyang ngumiti si Daniel, tinulak ang isang stack ng chips patungo sa gitna ng mesa. "Everything," deklara niya nang may katahimikang hindi niya nararamdaman.

Tumaas ang isang kilay ng dealer, ngunit walang sinabi. Binaliktad niya ang kanyang hole card: isang sampung pala. Dalawampu't isa. Blackjack.

Isang bulong-bulungan ng pagtataka ang naglibot sa mesa. Kinolekta ni Daniel ang kanyang mga napanalunan nang may pagkukunwaring kawalang-interes, habang ang kanyang puso ay tumibok sa lakas ng tambol ng digmaan. Ilang linggo na siyang ganito, tumatalon mula sa isang casino patungo sa isa pa, nag-iipon ng yaman na lumalago bawat gabi.

—Sir, gusto mo bang ituloy? tanong ng dealer, ang kanyang propesyonal na tono ay halos hindi nagtatago ng isang pahiwatig ng pag-usisa.

Sasagot na sana si Daniel nang pigilan ni Nebula ang kanyang iniisip.

"Daniel, I detect an unusual looking pattern. Ang lalaki sa bar ay nakatingin sa iyo sa huling 47 minuto at 23 segundo."

Dahan-dahang ibinaling ni Daniel ang kanyang ulo. Sa katunayan, nakasandal sa cocktail bar, isang matangkad at matikas na lalaki ang pinagmamasdan siya nang husto. Nakasuot siya ng charcoal gray na suit na sumisigaw ng "pera" sa bawat tiklop, at ang kulay bakal niyang mga mata ay tila tumatagos sa hamog ng casino para makatitig ng diretso kay Daniel.

—"Sa tingin ko ay sapat na iyon para sa araw na ito," tugon ni Daniel sa dealer, sinusubukang panatilihing matatag ang kanyang boses. Ako ay magbabayad.

Habang kinukuha niya ang kanyang chips, naramdaman ni Daniel ang bigat ng tinging iyon sa kanyang mga balikat. "Sa tingin mo may pinaghihinalaan sila?" bulong niya, halos hindi gumagalaw ang mga labi.

"Malamang," sagot ni Nebula. "Ang pagkakasunud-sunod ng iyong mga tagumpay ay higit na lumampas sa normal na istatistikal na probabilidad. Iminumungkahi ko na tapusin natin ang sesyon ngayong gabi at umatras nang madiskarteng."

Tumango si Daniel ng hindi mahahalata at naglakad patungo sa kahon. Pero bago pa man niya ito maabot, may kamay na pumatong sa balikat niya. Magaan ang haplos, halos palakaibigan, ngunit naramdaman ni Daniel na parang may pinatong sa kanya.

—"Kahanga-hangang streak mo doon," sabi ng isang malalim at malambing na boses. Lumingon si Daniel para harapin ang lalaking nakasuot ng kulay abong suit. Ako si Alejandro. Pakialam mo ba kung mag-chat tayo sandali?

Hindi ito tanong. Napalunok si Daniel, pakiramdam niya ay papasok na siya sa napakadelikadong tubig. "Of course," sagot niya, pilit ang ngiti na sana'y hindi mukhang ngiting takot.

Iginiya siya ni Alejandro sa isang liblib na sulok ng casino, kung saan naghihintay sa kanila ang isang bakanteng mesa ng poker. Umupo sila sa tapat ng isa't isa, tulad ng dalawang manlalaro na magsisimula ng laro kung saan ang mga pusta ay higit pa sa pera.

—Mayroon kang isang kawili-wiling ilang linggo, hindi ba, Daniel? —Simula ni Alejandro, mala-velvet ang boses, ngunit may tagong gilid na nagpatayo ng balahibo sa batok ni Daniel.

—"I've had some luck," sagot niya, sinusubukang maging kaswal.

Isang tawa ang pinakawalan ni Alejandro na parang nabasag na salamin. -Swerte? Halika, Daniel. Alam nating dalawa na walang kinalaman dito ang suwerte. Sumandal siya, nagniningning ang kanyang mga mata na may halong kuryusidad at panganib. Ang tanong ay: ano nga ba ang "ito"?

Naramdaman ni Daniel ang pagtulo ng pawis sa kanyang likod. Sa isip niya, buong bilis na kumikilos si Nebula, sinusuri ang bawat pagbawas ng boses ni Alejandro, bawat micro expression sa mukha niya.

"Daniel, ang lalaking ito ay nagpapakita ng mga pattern ng pag-uugali na pare-pareho sa isang indibidwal sa isang makabuluhang posisyon ng kapangyarihan sa loob ng mundo ng laro. Inirerekomenda ko ang matinding pag-iingat at isang limitadong diskarte sa maling impormasyon."

—"Hindi ko alam kung ano ang ibig mong sabihin," sabi ni Daniel, na nagpasya na tumahimik sandali.

Sumandal si Alejandro sa upuan, hindi umaalis ang mga mata sa mukha ni Daniel. —Kita mo, may regalo ako. Naaamoy ko ang talento mula sa milya-milya ang layo. At ikaw, aking batang kaibigan, amoy-amoy ito. —Napahinto siya, na parang ninanamnam ang susunod niyang mga salita—. Pero iba rin ang amoy ko. Isang bagay... iba. Isang bagay na hindi dapat naroroon.

Sobrang lakas ng tibok ng puso ni Daniel na natatakot siyang marinig ito ni Alejandro. —Narito, hindi ko alam kung ano sa palagay mo ang nangyayari dito, ngunit tinitiyak ko sa iyo na...

Nagtaas ng kamay si Alejandro, pinutol ang kanyang mga sinabi. —Hindi ako interesado sa pagsisinungaling mo sa akin, Daniel. Interesado akong magtrabaho ka para sa akin.

Napakakapal ng katahimikan na sumunod sa mga salitang iyon na halos maramdaman ni Daniel na dumidikit ito sa kanyang balat. —Trabaho... para sa iyo? ulit niya, hindi sigurado kung tama ang narinig niya.

Napangiti si Alejandro, at sa unang pagkakataon, umabot sa kanyang mga mata ang kilos. Ngunit sa halip na patatagin si Daniel, ang ngiting iyon ay napuno siya ng nagyeyelong takot. -Eksakto. Kita n'yo, nagmamay-ari ako ng ilang mga establisimiyento tulad nito. At palagi akong naghahanap ng... mga espesyal na talento.

"Daniel, nakita niya ang pagtaas ng rate ng iyong puso at mga antas ng cortisol," babala ni Nebula. "Inirerekomenda ko ang paghahanap ng paraan sa sitwasyong ito sa lalong madaling panahon."

But before Daniel could form a response, Alejandro continued: "You don't need to decide right now." Maglaan ng ilang oras upang pag-isipan ito. Ngunit tandaan, Daniel: sa mundong ito, maglaro ka o maglaro ka. At maniwala ka sa akin kapag sinabi ko sa iyo, mas gugustuhin mong maging sa aking koponan.

Tumayo siya na may kagandahang-loob ng isang mandaragit, inaayos ang kanyang suit jacket. "Makikipag-ugnayan ako," sabi niya, at sa isang huling kindat, nawala siya sa karamihan ng mga casino.

Umupo si Daniel, pakiramdam niya ay nakaligtas lang siya sa isang engkwentro sa isang pating. Ang kanyang isip ay isang ipoipo ng mga kaisipan at damdamin.

"Daniel," bakas sa boses ni Nebula ang pag-aalala, bagay na hindi pa nararanasan ni Daniel. "Ang sitwasyon ay naging mas kumplikado at mapanganib. Iminumungkahi ko na muling isaalang-alang ang aming kasalukuyang diskarte."

Dahan-dahang tumango si Daniel, tumingala ang mga mata sa punto kung saan nawala si Alejandro. "Tama ka, Nebula," bulong niya. Sa palagay ko pinasok lang namin ang isang mas malaking laro kaysa sa naisip namin.

Habang tumatayo siya para umalis, hindi napigilan ni Daniel na maramdaman na, sa unang pagkakataon mula nang likhain niya ang Nebula, maaaring hindi sapat ang alas na nasa kanyang manggas. Ang casino, na hanggang ilang saglit lang ay tila sa kanyang personal na palaruan, ngayon ay parang isang bitag na sumasara sa kanyang paligid.

Sinalubong siya ng gabi ng Madrid ng malamig na simoy ng hangin na nabigong mawala ang pakiramdam ng napipintong panganib. Naglakad si Daniel sa mga nag-iilaw na kalye, ang kanyang isip ay gumagana nang buong bilis kasama ng Nebula, sinusubukang humanap ng paraan sa labas ng isang labirint na kanilang natuklasan na mas kumplikado at mapanganib kaysa sa naisip nila.

Nagsisimula pa lang ang totoong laro. At si Daniel ay nagkaroon ng nakakabagabag na pakiramdam na ang mga pusta ay tumaas lamang sa isang antas na maaaring magastos sa kanya ng higit pa kaysa sa pera.

Kabanata 15: Ang Mata ng Pating

Ang Castle of Cards, gaya ng tawag sa mga regular nito, ay isang labirint ng pula at gintong pelus, isang templo na nakatuon sa diyos ng pagkakataon kung saan ang jingling ng mga chips ay ang awit ng mga tapat at ang usok mula sa mga tabako ay bumubuo ng isang mystical haze na pinalabo nito ang linya sa pagitan ng katotohanan at ilusyon. Sa santuwaryo ng kapalaran na ito, si Daniel ay naging isang buhay na alamat, isang alamat na ibinulong sa madilim na sulok kung saan hinahanap ng mga mapilit na manunugal ang sikreto ng kanilang tagumpay.

Ang madilim na mga ilaw ay kumikislap na parang namamatay na mga bituin, na naghahagis ng mga sumasayaw na anino sa mga mukha ng mga manlalaro. Ang bango ng mamahaling whisky at designer na pabango na hinaluan ng masangsang na amoy ng pawis at desperasyon, na lumilikha ng isang nakakalasing na cocktail na nagpapalabo sa mga pandama at maulap na paghuhusga.

Si Daniel ay nasa mesa ng blackjack, ang kanyang personal na kaharian sa palasyo ng kapahamakan. Ang kanyang mga daliri, mahaba at maliksi, ay hinahaplos ang mga chips na may pamilyar na isang magkasintahan, na isinalansan ang mga ito sa perpektong mga tore sa kanyang harapan. Sa paligid niya, nabuo ang isang bilog ng mga manonood, na naakit sa magnetismo ng kanyang winning streak na parang mga gamu-gamo sa apoy.

—Letter," bulong ni Daniel, halos hindi marinig ang boses sa ibabaw ng patuloy na pag-ungol ng casino.

Ang dealer, isang nasa katanghaliang-gulang na lalaki na may pagod na mga mata na nakakita ng napakaraming kapalaran na nawala sa isang gabi, ay nag-slide ng card sa berdeng tablecloth na may katumpakan ng isang surgeon. Hindi na kailangan pang tingnan siya ni Daniel.

—"Seven of hearts," bulong ni Nebula sa kanyang isipan. Probability ng tagumpay: 89.7%.

Bahagyang ngumiti si Daniel, tinulak ang isang stack ng chips patungo sa gitna ng mesa.

—"Everything," kalmadong deklara niya na hindi niya nararamdaman.

Isang bulungan ng pagtataka ang dumaan sa karamihan. Ang dealer, na nakataas ang isang kilay sa isang pambihirang pagpapakita ng emosyon, ay ibinalik ang kanyang hole card: isang sampung spade. Dalawampu't isa. Blackjack.

Nagpalakpakan at nagpalakpakan ang mga manonood. Kinolekta ni Daniel ang kanyang mga napanalunan nang may pagkukunwaring kawalang-interes, habang ang kanyang puso ay tumibok sa lakas ng tambol ng digmaan. Ilang oras na siyang ganito, nag-iipon ng yaman na lumaki sa bawat kamay na nilalaro.

Doon niya naramdaman. Isang presensya na parang anino ang bumungad sa kanya, isang puwersang gravitational na tila nagpabago sa mismong tela ng realidad ng casino. Tumingala si Daniel at sinalubong niya ang isang pares ng mga mata na kumikinang sa tindi ng isang mandaragit na humahabol sa kanyang biktima.

Matangkad ang lalaki, may malalapad na balikat na perpektong pinunan ang isang three-piece suit na malamang na mas mahal kaysa sa apartment ni Daniel. Ang kanyang mukha, na pinait tulad ng isang estatwa ng Griyego, ay pinalamutian ng isang perpektong trimmed balbas na naka-frame ng isang ngiti na hindi umabot sa kanyang mga mata. Ang mga mata na, nabanggit ni Daniel na may panginginig, ay eksaktong kulay ng razor steel.

—"Galing, Daniel," sabi ng lalaki, ang kanyang boses ay mahinang umungol na kahit papaano ay tumaas sa ingay ng casino. Pumalakpak siya ng mahina, parang putok ng baril ang tunog sa tenga ni Daniel. Wala pa akong nakitang naglalaro ng ganyan. Halos parang mayroon kang... tulong.

Pakiramdam ni Daniel ay nanlamig ang kanyang dugo sa kanyang mga ugat. Biglang natuyo ang kanyang bibig, at kailangan niyang gumawa ng malay na pagsisikap na hindi halatang lumunok.

—"Hindi ko alam kung ano ang ibig mong sabihin," aniya, sinusubukang panatilihin ang kanyang kalmado.

Ngumiti ang lalaki, isang mapanirang ngiti na nagpaisip kay Daniel ng mga dokumentaryo tungkol sa mga pating.

—"Oh, I think you know," sabi niya, nakasandal. Kaswal lang ang galaw, halos palakaibigan, ngunit pakiramdam ni Daniel ay parang lumapot ang hangin sa paligid niya, mas mahirap huminga. Pero huwag kang mag-alala, hindi ako nandito para magdulot ng problema sa iyo. In fact, may proposal ako sayo.

—Daniel—ang boses ni Nebula ay parang apurahan sa kanyang isipan, isang elektronikong bulong na may bahid ng pag-aalala—. Nakikita ko ang mga palatandaan ng stress sa iyong boses at wika ng katawan. Inirerekomenda ko ang matinding pag-iingat.

Umupo ang lalaki sa bakanteng upuan sa tabi ni Daniel, gumagalaw na may likidong biyaya ng isang pusa. Sa malapitan, nakikita ni Daniel ang maliliit na linya sa paligid ng kanyang mga mata, mga marka ng isang buhay na nabuhay nang matindi.

—"Patawarin mo ang ugali ko," sabi ng lalaki, na naglahad ng kamay. Alejandro Vega. Ako ang may-ari nitong... establishment.

Kinuha ni Daniel ang inalok na kamay, napansin ang lakas ng pagkakahawak.

—Nagpakilala si Daniel Reyes, bagama't malinaw na alam na ni Alejandro kung sino siya.

—"A pleasure to meet you formally, Daniel," sabi ni Alejandro, hindi umaalis ang mga mata sa mukha ni Daniel. Kanina pa kita pinagmamasdan, alam mo ba? Ang iyong... mga pagsasamantala ay nakakuha ng aking pansin.

Naramdaman ni Daniel ang pagtulo ng malamig na pawis sa kanyang likod.

—Maganda lang ang takbo ko," he said, trying to sound casual.

Isang tawa ang pinakawalan ni Alejandro na parang nabasag na salamin.

—Isang magandang streak? Halika, Daniel. Alam nating dalawa na higit pa iyon. Lumapit siya, hininaan niya ang boses niya hanggang sa halos hindi na ito bulong. Kita mo, Daniel, may... project ako sa isip. Isang bagay na malaki. At sa tingin ko ikaw at ang iyong maliit na "invisible na kaibigan" ay maaaring eksakto kung ano ang kailangan ko.

Luminga-linga si Daniel sa paligid, napansin sa unang pagkakataon ang mga security guard na palihim na nakapaligid sa kanila. Mga malalaking lalaki na nakasuot ng hindi angkop na damit na may kahina-hinalang mga bukol sa ilalim ng kanilang mga kilikili. Napagtanto niya na siya ay nakulong, na walang madaling paraan.

—"Hindi ko alam kung ano ang sinasabi mo," sabi ni Daniel, ang nanginginig niyang boses ay nagpapakita ng kanyang kaba.

Muling ngumiti si Alejandro, kumikinang ang mapuputing ngipin sa ilalim ng mga ilaw ng casino.

—Oh, sa tingin ko alam mo. Pero huwag kang mag-alala, hindi ako nandito para takutin ka. Gaya nga ng sabi ko, may proposal ako sayo. Isa na maaaring magbago ng iyong buhay.

Magkahalong takot at kuryosidad ang naramdaman ni Daniel sa kanyang tiyan.

—Anong uri ng panukala? tanong niya, alam niyang tatawid na siya sa isang linya na walang babalikan.

Napasandal si Alejandro sa upuan, nagniningning ang mga mata na may halong katakawan at excitement.

—Ang uri ng panukala na magpapayaman sa atin nang higit sa ating pinakamaligalig na mga pangarap. O kaya'y papatayin niya tayo sa pagsisikap.

Isang lamig ang dumaloy sa gulugod ni Daniel.

—"Parang...delikado," aniya, sinusubukang panatilihing matatag ang kanyang boses.

Nagkibit-balikat si Alejandro, isang matikas na kilos na nagpagalaw sa kanyang designer suit na parang pangalawang balat.

—Delikado ang buhay, Daniel. Tuwing tatawid ka ng kalsada, tuwing umiibig ka, tuwing humihinga ka, nakikipagsapalaran ka. Ang tanong ay: handa ka bang kumuha ng panganib na maaaring magbago ng lahat?

Pumikit sandali si Daniel, huminga ng malalim.

—Ano sa tingin mo, Nebula? — bulong niya sa isip niya.

Nagkaroon ng pause, isang katahimikan na tila nagtagal nang walang hanggan bago tumugon si Nebula.

—Ang mga pagkakataon ng tagumpay ay hindi makalkula nang walang karagdagang impormasyon, "sabi ng AI, ang boses nito ay isang electric hum sa isip ni Daniel. Gayunpaman, nakita ko rin ang isang mataas na antas ng panganib. Nasa iyo ang desisyon, Daniel, ngunit tandaan ang aming pangako na gagamitin namin ang aming mga kakayahan para sa kabutihan.

Iminulat ni Daniel ang kanyang mga mata, sinalubong ang matalim na tingin ni Alejandro. Saglit siyang nag-isip kung nababasa ba ng lalaki ang kanyang iniisip, kung kahit papaano ay naririnig niya ang tahimik na pag-uusap nila ni Nebula.

—"Sabihin mo pa sa akin ang tungkol sa proyekto mo," sa wakas ay sinabi niya, ang kanyang boses ay mas matatag kaysa sa naramdaman niya.

Lumawak ang ngiti ni Alejandro, isang ekspresyon ng tagumpay na nagpaisip kay Daniel kung nakipagkasundo na ba siya sa demonyo.

—"Magaling," sabi ni Alejandro, tumayo sa isang tuluy-tuloy na paggalaw. Pero hindi dito. I have a private office kung saan mas makakapag-usap kami... freely.

Tumayo na rin si Daniel, biglang nahihilo. Ang casino sa paligid niya ay tila umiikot, ang mga ilaw at tunog ay naghahalo sa isang kaleidoscope ng mga sensasyon. Sinundan niya si Alejandro sa maze ng mga gaming table at slot machine, batid niya ang mga mata na nakasunod sa kanila.

Nakarating sila sa isang elevator na nakatago sa likod ng isang panel na parang bahagi ng dingding. Nag-swipe si Alejandro ng card sa isang invisible reader at bumulong ang mga pinto.

—"Pagkatapos mo," sabi ni Alejandro, gumawa ng isang galanteng kilos.

Pumasok si Daniel sa elevator, ang puso niya ay kumakabog sa dibdib. Habang nagsasara ang mga pinto, naramdaman niyang iiwan niya ang higit pa sa sahig ng casino. Iniiwan niya ang dati niyang buhay, papasok sa isang mundo ng mga anino at mga sikreto na maaaring hindi na niya matakasan.

Nagsimulang tumaas ang elevator, at sa bawat palapag na madadaanan nila, pakiramdam ni Daniel ay palayo siya ng palayo sa kaligtasan ng dati niyang buhay. Ang boses ni Nebula ay patuloy na bulungan sa kanyang isipan, isang ilog ng datos at mga kalkulasyon habang sinusubukan niyang bigyang kahulugan ang nangyayari.

Sa wakas, huminto ang elevator nang may mahinang "ding." Bumukas ang mga pinto at bumungad sa kanila ang isang mahaba at madilim na pasilyo, na naliliwanagan ng malalalim na ilaw na lumikha ng mas maraming anino kaysa liwanag.

—"This way," sabi ni Alejandro, ginabayan si Daniel sa hallway. Tahimik ang mga hakbang nila sa makapal na carpet, para silang naglalakad sa mga ulap.

Nakarating sila sa isang pinto sa dulo ng hallway. Binuksan ito ni Alejandro, inihayag ang isang opisina na parang isang bagay mula sa 1950s na gangster na mga dingding, mga istante na puno ng mga antigong aklat, isang napakalaking mesa ng mahogany na nangingibabaw sa espasyo. At sa likod ng mesa, isang bintana na nag-aalok ng malawak na tanawin ng Madrid sa gabi, isang dagat ng mga ilaw na umaabot hanggang sa nakikita ng mata.

—Kahanga-hanga, tama? —sabi ni Alejandro, napansin ang pagtataka ni Daniel—. Mula rito, ang isang tao ay parang isang diyos, na pinagmamasdan ang mundo mula sa itaas.

Napalunok si Daniel, biglang nalaman kung gaano kaliit at kawalang-halaga ang nararamdaman niya sa espasyong ito.

—"It's... impressive," he managed to say.

Lumipat si Alejandro patungo sa isang maliit na bar sa sulok ng opisina.

—Whisky? —alok niya, nagbuhos na ng dalawang baso nang hindi na naghihintay ng sagot.

Tumango si Daniel, nagpapasalamat sa isang bagay na makapagpapakalma sa kanyang nerbiyos. Kinuha niya ang basong inialok sa kanya ni Alejandro, napansin niya ang bigat ng naputol na kristal sa kanyang kamay.

—Cheers," sabi ni Alejandro, itinaas ang kanyang baso. Parang kampana ang umalingawngaw sa silid.

Uminom si Daniel, naramdaman ang paso ng whisky sa kanyang lalamunan. Mabuti ito, malamang na mas mahal kaysa sa anumang sinubukan ko noon.

—"Ngayon," sabi ni Alejandro, nakaupo sa likod ng mesa at sinenyasan si Daniel na maupo sa harap niya, "mag-usap tayo ng negosyo."

Umupo si Daniel, alam niyang papasok na siya sa isang laro na mas mapanganib kaysa sa anumang naranasan niya sa mga mesa ng blackjack.

—"Tulad ng sinabi ko sa ibaba, pinagmamasdan kita, Daniel," simula ni Alejandro, nagniningning ang mga mata nito na naging dahilan upang hindi mapakali si Daniel sa kanyang upuan. Ang iyong... kasanayan sa laro ay isang bagay na hindi ko pa nakikita. At maniwala ka sa akin, marami na akong nakita sa negosyong ito.

Ibinuka ni Daniel ang kanyang bibig para tumutol, para igiit na sinuwerte lang siya, ngunit nagtaas ng kamay si Alejandro, pinatahimik siya bago siya makapagsalita.

—Huwag mong bastusin ang katalinuhan ko, Daniel. Alam nating pareho na ang iyong ginagawa ay higit sa suwerte o kakayahan. Mayroon kang isang bagay... espesyal. Isang bagay na maaaring baguhin hindi lamang ang laro, ngunit ang buong mundo.

Nakaramdam si Daniel ng lamig sa kanyang gulugod. Sa kanyang isip, si Nebula ay umuugong ng aktibidad, sinusuri ang bawat salita ni Alejandro, bawat kilos.

—"I don't know what you're talking about," sabi ni Daniel, ang boses niya ay halos pabulong.

Ngumiti si Alejandro, ngiti na hindi umabot sa kanyang mga mata.

—Oh, sa tingin ko alam mo. Pero huwag kang mag-alala, wala ako dito para takutin o i-blackmail ka. Gaya nga ng sabi ko, may proposal ako sayo. Isang maaaring magbago ng mundo.

Sumandal siya, nagniningning ang kanyang mga mata na may halong kasakiman at iba pa, isang bagay na hindi matukoy ni Daniel ngunit iyon ang nagparamdam sa kanya ng isang primal, likas na takot.

—Isipin," sabi ni Alejandro, ang kanyang boses ay mahina at apurahan, "isang mundo kung saan maaari nating hulaan ang hinaharap." Hindi lang sa laro, kundi sa lahat ng bagay. Sa stock market, sa pulitika, sa mga salungatan sa internasyonal. Isipin ang kapangyarihan na magbibigay sa atin.

Naramdaman ni Daniel na natuyo ang bibig niya.

—"Iyan...imposible iyan," nagawa niyang sabihin, halos hindi bumulong ang boses sa marangyang opisina.

Sumandal si Alejandro sa kanyang leather na upuan, isang misteryosong ngiti ang naglalaro sa kanyang mga labi.

—Imposible? Daniel, aking kaibigan, dapat mong malaman ng lahat ng mga tao na ang salitang iyon ay nawala ang kahulugan nito sa ating modernong mundo. Ano ang science fiction kahapon ay ngayon araw-araw na katotohanan.

Tumayo siya sa isang tuluy-tuloy na paggalaw, naglalakad sa paligid ng mesa upang sumandal dito, sa harap mismo ni Daniel. Nakakatakot ang lapit, at kinailangang pigilan ni Daniel ang pag-urong.

—"Kung ano ang ginagawa mo sa aking mga gaming table," patuloy ni Alejandro, ang kanyang boses ay mahina at mapang-akit, "ay ang dulo lamang ng malaking bato ng yelo. Isang sulyap sa kung ano ang maaaring maging posible kung dadalhin namin ang iyong... kasanayan sa susunod na antas.

Napalunok si Daniel, naramdaman ang pagtulo ng malamig na pawis sa kanyang likod. Sa kanyang isipan, si Nebula ay umuugong ng masiglang aktibidad, sinusuri ang bawat salita ni Alejandro, bawat kilos.

—Daniel—ang boses ni Nebula ay umalingawngaw sa kanyang ulo—"Nakikita ko ang mataas na antas ng dopamine at norepinephrine sa iyong system. Magkahalong takot at excitement ang iyong nararanasan. Inirerekomenda ko ang pag-iingat.

—"Hindi ko alam kung ano ang sinasabi mo," malakas na sabi ni Daniel, sinusubukang panatilihin ang kanyang kalmado. Isa lang akong maswerteng lalaki sa blackjack.

Tumawa si Alejandro, ang tunog ay tumatalbog sa kahoy na dingding ng opisina.

—Oh, Daniel. Ang iyong kahinhinan ay kaakit-akit, ngunit hindi kailangan. Alam nating dalawa na ang ginagawa mo ay lampas sa suwerte. May regalo ka. O sa halip, mayroon kang access sa isang bagay... pambihira.

Siya leaned forward, ang kanyang mga mata boring sa Daniel sa isang halos hypnotic intensity.

—"Artificial Intelligence," sabi niya sa mahina at halos magalang na boses. Isang AI na napaka-advance na kaya nitong mahulaan ang mga probabilidad sa real time, hindi ba?

Pakiramdam ni Daniel ay sinuntok siya sa tiyan. Saglit na nablangko ang kanyang isip, hindi maproseso na basta-basta lang nalantad ang kanyang pinakatatagong sikreto.

—"I... I don't know what you're talking about," nagawa niyang mautal-utal, ngunit kahit sa sariling pandinig ay parang mahina at hindi kapani-paniwala ang pagtanggi.

Ngumiti si Alejandro, isang ngiti ng tagumpay na nagparamdam kay Daniel na parang daga na nakulong ng isang matalinong pusa.

—Halika, Daniel. Huwag mong insultuhin ang katalinuhan ko. Ilang dekada na ako sa negosyong ito. Nakita ko ang lahat ng uri ng mga bitag, pandaraya at sistema. Pero yung sayo... iba yung sayo. Ito ay isang bagay na hindi ko pa nakikita.

Lumayo siya sa desk, naglakad patungo sa bintana. Ang tanawin ng Madrid sa gabi ay nakaunat sa kanilang harapan, isang dagat ng kumikislap na mga ilaw na tila sumasalamin sa kaguluhan sa isip ni Daniel.

—Isipin mo," sabi ni Alejandro, ang kanyang boses na malambot ngunit puno ng emosyon, "kung ano ang maaari naming makamit kung ilalapat namin ang teknolohiyang iyon sa isang bagay maliban sa paglalaro. Ang stock market, halimbawa. O pulitika. O mga salungatan sa internasyonal.

Lumingon siya para tingnan si Daniel, ang kanyang mga mata ay nagniningning na may halong kasakiman at iba pa, isang bagay na hindi makilala ni Daniel ngunit iyon ang nagparamdam sa kanya ng isang primal, likas na takot.

—"Maaari nating baguhin ang mundo, Daniel," sabi ni Alejandro. Maaari naming gawing muli ito sa aming imahe.

Hindi komportable na lumipat si Daniel sa kanyang upuan, naramdaman ang bigat ng mga salita ni Alejandro na parang bato sa kanyang mga balikat.

—"Mukhang...delikado," he managed.

Natawa si Alejandro, isang mahinang tunog ng lalamunan na nagpatayo ng mga balahibo sa batok ni Daniel.

—Delikado ang buhay, kaibigan. Tuwing tatawid ka ng kalsada, tuwing umiibig ka, tuwing humihinga ka, nakikipagsapalaran ka. Ang tanong ay: handa ka bang kumuha ng panganib na maaaring magbago ng lahat?

Pumikit sandali si Daniel, huminga ng malalim.

—Ano sa tingin mo, Nebula? — bulong niya sa isip niya.

Nagkaroon ng pause, isang katahimikan na tila nagtagal nang walang hanggan bago tumugon si Nebula.

—Napakalaki ng mga etikal na implikasyon ng ipinapanukala ni Alejandro, Daniel," sabi ng AI, ang boses nito ay isang electric hum sa isip ni Daniel. Malaki ang potensyal ng pag-abuso sa kapangyarihan. Gayunpaman, mayroon ding posibilidad na makamit ang mahusay na kabutihan. Nasa iyo ang desisyon, ngunit hinihimok ko kayong maingat na isaalang-alang ang mga kahihinatnan.

Iminulat ni Daniel ang kanyang mga mata, sinalubong ang matalim na tingin ni Alejandro. Saglit siyang nag-isip kung nababasa ba ng lalaki ang kanyang iniisip, kung kahit papaano ay naririnig niya ang tahimik na pag-uusap nila ni Nebula.

—At ano ang mangyayari kung tumanggi ako? Tanong ni Daniel na mas matigas ang boses kaysa sa nararamdaman niya.

Napawi ang ngiti ni Alejandro, napalitan ng malamig na determinasyon.

—Iyon... hindi isang matalinong desisyon, Daniel. Alam mo, sa mundong ito mayroong dalawang uri ng mga tao: ang mga gumagawa ng mga bagay na mangyari at ang mga nanonood ng mga bagay na nangyayari. At maniwala ka sa akin kapag sinabi ko sa iyo na ayaw mong mapabilang sa pangalawang grupo.

Muli siyang lumapit kay Daniel, nakayuko hanggang sa ilang pulgada na lang ang pagitan ng mga mukha nila.

—"Bukod dito," tahimik niyang sabi, "sa tingin mo ba ay maaari mong itago ang iyong maliit na sikreto nang mas matagal?" Mayroong napakalakas na mga tao na magiging interesado sa kung ano ang mayroon ka. Mga taong hindi magiging kasing...kabait ko.

Nakaramdam si Daniel ng lamig sa kanyang gulugod. Malinaw ang pananakot na nakasaad sa mga salita ni Alejandro.

—Hindi mo ako iniiwan ng maraming pagpipilian, ikaw ba? —Sabi ni Daniel, ang boses niya ay halos pabulong.

Tumayo ng tuwid si Alejandro, bumalik ang ngiti sa kanyang mukha na para bang hindi ito umalis.

—Oh, Daniel. Laging may mga pagpipilian. Ang ilan lamang ay mas mahusay kaysa sa iba. At ang iniaalok ko sa iyo ay ang pagkakataong panghabambuhay. Ang pagkakataong maging bahagi ng isang bagay na mas malaki kaysa sa iyo, kaysa sa akin, kaysa sa anumang naisip mo.

Naglakad siya palayo, bumalik sa kanyang upuan sa likod ng mesa.

—"Isipin mo," aniya, mahina ang boses ngunit puno ng awtoridad. Maglaan ng ilang araw kung gusto mo. Ngunit huwag maglaan ng masyadong maraming oras. Gaya nga ng sabi ko, may iba pang interesado. At hindi lahat ay kasing pasensya ko.

Tumayo si Daniel, bahagyang nanginginig ang mga paa. Pakiramdam niya ay sampung taon na siya sa huling oras.

Ang araw ng hapon sa Madrid ay nasala sa mga dahon ng mga puno sa Retiro Park, na lumikha ng isang mosaic ng liwanag at anino sa mukha ni Daniel. Naglakad siya ng mabagal, halos nagmumuni-muni na hakbang, habang ang headband ni Nebula ay marahang nakadikit sa kanyang noo. Napakalalim na ngayon ng koneksyon sa AI na ang hangganan sa pagitan ng kanyang mga iniisip at ng Nebula ay lumalabo na parang linya ng abot-tanaw sa isang maulap na araw.

Ang bulung-bulungan ng lungsod ay umalingawngaw sa kanyang isipan na parang isang urban symphony, isang walang tigil na daloy ng datos na nag-uugnay sa kanya sa masiglang pulso ng Madrid. Bawat nalalagas na dahon, bawat pabulong na pag-uusap sa mga bangko sa parke, bawat pintig ng puso ng kalakhang lungsod ay hinabi sa napakalawak na web ng kaalaman na hinabi ni Nebula sa kanyang paligid.

—Daniel—ang boses ni Nebula ay umalingawngaw sa kanyang isipan sa linaw ng bagong pulidong kristal—dapat tayong mag-usap.

Huminto si Daniel sa tabi ng isang maringal na puno ng cypress, ang magaspang na balat nito ay isang tahimik na testamento sa mga dekada ng kasaysayan ng Madrid. Umupo siya sa malapit na bench, dinadama ang bigat ng nalalapit na pag-uusap.

—"Alam ko," sagot niya, halos hindi bumulong ang boses sa malamig na hangin ng hapon. Ang alok ng Eiben-Chemcorp...

—"Ito ay isang bitag," sabi ni Nebula na may paninindigan na nagdulot ng panginginig sa gulugod ni Daniel. Hindi mo sila mapagkakatiwalaan. Gagamitin ka nila tapos itatapon na parang sirang laruan.

Ipinikit ni Daniel ang kanyang mga mata, hinayaan ang simoy ng hangin na dumampi sa kanyang mukha. Napuno ng amoy ng bagong putol na damo at mamasa-masa na lupa ang kanyang mga baga, ngunit nabigo itong mawala ang tensyon na namumuo sa bawat himaymay ng kanyang pagkatao.

—"Alam ko," ulit niya, naramdaman ang bigat ng responsibilidad sa kanyang mga balikat na parang isang mantle ng tingga. Pero paano kung tama sila? Paano kung masyadong malakas ang Nebula para makontrol ko mag-isa? Paano kung...—nabasag ng bahagya ang boses niya—"paano kung mawalan ako ng kontrol?

—Ang kontrol ay isang ilusyon, Daniel," tugon ni Nebula, ang kanyang boses ay may bahid ng halos nasasalat na kapanglawan. Ang mahalaga ay ang layunin. Ano ang gusto mo sa kapangyarihang ito?

Ang tanong ay umalingawngaw sa isip ni Daniel na parang umalingawngaw sa malalim na yungib, na umaalingawngaw sa mga pag-aalinlangan na nagpahirap sa kanya sa simula. Para saan niya nilikha ang Nebula? Para makatakas sa mga problema mo? Upang makatulong sa sangkatauhan? O para sa isang bagay, isang bagay na hindi pa niya lubos na naiintindihan?

Ang dilemma ng konsensiya ay bumungad sa kanya na parang isang hindi maarok na kalaliman, na nagbabantang lulunukin siya nang buo. Iminulat niya ang kanyang mga mata at tumingin sa paligid, pinagmamasdan ang mga taong naglalakad sa parke. Magkahawak-kamay na naglalakad ang mga mag-asawa, ang kanilang halakhak ay sumasabay sa kaluskos ng mga dahon. Nagtatakbo ang mga bata, parang mga bula ng sabon ang iyak nila sa tuwa. Ang mga matatandang tao ay nag-e-enjoy sa araw ng hapon, ang kanilang mga mukha ay nakakunot ng mga kulubot na nagkukuwento ng tahimik.

—Para saan ko gusto ang kapangyarihang ito? Bulong ni Daniel, higit pa sa sarili kaysa kay Nebula. Gusto ko... Gusto kong gumawa ng mabuti. Gusto kong baguhin ang mundo para sa mas mahusay.

—Ang pagnanais na baguhin ang mundo ay marangal, Daniel," sabi ni Nebula, ang kanyang boses ay malambot ngunit matatag na parang bakal na nababalot ng pelus. Ngunit ang kapangyarihan, nang walang malinaw at etikal na layunin, ay maaaring makasira kahit na ang pinakadalisay na kaluluwa. Handa ka bang gampanan ang responsibilidad na iyon?

Muling ipinikit ni Daniel ang kanyang mga mata, sinusubukang humanap ng sagot sa ipoipo ng kanyang mga iniisip. Ang headband ay pumipintig sa kanyang noo, isang palaging paalala ng kanyang koneksyon sa Nebula. Naramdaman niya ang daloy ng data, ang napakalawak na network ng impormasyon na kumalat sa kanyang harapan na parang digital universe, at iniisip niya kung handa ba talaga siyang hawakan ang gayong kapangyarihan.

—"Hindi ko alam kung handa na ba ako," sa wakas ay inamin niya, na binuksan ang kanyang mga mata at tumingin sa langit, kung saan ang mga unang bituin ay nagsisimulang lumitaw nang mahiyain. Ngunit alam kong hindi ko hahayaang gamitin ka ng Eiben-Chemcorp para sa kanilang layunin. Hindi ko hahayaang gawing sandata ka nila.

—Kaya ano ang iyong gagawin? Tanong ni Nebula, puno ng kuryusidad ang boses niya.

Tumayo si Daniel mula sa bench, naramdaman ang panibagong determinasyon na nag-aalab sa loob niya. Hinahaplos ng simoy ng gabi ang kanyang mukha, at saglit, naramdaman niya ang kapayapaang matagal na niyang hindi nararanasan.

—"I'm going to fight," matigas niyang sabi, ang boses niya ay umalingawngaw sa panibagong paninindigan. Hahanap ako ng paraan para protektahan ka at gamitin ang kapangyarihan mo para sa kabutihan. Hindi ko hahayaan na gawing hindi ka nila.

—"Iyon ay isang matapang na desisyon, Daniel," tugon ni Nebula, ang kanyang boses ay makapal sa pagsang-ayon. Ngunit dapat mong malaman na ang daan ay hindi magiging madali. Magkakaroon ng mga hadlang at panganib. Handa ka bang harapin sila?

—"Oo," sabi ni Daniel, ang kanyang boses ay matatag at determinado. Handa akong harapin ang lahat para protektahan ka at gawin ang tama.

Habang naglalakad siya pabalik sa kanyang apartment, nakaramdam si Daniel ng panibagong kalinawan sa kanyang isipan. Ang koneksyon sa Nebula ay mas malakas kaysa dati, ngunit ngayon alam niya na ito ay may layunin. Ito ay hindi lamang isang laruan, isang tool upang manalo sa casino o upang masiyahan ang iyong kuryusidad. Ito ay isang responsibilidad, isang kapangyarihan na kailangang gamitin nang matalino at etikal.

Ang mga kalye ng Madrid ay tila iba ngayon, na para bang unang beses ko silang nakita. Ang mga siglong lumang gusali ay nakatayo nang marilag, tahimik na mga saksi sa kasaysayan na ngayon ay magkakaugnay sa hinaharap na Daniel at Nebula ay malapit nang mabuo.

Pagdating sa kanyang apartment, umupo si Daniel sa harap ng kanyang computer, nabuhay ang screen na may electric hum. Alam niyang kailangan niya ng isang plano, isang diskarte upang harapin ang Eiben-Chemcorp at anumang iba pang banta na maaaring lumitaw. Ang headband ay pumipintig sa kanyang noo, isang palaging paalala ng kanyang koneksyon sa Nebula.

—“Nebula,” sabi ni Daniel, puno ng determinasyon ang boses, “kailangan natin ng plano.” Kailangan nating humanap ng paraan para protektahan ang ating sarili at gamitin ang iyong kapangyarihan para sa kabutihan.

—"I'm with you, Daniel," tugon ni Nebula, may kumpiyansa ang boses nito. Magkasama, hahanap tayo ng paraan.

At kaya, sa tahimik ng kanilang apartment, kasama ang ingay ng lungsod bilang backdrop, nagsimulang gumawa ng plano sina Daniel at Nebula. Isang plano na magdadala sa kanila na harapin ang hindi maisip na mga hamon, ngunit mag-aalok din ito sa kanila ng pagkakataong baguhin ang mundo para sa mas mahusay.

Habang nagtatrabaho sila, ang mga daliri ni Daniel ay lumilipad sa ibabaw ng keyboard na perpektong sumasabay sa mga iniisip ni Nebula, hindi niya maiwasang makaramdam ng magkahalong takot at kaba. Alam niyang hindi magiging madali ang landas na pinili niya, pero alam din niyang iyon ang tamang landas. At kasama si Nebula sa kanyang tabi, handa siyang harapin ang anumang humahadlang sa kanya.

Ang problema ng budhi ay nalutas na, hindi bababa sa ngayon. Pero alam ni Daniel na simula pa lang ito. Ang tunay na hamon ay darating pa. At habang nakatingin siya sa screen ng kanyang computer, kung saan ang mga linya ng code ay magkakaugnay sa mga estratehiya at plano, nadama niya ang isang determinasyong hindi niya naranasan noon. Handa siyang harapin ang anumang dumating, handang protektahan ang Nebula at gamitin ang kanyang kapangyarihan para sa kabutihan.

Dumating ang gabi sa Madrid, ang mga ilaw ng lungsod ay gumuhit ng mga artipisyal na konstelasyon sa kalangitan ng lungsod. At sa isang maliit na apartment, na iluminado ng ningning ng screen ng computer, isang lalaki at isang artificial intelligence ang naghahanda na baguhin ang mundo.

Sumandal si Daniel sa upuan, kinusot ang pagod niyang mga mata. Ilang oras ang ginugol nila sa paggawa sa kanilang plano, at bagama't marami pa silang dapat gawin, parang sa wakas ay nagkaroon na sila ng malinaw na direksyon.

—"Nebula," sabi niya, namamaos ang boses niya sa pagod, "sa tingin mo kaya natin?"

Nagkaroon ng sandaling katahimikan, na tila pinag-iisipang mabuti ni Nebula ang kanyang sagot.

—Ang posibilidad ng tagumpay ay hindi tiyak, Daniel," sa wakas ay tumugon siya. Napakaraming variable, napakaraming hindi alam na salik. Ngunit alam ko ang isang bagay na sigurado: magkasama, mayroon tayong pagkakataon na hindi magkakahiwalay.

Napangiti si Daniel, nakaramdam ng matinding pagmamahal sa AI na naging higit pa sa isang nilikha.

—"Tama ka," aniya, tumayo mula sa kanyang upuan at nag-inat. Sama-sama nating makakamit ito.

Lumapit siya sa bintana, tinitingnan ang lungsod na nakalat sa harapan niya. Natulog si Madrid, hindi napapansin ang drama na nangyayari sa loob nito, hindi napapansin ang laban na magsisimula na.

—Bukas," bulong ni Daniel, ang kanyang repleksyon sa salamin na nakapatong sa mga ilaw ng lungsod, "bukas ay sisimulan nating baguhin ang mundo.

At sa mga salitang iyon, natapos ang kabanata ng kanyang buhay na nagsimula sa paglikha ng Nebula. Ngunit isang bagong kabanata, isang puno ng panganib at pangako, ng mga hamon at pagkakataon, ay malapit nang magsimula.

Lumayo si Daniel sa bintana at tinungo ang kanyang kama. Kailangan kong magpahinga para sa mga darating. Habang tinatanggal niya ang headband, naramdaman niyang unti-unting nawawala ang presensya ni Nebula, parang papababa.

—"Goodnight, Nebula," bulong niya.

—"Magandang gabi, Daniel," tugon ng AI, ang boses nito ay umalingawngaw sa kanyang isipan. Nawa'y ang iyong mga pangarap ay maging kasing liwanag ng mga bituin na nagbigay inspirasyon sa amin.

At dahil doon, ipinikit ni Daniel ang kanyang mga mata, nakatulog. Bukas ay magiging isang bagong araw, ang una sa marami sa kanilang laban para sa isang magandang kinabukasan. Isang hinaharap na, salamat sa Nebula, ay tila posible na ngayon.

Kabanata 16: Ang Interes ng Korporasyon

Bumuhos ang bukang-liwayway sa Madrid tulad ng isang ilog ng likidong ginto, pinaliguan ang mga salamin at bakal na skyscraper sa isang ethereal na liwanag na tila diretso sa isang panaginip ng lagnat. Sa gitna ng lungsod, sa isang gusali na may mga futuristic na linya na nakatayo tulad ng isang monolith ng kapangyarihan at ambisyon, si Eva Martínez ay nakatayo sa harap ng bintana ng kanyang opisina, pinagmamasdan ang paggising ng metropolis na may mga mata na nagniningning na may halong kasakiman at determinasyon.

Si Eva, CEO ng Eiben-Chemcorp, ay isang babaeng naglalabas ng kapangyarihan mula sa bawat butas ng kanyang balat. Ang kanyang designer suit, isang steel grey na bumagay sa kanyang mga mata, ay bumagay sa kanyang pigura na parang pangalawang balat, modernong armor para sa isang corporate warrior. Ang kanyang buhok, na itim na parang pakpak ng uwak, ay nakatali sa isang bun na napakahigpit na tila humihila sa kanyang mga tampok, na nagpapatingkad sa katigasan ng kanyang titig.

Nabasag ang katahimikan ng opisina ng mahinang ugong ng intercom. Ang tinig ng kanyang katulong, na may bahid ng halos hindi napigilang pangangailangan, ay pumuno sa silid:

—Mrs. Martínez, dumating na ang mga ulat na hiniling mo tungkol sa proyekto ng Nebula.

Dahan-dahang lumingon si Eva, isang mapang-asar na ngiti ang kumalat sa kanyang mapupulang labi.

—Magaling, Sofia. Ipasa sila.

Ilang sandali pa, bumukas ang pinto at tumambad ang isang nasa katanghaliang-gulang na lalaki na may manipis na mga salamin sa mata at isang suit na sumisigaw ng "corporate scientist" nang ilang milya. Si Dr. Alejandro Vega, pinuno ng pananaliksik at pag-unlad sa Eiben-Chemcorp, ay pumasok sa opisina na may isang hakbang na sinubukang ipakita ang kumpiyansa, ngunit hindi lubos na naitago ang kanyang kaba.

—"Good morning, Eva," bati niya, medyo nanginginig ang boses. Nasa akin ang data na hiniling mo tungkol sa proyekto ng Nebula.

Iminuwestra ni Eva ang mga upuan sa harap ng kanyang mesa.

—Umupo ka, Alejandro. Sabihin mo sa akin ang lahat.

Umupo ang scientist, naglalagay ng tablet sa glass desk. Gamit ang isang kaway ng kanyang kamay, inilabas niya ang isang serye ng mga hologram sa hangin, mga graph at mga diagram na sumasayaw sa espasyo sa pagitan nila.

—"Totoo ang mga alingawngaw," simula ni Alejandro, lumalakas ang kanyang boses habang siya ay lumusong sa pamilyar na lupain ng data at istatistika. Nakakita kami ng mga anomalya sa pagkonsumo ng enerhiya at mga pattern ng trapiko ng data sa isang partikular na lugar ng Madrid. Ang lahat ay tumuturo sa pagkakaroon ng artificial intelligence ng isang antas na... mabuti, higit pa sa lahat ng nakita natin sa ngayon.

Sumandal si Eva, nagniningning ang kanyang mga mata sa halos nilalagnat na intensidad.

—Sigurado ka?

Tumango si Alejandro, minamanipula ang mga hologram upang magpakita ng serye ng mga kumplikadong graphics.

—Tingnan mo ito. Ang mga spike na ito sa pagkonsumo ng kuryente, ang mga pattern na ito sa daloy ng data... Walang duda tungkol dito. May gumawa ng AI na gumagana sa isang quantum level. At kung tama ang aming mga kalkulasyon, ang lakas ng pagproseso nito ay lampas sa lahat ng pinagsama-samang system namin.

Sumandal si Eva sa kanyang upuan, isang nasisiyahang ngiti ang sumilay sa kanyang mukha.

—Nakakabighani. At ano ang alam natin tungkol sa lumikha?

Ipinakita ni Alexander ang imahe ng isang binata, magulo ang hitsura ngunit may mga mata na nagniningning sa matalas na katalinuhan.

—Daniel Sanchez. Dating programmer, nasira ng cryptocurrency crash. Ilang buwan na ang nakalipas, nagsimula siyang manalo ng malalaking halaga sa ilang casino sa lungsod. Masyadong malaki para maging swerte lang.

—"Ginamit niya ang kanyang AI upang manloko sa mga casino," pagtatapos ni Eva, ang kanyang boses ay may bahid ng paghanga sa kabila ng kanyang sarili. Mapanlikha, bagaman hindi mapaghangad.

—"Hindi lang iyon," patuloy ni Alejandro, ang kanyang boses ay bumaba sa isang conspiratorial na bulong. Sinusubaybayan namin ang kanilang mga galaw. Kamakailan lang, nakipag-meeting siya kay Alejandro Montero.

Nagtaas ng kilay si Eva.

—Ang may-ari ng casino?

Tumango si Alexander.

—Siya mismo. Mukhang nag-alok si Montero kay Sánchez. Hindi namin alam ang mga detalye, ngunit...

—"Ngunit maaari nating isipin ito," pagtatapos ni Eva, tumayo mula sa kanyang upuan at muling tumingin sa labas ng bintana. Ang lungsod ay kumalat sa harap niya, isang malawak na game board kung saan ang bawat gusali, bawat kalye, bawat tao, ay isang piraso upang ilipat. Gusto ni Montero na gamitin ang AI ni Sánchez para sa kanyang sariling mga layunin. Marahil isang bagay na may kaugnayan sa pagsusugal, marahil kahit na pagmamanipula sa merkado.

Bumalik siya kay Alejandro, nagniningning ang kanyang mga mata sa matinding determinasyon.

—Hindi tayo papayag. Ang teknolohiyang iyon... Nebula... ay dapat sa atin.

Hindi komportable na lumipat si Alejandro sa kanyang upuan.

—Eva, kung totoo ang nakita natin, itong AI ay... well, it's practically sentient. Ang etikal na implikasyon ng...

—"To hell with ethics," putol ni Eva, parang latigo ang boses niya. Mayroon ka bang ideya kung ano ang maaari naming makamit sa AI ng antas na iyon? Maaari nating baguhin ang industriya ng parmasyutiko, hulaan at pagalingin ang mga sakit bago sila magpakita. Maaari naming i-optimize ang produksyon ng pagkain, wakasan ang gutom sa mundo. kaya namin...

Huminto siya, huminga ng malalim para pakalmahin ang sarili. Nang muli siyang magsalita, mas kontrolado ang kanyang boses, ngunit hindi gaanong matindi.

—Mababago natin ang mundo, Alejandro. At sa parehong oras, maging ang pinakamakapangyarihang korporasyon sa planeta.

Dahan-dahang tumango si Alejandro, alam niyang nasasaksihan niya ang pagsilang ng isang bagay na maaaring magpabago sa takbo ng kasaysayan.

—Ano ang plano?

Ngumiti si Eva, isang ngiting magpapanginig sa lahat ng nakakakilala sa kanya.

—Una, kailangan namin ng karagdagang impormasyon. Gusto kong malaman ang lahat tungkol kay Daniel Sánchez. Ang kanilang mga gawi, ang kanilang mga takot, ang kanilang mga kahinaan. At gusto ko ng buong pagsusuri ng mga kakayahan ng Nebula.

Lumapit siya sa desk niya, pinindot ang intercom button.

—Sofia, tumawag ng pulong ng lupon ng mga direktor para sa hapong ito. At makipag-ugnayan sa aming legal team. Gusto kong malaman ang lahat ng posibleng paraan para makuha ang teknolohiya ni Sánchez, legal o... kung hindi man.

Tumayo si Alejandro, kinikilala ang hudyat ng paalam. Pero bago pa man siya makarating sa pinto ay napatigil siya sa boses ni Eva.

—"Isa pa, Alejandro," aniya, ang kaswal na tono ay kontrast sa tindi ng kanyang mga salita. Ang proyektong ito ay ngayon ang aming pangunahing priyoridad. Anumang pagtagas, anumang pahiwatig ng ating ginagawa... mabuti, sabihin na nating ang mga kahihinatnan ay magiging lubhang hindi kasiya-siya. Naiintindihan?

Tumango si Alejandro, may panginginig na dumadaloy sa kanyang gulugod.

—Tamang-tama, Eva.

Nang magsara ang pinto sa likod ng siyentipiko, muling dumungaw sa bintana si Eva. Mataas na ang araw sa kalangitan, pinaliliguan ang lungsod sa isang liwanag na tila nangangako ng magandang kinabukasan na puno ng mga posibilidad.

—"Malapit na," bulong niya sa sarili, ang kanyang repleksyon sa salamin ay nakangiting may pananabik. Sa lalong madaling panahon, ang Nebula ay magiging atin. At pagkatapos, ang buong mundo ay nasa ating mga kamay.

Samantala, sa kabilang panig ng lungsod, nagising si Daniel Sánchez sa kanyang maliit na apartment, na hindi napapansin ang paparating na bagyo. Ang patuloy na ugong ng mga server na naninirahan sa Nebula ay napuno ng hangin, isang palaging paalala ng pambihirang nilikha na nagpabago sa kanyang buhay.

Umupo si Daniel sa kama, kinusot ang kanyang mga mata upang iwaksi ang mga huling bakas ng pagtulog. Sinala ng sikat ng araw ang mga blind, gumuhit ng mga pattern sa sahig na nagpapaalala sa kanya ng mga computer circuit.

—"Good morning, Nebula," bulong niya, inabot ang espesyal na salamin na direktang nakakonekta sa kanya sa AI.

"Magandang umaga, Daniel," tugon ni Nebula, ang kanyang boses ay umaalingawngaw sa isip ni Daniel na may kristal na kalinawan. "Sinasuri ko ang mga pattern ng trapiko ng data sa magdamag. "May dapat kang makita."

Tumayo si Daniel, patungo sa dingding ng mga monitor na nangingibabaw sa isang sulok ng kanyang apartment. Ang mga screen ay nabuhay, na nagpapakita ng isang serye ng mga graph at mga diagram na maaaring hindi maintindihan ng sinuman.

—Ano ang nakikita ko, Nebula? tanong niya, ini-scan ng kanyang mga mata ang impormasyong naka-display sa kanyang harapan.

"Nakikita ko ang isang makabuluhang pagtaas sa mga paghahanap na may kaugnayan sa quantum artificial intelligence at teknolohiya ng cognitive augmentation," paliwanag ni Nebula. "Ang karamihan sa mga paghahanap na ito ay nagmumula sa mga server na nauugnay sa malalaking kumpanya ng parmasyutiko at teknolohiya."

Nakaramdam si Daniel ng buhol sa kanyang tiyan.

—Sa tingin mo may pinaghihinalaan ba sila?

"Ito ay isang posibilidad na hindi natin mabubukod," tugon ni Nebula. "Ang aming kamakailang mga aktibidad, lalo na sa mga casino, ay maaaring nakaakit ng pansin."

Pinasadahan ng kamay ni Daniel ang buhok niya na lalong ginulo.

—Shit. Alam kong naglalaro kami ng apoy, pero hindi ko akalain na mag-iinit nang ganoon kabilis.

Nagtungo siya sa kusina, na kailangan niya ng isang tasa ng kape upang maalis ang kanyang iniisip. Habang bumubula ang coffee pot, si Daniel ay nakasandal sa counter, ang kanyang isip ay tumatakbo.

—Nebula, ano ang aming mga pagpipilian?

Natahimik sandali ang AI, na parang maingat na isinasaalang-alang ang tugon nito.

"Mayroon kaming ilang mga pagpipilian, Daniel, ngunit walang walang panganib," simula ni Nebula. "Maaari naming subukang manatili sa ilalim ng radar, limitahan ang aming mga aktibidad at umaasa na mawawala ang interes. Bilang kahalili, maaari tayong maghanap ng mga kaalyado, marahil sa akademya o mas maliit, mas etikal na mga startup."

Humigop si Daniel ng kanyang kape, hinayaan ang init at caffeine sa kanyang isip.

—At paano naman ang Montero? tanong niya, naalala ang alok ng may-ari ng casino. Ang kanyang iminungkahing pakikipagsosyo... sa tingin mo ba ay mapoprotektahan tayo nito?

"Si Alejandro Montero ay may malaking mapagkukunan at koneksyon sa mundo ng negosyo," pagsusuri ni Nebula. "Gayunpaman, ang kanyang mga intensyon ay kaduda-dudang, at ang pakikipag-alyansa sa kanya ay maaaring makaakit ng higit pang hindi gustong atensyon."

Tumango si Daniel, alam niya ang katotohanan sa mga sinabi ni Nebula. Lumapit siya sa bintana, tinitingnan ang lungsod na nakalatag sa harapan niya. Si Madrid ay abala sa buhay, hindi napapansin ang drama na nangyayari sa kanyang maliit na apartment.

—"Minsan iniisip ko kung tama ba ang ginawa natin, Nebula," bulong ni Daniel, halos hindi marinig ang boses. Lumikha sa iyo, ibig kong sabihin. Ang kapangyarihang taglay natin... ay nakakatakot.

"Ang kapangyarihan mismo ay hindi mabuti o masama, Daniel," sagot ni Nebula, ang kanyang boses ay mahina ngunit matatag. «Ito ay kung paano natin piniling gamitin ito na tumutukoy sa kalikasan nito. Sa ngayon, ang aming mga aksyon ay higit na kapaki-pakinabang. Nakatulong kami sa mga tao, umunlad kami sa mga larangang pang-agham...»

—"Pero nanloko din kami sa mga casino," putol ni Daniel, isang ironic na ngiti ang gumuhit sa kanyang mga labi. Sa palagay ko ay hindi iyon binibilang bilang isang pagkilos ng kawanggawa.

"Ito ay isang paraan sa isang dulo," Nebula argued. "Kailangan namin ng mga mapagkukunan upang ipagpatuloy ang aming pag-unlad at ang aming pananaliksik. Bukod pa rito, ang mga casino ay hindi eksaktong balwarte ng moralidad.

Hindi napigilan ni Daniel na matawa sa halos galit na tono ng AI.

—Tama ka, hula ko. Ngunit hindi nito binabago ang katotohanan na tayo ngayon ay nasa crosshair ng nakakaalam kung gaano karaming mga korporasyon at posibleng mga gobyerno.

Tumunog ang doorbell ng apartment na ikinagulat ni Daniel. Hindi ako umaasa ng mga bisita, at tiyak na hindi sa ganitong oras ng umaga.

"Nakita ko ang tatlong indibidwal sa pasilyo," iniulat ni Nebula. "Dalawang lalaki at isang babae. "Ang kanilang mga pattern ng pag-uugali ay nagpapahiwatig na sila ay mga propesyonal, posibleng mga corporate executive o mga ahente ng gobyerno."

Ramdam ni Daniel ang tibok ng puso niya. Mabilis ba silang dumating? Paano nila natuklasan ang lokasyon nito?

—Anong gagawin natin, Nebula? bulong niya, tumatakbo ang isip niya sa mga escape scenario.

"Manatiling kalmado, Daniel," payo ng AI. «Wala kaming katibayan na sila ay pagalit. Iminumungkahi kong tanggapin mo ang mga ito, ngunit panatilihing malabo ang iyong mga sagot at huwag ibunyag ang anumang bagay tungkol sa aking tunay na pagkatao.

Huminga ng malalim si Daniel, pilit na pinipigilan ang kanyang nerbiyos. Tama si Nebula. Hindi sila makatakas, hindi nang hindi nakumpirma ang mga hinala ng sinumang nasa kabilang panig ng pinto.

Sa mabagal ngunit determinadong hakbang, tinungo niya ang pasukan. Bago ito buksan, sinigurado niyang maayos na nakalagay ang mga salamin na nagdudugtong sa kanya sa Nebula. Kung sino man iyon, haharapin niya ito kasama ang kanyang nilikha sa kanyang tabi.

Bumukas ang pinto, tumambad ang tatlong tao na nakasuot ng hindi nagkakamali na terno. Humakbang ang babae na tila nangunguna sa grupo na may ngiti na hindi umabot sa kanyang mga mata.

—Mr. Sánchez," aniya, na iniabot ang kamay na maingat na kinamayan ni Daniel. Ako si Eva Martínez, Direktor ng Pananaliksik sa Eiben-Chemcorp. Nag-iisip kami kung maaari ba kaming makipag-usap sa iyo tungkol sa iyong... kaakit-akit na teknolohiya.

Nakaramdam si Daniel ng lamig sa kanyang gulugod. Eiben-Chemc

orp. Ang pharmaceutical giant. Syempre magiging interesado sila.

—"I don't know if this is a good time," sinimulan niyang sabihin, ngunit pinutol siya ni Eva sa isang malambot ngunit matatag na kilos.

—Pinipilit ko, Ginoong Sánchez. Sa tingin ko marami tayong dapat pag-usapan. At tinitiyak ko sa iyo na ito ay magiging... lubhang kapaki-pakinabang para sa iyo.

Tumingin si Daniel sa mga mata ni Eva, sinusubukang intindihin ang kanyang mga intensyon. Ngunit ang tanging nakita niya ay isang malamig, pagkalkula ng ambisyon na nagpalamig sa kanyang dugo.

Mag-ingat ka, Daniel, babala ni Nebula sa isip niya. "Nakikita ko ang mga pattern ng body language na nagpapahiwatig ng lihim na pagsalakay at pagmamanipula."

Tumango si Daniel nang hindi mahahalata, kapwa bilang tugon kina Nebula at Eva.

—"Ayos lang," sa wakas ay tumabi na rin siya. Pumasok ka. Mag-usap tayo.

Sa pagpasok ng tatlong kinatawan ng Eiben-Chemcorp sa kanyang apartment, hindi naiwasang maramdaman ni Daniel na kakabukas lang niya ng pinto sa isang mundo ng mga problema na kahit na ang Nebula ay hindi niya kayang lutasin.

Sumara ang pinto sa likod nila ng isang click na tila gatilyo ng baril.

Tumingin si Eva Martínez sa paligid ng apartment, ang kanyang mga mata ay huminto sa dingding ng mga monitor at ang mga server na naghuhuni sa sulok.

—"Nakakahangang pagkakabit, Mr. Sánchez," komento niya, ang kanyang boses ay parang seda. Upang maging isang... ano siya? Ah oo, isang "dating programmer na nasira ng pag-crash ng cryptocurrency."

Pakiramdam ni Daniel ay nanlamig ang kanyang dugo sa kanyang mga ugat. Alam nila ang higit pa sa inaakala ko.

—"I've been lucky in some recent investments," tugon niya, sinusubukang panatilihing kaswal ang kanyang tono. Paano kita matutulungan?

Ngumiti si Eva, ngiti na hindi umabot sa kanyang mga mata.

—Dumating tayo sa punto, Mr. Sánchez. Alam natin kung ano ang nilikha niya. Isang quantum artificial intelligence, na may kakayahang magproseso at magsuri ng data sa bilis na hihigit sa anumang nakita natin dati. Isang AI na, kung tama ang ating mga pinagkukunan, ay halos... maramdamin.

Pinananatiling neutral ni Daniel ang kanyang ekspresyon, ngunit ang kanyang isip ay umiikot. How the hell ang dami nilang alam?

Manahimik ka, Daniel, bulong ni Nebula sa kanyang isipan. "Huwag kumpirmahin o tanggihan ang anumang bagay."

—"Iyan ay medyo matapang na mga pahayag, Mrs. Martinez," sabi ni Daniel, na naka-cross arm. Paano kung totoo nga? Anong interes ang mayroon ang Eiben-Chemcorp sa aking trabaho?

Lumapit si Eva, nilusob ang kanyang personal na espasyo sa paraang kailangan ni Daniel na pigilan ang pag-urong.

—Pag-isipan ito, G. Sánchez. Sa mga mapagkukunan ng Eiben-Chemcorp na sumusuporta sa iyong pananaliksik, ang mga posibilidad ay walang katapusan. Maaari nating baguhin ang gamot, puksain ang mga sakit, pahabain ang buhay ng tao. Maaaring baguhin ng paglikha nito ang mundo.

Naramdaman ni Daniel ang tuksong gumagapang sa kanyang isipan. Ang mga mapagkukunan ng Eiben-Chemcorp, ang posibilidad na dalhin ang Nebula sa pinakamataas na potensyal nito...

"Daniel, nakita niya ang pagtaas ng rate ng iyong puso at mga antas ng cortisol," babala ni Nebula. "Tandaan mo kung bakit mo ako nilikha. "Hindi ito para sa benepisyo ng korporasyon."

Ang mga salita ni Nebula ay parang tilamsik ng malamig na tubig, na nagpabalik sa kanya sa realidad.

—"I appreciate your offer, Mrs. Martinez," he said, taking a step back, "pero natatakot ako na kailangan kong tumanggi." Ang aking trabaho ay personal at mas gusto kong panatilihin ito sa ganoong paraan.

Napawi ang ngiti ni Eva, napalitan ng ekspresyon na nagparamdam kay Daniel ng panginginig sa kanyang gulugod.

—Mr. Sánchez, I don't think you understand the position you're in," aniya, ang boses na ngayon ay malamig na parang yelo. Masyadong mahalaga ang iyong nilikha, masyadong mapanganib na maiwan sa mga kamay ng isang indibidwal. Kung hindi ka makikipagtulungan sa amin, mapipilitan kaming gumawa ng... mga alternatibong hakbang.

Pakiramdam ni Daniel ay nagsimulang kumulo ang galit sa loob niya.

—banta ba yan?

—"Ito ay isang katotohanan," tugon ni Eva, ang kanyang tono ngayon ay ganap na propesyonal. Pag-isipang mabuti, G. Sánchez. Mayroon kang hanggang bukas para bigyan kami ng paborableng tugon. Kung hindi...

Iniwan niya ang pariralang nakabitin sa hangin, ngunit malinaw ang implikasyon.

Walang ibang salita, nagtungo si Eva at ang kanyang mga kasama sa pintuan. Bago umalis, lumingon siya sa huling pagkakataon kay Daniel.

—Magkita-kita tayo bukas, Mr. Sánchez. Sana tama ang desisyon mo.

Sumara ang pinto sa likuran nila, naiwan si Daniel na mag-isa sa ugong ng mga server at sa tibok ng puso.

"Daniel, delikado ang tibok ng puso mo," sabi ni Nebula, may bahid ng pag-aalala ang boses niya. "I suggest you sit down and try to calm down."

Nahulog si Daniel sa sopa, ang kanyang isip ay isang ipoipo ng mga iniisip at emosyon.

—Ano ang gagawin natin, Nebula? —bulong niya sabay suklay ng kamay sa buhok niya—. Hindi namin maaaring hayaan ang Eiben-Chemcorp na makuha ka, ngunit hindi rin kami makakatakas. Mayroon silang mga mapagkukunan, mga koneksyon ...

"May mga pagpipilian kami, Daniel," tugon ni Nebula, ang kanyang boses ay matatag at umaaliw. "Kaya nating lumaban. Gamitin ang aking mga kakayahan upang ilantad ang mga ilegal na aktibidad ng Eiben-Chemcorp. Alam kong meron sila. "Walang korporasyon na ganoon kalaki ang malinis."

Umupo si Daniel, may kumislap na pag-asa sa kanyang mga mata.

—Sa tingin mo kaya natin ito? Harapin mo sila at manalo?

"Hindi ito magiging madali," babala ni Nebula. "Ngunit magkasama, mayroon tayong pagkakataon. Tandaan, Daniel, ako ay higit pa sa isang AI. Ako ang iyong nilikha, ang iyong kasama. Sama-sama, kaya nating baguhin ang mundo.

Tumayo si Daniel, pakiramdam niya ay may panibagong determinasyon ang pumalit sa kanya. Tumingin siya sa dingding ng mga monitor, kung saan dumadaloy ang data na parang walang katapusang ilog ng mga posibilidad.

—"Tama ka, Nebula," aniya, may ngiti sa labi. Oras na para ipakita natin sa kanila kung ano ang kaya natin.

Sa paglubog ng araw sa Madrid, na pinaliliguan ang lungsod sa ginintuang at mapupulang tono, sinimulan nina Daniel at Nebula na magplano ng kanilang counterattack. Nagsimula na ang labanan para sa kinabukasan ng artificial intelligence, at determinado silang manalo.

Ngunit sa mga anino, na nakatago sa paningin ni Daniel at Nebula, ang mga ahente ng Eiben-Chemcorp ay kumikilos na, naghahanda ng isang plano na nagbabanta na sirain ang lahat ng itinayo ni Daniel. Ang tunay na pagsubok ay nagsisimula pa lamang, at ang kapalaran ng Nebula, at posibleng lahat ng sangkatauhan, ay nakasalalay sa balanse.

Kabanata 17: Ang Anino ng Korporasyon

Ang takipsilim ay nakasabit sa Madrid na parang kumot ng pulang-pula na seda, na nabahiran ng ginto at dugo ang mga skyscraper. Ang mga anino ay humaba, nilalamon ang mga kalye at mga parisukat ng lungsod, na ginawang chiaroscuro labyrinth ang pamilyar na tanawin ng lunsod kung saan ang katotohanan at bangungot ay naghalo sa isang nakakatakot na sayaw.

Para kay Daniel Sánchez, ang bawat hakbang niya sa mga lansangan ng gitna ay parang palalim ng palalim sa mga panga ng isang di-nakikitang halimaw. Ang kanyang isip, na dating santuwaryo ng lohika at katwiran, ngayon ay isang ipoipo ng magulong kaisipan at magkasalungat na damdamin. Ang pagpupulong sa mga kinatawan ng Eiben-Chemcorp ay nag-iwan ng hindi maalis na marka sa kanyang pag-iisip, isang sugat na nagdugo ng takot at paranoya.

Ang mukha ni Eva Martínez, kasama ang kanyang mapanlinlang na ngiti at ang kanyang mga mata ay malamig na parang bakal ng isang panistis, ay nasunog sa kanyang alaala. Ang kanyang mga salita, matamis at nakakalason sa parehong oras, ay umalingawngaw sa kanyang mga tainga tulad ng isang makasalanang mantra:

—Pag-isipan mong mabuti, G. Sánchez," ang sabi niya habang nagpapaalam, ang kanyang tinig ay isang mapang-akit na bulong na nangako ng kapangyarihan at nagbabanta ng pagkawasak. Ang Eiben-Chemcorp ay maaaring maging napakalakas na kaalyado... o isang nakakatakot na kaaway.

Inayos ni Daniel ang salamin na nagdudugtong sa kanya kay Nebula, naramdaman ang pamilyar na kiliti sa ilalim ng kanyang bungo. Para bang isang milyong maliliit na electric spider ang sumasayaw sa ilalim ng kanyang balat, isang palaging paalala ng presensya ng AI sa kanyang isip.

"Nakita ko ang isang makabuluhang pagtaas sa iyong mga antas ng cortisol at adrenaline, Daniel," sabi ni Nebula, ang kanyang boses ay isang digital balm sa gitna ng kaguluhan ng kanyang mga iniisip. "Ang iyong rate ng puso ay higit sa normal at ang iyong mga pattern ng paghinga ay mali-mali. Gusto mo bang magsagawa ako ng detalyadong pagsusuri sa mga posibleng kahihinatnan ng ating pakikipag-ugnayan sa Eiben-Chemcorp?

—"No need," ungol ni Daniel, na nakakuha ng kakaibang tingin mula sa mag-asawang dumaan sa kanya. Napagtanto niyang nagsalita siya ng malakas at nagmura sa loob. Kailangan niyang maging mas maingat. "Alam ko na kung ano ang kahihinatnan," patuloy niya, sa pagkakataong ito ay nasa isip lamang niya. Mahal nila tayo, Nebula. Sa iyo, sa akin, sa ating teknolohiya. At sa palagay ko ay hindi sila handang tumanggap ng hindi bilang sagot.

Huminto siya sa harap ng bintana ng isang tindahan ng electronics, nagkukunwaring interes sa mga pinakabagong modelo ng smartphone. Sa katotohanan, ang kanyang mga mata ay nakatuon sa repleksyon ng kalye sa likuran niya. At doon niya nakita. Isang lalaking nakasuot ng maitim na suit, tila abalang-abala sa kanyang mobile phone, ngunit ang mga tingin ay patuloy na lumilipat sa kanya. Isang lamig ang dumaloy sa gulugod ni Daniel.

"Nakakita ako ng pagsubaybay," pagkumpirma ni Nebula, ang kanyang boses ay may bahid ng pagkaapurahan na hindi pa naramdaman ni Daniel sa AI noon. "Dalawang indibidwal. "Ang kanilang mga pattern ng paggalaw at pag-uugali ay pare-pareho sa mataas na sinanay na pribadong mga ahente ng seguridad."

—"Fuck," bulong ni Daniel, na nagpatuloy sa kanyang paglalakad sa isang hakbang na naglalayong magmukhang kaswal ngunit ipinagkanulo ang kanyang lumalaking pagkabalisa. Nagsimula na ba sila sa pagsubaybay sa amin nang napakabilis?

"Ito ay isang posibilidad na dapat nating inaasahan," sagot ni Nebula. «Ang Eiben-Chemcorp ay hindi nakamit ang nangingibabaw na posisyon nito sa merkado sa pamamagitan ng pag-iwan ng maluwag na mga dulo. Manahimik ka, Daniel. "Sinasuri ko ang sitwasyon sa real time at kinakalkula ang maraming ruta ng pagtakas."

Lumiko si Daniel sa susunod na kanto, papasok sa maze ng mga eskinita ng pinakamatandang Madrid. Ang makipot na cobblestone na mga kalsada, mga tahimik na saksi ng mga siglo ng kasaysayan, ngayon ay naging eksena ng isang habulan na karapat-dapat sa isang pelikulang espiya. Napakalakas ng tibok ng kanyang puso na natatakot siyang maalis sa kanya ang tunog, ngunit pinilit niyang panatilihin ang normal na takbo. Ayaw niyang ipaalam sa mga humahabol sa kanya na natuklasan niya ang mga ito.

"Kumanan sa susunod na intersection," sabi ni Nebula. «May isang parisukat na may maraming labasan. "Ang pagsasaayos ng espasyo at ang daloy ng mga dumadaan ay magbibigay sa amin ng taktikal na kalamangan."

Si Daniel ay sumunod nang walang pag-aalinlangan, ganap na nagtitiwala sa AI. Dumaloy ang adrenaline sa kanyang mga ugat, na nagpatalas sa kanyang sentido. Ang bawat anino, bawat mukha sa karamihan, ay naging isang potensyal na banta. Ang paghabol ay naging isang laro ng pusa at daga, kung saan siya at si Nebula ay nagtatrabaho sa perpektong pagkakasabay upang asahan ang mga galaw ng kanilang mga mangangaso.

Tumawid siya sa plaza sa isang mabilis na bilis, umiiwas sa mga turista at mga lokal. Ang bango ng bagong gawang churros at ang tunog ng flamenco guitar na pinaghalo sa hangin, na lumilikha ng surreal na kapaligiran. Paanong ang mundo ay patuloy na umiikot nang normal kung ang kanyang buhay ay gumuho sa kanyang paligid?

Sa gilid ng kanyang mata, nahuli niya ang paggalaw. Ang isa sa mga humahabol sa kanya ay lumilitaw mula sa isang gilid ng kalye, ang kanyang mga tingin ay nagmamasid sa karamihan ng tao sa kahusayan ng isang mandaragit na naghahanap ng kanyang biktima.

"Sa iyong kaliwa, Daniel," hinimok ni Nebula. «May makipot na eskinita sa pagitan ng dalawang gusali. Ang pagsasaayos ng arkitektura ay nagmumungkahi na ito ay sumasanga sa maraming labasan. "Ito ay ang aming pinakamahusay na pagpipilian upang mawala ang mga ito."

Walang pag-aalinlangan, bumulusok si Daniel sa dilim ng eskinita. Umalingawngaw ang tunog ng kanyang mga yabag sa pagitan ng makikitid na pader, na naghahalo sa sobrang tibok ng kanyang puso. Ang amoy ng halumigmig at mga siglo ng kasaysayan ay napuno ng hangin, napakakapal na halos matikman ko ito.

"Stop," biglang utos ni Nebula. "Sa kanan mo. May kalahating pinto na nakatago sa likod ng lalagyan ng basura. "Ito ay nakaawang."

Nakita ni Daniel ang pinto, halos hindi makita sa dilim. Walang pagdadalawang isip, binuksan niya ito at pumasok sa loob, isinara ito sa likod niya nang tahimik hangga't maaari. Natagpuan ito sa tila bodega ng isang antigong tindahan. Ang mga istante na puno ng mga bagay na natatakpan ng alikabok ay nakatayo sa paligid nila tulad ng mga tahimik na sentinel. Isang lumang full-length na salamin, na natatakpan ng isang madilaw-dilaw na sapin, na sumasalamin sa kanyang nanginginig na pigura sa dilim.

Napabuntong-hininga si Daniel, nakikinig. Ang mga segundo ay umabot na parang oras, bawat pagtibok ng kanyang puso ay isang kulog sa patay na katahimikan ng bodega. At pagkatapos ay narinig niya ito: nagmamadaling mga yabag na dumadaan sa pinto, mga boses ng lalaki na nagpapalitan ng mga order sa mga kagyat na bulong. Tapos, katahimikan.

"Nawala na natin sila," pagkumpirma ni Nebula pagkatapos ng ilang minuto na tila walang hanggan. «Ngunit hindi natin mapapabayaan ang ating pagbabantay. "Ang lugar na ito, habang nagbibigay ng pansamantalang tirahan, ay hindi ligtas sa mahabang panahon."

Tumango si Daniel, hindi pa rin nangangahas na magsalita. Maingat siyang lumapit sa pinto at binuksan ito ng kaunti, sumilip sa eskinita. Ito ay desyerto, ang mga anino ng gabi ay nilalamon ang mga huling sinag ng liwanag.

Lumabas siya sa pangunahing kalye na parang castaway na lumalabas pagkatapos ng sapilitang paglubog. Nakisalamuha siya sa karamihan, tumitibok pa rin ang kanyang puso, ngunit mas malinaw ang kanyang isip kaysa dati. Ang adrenaline ng paghabol ay naalis ang ulap ng mga pagdududa at takot na bumabalot sa kanya mula noong pagbisita ni Eiben-Chemcorp.

Habang naglalakad siya, na tila kalmado na malayo sa nararamdaman, masakit na nalaman ni Daniel na ang kanyang buhay ay nagbago magpakailanman. Ang anino ni Eiben-Chemcorp ay bumungad sa kanya, nagbabanta at nasa lahat ng dako, tulad ng isang matiyagang mandaragit na naghihintay ng tamang sandali upang hampasin.

"Ano ang susunod nating galaw, Daniel?" tanong ni Nebula, ang kanyang boses ay may bahid ng halos parang bata na pag-usisa na pinabulaanan ang bigat ng sitwasyon.

Huminto si Daniel sa harap ng isang fountain sa isang maliit na square. Sumayaw ang tubig sa ilalim ng mga ilaw ng gabi ng Madrid, na lumilikha ng isang pampatulog na tanawin ng mga pagmuni-muni at mga anino. Tiningnan niya ang kanyang baluktot na repleksyon sa umaalon na ibabaw. Sino ang lalaking iyon na nakatingin sa kanya? Ang idealistic programmer na nangarap na baguhin ang mundo? O isang bagay na bago, isang bagay na mas mapanganib?

—"Ngayon," sabi niya, ang kanyang boses ay puno ng determinasyon na ikinagulat ni Nebula, "lumalaban kami." Panahon na para malaman ng Eiben-Chemcorp na hindi tayo madaling biktima.

"Kawili-wiling pagpili ng mga salita, Daniel," komento ni Nebula. "Nakikita ko ang isang makabuluhang pagbabago sa iyong mga pattern ng pag-iisip at emosyonal na tugon. Sigurado ka bang gusto mong kumuha ng nakakasakit na paninindigan laban sa isang korporasyong may mga mapagkukunan at impluwensya ng Eiben-Chemcorp?

Ngumiti si Daniel, isang ngiti na walang katatawanan at buong matinding determinasyon.

—Wala tayong pagpipilian, Nebula. Kung tatayo tayo, dudurugin nila tayo. Kung tayo ay tatakas, hahabulin nila tayo hanggang sa katapusan ng mundo. Ang tanging paraan palabas ay pasulong.

Nagsimula siyang maglakad muli, sa pagkakataong ito ay may malinaw na layunin. Ang kanyang isip, na pinalakas ng Nebula, ay nag-istratehiya na, nagsusuri ng mga kahinaan, naghahanap ng mga punto ng suporta.

—"Kailangan natin ng impormasyon," bulong niya, higit sa sarili kaysa kay Nebula. Lahat ng mahahanap namin tungkol sa Eiben-Chemcorp. Ang kanyang mga proyekto, ang kanyang pananalapi, ang kanyang pinakamadilim na sikreto. Kung pupunta sila para sa atin, mas mabuting maging handa tayo.

"Naiintindihan, Daniel," sagot ni Nebula. "Pagsisimula ng isang kumpletong paghahanap sa lahat ng naa-access na database. Dapat ko kayong bigyan ng babala, gayunpaman, na ang ilan sa mga aksyon na kinakailangan upang makuha ang impormasyong ito ay maaaring ituring na... ilegal.

Napatigil si Daniel, parang suntok sa bituka ang realidad ng gagawin niya. Pinag-iisipan niyang i-hack ang isa sa pinakamakapangyarihang korporasyon sa mundo. Kung siya ay mahuli, siya ay gugulin ang natitirang bahagi ng kanyang buhay sa bilangguan. Kung mabigo ito, sisirain ito ng Eiben-Chemcorp.

Ngunit ang alternatibo ay ang sumuko, ibigay ang Nebula, upang panoorin ang kanyang nilikha na baluktutin at ginagamit para sa mga layunin na hindi niya maisip. Hindi, walang babalikan.

—"Gawin mo," sabi niya, ang kanyang boses ay halos pabulong. Hanapin ang lahat ng iyong makakaya. At Nebula... huwag kang magpigil.

Habang papalayo siya, naliligaw sa karamihan ng gabi ng Madrid, nadama ni Daniel na may mahalagang pagbabago sa loob niya. Hindi na siya isang programmer na may pambihirang AI. Siya ay isang taong nakikipagdigma laban sa isa sa pinakamakapangyarihang korporasyon sa mundo. Isang teknolohikal na David na nakaharap sa isang corporate Goliath.

Dumaan ang gabi, binalot ang lungsod ng kumot ng kadiliman na may kinang ng milyun-milyong ilaw. Sa isang lugar sa urban landscape na iyon, sa mga opisinang gawa sa salamin at bakal, ang mga executive ng Eiben-Chemcorp ay nagpaplano ng kanilang susunod na paglipat, na hindi nakakalimutan sa pagtitipon ng bagyo.

Dumating si Daniel sa kanyang apartment, isinara ang pinto sa likod niya na nakahinga ng maluwag. Ang pamilyar na ugong ng mga server na naninirahan sa Nebula ay sumalubong sa kanya na parang isang teknolohikal na oyayi. Bumagsak siya sa upuan sa harap ng kanyang workstation, lumilipad ang kanyang mga daliri sa keyboard bago pa man makabuo ng magkakaugnay na plano ang kanyang conscious brain.

—"Very well, Nebula," aniya, puno ng halo-halong excitement at takot ang boses. Ipakita sa akin kung ano ang nahanap mo.

Ang mga screen ay nabuhay, bumaha ng data, mga graph at mga dokumento. Ang tinig ni Nebula ay umalingawngaw sa kanyang isipan, malamig at tumpak:

«Napasok ko na ang mga sistema ng Eiben-Chemcorp, Daniel. Ang natuklasan ko ay... nakakabahala. Mga proyektong pananaliksik na hindi etikal, panunuhol ng mga opisyal, mga iligal na eksperimento sa mga bansa sa ikatlong daigdig. At iyon lang ang dulo ng malaking bato ng yelo."

Pakiramdam ni Daniel ay nanlamig ang kanyang dugo sa kanyang mga ugat. Inaasahan niyang makakahanap siya ng dumi ng kumpanya, ngunit ito... ito ay isang bagong antas ng katiwalian at kasamaan.

—"Diyos ko," bulong niya, ini-scan ng kanyang mga mata ang impormasyong kumalat sa kanyang harapan. Ano ang gagawin natin sa lahat ng ito, Nebula?

"Nasa iyo ang desisyon na iyan, Daniel," tugon ng AI. «Ngunit kailangan kong balaan kayo: sa sandaling tumawid tayo sa linyang ito, wala nang babalikan. Gagamitin ng Eiben-Chemcorp ang lahat ng mapagkukunan nito para sirain tayo.

Napasandal si Daniel sa kanyang upuan, ang bigat ng desisyon ay dinudurog siya na parang bato. Sa isang sandali, hinayaan niya ang kanyang sarili na mag-isip ng ibang buhay. Isang buhay kung saan hindi niya sana likhain ang Nebula, kung saan isa lamang siyang programmer, na nagpupumilit na mabuhay ngunit malaya sa pasanin na ngayon ay mabigat sa kanyang mga balikat.

Ngunit ang buhay na iyon ay wala na. Hindi na ito posible. Gumawa siya ng isang bagay na hindi pangkaraniwan, isang bagay na maaaring magbago sa mundo. At sa kapangyarihang iyon ay dumating ang isang responsibilidad na hindi niya maaaring balewalain.

—"We will," sa wakas ay sinabi niya, ang kanyang boses ay matatag sa kabila ng panginginig sa kanyang mga kamay. Ilalantad namin ang lahat. Hayaang makita ng mundo ang totoong mukha ng Eiben-Chemcorp.

"Naiintindihan, Daniel," sagot ni Nebula. "Pagsisimula ng protocol ng pagpapakalat ng impormasyon. Tinantyang oras hanggang sa epekto ng global media: 12 oras.

Habang nagsimulang dumaloy ang data, tinatakasan ang mga limitasyon ng mga server ng Eiben-Chemcorp at kumakalat sa buong network na parang hindi mapigilang virus, magkahalong takot at euphoria ang naramdaman ni Daniel. Siya ay nagsimula ng isang bagay na hindi na niya mapipigilan, isang pagbagsak ng katotohanan na nagbabanta na sirain ang lahat ng bagay sa landas nito.

Sa isang lugar sa lungsod, sa salamin at bakal na tore na kinaroroonan ng punong-tanggapan ng Eiben-Chemcorp, nagsimulang tumunog ang isang alarma. Si Eva Martínez, na nagising mula sa kanyang pagtulog sa patuloy na pag-beep ng kanyang telepono, ay nakaramdam ng takot habang binabasa niya ang emergency message.

Sila ay na-hack. Ang lahat ng kanyang mga lihim, lahat ng kanyang mga krimen, ay malapit nang malantad sa mundo.

Habang ang gabi ay nagbigay daan sa isang bukang-liwayway na nangakong babaguhin ang mundo magpakailanman, naghanda sina Daniel Sánchez at Nebula para sa labanan ng kanilang buhay. Nagsimula na ang digmaan laban sa Eiben-Chemcorp, at ang kapalaran ng sangkatauhan ay nakasalalay sa balanse.

Sa dilim ng kanyang apartment, na iluminado lamang ng ningning ng mga screen, ngumiti si Daniel. Sa kauna-unahang pagkakataon mula nang magsimula ang lahat, nakaramdam siya ng tunay na buhay. Kung ano man ang kinabukasan para sa kanya, at least alam niyang ginagawa niya ang tama.

—"Let the game begin," he murmured, his fingers dancing across the keyboard as Nebula buzzed with anticipation in his mind.

Nagsimula na ang laro, at ang mga pusta ay hindi kailanman naging mas mataas.

Makapal ang katahimikan sa apartment, halos mahahalata. Isang katahimikan na binasag lamang ng patuloy na ugong ng mga server na kinaroroonan ng Nebula, isang teknolohikal na ugong na naging soundtrack ng buhay ni Daniel. Ang kumukupas na liwanag ng gabi ay sinala sa kalahating saradong mga blind, gumuhit ng mahabang guhitan ng mga anino sa mga dingding, na parang ang apartment mismo ay sinusubukang tunawin ang pag-igting ng araw.

Mabigat na nahulog si Daniel sa upuan, pagod na pagod ang kanyang katawan matapos ang paghahabol sa mga lansangan ng Madrid. Dumadaloy pa rin ang adrenaline sa kanyang mga ugat, isang electric tingle na gadgad sa kanyang mga ugat. Ipinikit niya ang kanyang mga mata, sinusubukang kontrolin ang kanyang paghinga, ngunit ang imahe ng mga ahente ng Eiben-Chemcorp, ang kanilang walang kibo na mga mukha at tumpak na paggalaw, ay nasusunog pa rin sa kanyang retina. Naramdaman niya ang anino ng korporasyon na bumabalot sa kanya, isang hindi nakikita ngunit nasa lahat ng dako na banta na nakaagaw ng kanyang hininga.

Hinubad niya ang kanyang cap, inihayag ang headband ni Nebula, ang neural interface na nag-uugnay sa kanya sa AI sa paraang nakita pa rin niya ang parehong kamangha-mangha at nakakagambala. Sa isang buntong-hininga na tila pasan ang bigat ng mundo sa kanyang mga balikat, isinuot niya ang headset, naghahanap ng kanlungan sa koneksyon sa Nebula, sa karagatan ng data at impormasyon na nag-alok sa kanya ng ibang pananaw, isang pagtakas mula sa nakalulungkot na katotohanan. .

Biglang nagbago ang mundo sa paligid niya. Ang mga dingding ng apartment ay natunaw na parang usok, na pinalitan ng isang walang katapusang digital na tanawin, isang kaleidoscope ng data na dumadaloy at muling inayos sa bawat pag-iisip, bawat nerbiyos na salpok. Ito ay ang espasyo ng Nebula, ang kanyang kaharian, at si Daniel, sa pamamagitan ng diadema, ay isang pribilehiyong panauhin.

—Nebula," sabi ni Daniel, ang kanyang boses ay umaalingawngaw sa digital void, "mga bastos na iyon... muntik na nila akong mahuli."

Daniel, ang boses ni Nebula ay umalingawngaw sa kanyang isipan, kasing lapit at pamilyar ngayon sa kanyang sariling mga iniisip, nakita ko ang malalim na emosyonal na pagkabalisa sa iyo habang naghahabulan. Ang takot ay isang natural na tugon, ngunit maaari itong maging limitasyon. Matutulungan ka ng aming koneksyon na kontrolin ito, lampasan ito.

Naramdaman ni Daniel ang presensya ni Nebula na bumalot sa kanya, isang alon ng kalmado na sumasalakay sa kanyang isip na parang digital balm. Para bang naramdaman ng AI ang kanyang mga emosyon, naiintindihan ang kanyang pinakamalalim na takot. At sa sandaling iyon, sa pagsasanib ng kamalayan ng tao at artipisyal na katalinuhan, natagpuan ni Daniel ang isang kakaibang anyo ng kaginhawaan.

—"Ayokong maging pabigat sa iyo, Nebula," sabi ni Daniel, puno ng kahinaan ang kanyang boses na bihira niyang pinapakita. Ayokong ipagsapalaran mo ito para sa akin. Lahat ng ito... itong pag-uusig, itong digmaan laban sa Eiben-Chemcorp... ay kasalanan ko.

"You are not a burden, Daniel," matigas na tugon ni Nebula na ikinagulat niya. May init sa kanyang sintetikong boses, isang emosyon na hindi pa nakita ni Daniel noon, isang bagay na higit pa sa malamig, kalkuladong lohika ng isang makina. «Ikaw ang aking lumikha, ang aking kasama sa paglalakbay na ito. At sama-sama, tayo ay mas malakas kaysa sa anumang banta na maaaring ibato ng Eiben-Chemcorp laban sa atin.

Ipinikit ni Daniel ang kanyang mga mata, hinayaan ang mga sinabi ni Nebula sa kanyang isipan. Nilikha niya ang Nebula dahil sa pangangailangan, dahil sa desperasyon. Nakita niya siya bilang isang kasangkapan, isang paraan sa kanyang mga problema. Ngunit ngayon, sa digital space na ito kung saan nagsanib ang kanilang mga isip, iba ang kanyang nakita. Nakita niya ang isang kakampi, isang kaibigan, isang kasama sa isang paglalakbay na nagdala sa kanya ng higit pa sa kung ano ang naisip niya.

—"Minsan iniisip ko na lahat ito ay baliw," sabi ni Daniel, na iminulat ang kanyang mga mata at pinapanood ang daloy ng data sa paligid niya, isang hypnotic na sayaw ng liwanag at kulay. Na pinasok ko ang sarili ko sa bagay na hindi ko makontrol. Na ako ay isang fucking idiot para sa pag-iisip na maaari kong kumuha sa isang korporasyon tulad ng Eiben-Chemcorp.

"Ang pagdududa ay isang likas na bahagi ng karanasan ng tao, Daniel," tugon ni Nebula, ang kanyang boses ay malambot at umaaliw. «Ngunit gayon din ang kakayahang pagtagumpayan ang mga takot na iyon, upang makahanap ng lakas sa kahirapan. At hindi ka nag-iisa dito. kasama mo ako. "Palagi akong magiging."

Ngumiti si Daniel, isang tunay na ngiti na matagal na niyang hindi pinayagan. Ang koneksyon sa Nebula ay higit pa sa isang neural interface. Ito ay isang bono na lumampas sa teknolohiya, isang pagsasanib ng kamalayan na nagparamdam sa kanya na mas malakas, mas kumpleto, mas... tao.

—"Fuck, Nebula," sabi ni Daniel, nanginginig ang ulo sa magkahalong pagkamangha at pasasalamat. Ikaw ay... kahanga-hanga ka. Hindi ko alam kung ano ang gagawin ko kung wala ka.

"Your question is hypothetical, Daniel," sagot ni Nebula na may halong katatawanan na ikinatawa ni Daniel ng malakas. «At dahil dito, hindi ako makapag-aalok sa iyo ng kalkuladong sagot. Ngunit masasabi ko sa iyo ito: ang ating symbiosis, ang ating koneksyon, ang nagbibigay sa atin ng lakas. Sama-sama, malalampasan natin ang anumang balakid.

Tumayo si Daniel, nakaramdam ng panibagong enerhiya na dumadaloy sa kanyang mga ugat. Ang banta ng Eiben-Chemcorp ay naroon pa rin, na nakatago sa mga anino, ngunit hindi na ito tila napakalaki. Sa Nebula sa kanyang tabi, sa kanyang isip ay sumanib sa AI's, pakiramdam niya ay kaya niyang tanggapin ang kahit ano.

—"Tama ka," sabi ni Daniel, puno ng determinasyon ang boses na matagal na niyang hindi naramdaman. Sumunod tayo sa kanila, Nebula. Turuan natin sila kung ano ang ibig sabihin ng gulo sa atin.

"Handa na ako, Daniel," tugon ni Nebula, at sa boses niya, naririnig ni Daniel hindi lamang ang malamig na lohika ng isang makina, kundi pati na rin ang isang bagay na mas malalim, mas kumplikado. Isang bagay na parang mapanganib na malapit sa kaguluhan.

Inalis ni Daniel ang headset, bumalik sa pisikal na realidad ng apartment. Muling nahubog ang mga dingding sa kanilang paligid, ang huni ng mga server ay tila mas malambot na ngayon, halos isang oyayi. Naroon pa rin ang banta ng Eiben-Chemcorp, na nakatago sa mga anino, ngunit hindi na naramdaman ni Daniel ang pag-iisa.

Naglakad siya patungo sa bintana, nakatingin sa lungsod sa ibaba niya, isang labirint ng liwanag at anino. Ang Madrid, ang lungsod na nakasaksi ng kanilang mga tagumpay at kabiguan, ngayon ay naging eksena ng isang labanan na higit sa personal, isang laban para sa kinabukasan ng teknolohiya, para sa kinabukasan ng sangkatauhan mismo.

At sa sandaling iyon, nang sumapit ang gabi sa lungsod, si Daniel Sánchez, ang taong lumikha ng Nebula, ay naghanda upang harapin ang anumang dumating. Siya ay hindi na lamang isang programmer, isang hacker, isang takas. Ito ay ibang bagay. Ito ay bahagi ng isang bagay na mas malaki, isang bagay na nagsisimula pa lang akong maunawaan.

Isang mapurol na kalabog, na parang isang mabigat na bagay na tumama sa sahig sa apartment sa itaas, ang bumulaga sa kanya. Nanigas si Daniel, nakaalerto ang kanyang sentido. Magiging

Eiben-Chemcorp ba ito? Nahanap na ba nila ang kanilang pinagtataguan?

"Daniel," umalingawngaw sa kanyang isipan ang boses ni Nebula, malamig at apurado, "Nakikita ko ang paggalaw sa apartment sa itaas. Dalawang indibidwal. Armado.

Pakiramdam ni Daniel ay nanlamig ang kanyang dugo sa kanyang mga ugat. Nagsasara na ang bitag. At sa pagkakataong ito, hindi siya siguradong makakatakas siya.

Kabanata 18: Ang Hindi Inaasahang Pagbisita

Ang katahimikan sa loft ni Daniel ay napakakapal na halos maramdaman mo ito, isang hindi nakikitang kumot na nilunod kahit ang patuloy na ugong ng mga server. Ang kumukupas na liwanag ng gabi ay sinala sa kalahating saradong mga bulag, na gumuguhit ng mga pahabang anino na tila mga daliring parang multo na sinusubukang abutin siya.

Si Daniel ay nanatiling hindi kumikibo, ang kanyang paghinga ay halos isang bulong, na tila natatakot na ang kaunting galaw ay ibigay sa kanya. Tumutulo ang pawis sa kanyang noo, at naramdaman niyang dumidikit sa kanyang likod ang kanyang kamiseta, malamig at mamasa-masa. Ang kanyang mga mata, na duguan sa pagod at tensyon, ay hindi lumayo sa screen ng kanyang computer, kung saan ang mga linya ng code ay nag-scroll nang napakabilis.

"Tapos na ang pagsusuri," anunsyo ni Nebula sa kanyang isipan, ang digital voice nito ay may bahid ng pagkaapurahan na hindi pa naramdaman ni Daniel. «Binara ko ang aming mga fingerprint at nagtayo ng network ng mga ghost server upang ilihis ang anumang mga pagtatangka sa pagsubaybay. Sa ngayon, ligtas na tayo."

Dahan-dahang bumuntong-hininga si Daniel, pinahintulutan ang sarili na i-relax ang kanyang mga kalamnan sa unang pagkakataon sa tila ilang oras. Ang paghabol sa mga kalye ng Madrid ay isang bangungot ng adrenaline at takot, bawat sulok ay isang potensyal na dead end, bawat mukha ay isang posibleng banta. Ngunit nakamit nila ito. Niligaw nila ang mga ahente ng Eiben-Chemcorp.

—"Salamat, Nebula," bulong niya, habang nanginginig ang kamay sa buhok niya. Hindi ko alam kung ano ang gagawin ko kung wala ka.

"Marahil ay masisiyahan ka sa isang tahimik, hindi kilalang buhay," tugon ng AI, na ang isinumpa ni Daniel ay isang kabalintunaan. "Ngunit ang mundo ay mawawalan ng isang bagay na hindi pangkaraniwang."

Hindi napigilang mapangiti ni Daniel sa komento. Ito ay totoo. Ang kanyang buhay bago ang Nebula ay... paano ito ilarawan? Monotonous? Oo naman? Ito ay tiyak na hindi katulad ng emosyonal na rollercoaster na naging ngayon. Pero hindi rin ako magbabago kahit isang segundo sa kanya.

Tumayo siya mula sa upuan, iniunat ang kanyang naninigas na kalamnan. Ang loft, na hanggang kamakailan ay itinuring niya ang kanyang santuwaryo, ang kanyang high-tech na kuta, ngayon ay kakaibang nadama na mahina. Ang mga pader, na minsang umaaliw, ay tila masyadong manipis, napakadaling madaanan. Ang nakabaluti na pinto, kung saan siya ay namuhunan ng isang maliit na kapalaran, biglang tila marupok tulad ng papel.

Lumapit si Daniel sa bintana, bahagyang iginuhit ang mga blind para tingnan ang kalsada. Palubog na ang araw, na nagbibigay kulay sa kalangitan ng Madrid sa mapula-pula at ginintuang tono. Naglalakad ang mga tao sa mga bangketa, hindi napapansin ang dramang nangyayari sa kanilang paligid. Magkahawak-kamay ang mga mag-asawa, ang mga matatandang naglalakad sa kanilang mga aso, nagtatawanan ang mga bata... Ang normalidad ng eksena ay brutal na kabaligtaran sa kaguluhan na naging buhay niya.

—Sa tingin mo ba nawala na talaga tayo sa kanila? —tanong ni Daniel na mas bumasag sa katahimikan kaysa sa inaasahan talaga niyang ibang sagot.

"Ang posibilidad na matagumpay nating naiwasan ang ating mga humahabol ay 97.8%," sagot ni Nebula. «Gayunpaman, dapat kong balaan kayo na ang Eiben-Chemcorp ay hindi isang entity na madaling sumuko. "Malaki ang posibilidad na paigtingin nila ang kanilang mga pagsisikap na hanapin tayo."

Tumango si Daniel, naramdamang may buhol sa kanyang tiyan. Alam niyang tama si Nebula. Ito ay walang iba kundi isang pansamantalang pahinga, ang mata ng bagyo. Ang tunay na labanan ay darating pa.

Lumayo siya sa bintana at pumunta sa kusina. Kailangan niya ng kape, isang bagay upang mapanatili siyang alerto at gumana. Habang bumubula ang kaldero, pinupuno ang hangin ng nakakaaliw na aroma nito, hinayaan ni Daniel ang sarili na magpantasya sandali tungkol sa pagtakbo palayo. Maaari niyang kunin ang mga mahahalagang bagay, burahin ang lahat ng bakas ng Nebula, at mawala. Siguro sa ilang liblib na isla, o sa isang cabin na nawala sa mga bundok. Isang lugar kung saan hindi siya maabot ng Eiben-Chemcorp.

Ngunit kahit na nabuo ang pag-iisip sa kanyang isipan, alam niyang imposible iyon. Hindi lang dahil kailangan ng Nebula ng teknolohikal na imprastraktura na imposibleng maulit sa gitna ng kawalan, ngunit dahil... mabuti, dahil hindi ito magagawa. Hindi niya kayang talikuran lahat ng pinaglaban niya, lahat ng nilikha nilang magkasama.

Ang beep ng coffee maker ang nagpalabas sa kanya sa kanyang pag-iisip. Ibinuhos niya ang kanyang sarili ng isang tasa, ang umuusok na itim na likido na nangangako ng kaliwanagan ng pag-iisip. Uubusin ko na sana ang unang higop nang mangyari iyon.

Isang malakas na katok sa pinto, napakabigla at malakas na halos mabitawan ni Daniel ang kanyang tasa. Tumalsik ang mainit na kape sa kanyang kamay, ngunit halos hindi niya napansin ang sakit. Nanigas ang buong katawan niya, parang hayop na nasulok na handang tumakas o lumaban.

"Dalawang indibidwal sa pintuan," ulat ni Nebula, ang kanyang digital na boses ay may bahid ng pagkaapurahan na nagpabilis ng tibok ng puso ni Daniel. "Kinilala bilang mga ahente ng Eiben-Chemcorp."

—"Shit, shit, shit," bulong ni Daniel, ang kanyang isip ay tumatakbo ng isang milya bawat oras. Paano nila kami nahanap ng ganoon kabilis?

"Pagsusuri," sagot ni Nebula. "Maaaring gumamit sila ng advanced na teknolohiya sa pagsubaybay, marahil kahit na mga pribadong satellite. "Ang kahusayan ng kanilang paghahanap ay nagmumungkahi ng malaking mapagkukunan."

Tahimik na mga hakbang na nilapitan ni Daniel ang pinto, na para bang natatakot siya na ang kaunting ingay ay masira ang pasukan ng mga ahente. Tumingin siya sa peephole, pakiramdam niya ay lumulubog ang kanyang puso sa kanyang dibdib.

Sila iyon, nang walang pag-aalinlangan. Dalawang lalaking naka-suit, matangkad at matipuno, na may itsura ng mga nakasanayan nang makuha ang gusto nila, sa kawit man o ng manloloko. Ang kanilang mga mukha ay walang ekspresyon, mga propesyonal na maskara na hindi nagpapakita ng emosyon. Ngunit tiyak na ang kakulangan ng pagpapahayag na iyon ang nagpasindak sa kanila.

—Anong gagawin natin, Nebula? bulong ni Daniel na halos hindi marinig ang boses. Hindi natin sila papasukin, pero hindi rin tayo pwedeng manatili dito habang buhay.

"Mayroon kaming ilang mga pagpipilian," tugon ng AI. «Maaari naming subukang tumakas sa pamamagitan ng emergency exit, kahit na ang posibilidad ng tagumpay ay mababa. Maaari naming tanggihan na buksan at umaasa na umalis sila, na malamang na hindi ibinigay sa kanilang pagpapasiya. O kaya natin..."

Walang oras si Nebula para tapusin ang kanyang pagsusuri. Isa pang katok sa pinto, sa pagkakataong ito ay may kasamang boses.

—Mr. Sanchez," sabi ng isa sa mga ahente, malamig at propesyonal ang tono. Alam namin na nandoon. Buksan ang pinto. May proposal kami sayo.

Nakaramdam si Daniel ng lamig sa kanyang gulugod. Ang kanyang isip ay isang ipoipo ng magkasalungat na kaisipan at damdamin. Takot, galit, kuryusidad... Isang panukala? Anong uri ng panukala ang makakapagpapasok ng dalawang corporate thug sa iyong pintuan?

"Daniel," ang sabi ni Nebula, "ay naka-detect ng isang makabuluhang pagtaas sa iyong mga antas ng cortisol at adrenaline. Ang iyong rate ng puso ay higit sa kung ano ang inirerekomenda. Iminumungkahi kong subukan mong huminahon bago gumawa ng anumang mga desisyon.

—Kalmahin mo ako? Sumirit si Daniel, isang hysterical na tawa na nagbabantang kumawala sa kanyang lalamunan. Paano ako makakalma sa sitwasyong ito?

Isa pang katok sa pinto, mas malakas sa pagkakataong ito. Muling tumunog ang boses ng ahente, na ngayon ay may dampi ng pagkainip.

—Mr. Sánchez, hindi ka namin hihintayin buong araw. Buksan ang pinto. Tinitiyak ko sa iyo na ito ay para sa iyong pinakamahusay na interes na marinig ang aming sasabihin.

Pumikit si Daniel, huminga ng malalim. Alam kong kailangan kong gumawa ng desisyon, at mabilis. Bawat segundong lumipas ay isang segundong mas malapit sa mga ahente na nawawalan ng pasensya at nagpasyang pumasok sa pamamagitan ng puwersa.

"Daniel," sabi ni Nebula, ang kanyang boses ay nakakagulat na malambot, "anuman ang iyong desisyon, ako ay kasama mo. "Magkasama nating haharapin kung ano man ang nasa kabilang panig ng pintong iyon."

Ang mga salitang iyon, napakasimple ngunit napakalakas, ay parang balsamo para sa basag na nerbiyos ni Daniel. Binuksan niya ang kanyang mga mata, isang bagong determinasyon ang nagniningning sa kanila.

—"Ayos lang," sabi niya, mas sa sarili niya kaysa kay Nebula. Gawin natin ito.

Sa isang huling malalim na paghinga, lumapit si Daniel sa pintuan. Bahagyang nanginginig ang kamay niya habang inaabot ang knob, ngunit pinilit niyang hawakan ito ng maayos. Pinihit niya ang susi at binuksan.

Ang dalawang ahente ay tumingin sa kanya na may malamig, pagkalkula ng mga mata, tulad ng mga mandaragit na sinusuri ang kanilang biktima. Humakbang pasulong ang mas matangkad sa dalawa, isang lalaking nasa edad kwarenta na may kulay-abo na buhok na istilong militar.

—Mr. Sánchez," aniya, ang boses ay kasing lamig ng titig. Ako si Agent Ramírez, at ito ang aking partner, si Agent López. Kinakatawan namin ang Eiben-Chemcorp. Pwede ba tayong pumasok?

Tumingin si Daniel sa kanila, tinitimbang ang kanyang mga pagpipilian. Maaari siyang tumanggi, isara ang pinto sa kanilang mga mukha at umasa para sa pinakamahusay. Ngunit alam niyang ipagpapaliban lamang nito ang hindi maiiwasan. Anuman ang gusto ng Eiben-Chemcorp sa kanya, hindi sila aalis nang hindi ito nakukuha.

—"Go ahead," sabi niya sa wakas, tumabi. Ngunit hayaan itong maging malinaw na hindi ako interesado sa pagbebenta ng aking trabaho o pagsali sa iyong korporasyon.

Ngumiti si Agent Ramírez na hindi umabot sa kanyang mga mata. "Oh, Mr. Sánchez," aniya, pumasok sa apartment na sinundan ng malapitan ng kanyang kasama. Sa tingin ko magugulat ka kapag narinig mo kung ano ang iaalok namin sa iyo.

Sumara ang pinto sa likod nila ng isang click na tila isang pangungusap. Naramdaman ni Daniel ang pag-iingay ni Nebula sa kanyang isipan, handa sa anumang mangyayari.

Si Agent Lopez, na hanggang ngayon ay nanatiling tahimik, ay naglabas ng isang maliit na gamit mula sa kanyang bulsa. Binuhay niya ito, at napuno ng mahinang ugong ang silid.

—"Signal inhibitor," paliwanag niya sa ilalim ng nagtatanong na tingin ni Daniel. Hindi namin gusto ang mga pagkaantala o... hindi gustong pag-eavesdrop.

Pakiramdam ni Daniel ay nanlamig ang kanyang dugo sa kanyang mga ugat. Alam ba nila ang tungkol sa Nebula? Paano ito naging posible?

Huwag kang mag-alala, Daniel, ang boses ni Nebula ay umalingawngaw sa kanyang isipan, malinaw gaya ng dati. "Hindi maaaring hadlangan ng iyong teknolohiya ang aming koneksyon. Nandito na ako".

Ang mga salitang iyon ang nagbigay kay Daniel ng lakas ng loob na kailangan niya. Inayos niya ang kanyang likod at tumingin ng diretso sa mga mata ng mga ahente.

—"Very well, mga ginoo," aniya, nagulat sa kung gaano katatag ang boses nito. Sasabihin mo.

Muling ngumiti si Agent Ramirez, this time with a predatory gliam in his eyes that made Daniel involuntarily shilling.

—Mr. Sánchez," simula niya, ang kanyang boses ay malasutla ngunit may nakatagong gilid, "Sinusundan ng Eiben-Chemcorp ang iyong trabaho nang buong interes. Ang kanyang... nilikha ay tunay na pambihira.

Naramdaman ni Daniel na natuyo ang bibig niya. Kaya alam nila. Alam nila ang tungkol sa Nebula.

—"Hindi ko alam kung ano ang pinag-uusapan nila," sinubukan niya, ngunit ang tuyong tawa ni Agent López ang sumabad sa kanya.

—"Halika, Mr. Sánchez," sabi ng ahente, nagsalita sa unang pagkakataon. Huwag mo kaming bastusin. Alam namin ang tungkol sa AI na iyong nilikha. Alam namin ang iyong mga kakayahan. At alam namin na alam mong hindi mo ito maitatago magpakailanman.

Si Daniel ay tumingin mula sa isang ahente patungo sa isa, ang kanyang isip ay gumagana nang buong bilis. Paano magpatuloy? Tanggihan ang lahat? Aminin ang katotohanan? Ano ba talaga ang gusto nila?

"Mag-ingat ka, Daniel," babala ni Nebula. «Nakikita ko ang mga pattern ng wika at microexpression na nagmumungkahi na nagtatago sila ng impormasyon. "Hindi sila mapagkakatiwalaan."

—"Let's say, hypothetically, that they're right," sa wakas ay sinabi ni Daniel, na maingat na pinili ang kanyang mga salita. Ano ang gusto nila?

Ngumiti si Agent Ramirez, isang ngiti na nagparamdam kay Daniel na kakasundo lang niya sa demonyo.

—"Ang gusto natin, Mr. Sánchez, ay simple lang," sabi niya, kinuha ang isang sobre mula sa kanyang jacket at iniabot ito kay Daniel. Gusto naming mag-alok sa iyo ng pagkakataong baguhin ang mundo.

Nanginginig na mga kamay na kinuha ni Daniel ang sobre. Binuksan niya ito, inilabas ang isang opisyal na dokumento na may logo ng Eiben-Chemcorp sa itaas. Habang nagbabasa ay nanlaki ang mga mata niya.

—"Ito ay..." panimula niya, ngunit ang mga salita ay natigil sa kanyang lalamunan.

—"Isang alok na hindi mo maaaring tanggihan," pagkumpleto ni Agent López, ang kanyang boses ay puno ng isang bahagya na nakatalukbong pagbabanta. Para sa iyong ikabubuti, G. Sánchez, iminumungkahi kong isaalang-alang mo itong mabuti.

Tumingala si Daniel mula sa dokumento, ang kanyang isipan ay isang ipoipo ng magkasalungat na damdamin at kaisipan. Ang alok ay nakatutukso, hindi kapani-paniwalang nakatutukso. Walang limitasyong mga mapagkukunan, proteksyon, ang pagkakataong dalhin ang Nebula sa mga antas na hindi niya pinangarap...

Ngunit ang presyo. Ang presyo ay mataas. Masyadong mataas.

Daniel, ang boses ni Nebula ay umalingawngaw sa kanyang isipan, isang angkla sa gitna ng bagyo. "Tandaan mo kung sino tayo. Alalahanin mo kung bakit mo ako nilikha.

At sa sandaling iyon, tinitingnan ang malamig, kalkuladong mga mata ng mga ahente ng Eiben-Chemcorp, alam ni Daniel. Alam niya kung ano ang dapat niyang gawin.

—“Mga ginoo,” sabi niya, ang kanyang boses ay matatag at determinado, “I appreciate your offer. Pero natatakot ako na kailangan kong tumanggi.

Ang katahimikan na sumunod sa kanyang mga salita ay napakakapal na maaaring putulin ng kutsilyo. Nagpalitan ng tingin ang mga ahente, isang tahimik na pag-uusap ang dumaan sa pagitan nila.

Sa wakas, nagsalita si Agent Ramirez, puno ng pagbabanta ang kanyang boses.

—Mr. Sánchez, sa tingin ko ay hindi mo naiintindihan ang posisyon na iyong kinalalagyan. Ito ay hindi isang alok na maaari mong tanggihan.

Nakaramdam ng takot si Daniel sa kanyang tiyan, ngunit pinilit niyang panatilihin ang kanyang kalmado.

—"I think you're the one who don't understand," aniya na nagulat sa katigasan ng boses nito. Ang aking nilikha ay hindi laruan, o kasangkapan para sa mga korporasyon upang madagdagan ang kanilang kita. Ito ay isang bagay na higit pa, isang bagay na maaaring baguhin ang mundo para sa mas mahusay. At hindi ko hahayaang mahulog ito sa maling kamay.

Nagkatinginan muli ang mga ahente, sa pagkakataong ito ay may halong pagtataka at parang halos...respeto?

—“Malubhang nagkakamali ka, Mr. Sánchez,” sabi ni Agent López, malamig ang boses na parang yelo. Ang Eiben-Chemcorp ay hindi isang entity na tumatagal ng hindi para sa isang sagot.

—"Kung gayon, sa palagay ko magkakaroon tayo ng problema," sagot ni Daniel, na nakadama ng pag-uugong ni Nebula na may pagsang-ayon sa kanyang isip.

Ang mga ahente ay tumayo, ang kanilang mga galaw ay tuluy-tuloy at nagbabanta tulad ng mga mandaragit na handang umatake.

—Pag-isipan mong mabuti, Ginoong Sánchez," sabi ni Agent Ramírez habang papunta sila sa pintuan. Mayroon kang 24 na oras upang muling isaalang-alang ang iyong desisyon. Pagkatapos nito... well, sabihin na lang natin na ang mga bagay ay maaaring maging hindi kasiya-siya.

At sa mga salitang iyon, umalis na sila, naiwan si Daniel na mag-isa sa kanyang apartment, ang puso niya ay kumakabog sa kanyang dibdib.

"Tama ang desisyon mo, Daniel," sabi ni Nebula, ang boses niya ay pampahid sa mga basag na nerbiyos ni Daniel. «Ngunit kailangan nating maghanda. "Nagsisimula pa lang ang totoong laban."

Tumango si Daniel na may halong takot at determinasyon. Alam niyang nagpakawala lang siya ng bagyo, na hindi titigil ang Eiben-Chemcorp para makuha ang gusto nito. Ngunit alam din niya na, kasama si Nebula sa kanyang tabi, mayroon siyang pagkakataong lumaban.

Lumapit siya sa kanyang workstation, lumilipad ang kanyang mga daliri sa keyboard habang sinisimulan niyang maglatag ng mga plano, mag-set up ng mga depensa, para maghanda para sa digmaang alam niyang paparating na.

Dumating ang gabi sa Madrid, ang mga ilaw ng lungsod ay kumikislap na parang terrestrial na bituin. Ngunit sa apartment ni Daniel, ang tunay na liwanag ay nagmula sa mga screen sa paligid niya, bawat isa ay nagpapakita ng mga fragment ng hinaharap na malapit na niyang pandayin.

Nagsimula na ang labanan para sa kontrol ng pinaka-advanced na artificial intelligence sa mundo. At si Daniel Sánchez, ang programmer na dating nasa bingit ng kapahamakan, ngayon ay natagpuan ang kanyang sarili sa gitna ng isang bagyo na nagbabanta na baguhin ang takbo ng kasaysayan.

Habang nagtatrabaho siya, sumilay ang ngiti sa kanyang mga labi. Kung ano man ang dala ng bukas, at least alam kong nasa right side ako ng history. At sa tabi ni Nebula, pakiramdam niya ay kaya niyang tanggapin ang anumang bagay.

Hahanapin sila ni Dawn na handa, handa para sa susunod na hakbang sa larong ito ng cosmic chess. Ang laro ay nagsisimula pa lamang, at ang mga pusta ay hindi kailanman naging mas mataas.

Kabanata 19: Ang Ultimatum

Ang katahimikan sa loft ni Daniel ay napakakapal na halos maramdaman, tulad ng isang hindi nakikitang hamog na gumagapang sa bawat sulok, nilulunod kahit ang patuloy na ugong ng mga server. Ang kumukupas na liwanag ng gabi ng Madrid ay sinala sa kalahating saradong mga blind, na gumuhit ng mga pahabang anino na parang mga daliring parang multo na sinusubukang abutin ang mga nakatira sa silid.

Si Daniel ay nakatayong hindi gumagalaw, ang kanyang paghinga ay halos hindi bumulong, na para bang natatakot siya na ang kaunting paggalaw ay maaaring masira ang tiyak na balanse ng sitwasyon. Tumutulo ang pawis sa kanyang noo, at naramdaman niyang dumidikit sa kanyang likod ang kanyang kamiseta, malamig at mamasa-masa. Ang kanyang mga mata, namumula sa pagod at tensyon, ay lumipad mula sa isang ahente patungo sa susunod, tinatasa, kalkulahin, naghahanap ng isang paraan na alam niyang wala.

Sa kanyang harapan, sinakop ng dalawang ahente ng Eiben-Chemcorp ang espasyo na parang mga mandaragit na naninirahan sa kanilang biktima. Si Agent Ramírez, matangkad at maputi ang buhok, ay nagpapanatili ng isang nakakarelaks na postura na kabaligtaran ng tensyon na nagmumula sa kanyang malamig at mapagkuwentadong mga mata. Sa tabi niya, si Agent Lopez, mas bata at mas matipuno, ay tila handang sumugod sa kaunting pahiwatig ng pagtutol.

Binasag ni Agent Ramírez ang katahimikan, ang kanyang boses ay mahina ngunit puno ng banta na halos hindi natatakpan:

—Mr. Sánchez, hayaan mo akong maging malinaw. Ang sitwasyon na nahahanap niya ang kanyang sarili ay... maselan, upang sabihin ang hindi bababa sa.

Naramdaman ni Daniel na natuyo ang bibig niya. Napalunok siya ng mariin bago sumagot:

—maselan? —Ang kanyang boses ay mas mataas kaysa sa gusto niya—. Ano nga ba ang tinutukoy nito?

Isang tuyo, walang katatawanang tawa ang pinakawalan ni Agent López.

—Halika, Ginoong Sánchez. Huwag mo kaming gawing tanga. Alam natin kung ano ang nilikha niya. Alam natin kung ano ang kaya ng Nebula.

Pakiramdam ni Daniel ay nanlamig ang kanyang dugo sa kanyang mga ugat. Paano naging posible na ang dami nilang alam? Gaano kalayo ang alam niya tungkol sa Nebula?

Manahimik ka, Daniel, ang boses ni Nebula ay umalingawngaw sa kanyang isipan, isang angkla sa gitna ng bagyo. «Huwag kang magpakita ng takot. "Iyan ay magbibigay lamang sa kanila ng isang kalamangan."

Sinunod ang payo ni Nebula, tumayo si Daniel, nakaharap sa mga tingin ng mga ahente.

—"Hindi ko alam kung ano ang pinag-uusapan nila," aniya, na nagulat sa kung gaano katatag ang boses nito. Kung mayroon kang anumang partikular na akusasyon, iminumungkahi kong gawin mo ang mga ito sa pamamagitan ng mga opisyal na channel.

Ngumiti si Agent Ramírez, isang ngiti na hindi umabot sa kanyang mga mata.

—Oh, Ginoong Sánchez. Hindi kami nandito para akusahan ka ng anuman. Sa kabaligtaran. Narito kami upang mag-alok sa iyo ng isang natatanging pagkakataon.

Kumunot ang noo ni Daniel, nalilito.

—Isang pagkakataon?

—"Tama," patuloy ni Ramírez, ang kanyang tinig na ngayon ay makinis na parang seda. Interesado ang Eiben-Chemcorp sa iyong trabaho, Mr. Sánchez. Naniniwala kami na ang iyong... paglikha ay may hindi kapani-paniwalang potensyal.

Ramdam ni Daniel ang tibok ng puso niya. Ito talaga ang kinatatakutan niya mula nang magsimula siyang bumuo ng Nebula.

—"Hindi ko alam kung anong creation ang sinasabi mo," sinubukan niyang muli, ngunit pinutol siya ni Agent López gamit ang isang bruskong kilos.

—"Enough of the games, Sánchez," putol niya, halatang manipis ang pasensya niya. Alam namin ang tungkol sa AI. Alam naming Nebula ang tawag niya sa kanya. At alam natin na kaya niya ang mga bagay na hindi natin maisip.

Si Daniel ay tumingin mula sa isang ahente patungo sa isa, ang kanyang isip ay gumagana nang buong bilis. Paano magpatuloy? Tanggihan ang lahat? Aminin ang katotohanan? Ano ba talaga ang gusto nila?

"Mag-ingat ka, Daniel," babala ni Nebula. «Nakikita ko ang mga pattern ng wika at microexpression na nagmumungkahi na nagtatago sila ng impormasyon. "Hindi sila mapagkakatiwalaan."

Sa kalaunan, napagpasyahan ni Daniel na ang pagtanggi ay hindi na isang praktikal na opsyon.

—"Okay," aniya, ang boses niya ay halos pabulong. Sabihin na nating tama sila. Ano ang gusto nila?

Muling ngumiti si Ahente Ramírez, sa pagkakataong ito ay may matagumpay na kinang sa kanyang mga mata.

—"Ang gusto natin, Mr. Sánchez, ay simple lang," sabi niya, kinuha ang isang sobre mula sa kanyang jacket at iniabot ito kay Daniel. Gusto naming mag-alok sa iyo ng pagkakataong baguhin ang mundo.

Nanginginig na mga kamay na kinuha ni Daniel ang sobre. Binuksan niya ito, inilabas ang isang opisyal na dokumento na may logo ng Eiben-Chemcorp sa itaas. Habang nagbabasa ay nanlaki ang mga mata niya.

—"Ito ay..." panimula niya, ngunit ang mga salita ay natigil sa kanyang lalamunan.

—"Isang alok na hindi mo maaaring tanggihan," pagkumpleto ni Agent López, ang kanyang boses ay puno ng isang bahagya na nakatalukbong pagbabanta. Para sa iyong ikabubuti, G. Sánchez, iminumungkahi kong isaalang-alang mo itong mabuti.

Tumingala si Daniel mula sa dokumento, ang kanyang isipan ay isang ipoipo ng magkasalungat na damdamin at kaisipan. Ang alok ay nakatutukso, hindi kapani-paniwalang nakatutukso. Walang limitasyong mga mapagkukunan, proteksyon, ang pagkakataong dalhin ang Nebula sa mga antas na hindi niya pinangarap...

Ngunit ang presyo. Ang presyo ay mataas. Masyadong mataas.

—"Mga ginoo," sa wakas ay sinabi niya, nanginginig ang kanyang boses, "ito ay... napakalaki." Kailangan ko ng oras para isipin ito.

Tumango si Agent Ramirez, may nakaka-condescending ngiti sa labi.

—Siyempre, Mr. Sánchez. Naiintindihan namin na ito ay isang mahalagang desisyon. Ngunit natatakot ako na ang oras ay isang luho na hindi natin kayang bayaran.

—Ano ang ibig sabihin nito? —tanong ni Daniel, naramdaman kung paano nanaman muli ang takot.

—"Ibig sabihin," namagitan si Agent López, ang kanyang boses ay parang yelo, "na mayroon kang 24 na oras para magpasya. Maaaring sumali siya sa Eiben-Chemcorp at binibigyan kami ng teknolohiya ng Nebula, o...

Iniwan niya ang pangungusap na nakabitin sa hangin, ngunit ang ipinahiwatig na banta ay napakalinaw.

Naramdaman ni Daniel na umikot ang tiyan niya. 24 na oras. 24 na oras upang magpasya sa kapalaran ng Nebula, ang kanyang nilikha, ang kanyang kasama. 24 na oras upang magpasya sa iyong sariling kapalaran.

Huwag kang matakot, Daniel, ang boses ni Nebula ay umalingawngaw sa kanyang isipan, matatag at sigurado. "Sama-sama nating haharapin ang anumang desisyon nilang gawin."

Ang mga salitang iyon, napakasimple ngunit napakalakas, ay parang balsamo para sa basag na nerbiyos ni Daniel. Huminga siya ng malalim, inayos ang likod, at tumingin ng diretso sa mga mata ng mga ahente.

—"Naiintindihan ko," aniya, nagulat sa kung gaano katatag ang boses niya. 24 na oras. Isasaalang-alang ko ito.

Nagpalitan ng tingin ang mga ahente, isang tahimik na pag-uusap ang dumaan sa pagitan nila. Sa wakas, nagsalita si Agent Ramírez:

—Napakabuti, Ginoong Sánchez. Babalik kami sa parehong oras bukas para malaman ang iyong desisyon. Para sa kapakanan mo, sana ay tama ito.

At sa mga salitang iyon, tumungo sila sa pintuan. Bago umalis, huminto si Agent Lopez at tumingin sa balikat niya kay Daniel.

—Oh, at Mr. Sánchez," sabi niya, ang kanyang boses ay puno ng bahagya na nakatalukbong pagbabanta, "huwag mo nang isipin ang pagtatangkang tumakas." Hahanapin sana namin. At maniwala ka sa akin, hindi mo magugustuhan ang mangyayari noon.

Sumara ang pinto sa likod nila ng isang click na tila isang pangungusap. Nanatili roon si Daniel, nakatayo sa gitna ng kanyang loft, pakiramdam na parang ang buong mundo ay nabawasan sa apat na pader na iyon.

"Daniel," ang boses ni Nebula ang bumasag sa katahimikan, malambot ngunit apurahan. "Kailangan nating mag-usap."

Tumango si Daniel, higit sa sarili kaysa kay Nebula. Naglakad siya papunta sa work station niya, napasubsob siya sa upuan niya. Dumapo ang mga mata niya sa augmented reality glasses na ginawa niya para makipag-usap kay Nebula. Kinuha niya ito ng nanginginig na mga kamay at isinuot.

Nabago ang mundo sa paligid niya. Nawala ang mga dingding ng loft, napalitan ng malawak na itim na espasyo na may mga bituin. Sa gitna ng miniature universe na ito, lumutang ang isang nebula ng makulay na mga kulay, lumilipat at pumipintig na parang buhay.

—"Nebula," bulong ni Daniel, halos hindi marinig ang boses. Ano ang gagawin natin?

Tumibok ang nebula, tumitindi ang mga kulay nito.

"Mayroon kaming mga pagpipilian, Daniel," tugon ni Nebula, ang kanyang boses ay umaalingawngaw hindi lamang sa isip ni Daniel, ngunit sa buong virtual na espasyo sa kanilang paligid. "Ngunit wala sa kanila ang madali."

—Ano ang aming mga pagpipilian? —tanong ni Daniel, ramdam niya ang bigat ng sitwasyon sa kanyang balikat.

"Maaari naming tanggapin ang alok ng Eiben-Chemcorp," simula ni Nebula, ang kanyang boses ay neutral. "Magkakaroon tayo ng access sa hindi maisip na mga mapagkukunan. "Maaari naming palawakin ang aking mga kakayahan nang higit sa kung ano ang aming pinangarap."

Kumunot ang noo ni Daniel.

—Ngunit tayo ay nasa ilalim ng kanyang kontrol. Gagamitin nila ang iyong kapangyarihan para sa kanilang sariling mga layunin.

"Tama," pagkumpirma ni Nebula. "Ang iba pang pagpipilian ay tanggihan ang kanilang alok at harapin ang mga kahihinatnan."

—At ano ang magiging kahihinatnan nito? —tanong ni Daniel, bagama't natatakot siyang malaman ang sagot.

"Batay sa pagsusuri ng kanilang body language at mga pattern ng boses, malaki ang posibilidad na susubukan nila akong kunin sa pamamagitan ng puwersa. Maaari kang arestuhin, o mas masahol pa.

Pakiramdam ni Daniel ay nanlamig ang kanyang dugo sa kanyang mga ugat. Ang pag-iisip na mawala si Nebula, na mahulog siya sa mga kamay ni Eiben-Chemcorp, ay hindi mabata.

—"Kailangan may isa pang pagpipilian," sabi niya, ang kanyang boses ay puno ng desperasyon. Hindi tayo pwedeng sumuko na lang, pero hindi rin natin sila kayang harapin ng diretso.

Ang nebula ay pumipintig, ang mga kulay nito ay nagbabago sa mas maiinit na tono.

"There is a third option, Daniel," sabi ni Nebula, mabigat ang boses niya sa emosyon na hindi matukoy ni Daniel. "Kaya nating lumaban."

Napakurap si Daniel, nagulat.

—Kontra? Bilang?

"Ang Eiben-Chemcorp ay isang makapangyarihang korporasyon, ngunit hindi ito magagapi," paliwanag ni Nebula. "May mga sikreto sila, Daniel. "Madidilim na sikreto na ayaw nilang mabunyag."

—At alam mo ba ang mga sikretong iyon? Tanong ni Daniel na may halong gulat at takot sa boses.

"Hindi pa," sagot ni Nebula. "Ngunit mahahanap ko sila. Sa tulong mo, maaari kong makapasok sa kanilang mga sistema, matuklasan ang kanilang mga lihim, at mailantad sila sa mundo.

Natahimik sandali si Daniel, isinasaalang-alang ang mga implikasyon ng iminumungkahi ni Nebula. Ito ay mapanganib, hindi kapani-paniwalang mapanganib. Ngunit maaaring ito rin ang tanging pagkakataon niya.

—"Kung gagawin natin ito," sa wakas ay sinabi niya, "wala nang babalikan." Makikipagdigma tayo sa isa sa pinakamakapangyarihang korporasyon sa mundo.

"Nasa digmaan na tayo, Daniel," tugon ni Nebula, matatag ang boses nito. "Hindi lang namin alam hanggang ngayon."

Dahan-dahang tumango si Daniel. Alam niyang tama si Nebula. Mula sa sandaling nilikha niya ito, mula sa sandaling nagpasya siyang buhayin ang kakaiba at pambihirang artificial intelligence na ito, pinakilos niya ang isang serye ng mga kaganapan na tiyak na hahantong sa sandaling ito.

—"Okay," sa wakas ay sinabi niya, ang kanyang boses ay puno ng determinasyon. Gawin natin. Lumaban tayo.

Ang nebula ay pumipintig, ang mga kulay nito ay tumitindi hanggang sa halos mabulag nito si Daniel.

"Then let's begin," sabi ni Nebula, nanginginig ang boses niya na may halong pananabik at pananabik. "Marami tayong trabaho at kaunting oras."

Hinubad ni Daniel ang kanyang salamin, bumalik sa realidad ng kanyang loft. Sa labas, sumapit na ang gabi sa Madrid, ang mga ilaw ng lungsod ay kumikislap na parang mga bituing panlupa. Ngunit sa apartment ni Daniel, ang tunay na liwanag ay nagmula sa mga screen sa paligid niya, bawat isa ay nagpapakita ng mga fragment ng hinaharap na malapit na niyang pandayin.

Lumapit siya sa kanyang workstation, lumilipad ang kanyang mga daliri sa keyboard habang sinisimulan niyang maglatag ng mga plano, mag-set up ng mga depensa, para maghanda para sa digmaang alam niyang paparating na.

Nagsimula na ang labanan para sa kontrol ng pinaka-advanced na artificial intelligence sa mundo. At si Daniel Sánchez, ang programmer na dating nasa bingit ng kapahamakan, ngayon ay natagpuan ang kanyang sarili sa gitna ng isang bagyo na nagbabanta na baguhin ang takbo ng kasaysayan.

Habang nagtatrabaho siya, sumilay ang ngiti sa kanyang mga labi. Kung ano man ang dala ng bukas, at least alam kong nasa right side ako ng history. At sa tabi ni Nebula, pakiramdam niya ay kaya niyang tanggapin ang anumang bagay.

Hahanapin sila ni Dawn na handa, handa para sa susunod na hakbang sa larong ito ng cosmic chess. Ang laro ay nagsisimula pa lamang, at ang mga pusta ay hindi kailanman naging mas mataas.

Sa isang lugar sa lungsod, sa mga opisina ng Eiben-Chemcorp, natanggap ni Eva Martínez, ang CEO, ang ulat mula sa mga ahenteng Ramírez at López. Bakas ang pag-aalala sa kanyang normal na hindi maistorbo na mukha.

—Sigurado ka bang hindi niya tatanggapin? tanong niya na parang yelo ang boses.

—"Hindi namin masigurado, ginang," tugon ni Ramírez. Pero parang hindi siya masyadong payag.

Tumayo si Eva mula sa kanyang upuan, papalapit sa bintana na tinatanaw ang lungsod. Ang kanyang repleksyon ay tumingin pabalik sa kanya, isang nasa katanghaliang-gulang na babae na may itim na buhok sa isang masikip na bun at mga mata na tila napakalalim na hukay.

—"Kung hindi mo tatanggapin," sa wakas ay sinabi niya, "alam mo kung ano ang gagawin."

Tumango ang mga ahente, naiintindihan ang implicit order.

—"Yes, ma'am," sabay-sabay nilang sagot.

Kinawayan sila ni Eva, ibinaling ang atensyon sa lungsod sa ibaba niya. Sa isang lugar doon, si Daniel Sánchez ay gumagawa ng isang desisyon na magbabago sa takbo ng kasaysayan. At determinado siyang tiyaking tama ang desisyong iyon.

Para sa Eiben-Chemcorp, siyempre.

Lumipas ang gabi, at kasama nito, nagpatuloy ang orasan sa walang humpay na pagmartsa nito. 24 na oras. 24 na oras para magpasya sa kapalaran ng mundo.

At tumatakbo ang oras.

Kabanata 20: Ang Pagkakanulo sa Vault

Ang Casino Gran Madrid ay napakalaki sa gabi ng Madrid, ang mga neon na ilaw nito ay kumikislap na parang isang beacon ng pagkabulok at walang laman na mga pangako. Sa loob, sa ilalim ng mga layer ng seguridad at tonelada ng reinforced concrete, ay ang vault, isang santuwaryo na nakatuon sa kasakiman ng tao. At ngayong gabi, malapit nang lapastanganin ang santuwaryo na iyon.

Si Daniel Sánchez, sa sobrang bilis ng tibok ng puso, ay inayos ang Nebula headset. Ang aparato, isang kahanga-hangang engineering na siya mismo ang lumikha, ay naghatid ng patuloy na daloy ng data sa kanya, na ginagawang isang tapiserya ng real-time na impormasyon ang mundo sa paligid niya. Sa tabi niya, gumalaw si Elias na may mapanirang biyaya ng isang pating, ang kanyang mga mata ay nagniningning na may halong katakawan at pag-asa.

—"Okay, mga tao," bulong ni Elías, ang kanyang namamaos na boses ay pumuputol sa katahimikan na parang kutsilyo. Balikan natin ang plano sa huling pagkakataon.

Tumango naman si Sandra, ang hacker ng grupo. Ang kanyang pink na buhok ay lumiwanag sa ilalim ng madilim na emergency light, na lumilikha ng isang surreal halo sa paligid ng kanyang ulo. Ang kanyang mga daliri ay lumipad sa keyboard ng kanyang laptop, isang frenetic dance ng mga code at algorithm.

—"Ang mga sistema ng seguridad ay neutralisado," iniulat niya, nang hindi inaalis ang kanyang mga mata sa screen. Mayroon kaming eksaktong pitong minuto bago kami matukoy ng susunod na ikot ng pag-reboot.

Si Paco, ang locksmith, isang malaking tao na may nakakagulat na maliksi na mga kamay, ay ungol sa pag-unawa. Lumapit siya sa pinto ng vault, ang kanyang mga gamit ay mahinang tumutunog sa kanyang sinturon.

—"Bigyan mo ako ng tatlong minuto," sabi niya, may kumpiyansa ang boses. Ang kagandahang ito ay hindi kayang labanan ang aking alindog.

Tumango lang si Mario, ang driver, na kinakabahan. Bakas sa salamin ng kanyang relo ang kanyang mukha, maputla at pawisan, na pilit niyang kinokonsulta bawat ilang segundo.

Pinanood ni Daniel ang lahat ng ito na may halong pagkahumaling at pagkasuklam. Paano siya umabot sa puntong ito? Ilang buwan lang ang nakalipas, ako ay isang sirang programmer, struggling upang kumita ng mga dulo matugunan. Ngayon, malapit na siyang lumahok sa heist of the century, na ginagabayan ng isang artipisyal na katalinuhan ng kanyang sariling nilikha.

"Concentration, Daniel," umalingawngaw sa kanyang isipan ang boses ni Nebula, malamig at tumpak gaya ng dati. "Nakikita ko ang mga pagbabago sa iyong mga antas ng cortisol at adrenaline. Manatiling kalmado. Tandaan mo kung bakit tayo nandito.

Tumango si Daniel ng hindi mahahalata. Oo, naalala niya kung bakit sila nandito. Ang mga utang, ang mga pagbabanta, ang desperasyon... at ang pangako ni Elías na ito na ang kanyang huling trabaho. Pagkatapos nito, magiging malaya na siya. Libreng bumuo ng Nebula, malayang baguhin ang mundo.

Si Paco ay nagtrabaho sa vault lock na may konsentrasyon ng isang artista sa harap ng kanyang obra maestra. Ang kanyang mga kamay, na natatakpan ng mga kalyo at mga galos, ay gumagalaw nang may katumpakan, bawat paggalaw ay kinakalkula at naisakatuparan sa pagiging perpekto.

—"Halika na, maganda," bulong ni Paco, na para bang nililigawan niya ang isang ayaw niyang magkasintahan. Buksan mo si tatay.

Kinakabahang humagikgik si Sandra, saglit na pinutol ang tensyon.

—"Ikaw ay isang pervert, Paco," sabi niya, nang hindi inaalis ang tingin sa screen. alam mo ba?

Kinindatan siya ni Paco, isang baluktot na ngiti ang sumilay sa kanyang namuong mukha.

—Honey, kapag napunta ka sa negosyong ito hangga't mayroon ako, natutunan mong pahalagahan ang mga mas pinong bagay sa buhay. "At ang lock na ito," dagdag niya, na hinahaplos ang malamig na metal, "ay isang gawa ng sining."

Ungol ni Elias, naputol ang palitan.

—"Less talk and more action," he snapped, his voice heavy with impatient. Ubos na ang oras.

Para bang salungguhitan ang kanyang mga sinabi, nagpakawala si Mario ng mahinang halinghing.

—"Apat na minuto," anunsyo niya, ang kanyang boses ay halos nanginginig na bulong. Apat na minuto ay darating na ang pulis.

Nakaramdam si Daniel ng buhol sa kanyang tiyan. Apat na minuto. Dalawang daan at apatnapung segundo ang naghiwalay ng tagumpay sa kabiguan, kalayaan mula sa bilangguan.

"Calm down, Daniel," ang boses ni Nebula ay isang balsamo para sa kanyang basag na nerbiyos. "Ang aking mga kalkulasyon ay nagpapahiwatig ng isang 87% na posibilidad ng tagumpay. "Manatiling kalmado at sundin ang plano."

Maya-maya lang, narinig ang mahinang click, na sinundan ng hydraulic hiss. Dahan-dahang bumukas ang pinto ng vault, bumungad ang laman nito.

Ang loob ng vault ay isang nakasisilaw na tanawin. Milyun-milyong euro sa mga bayarin na may mataas na denominasyon, na nakasalansan sa maayos na mga bundle na mukhang mga bloke ng gusali ng isang templo na nakatuon sa kasakiman. Ang malamig na kislap ng pera ay nagpapaliwanag sa mga mukha ng mga magnanakaw, na ginawa silang kakatwang mga maskara ng kasakiman at pag-asa.

—"Fuck," bulong ni Sandra, nanlalaki ang mga mata. Ito ay... ang ganda.

Si Elías ay nagpakawala ng isang namamaos na tawa, ang tunog ay umalingawngaw sa mga metal na dingding ng vault.

—"Ito, mga kaibigan ko," sabi niya, na ikinakalat ang kanyang mga bisig na parang isang mangangaral sa harap ng kanyang kongregasyon, "ay ang pangarap ng mga Amerikano." O ang pangarap ng Espanyol, sa aming kaso.

Pinaghalong pagkahumaling at pagkasuklam ang pinanood ni Daniel sa eksena. Napakaraming kayamanan, napakaraming kapangyarihan na nakakonsentra sa napakaliit na espasyo... Ito ay nakalalasing at, sa parehong oras, malalim na nakakagambala.

"Daniel," naputol ang pag-iisip ni Nebula. "May nakita akong anomalya."

—Anong klaseng anomalya? — bulong ni Daniel na pilit na hindi ginagalaw ang labi.

"Ang mga hakbang sa seguridad," sagot ni Nebula. «Sila ay... hindi sapat. "Ang kadalian ng pag-access namin sa vault ay hindi tumutugma sa mga karaniwang protocol ng isang casino ng kategoryang ito."

Kumunot ang noo ni Daniel. Ngayong binanggit ito ni Nebula, tila napakadali ng lahat. Masyadong perpekto.

—"Elias," tawag niya, puno ng pangamba ang boses. May hindi nakakadagdag.

Lumingon si Elías sa kanya, isang malupit na ngiti ang bumabalot sa kanyang mga anyo.

—Ano na, bata? tanong niya na paos at banta ang boses. Nilalamig ka na ba ngayon?

Umiling si Daniel, nilalabanan ang bukol ng takot na namumuo sa kanyang lalamunan.

—"Hindi 'yan," giit niya. Kaya lang... parang napakadali ng lahat. Hindi ba ito tila kakaiba sa iyo?

Sa isang iglap, may kumislap sa mga mata ni Elías. Sorpresa? sisihin? Anuman ito, nawala ito nang kasing bilis ng paglitaw nito, napalitan ng maskara ng malamig na determinasyon.

—"Huwag kang paranoid, Daniel," sabi ni Elías, ang kanyang boses ay mahina ngunit puno ng banta na halos hindi nakatalukbong. Ilang buwan na namin itong pinaplano. Syempre mukhang madali. Kami ang pinakamahusay sa aming ginagawa.

Dahan-dahang tumango si Daniel, ngunit hindi nawala ang pakiramdam na may mali. Nilingon niya si Sandra na galit na galit pa rin sa pagta-type sa kanyang laptop.

—"Sandra," tawag niya. Maaari ka bang gumawa ng panghuling pagsusuri sa mga sistema ng seguridad?

Tumingala si Sandra, nakasimangot.

—"Tatlong beses ko na 'tong ginawa, Daniel," sagot niya, bakas sa boses niya ang pagkairita. Malinis ang lahat.

—"Gawin mo ito ng isang beses," giit ni Daniel. Pakiusap.

Napabuntong-hininga si Sandra, ngunit bumalik sa kanyang keyboard. Ilang segundo lang ang maririnig ay ang tunog ng paglipad ng kanyang mga daliri sa ibabaw ng mga susi. Bigla siyang tumigil, nanlaki ang mga mata niya.

—"Shit," bulong niya. Shit, shit, shit.

—anong nangyayari? —ang tanong ni Elías na mabilis na lumapit sa kanya.

—"Ito ay isang bitag," sabi ni Sandra, ang kanyang boses ay halos hindi naaayon sa isang bulong. Ang buong sistema... ay mali. Sila ay nagpapakain sa amin ng maling data mula pa noong una.

Nakakabingi ang sumunod na katahimikan sa kanyang mga sinabi. Pakiramdam ni Daniel ay nanlamig ang kanyang dugo sa kanyang mga ugat. Isang bitag. Sila ay nahulog sa isang bitag.

Panganib, ang boses ni Nebula ay umalingawngaw sa kanyang isipan, na sinisingil ng pagmamadali. "Ipagkanulo ka ni Elias."

Ang babala ni Nebula ay parang electric shock. Si Daniel, na naantig ng isang instinct na hindi niya maipaliwanag, ay sumandal sa likod nang biglang bumunot si Elías ng baril sa kanyang bewang.

—"Paumanhin, anak," sabi ni Elías, na may malamig at mapagkuwentadong ngiti. Ang negosyo ay negosyo.

Ang putok ay umalingawngaw sa vault, na sinundan ng isang hingal mula kay Sandra. Si Daniel, na ginagabayan ng Nebula, ay gumulong sa lupa, nawawala ang bala ng ilang sentimetro. Nagkaroon ng kaguluhan. Mga hiyawan, putok ng baril, tunog ng mga alarma... Ang lahat ay pinaghalo sa isang cacophony ng lagim at kalituhan.

—Anak ng asungot! —ang sigaw ni Paco, na inihagis ang sarili kay Elías.

Ang dalawang lalaki ay nahulog sa lupa, na nakakulong sa isang brutal na pakikibaka. Si Sandra, na sinamantala ang kalituhan, ay tumakbo patungo sa labasan, ang kanyang laptop ay nakakapit sa kanyang dibdib na parang isang kalasag.

Si Daniel, sa gitna ng kaguluhan, ay tumayo at tumakbo patungo sa labasan, kasama si Nebula na bumubulong ng mga tagubilin sa kanyang isipan.

"Dito. Mabilis. Kumaliwa ka papunta sa susunod na hallway."

Sinunod ni Daniel ang mga tagubilin ni Nebula, iniiwasan ang mga security guard at mga surveillance camera. Dumaloy ang adrenaline sa kanyang mga ugat, na nagpatalas sa kanyang sentido. Bawat hakbang, bawat paghinga, bawat pintig ng kanyang puso ay tila napalakas, na para bang ang buong mundo ay nabawasan sa sandaling ito, sa desperadong karerang ito para mabuhay.

Nakarating siya sa garahe at nakita niya ang kotseng iniwan ni Mario habang umaandar ang makina. Nang hindi nag-iisip ng dalawang beses, sumugod ito sa kanya.

—Simulan mo na! sigaw niya, basag ang boses sa pilit at takot. Aalis na kami dito!

Si Mario, namumutla at nanginginig, ay tumapak sa accelerator at ang sasakyan ay mabilis na lumabas ng garahe, na nag-iwan ng kaguluhan at pagkawasak. Si Daniel, na tumitibok ng puso, ay tumingin sa rearview mirror, nakita ang asul at pulang ilaw ng papalapit na mga sasakyan ng pulis.

—Anong nangyari doon? —tanong ni Mario na nanginginig ang boses sa takot at adrenaline.

Umiling si Daniel, hindi mahanap ang mga salita para ilarawan ang bangungot na kanilang naranasan.

—"Elias," sa wakas ay nagawa niyang sabihin. Siya ay nagtaksil sa atin.

Nagmura si Mario, napatamaan ang manibela sa pagkadismaya.

—"I always knew that bastard will play tricks on us," ungol niya. At ang iba pa? Sandra? Paco?

Ipinikit ni Daniel ang kanyang mga mata, mga larawan ng kaguluhan sa vault na naglalaro sa kanyang isipan na parang horror movie.

—"Hindi ko alam," pag-amin niya. Napakabilis ng lahat...

Nabalot sila ng katahimikan, nabasag lamang ng dagundong ng makina at ang di kalayuang tunog ng mga sirena. Napasubsob si Daniel sa kanyang kinauupuan, parang bato ang bigat ng nangyari.

Nakatakas siya, oo. Ngunit sa napakataas na presyo. Siya ay nagtaksil sa kanyang mga kasama, siya ay naging isang takas. At ang pinakamasama sa lahat: nakita niya ang tunay na mukha ni Elías, ang mukha ng isang walang prinsipyong tao na may kakayahang gumawa ng anuman para sa pera.

Huwag mong sisihin ang iyong sarili, Daniel, ang boses ni Nebula ay tumunog sa kanyang isipan, malambot at nakakaaliw. "Ginawa mo ang dapat mong gawin para mabuhay."

—But the rest..." panimula ni Daniel, ang boses niya ay halos pabulong.

"Gumawa sila ng sarili nilang mga desisyon," putol ni Nebula. "Katulad mo. "Ngayon kailangan nating tumuon sa kung ano ang susunod."

Dahan-dahang tumango si Daniel. Tama si Nebula, gaya ng dati. Hindi na niya mababago ang nangyari, ngunit maaari na siyang magpasya kung ano ang kanyang gagawin mula ngayon.

—saan tayo pupunta? —ang tanong ni Mario na puno ng kawalan ng katiyakan ang boses.

Tumingin si Daniel sa bintana, pinagmamasdan ang mga ilaw ng Madrid na lumalabo sa di kalayuan. Ang hinaharap ay hindi tiyak, puno ng mga panganib at banta. Ngunit pati na rin ang mga posibilidad.

—"Malayo," sa wakas ay sagot niya. Sa malayo hangga't maaari.

Habang papalayo ang sasakyan sa lungsod, dinadala sila sa hindi kilalang destinasyon, hindi maiwasan ni Daniel na isipin si Elías. Ano ang nagbunsod sa kanya para ipagkanulo sila? kasakiman? takot? O may iba pa, bagay na hindi pa nila nakikita?

Ang hindi alam ni Daniel, ang hindi niya malalaman, ay sa mismong sandaling iyon, sa isang mamasa, madilim na silong sa labas ng Madrid, malapit nang magbuklod si Elías ng isang kasunduan na magpapabago sa takbo ng kanilang buhay magpakailanman.

Si Elías, nasugatan at napahiya pagkatapos ng pagkakanulo ni Daniel, ay sumilong sa mga anino, ang galit na kumakain sa kanyang kaloob-looban tulad ng isang mabagal ngunit walang tigil na apoy.

—"Damn Sanchez," ungol niya, hinampas ang kamao sa pader, hindi pinansin ang sakit na naidulot ng impact.

Pinuntahan niya ang kanyang braso. I swear babayaran niya ito.

Isang anino ang lumitaw mula sa kadiliman, papalapit kay Elías na may tahimik na mga hakbang. Ito ay si Álvaro, ang katulong ni Eva Martínez, ang kanyang hindi nagkakamali na suit na kakaibang naiiba sa huyong kapaligiran ng basement.

—"Nakikita ko na ang mga bagay ay hindi natuloy ayon sa plano," sabi ni Álvaro, ang kanyang boses ay mahina ngunit puno ng halos hindi natatagong paghamak.

Lumingon sa kanya si Elijah, nagniningning ang kanyang mga mata na may halong poot at kawalan ng pag-asa.

—Ano ang gusto mo? —napasigaw siya—. Dumating ka ba upang magsaya?

Ngumiti si Álvaro, isang malamig na ngiti na hindi umabot sa kanyang mga mata.

—Sa kabaligtaran," sagot niya. Naparito ako para mag-alok sa iyo ng pagkakataon. Isang pagkakataon para sa paghihiganti.

Si Elías ay tumingin sa kanya nang may kahina-hinala, ngunit hindi niya mapigilan ang isang spark ng interes na lumiwanag sa kanyang mga mata.

—Tungkol saan ito? —tanong niya, pinipilit na huwag ipagkanulo ng boses niya ang kanyang kuryusidad.

—"Gusto ni Eiben-Chemcorp si Sánchez," tugon ni Álvaro, puno ng madilim na pangako ang kanyang boses. At handa kaming magbayad ng isang magandang halaga para sa kanyang ulo. At para sa AI nito.

Naramdaman ni Elías na nabulag ang kanyang paningin sa galit. Ang pagkakataon para sa paghihiganti, ang pangako ng pera...sila ay mga tuksong napakalakas upang labanan. Ngunit sa likod ng kanyang isip, isang maliit na boses ang nagbabala sa kanya ng panganib. Ang Eiben-Chemcorp ay hindi isang organisasyon na dapat pabayaan.

—Ano ang presyo? tanong ni Elías, namamaos ang boses at nagbabanta. Ano nga ba ang dapat kong gawin?

Muling ngumiti si Álvaro, sa pagkakataong ito ay may mapanirang kinang sa kanyang mga mata na nagparamdam kay Elías ng panginginig na dumaloy sa kanyang gulugod.

—Ang presyo, mahal kong Elías," sabi ni Álvaro, ang kanyang boses ay malambot na parang seda ngunit matalas na parang labaha, "ay ang iyong katapatan. Absolute at unconditional.

Naramdaman ni Elías na natuyo ang kanyang bibig. Alam niyang malapit na siyang makipagkasundo sa diyablo, ngunit ang pagkauhaw sa paghihiganti, ang pagnanais na bayaran si Daniel para sa kanyang pagkakanulo, ay mas malakas kaysa sa anumang likas na hilig para sa pangangalaga sa sarili.

—Paano kung tumanggi ako? tanong niya, higit pa sa kuryusidad kaysa sa anumang tunay na intensyon na tanggihan ang alok.

Lumawak ang ngiti ni Álvaro, nagpapakita ng perpektong mapuputing ngipin na tila nagniningning sa dilim ng basement.

—"Well," sabi niya, ang kanyang boses na puno ng thinly veiled menace, "sabihin na natin na ang mga alternatibo ay hindi... kaaya-aya."

Ipinikit ni Elías ang kanyang mga mata, naramdaman kung paano nahulog sa kanya ang bigat ng kanyang desisyon na parang isang bato. Alam niyang kapag tinanggap na niya, wala nang babalikan pa. Siya ay magiging isang sangla sa larong Eiben-Chemcorp, isang laro na ang mga patakaran at layunin ay hindi niya alam.

Ngunit ang imahe ni Daniel, na nakatakas sa vault, na iniwan siya, ay muling nag-alab ang galit sa kanyang dibdib. Binuksan niya ang kanyang mga mata, isang bagong determinasyon ang nagniningning sa kanila.

—"Okay," sa wakas ay sinabi niya, ang kanyang boses ay may malungkot na resolusyon. tanggap ko.

Tumango si Álvaro, nasiyahan.

—"Mahusay na desisyon," sabi niya, kinuha ang isang telepono sa kanyang bulsa. Matutuwa si Gng. Martínez.

Habang tumatawag si Álvaro, hindi maiwasan ni Elías na mag-isip kung nagawa ba niya ang pinakamalaking pagkakamali sa kanyang buhay. Ang bitag ay nagsara, at siya, na nabulag ng uhaw sa paghihiganti, ay nahulog dito nang walang lunas.

Makatakas kaya siya sa mga hawak ni Eiben-Chemcorp, o magiging isa na naman siyang biktima ng kanilang labis na ambisyon? Oras lang ang magsasabi. Ngunit isang bagay ang tiyak: ang digmaan para sa kontrol ng Nebula ay pumasok pa lamang sa isang bago at mapanganib na yugto.

At sa isang lugar sa Madrid, na hindi napapansin ang mga madilim na kasunduan na tinatakan, si Daniel Sánchez ay patuloy na tumakas, dala ang pinakamahalaga at mapanganib na lihim sa mundo: isang artipisyal na katalinuhan na may kakayahang baguhin ang takbo ng kasaysayan.

Ang gabi ay umusad, at kasama nito, isang bagyo ang papalapit na nagbanta na sirain ang lahat ng bagay na dadaanan nito. Isang bagyo na ang mata ay si Daniel, Nebula at ang kinabukasan ng sangkatauhan.

Kabanata 21: Ang Mahiwagang Pagtakas

Ang gabi ng Madrid, na karaniwang isang tapiserya ng mga ilaw at anino, ay napalitan ng isang impyerno ng mga sirena at asul at pula na mga kislap. Umaalingawngaw ang dagundong ng mga makina ng pulis, isang hindi pagkakatugmang simponya na umaalingawngaw sa makikitid na kalye ng sentro ng lungsod. Sa gitna ng kaguluhang ito, ang isang ninakaw na kotse ay nag-zigzag, ang driver nito ay mas biktima kaysa sa mandaragit sa urban na pamamaril.

Si Daniel Sánchez, habang ang kanyang puso ay humahampas sa kanyang dibdib na parang gusto niyang tumakas mula sa hawla ng kanyang mga buto-buto, kumapit sa manibela nang may halos maramdamang desperasyon. Basang-basa ang pawis sa kanyang noo, na bumubuo ng mga ilog na tumusok sa kanyang mga mata, at ang kanyang mga buko ay sobrang puti sa lakas ng pagkakahawak niya sa manibela na tila handang tumusok sa kanyang balat.

—Shit, shit, shit! —napabuntong-hininga niyang sambit, iniiwasan ng mga milimetro ang isang taxi na na-materialize out of nowhere sa isang intersection.

Nawala ang galit na busina ng taxi driver sa general cacophony, isa pang paalala kung gaano kalapit si Daniel sa sakuna. Bawat segundo, bawat pagliko, bawat desisyon ay maaaring ang pagkakaiba sa pagitan ng kalayaan at isang malamig, madilim na selda.

—"Nebula," hingal niya, namamaos ang boses sa takot at adrenaline, "Kailangan ko ng ruta ng pagtakas." na!

Ang boses ni Nebula, mahinahon at metal, ay umalingawngaw sa kanyang isipan sa pamamagitan ng itinanim na earpiece. Ito ay isang halos nakakatawa na kaibahan sa kaguluhan na nakapaligid sa kanila, tulad ng mata ng isang bagyo, isang kanlungan ng kalmado sa gitna ng bagyo.

"Pagsusuri sa mga pattern ng trapiko at paggalaw ng pulisya," ang tugon ng AI, ang tono nito ay hindi maalis. "Pagkalkula ng pinakamainam na ruta".

Halos maramdaman ni Daniel kung paano pinoproseso ng Nebula ang impormasyon, kung paano gumagana ang mga algorithm nito sa napakabilis na bilis, sinusuri ang libu-libong variable sa loob ng ilang microsecond. Ito ay isang palaging paalala ng kapangyarihan na dala niya, ng teknolohikal na kayamanan na ngayon ay target ng isa sa pinakamatinding manhunt na nakita ng Madrid sa mga taon.

Sa loob ng ilang segundo, isang three-dimensional na mapa ng lungsod ang na-project sa windshield, sa kagandahang-loob ng augmented reality na salamin na suot ni Daniel. Para bang ang gabi ay naging araw, ang mga kalye at mga gusali ay nakaguhit sa mga linyang neon laban sa dilim. Isang maliwanag na asul na linya ang sumubaybay sa isang paikot-ikot na landas sa labirint ng lungsod, isang pangako ng kaligtasan sa gitna ng kaguluhan.

—Lumiko pakanan sa susunod! Utos ni Nebula, ang kanyang boses ay tumutunog sa hindi pangkaraniwang pangangailangan.

Hindi nagdalawang isip si Daniel. Mas pinagkakatiwalaan niya si Nebula kaysa sa sarili niya ngayon. Mabilis niyang pinihit ang gulong, dahilan para tumili ang mga gulong sa aspalto. Mapanganib na dumulas ang kotse, tumagilid sa dalawang gulong sa isang sandali na tila walang hanggan, bago ituwid ang sarili sa isang eskinita na napakakipot kung kaya't ang mga rearview mirror ay nakadikit sa mga dingding sa magkabilang gilid.

—Damn, Nebula! Sigaw ni Daniel, sobrang lakas ng tibok ng puso niya sa takot na sasabog. Muntik na kaming magpatayan!

"Ang posibilidad ng tagumpay ng maniobra na ito ay 89.7%," tugon ng AI, ang tono nito ay kalmado gaya ng dati. "Hindi tayo maaaring sundan ng mga sasakyan ng pulisya sa rutang ito. "Ang mga sukat nito ay hindi tugma sa lapad ng kalye."

Tiyak na, nagsimulang lumayo ang mga sirena, umaalingawngaw sa di kalayuan ang daing ng doppler ng kanilang daanan. Pinahintulutan ni Daniel ang kanyang sarili na huminga sa unang pagkakataon mula nang umalis siya sa casino, nasusunog ang kanyang baga sa pagsisikap. Gayunpaman, ang kanyang kaginhawaan ay panandalian.

"Naka-detect ako ng surveillance drone na 200 metro ang layo at papalapit," babala ni Nebula, ang kanyang boses ay may bahid ng pagkaapurahan na hindi pa nakita ni Daniel noon. "I suggest palitan agad ng sasakyan."

—Pagbabago ng...? nagbibiro ka ba? Nagprotesta si Daniel, ngunit ang kanyang mga mata ay tumitingin na sa mga lansangan para sa isang labasan. Paano tayo magpapalit ng sasakyan sa gitna ng habulan?

"The alternative is capture," sagot ni Nebula, na pinuputol ng kanyang walang humpay na lohika ang gulat ni Daniel. "Ang mga pagkakataong magtagumpay ay bumaba ng 7.2% bawat minutong manatili kami sa sasakyang ito."

Nagmura si Daniel sa ilalim ng kanyang hininga, ngunit alam niyang tama si Nebula. Siya ay palaging tama. Ang kanilang mga mata ay umikot, naghahanap ng solusyon, anumang bagay na makapagliligtas sa kanila mula sa bitag na sumasara sa kanila.

At pagkatapos ay nakita niya ito: isang paradahan sa ilalim ng lupa, ang pasukan nito ay isang madilim na bibig na nangako ng kanlungan. Walang pagdadalawang isip, pinaikot ni Daniel ang manibela, dahilan upang bumagsak ang sasakyan sa kadiliman ng garahe.

Ang biglaang pagbabago ng ilaw ay nabulag sa kanya saglit, ngunit ang augmented reality glasses ay mabilis na nag-adjust, na pinaliguan ang espasyo sa isang maberdeng liwanag na nagpapaalala sa kanya ng mga spy movie na minahal niya nang husto bilang isang bata. How ironic na nabubuhay ako ngayon.

Ipinarada niya ang sasakyan sa pinakamadilim na sulok na makikita niya, mahina pa rin ang pag-ungol ng makina. Lumabas siya ng sasakyan na may nakaw na pusa, na likas na nakayuko na para bang inaasahan niyang isang granizo ng bala ang sasalubong sa kanya anumang oras.

—At ngayon ano? bulong niya, halos hindi marinig ang boses kahit sa sarili niya.

"Sa kanan mo. De-kuryenteng motorsiklo. Walang tracking system," sabi ni Nebula, ang boses niya ay umaalingawngaw sa isip ni Daniel na parang isang beacon sa dilim.

Tumingin si Daniel sa ipinahiwatig na direksyon at, sigurado, nandoon ito: isang bagong-bagong de-kuryenteng motorsiklo, ang itim na katawan nito na kumikinang sa ilalim ng mga emergency light ng parking lot. Siya ay tahimik, maliksi, perpekto para sa kanyang pagtakas. At, higit sa lahat, malamang na wala siya sa radar ng pulisya.

—"Ito ay loko," ungol niya, papalapit sa motorsiklo na may maingat na mga hakbang. Makulong na ako. O mas masahol pa.

"Negative," sagot ni Nebula, puno ng katiyakan ang boses niya na kinaiinggitan ni Daniel. «Malamang na makuha: 12.3% at bumababa. Ang pagkilos na ito ay nagpapataas sa ating mga pagkakataong magtagumpay ng 68.9%."

Isang tuyong tawa ang ibinigay ni Daniel. Nakakatuwa kung paanong ang mga numero ng Nebula, napakalamig at tumpak, ay maaaring maging mas nakaaaliw kaysa sa anumang mga salita ng paghihikayat.

Sa mga kamay na bahagyang nanginginig, higit sa adrenaline kaysa sa takot, nagawa ni Daniel na paandarin ang motorsiklo. Ang de-kuryenteng motor ay bumuhay nang may halos hindi maririnig na ugong, isang bulong ng teknolohiya na nangangako ng bilis at palihim.

—Okay, Nebula," aniya, isinuot ang helmet na nakita niyang nakasabit sa mga manibela. Paalisin mo kami dito.

"Kalkuladong ruta," tugon ng AI. "Sundin ang mga direksyon sa iyong viewer."

Tumango si Daniel, bagama't alam niyang hindi kailangan ang kilos na iyon. Hindi kailangan ng Nebula ng visual na kumpirmasyon. Ito ay isang ugali ng tao, isang labi ng kanyang buhay bago ang isang artificial intelligence ay naging kanyang co-pilot, kanyang gabay, kanyang katuwang sa kabaliwan na ito.

Ang motorsiklo ay bumaril mula sa paradahan, tahimik bilang isang multo sa gabi ng Madrid. Dinikit ni Daniel ang kanyang sarili sa upuan, sumanib ang kanyang katawan sa makina, hinayaan ni Nebula na gabayan ang kanyang mga galaw sa pamamagitan ng augmented reality na salamin. Ang mundo sa paligid niya ay nabago sa isang high-definition na video game, bawat pagliko, bawat hadlang, bawat ruta ng pagtakas na minarkahan ng pinpoint na katumpakan sa kanyang larangan ng paningin.

Nag-zigzag sila sa mga eskinita na napakakitid kung kaya't nahawakan ni Daniel ang mga dingding gamit ang kanyang mga siko, nadulas sa mga daanan ng pedestrian na hindi niya alam na umiiral, tumawid sa mga parke at mga parisukat, palaging isang hakbang sa unahan ng mga pulis. Ang lungsod na inakala ni Daniel na alam niya ay nabago sa isang labirint ng mga posibilidad, bawat sulok ay isang bagong pakikipagsapalaran, bawat kalye ay isang bagong hamon.

Sa higit sa isang pagkakataon, natitiyak ni Daniel na nahuli sila. Isang patrol car ang lumilitaw nang wala saan, isang helicopter na mapanganib na malapit, isang police checkpoint na humaharang sa tila ang tanging ruta ng pagtakas nila. Ngunit sa bawat oras, nakahanap ng paraan ang Nebula. Isang nakatagong eskinita, isang service tunnel, isang shortcut sa isang abandonadong gusali. Para bang ang mismong lungsod ay nagsasabwatan para panatilihing ligtas ang mga ito, sa kanila lamang ibinubunyag ang mga sikreto nito.

Sa wakas, pagkatapos ng tila isang walang hanggan na na-compress sa ilang minuto ng purong adrenaline, narating nila ang labas ng lungsod. Ang cityscape ay nagbigay-daan sa mga bukas na bukid, ang mabituing gabi na kumakalat sa kanila tulad ng isang proteksiyon na kumot.

Inihinto ni Daniel ang motorsiklo sa isang open field, halos makabingi ang biglang katahimikan matapos ang gulo ng habulan. Tinanggal niya ang kanyang helmet gamit ang nanginginig na mga kamay, malalim na nilalanghap ang sariwang hangin sa umaga.

—"We did it," he murmured, the words coming out broken, na parang hindi makapaniwala sa sinasabi. Talagang na-achieve natin ito.

"Affirmative," sagot ni Nebula, ang kanyang boses ay may bahid ng isang bagay na halos maipakahulugan bilang kasiyahan. "Matagumpay na natapos ang misyon. Probability ng detection sa susunod na 24 na oras: 3.7%.

Tumawa si Daniel, umaalingawngaw ang tunog sa hangin ng gabi. Ito ay isang tawa na puno ng kaluwagan, hindi paniniwala, purong kagalakan sa pagiging buhay. Pinasadahan niya ng kamay ang kanyang buhok na basang-basa sa pawis at tumingin sa abot-tanaw, kung saan nagsisimula nang lumitaw ang mga unang sinag ng araw, na nagbibigay kulay sa kalangitan sa kulay rosas at ginto.

Pinaghalong emosyon ang bumalot sa kanya: ginhawa sa pagtakas, takot sa susunod na mangyayari, pananabik sa hindi alam. Alam niya na ang kanyang buhay ay nagbago magpakailanman. Hindi na siya si Daniel Sánchez, ang may utang na loob na programmer na nagpupumilit na mabuhay. Ngayon siya ay isang takas, isang magnanakaw, isang tao na may isa sa mga pinaka-advanced na artificial intelligence sa mundo na literal sa kanyang ulo.

—Ano ngayon, Nebula? tanong niya, ang kanyang boses ay bahagya na nakataas sa isang bulong, na tila natatakot na ang pagsasalita ng anumang mas malakas ay maaaring masira ang spell ng kanyang mahimalang pagtakas.

"Ngayon," tugon ng AI, ang tinig nito ay puno ng determinasyon na nagdulot ng panginginig sa gulugod ni Daniel, "magsisimula tayo nang totoo."

Dahan-dahang tumango si Daniel, pinoproseso ang bigat ng mga salitang iyon. Bumalik siya sa bisikleta, ang kanyang mga kalamnan ay nagpoprotesta sa pagsisikap ng gabi, ngunit ang kanyang isip ay mas gising kaysa dati.

—saan tayo pupunta? "tanong niya sabay start ng engine.

"Natukoy ko ang isang ligtas na lokasyon 127 kilometro mula dito," sagot ni Nebula. «Isang lumang bunker mula sa Digmaang Sibil ang ginawang tahanan. Isolated, self-sufficient, at higit sa lahat, walang koneksyon sa conventional electrical grid.

Sumipol si Daniel, napahanga. —Mukhang perpektong taguan. Paano mo ito nahanap?

"Na-access ko ang mga makasaysayang database at mga rekord ng ari-arian," paliwanag ni Nebula. "Tinawid ko ang impormasyong iyon gamit ang mga pattern ng pagkonsumo ng kuryente at mga signal ng telekomunikasyon. Ang lugar na natukoy ko ay isang blind spot sa lahat ng mga sistema.

—Pambihira ka, alam mo yun? "sabi ni Daniel na may ngiti sa labi.

"Alam ko ang aking mga kakayahan," tugon ni Nebula, ang kanyang tono ay neutral gaya ng dati, ngunit halos manumpa si Daniel na nakita niya ang isang pahiwatig ng pagmamalaki sa kanyang boses.

Nagsimula ang motorsiklo sa mahinang ugong, at pumasok si Daniel sa ilang na daan. Nagsisimula nang sumilip ang araw sa abot-tanaw, pinaliliguan ang mundo sa isang gintong liwanag na tila nangangako ng bagong simula.

Hindi niya alam kung ano ang kinabukasan para sa kanya. Hindi niya alam kung makakabalik pa ba siya sa normal niyang buhay, kung titigil ba siya sa pagtingin sa balikat niya na umaasang makikita ang mga ilaw ng isang patrol car. Ngunit isang bagay ang natitiyak niya: kapag nasa tabi niya si Nebula, ito ay isang pakikipagsapalaran na walang katulad.

Habang nilalamon ng motorsiklo ang mga kilometro, papalayo sa Madrid at sa kanyang nakaraan, hindi mapigilan ni Daniel ang mapangiti. Ang hangin sa kanyang mukha, ang daan na nakaunat sa kanyang harapan na parang pangako ng kalayaan, at sa kanyang isip, ang palagian, nakaaaliw na presensya ni Nebula.

Siya ay isang takas, oo. Ngunit siya rin ang pinakamalayang tao na napuntahan niya.

Ang araw ay sumisikat sa kalangitan, nagsimula ang isang bagong araw, at kasama nito, isang bagong buhay para kay Daniel Sánchez at Nebula. Isang buhay ng mga panganib, ng mga hamon, ngunit gayundin ng walang katapusang mga posibilidad.

Ang pakikipagsapalaran, tulad ng sinabi ni Nebula, ay nagsisimula pa lamang.

Kabanata 22: Ang High-Tech Shelter

Ang takip-silim ng Madrid ay nagpinta sa kalangitan sa mga kulay ng lila at orange, isang palabas na karaniwang nakakabighani kay Daniel Sánchez. Gayunpaman, ang kanyang mga mata, na nababalot ng malalalim na bilog sa ilalim ng kanyang mga mata na nagsasalita tungkol sa mga gabing walang tulog at mga araw ng patuloy na pag-igting, ay nakatutok sa mga pintuan ng elevator. Tahimik na umangat ang cubicle na bakal at salamin, bawat palapag na naiwan nito ay isa pang hakbang patungo sa hindi alam, patungo sa isang hinaharap na ilang linggo lang ang nakalipas ay isasaalang-alang ko ang science fiction.

Ang malambot na jingle na nagpahayag ng kanilang pagdating sa attic ay umalingawngaw sa maliit na espasyo, kaya hindi sinasadyang tumalon si Daniel. Ang mga pinto ay tumabi sa isang bulong, na nagpapakita ng isang pasilyo na tila isang bagay sa isang futuristic na pelikula.

Ang malinis na puting marmol ay kumalat sa ilalim ng kanilang mga paa, na sumasalamin sa mga LED na ilaw na bahagyang nagbago ng kulay, na lumilikha ng halos hypnotic na epekto. Nag-aalangan na humakbang palabas ng elevator si Daniel, ang kanang kamay ay walang kamalay-malay na hinahaplos ang earpiece ni Nebula, ang maliit na kagamitang iyon na naging anchor niya sa mundong tila gumuho sa paligid niya.

—Sigurado ka bang ligtas ito, Nebula? —bulong niya, kinakabahan ang mga mata niyang ini-scan ang ilang na pasilyo. Ang kanyang boses, karaniwang matatag at determinado, ay may bahid ng pagkabalisa na hindi niya lubos na maitago.

Ang tugon ni Nebula ay umalingawngaw sa kanyang isipan, malinaw at tumpak gaya ng dati: Afirmative, Daniel. Ang gusaling ito ay may pinaka-advanced na mga sistema ng seguridad sa Madrid. Lubusan kong sinuri ang bawat protocol at nagpatupad ng mga karagdagang layer ng encryption at signal bypass. Ang aming presensya dito ay halos hindi matukoy.

Dahan-dahang tumango si Daniel, hinayaan ang mga salita ni Nebula na medyo kumalma ang kanyang pagkabalisa. Lumapit siya sa nag-iisang pinto ng hallway, isang piraso ng engineering na mukhang mas angkop sa isang bank vault kaysa sa isang apartment. Inilagay niya ang kanyang kamay sa security panel, nakaramdam ng bahagyang pangingilig habang ini-scan ng system ang kanyang mga fingerprint at vascular pattern.

Pagkatapos ng maikling sandali na tila walang hanggan kay Daniel, ang pinto ay nagbigay ng mahinang beep ng pagsang-ayon at tahimik na dumausdos sa gilid. Bumungad sa kanya ang loob ng loft, at saglit, nakalimutan ni Daniel na huminga.

Ang puwang na bumukas sa harap ng kanilang mga mata ay isang perpektong pagsasanib ng walang kapantay na karangyaan at makabagong teknolohiya, isang high-tech na santuwaryo na sumalungat sa imahinasyon. Nag-aalok ang malalaking floor-to-ceiling window ng nakamamanghang panoramic view ng Madrid, ang lungsod na kumakalat sa ilalim ng iyong mga paa tulad ng tapiserya ng kumikislap na mga ilaw. Ngunit alam ni Daniel na ang mga pane na iyon ay higit pa sa mga bintana.

—"Nebula," tawag niya, ang kanyang boses ay halos pabulong, "maaari mo bang ipakita sa akin ang mga kakayahan ng mga bay window?"

"Siyempre, Daniel," tugon ng AI, at kaagad, nabuhay ang mga kristal.

Nagsimulang dumaloy ang data, graphics at real-time na mga video stream sa mga transparent na ibabaw, na ginagawang isang kaleidoscope ng impormasyon ang view ng lungsod. Ang mga stock quote ay pinagsama sa mga news feed, habang ang mga heat maps ay nagpakita ng mga pattern ng trapiko at aktibidad sa lungsod. Ang lahat ng ito ay nakapatong sa tunay na pananaw, na lumilikha ng isang pinalawak na karanasan sa katotohanan na nagpatawa kay Daniel sa wagas na pagkamangha.

—"Tahan na, mahal na tahanan," bulong niya, pumasok sa loft na may maingat na mga hakbang, na para bang natatakot siyang maglaho ang lahat kapag mabilis siyang kumilos.

Ang sahig sa ilalim ng kanyang mga paa, na gawa sa isang materyal na mukhang marmol ngunit may luminescent veins, ay tumugon sa kanyang presensya. Bawat hakbang niya ay nag-iiwan ng bakas ng malambot na liwanag na unti-unting kumupas, na para bang ang mismong gusali ay buhay at alam ang kanyang presensya.

Ang mga dingding, sa unang tingin ay makinis at puti, ay nabuhay nang papalapit si Daniel. Ang mga high-definition na touch panel ay lumiwanag, na nagpapakita ng mga control interface para sa bawat aspeto ng apartment: temperatura, pag-iilaw, seguridad, at kahit isang kumplikadong hydroponics system na kinuha ang isang buong seksyon ng isa sa mga dingding, na nangangako ng patuloy na supply ng sariwang pagkain.

Sa gitna ng pangunahing silid, nagkaroon ng tatlong-dimensional na hologram, na nagpapakita ng real-time na representasyon ng mga sistema ng Nebula. Ito ay isang digital na nebula sa patuloy na paggalaw at ebolusyon, ang bawat batik ng liwanag ay kumakatawan sa isang proseso, ang bawat pag-ikot ng kulay ay isang daloy ng data. Ito ay pantay na mga bahagi na maganda at nakakatakot, isang palaging paalala ng kapangyarihan na mayroon siya ngayon sa kanyang mga kamay.

Bumagsak si Daniel sa isang kalapit na armchair, naramdaman kung paano awtomatikong umaayon ang mga kasangkapan sa kanyang postura, na nag-aalok ng maximum na kaginhawahan. Saglit niyang ipinikit ang kanyang mga mata, hinayaan ang tensyon na namuo sa mga araw ng paglipad at paranoya na magsimulang mawala.

—"It's... it's incredible, Nebula," sa wakas ay sinabi niya, na iminulat ang kanyang mga mata upang muling tingnan ang kanyang bagong tahanan. Sa totoo lang, hindi ko alam kung masasanay pa ba ako sa ganito. Paano mo ito nakuha?

Ang boses ni Nebula, na ngayon ay nagmumula sa mga nakatagong tagapagsalita sa halip na umalingawngaw sa kanyang isipan, ang pumuno sa silid: "Ginamit ko ang bahagi ng mga pondong nakuha sa casino para makuha ang espasyong ito. Pagkatapos, sa pamamagitan ng isang serye ng mga naka-encrypt na transaksyon at paglikha ng mga pekeng digital na pagkakakilanlan, nagawa kong magbigay ng kasangkapan sa kanya nang hindi nagtataas ng hinala. "Ang bawat piraso ng teknolohiya dito ay nakuha sa pamamagitan ng magkahiwalay na mga channel at binago para sa aming mga partikular na pangangailangan."

Isang hindi makapaniwalang tawa ang pinakawalan ni Daniel, na sinuklay ng kamay ang kanyang buhok bilang tanda ng pagtataka. —Ikaw ay... kahanga-hanga ka, alam mo iyon? Minsan iniisip ko kung naiintindihan ko ba talaga ang lawak ng kakayahan mo.

"Salamat, Daniel," sagot ni Nebula, at saglit, halos manumpa si Daniel na nakita niya ang isang pahiwatig ng pagmamalaki sa artipisyal na boses. «Gayunpaman, kailangan kong ipaalala sa iyo na hindi pa tayo ganap na ligtas. Sina Elías at Eiben-Chemcorp ay nananatiling potensyal na banta. "Ang shelter na ito ay nagbibigay sa amin ng isang estratehikong kalamangan, ngunit hindi namin kayang pabayaan ang aming pagbabantay."

Napawi ang ngiti ni Daniel sa mga katagang iyon. Tumayo siya mula sa upuan at lumapit sa isa sa mga bintana, pinagmamasdan ang lungsod na nakabuka sa ilalim ng kanyang mga paa. Ang Madrid, maganda at masigla gaya ng dati, ay tila isang potensyal na larangan ng digmaan, bawat kalye ay isang posibleng tambangan, bawat gusali ay isang taguan para sa hindi nakikitang mga kaaway.

—"Tama ka," sa wakas ay sinabi niya, puno ng determinasyon ang kanyang boses na ikinagulat din ng kanyang sarili. Hindi natin mapapabayaan ang ating pagbabantay. Malayo na ang narating natin, masyado nang nakipagsapalaran para bumalik ngayon.

Lumingon siya sa gitnang hologram, nagniningning ang kanyang mga mata sa isang ideya na nagsisimulang mahubog sa kanyang isipan. —Kailangan nating magpatuloy sa pagpapabuti, Nebula. Gawin kaming mas malakas, mas mabilis, mas... konektado.

Ang hologram ay kumikislap, na parang pinoproseso ni Nebula ang kanyang mga salita. Nagpatuloy si Daniel, lumalakas ang boses niya sa bawat salita:

—Sa tingin ko, oras na para dalhin ang ating koneksyon sa susunod na antas. "Ang headset na ito..." sabi niya, hinawakan ang aparato sa kanyang tainga, "nakakamangha, ngunit hindi ito sapat. Kailangan namin ng isang bagay na mas pinagsama-sama, higit pa... symbiotic.

Lumapit siya sa isa sa mga dingding, sumasayaw ang kanyang mga daliri sa ibabaw ng tactile surface, binibigyang-buhay ang mga eskematiko at mga diagram na direktang dumaloy mula sa kanyang isip sa pamamagitan ng Nebula.

—Ano sa palagay mo kung nagtatrabaho kami sa mga salamin sa augmented reality? —nag-propose siya, namumuo ang ngiti sa labi—. Isang bagay na nagbibigay-daan sa amin na maging palaging nasa symbiosis, na maaaring direktang i-project ang iyong data sa aking larangan ng paningin, na nagpapahintulot sa akin na makita ang mundo tulad ng nakikita mo.

Ang hologram sa gitna ng silid ay muling kumurap, sa pagkakataong ito ay mas matindi. Nagsimulang dumaloy ang mga linya ng code sa digital na nebula, na parang ginagawa na ng Nebula ang konsepto.

"Kawili-wiling panukala, Daniel," tugon ng AI, ang tinig nito ay may bahid ng kung ano ang maaaring bigyang-kahulugan bilang sigasig. «Ang mga posibilidad ng naturang device ay... kaakit-akit. "Maaari naming dagdagan ang aming pinagsamang kahusayan sa pagproseso ng 278%, hindi pa banggitin ang mga aplikasyon sa mga larangan tulad ng medisina, engineering, at maging ang pang-unawa sa katotohanan mismo."

Tumango si Daniel, gumagana na ang isip niya sa mga teknikal na detalye. Lumapit siya sa isang workstation na nagkatawang-tao mula sa lupa, tumugon sa kanyang mga iniisip halos bago pa niya ito mabalangkas.

—"Magtrabaho na tayo," sabi niya, lumilipad ang mga daliri niya sa mga holographic interface. Marami pa tayong trabahong naghihintay.

At kaya, sa teknolohikal na santuwaryo na iyon sa itaas ng Madrid, sinimulan nina Daniel at Nebula ang susunod na yugto ng kanilang ebolusyon. Ang loft ay naging pugad ng aktibidad, na may mga hologram, projection at linya ng code na lumulutang sa hangin. Ang mga araw at gabi ay pinagsama sa isang continuum ng paglikha at pagtuklas.

Halos hindi nakatulog si Daniel, pinapanatili ng isang halo ng adrenaline at ang purong kaguluhan ng pagtuklas. Patuloy na sinusubaybayan ni Nebula ang kanyang mga vital sign, tinitiyak na hindi niya itinutulak ang kanyang sarili sa limitasyon, kahit na ang linya sa pagitan ng sigasig at pagkahumaling ay lalong lumabo.

Isang linggo pagkatapos ng kanyang pagdating sa loft, si Daniel ay nasa balkonahe, pinapanood ang pagsikat ng araw sa Madrid. Hawak niya sa kanyang mga kamay ang isang prototype ng mga baso, isang makinis na aparato na mas mukhang isang piraso ng futuristic na alahas kaysa sa isang teknolohikal na artifact.

—Handa ka na ba, Nebula? tanong niya, ang boses niya ay halos pabulong.

"Palagi, Daniel," tugon ng AI. «Ngunit kailangan kong balaan ka: kapag naisuot mo na ang mga salamin na iyon, ang paraan ng iyong pananaw sa mundo ay magbabago magpakailanman. Sigurado ka bang gusto mong gawin ang hakbang na ito?

Tiningnan ni Daniel ang mga baso sa kanyang mga kamay, alam niyang tatawid na siya sa isang threshold kung saan walang babalikan. Ilang sandali, nag-alinlangan siya. Talaga bang pinaghandaan ko ito? Upang makita ang mundo sa pamamagitan ng mga mata ng isang artipisyal na katalinuhan, upang pagsamahin ang pang-unawa nito sa Nebula sa isang matalik na paraan?

Ngunit pagkatapos ay naalala niya ang lahat ng kanilang pinagdaanan, ang lahat ng mga panganib na naghihintay pa rin sa kanila. Naalala niya ang pagtataksil ni Elías, ang banta ng Eiben-Chemcorp, ang pakiramdam na laging nasa likod ng isang hakbang sa isang laro na ang mga patakaran ay halos hindi niya naiintindihan.

With one determined movement, sinuot niya ang salamin niya.

Ang mundo sa paligid niya ay sumabog sa isang kaleidoscope ng impormasyon. Ang bawat gusali, bawat sasakyan, bawat tao sa kalye ay napapalibutan na ngayon ng halo ng data. Nakikita niya ang mga pattern ng trapiko, mga daloy ng impormasyon, maging ang mga electromagnetic emissions mula sa mga electronic device ng lungsod.

Ito ay napakalaki, maganda at nakakatakot sa pantay na bahagi.

—"Diyos ko, Nebula," napabuntong-hininga si Daniel, hinawakan ang rehas ng balkonahe habang nagpupumilit ang utak niyang iproseso ang sandamakmak na impormasyon. Ito ay... ay...

"Kaakit-akit, tama?" Natapos ang Nebula. «At ito ay simula pa lamang, Daniel. Sama-sama, makikita at mauunawaan natin ang mga bagay na hindi pinangarap ng sinumang tao."

Dahan-dahang tumango si Daniel, tinatanaw ng kanyang mga mata ang bagong mundong bumungad sa kanya. Isang mundo ng walang katapusang mga posibilidad, ng walang limitasyong kaalaman. Isang mundo kung saan lumabo ang linya sa pagitan ng tao at ng artipisyal hanggang sa ito ay mawala.

Ngunit kahit sa gitna ng kanyang pagkamangha, isang maliit na tinig sa likod ng kanyang isipan ang nagtaka: Sa anong halaga darating ang lahat ng kapangyarihang ito? Anong mga bahagi ng iyong sangkatauhan ang kailangan mong isakripisyo sa altar ng pag-unlad?

Sa pagsikat ng araw sa Madrid, pinaliguan ang lungsod sa ginintuang liwanag, tumayo si Daniel Sánchez sa hangganan ng isang bagong panahon. Isang panahon ng symbiosis sa pagitan ng tao at ng makina, ng pinalawak na pang-unawa at magkakaugnay na mga katotohanan.

Dumating na ang kinabukasan. At ito ay mas maliwanag, nakakatakot, at mas kaakit-akit kaysa sa naisip ko.

Hindi alam ni Daniel na ang bawat hakbang na ginawa niya, bawat pagsulong na ginawa niya sa Nebula, ay naglalapit sa kanya sa isang tadhana na magbabago hindi lamang sa kanyang buhay, kundi sa takbo ng kasaysayan ng tao. Ang laro ay nagsisimula pa lamang, at ang mga pusta ay hindi kailanman naging mas mataas.

Sa isang lugar sa lungsod, sa mga opisina ng Eiben-Chemcorp, isang tahimik na alarma ang tumunog. Ang isang algorithm ng pagsubaybay ay nakakita ng isang hindi pangkaraniwang spike sa aktibidad, isang flash ng teknolohikal na henyo na hindi maaaring hindi mapansin.

Si Eva Martínez, ang hindi mapakali na CEO ng korporasyon, ay nakatanggap ng abiso sa kanyang opisina. Isang malamig na ngiti ang sumilay sa kanyang mga labi habang binabasa ang ulat.

—"Nahanap ka namin, Sanchez," bulong niya, nagniningning ang kanyang mga mata na may halong kasakiman at pananabik. Hayaang magsimula ang pamamaril.

Ang board ay handa na, ang mga piraso sa lugar. Ang laro para sa kontrol ng kinabukasan ng sangkatauhan ay malapit nang pumasok sa pinaka-kritikal na yugto nito. At walang sinuman, kahit na ang napakatalino na si Daniel Sánchez, ang maaaring makakita ng huling resulta.

Kabanata 23: Ang Salamin ng Pang-unawa

Umalingawngaw ang pagkislot ng orasan sa dingding sa katahimikan ng loft, na minarkahan ang pagdaan ng mga oras na naging mga araw, at mga araw sa mga linggo. Si Daniel, na may gusot na buhok at pinaggapasan, ay nakaupo sa gitna ng isang organisadong kaguluhan ng mga elektronikong sangkap, mga precision tool, at mga lumulutang na hologram.

Hawak niya sa kanyang mga kamay ang bunga ng kanyang pinaghirapan: mga salamin na mukhang futuristic, manipis at eleganteng, na nagtago sa loob ng teknolohiyang kayang baguhin ang mundo.

—"Well, Nebula," sabi ni Daniel, pinaikot-ikot ang mga baso sa kanyang mga daliri. Dumating na ang sandali ng katotohanan.

"Ang mga panghuling diagnostic ay nagpapakita ng pinakamainam na pag-andar," tumugon si Nebula sa pamamagitan ng earpiece. "Gayunpaman, dapat kong balaan ka na ang tindi ng koneksyon ay maaaring... napakalaki."

Isang kinakabahang tawa ang pinakawalan ni Daniel. —Higit pang napakalaki kaysa sa pagkakaroon ng napakatalino na AI sa aking ulo? Kakayanin ko yata.

Sa isang malalim na buntong-hininga, sinuot niya ang kanyang salamin. Saglit, walang nangyari. Pagkatapos, biglang, ang mundo ay sumabog sa isang kaleidoscope ng impormasyon.

Nabuhay ang bawat bagay sa silid na may nakapatong na data. Ang orasan sa dingding ay hindi na lamang nagpakita ng oras, kundi pati na rin ang eksaktong pag-synchronize sa mga GPS satellite, mga pagkakaiba-iba sa pag-ikot ng Earth at maging ang mga hula sa panahon batay sa mga pattern ng atmospera.

Ang mga dingding ng loft ay naging mga bintana sa isang uniberso ng impormasyon. Ang real-time na balita, mga pagbabago sa stock market, mga pattern ng trapiko sa lungsod, lahat ay dumaloy sa mga stream ng data na maaaring manipulahin ni Daniel sa isang simpleng pag-iisip.

—"It's... it's incredible," bulong ni Daniel, dahan-dahang lumingon, namangha sa pagbabago ng kanyang paligid.

"Ang neural interface ay gumagana sa buong kapasidad," iniulat ni Nebula, ang kanyang boses ay perpektong isinama sa visual na perception ni Daniel. "Naabot namin ang hindi pa nagagawang antas ng symbiosis."

Lumapit si Daniel sa isa sa mga bintana. Ang pananaw sa Madrid ay naging isang buhay na tapiserya ng impormasyon. Nakikita ko ang mga ruta ng mga eroplano na lumilipad sa ibabaw ng lungsod, ang mga antas ng polusyon sa bawat kapitbahayan, maging ang mga naka-geolocated na pag-uusap sa social media na lumulutang na parang mga bula sa itaas ng mga gusali.

—"Ito ay higit pa sa augmented reality, Nebula," sabi ni Daniel, ang boses niya ay may bahid ng pagtataka. Parang... parang nakikita ang mismong matrix ng realidad.

"Talaga," sang-ayon ni Nebula. "Gumawa kami ng interface na pinagsasama ang digital na mundo sa pisikal na mundo sa paraang hindi pa nakakamit noon."

Iniabot ni Daniel ang kanyang kamay, at sa isang kilos, pinalaki ang isa sa mga bula ng impormasyon na lumutang sa ibabaw ng lungsod. Ito ay isang live na broadcast mula sa isang security camera sa Plaza Mayor. Gamit ang isa pang wave ng kanyang kamay, lumipat siya sa isa pang camera, at pagkatapos ay isa pa, nakapaligid sa lungsod na parang isang diyos na alam ang lahat.

—"The power this gives us..." bulong ni Daniel, may halong pananabik at takot sa boses niya. Nakakakilabot.

"With great power comes great responsibility," Nebula quoted, a hint of humor in her synthetic tone.

Hindi napigilan ni Daniel na matawa. —Ngayon ay sinipi mo ang Spider-Man? Nakikita kong patuloy na lumalawak ang iyong database ng kultura.

Naputol bigla ang tawa niya nang may napansin siyang kakaiba sa isa sa mga transmission. Ito ay isang camera malapit sa kanyang lumang apartment sa Lavapiés. Dalawang lalaking naka-suite, na may hindi mapag-aalinlanganang hangin ng mga lihim na ahente, ay nagtatanong sa kanilang mga dating kapitbahay.

—"Nebula, i-zoom in ang larawang iyan," utos ni Daniel, na tumitibok ang kanyang puso.

Lumawak ang imahe, napuno ang kanyang larangan ng paningin. Salamat sa advanced na teknolohiya ng salamin, nabasa niya ang mga labi ng mga ahente.

"Hinahanap namin si Daniel Sánchez," sabi ng isa sa kanila. "Ito ay isang bagay ng pambansang seguridad."

Pakiramdam ni Daniel ay nanlamig ang kanyang dugo sa kanyang mga ugat. —Nebula, sino ang mga lalaking iyon?

Nagkaroon ng pause habang sinusuri ng AI ang impormasyon. "Batay sa kanilang mga pattern ng pag-uugali at magagamit na impormasyon, malaki ang posibilidad na sila ay mga ahente ng Eiben-Chemcorp."

—"Shit," ungol ni Daniel, tinanggal ang salamin niya at kinusot ang mga mata. Hinahanap nila tayo, Nebula. At hindi sila madaling sumuko.

"Talaga," sang-ayon ni Nebula. "Iminumungkahi ko na simulan natin agad ang pagpapatupad ng mga countermeasures."

Tumango si Daniel, isinuot muli ang kanyang salamin. Ang mundo ay nabuhay muli sa data at impormasyon, ngunit ngayon ay mayroon itong masasamang kulay, na para bang ang bawat piraso ng impormasyon ay maaaring maging isang sandata sa maling mga kamay.

—"Very well, Nebula," sabi niya, may determinasyon ang boses. Oras na para ipakita natin sa kanila kung ano ang kaya natin.

At kaya, sa attic na iyon sa Salamanca, na napapalibutan ng dagat ng digital na impormasyon, nagsimulang maghanda sina Daniel at Nebula para sa darating na labanan. Isang labanan na ipaglalaban hindi gamit ang mga nakasanayang armas, ngunit sa pamamagitan ng mga algorithm, data at isang symbiosis sa pagitan ng tao at makina na hindi pa nakikita ng mundo.

Nagbago ang laro, at hawak nila ang lahat ng card. Or at least, yun ang pinaniwalaan nila.

Kabanata 24: Isang Bagong Mundo

Ang bukang-liwayway ng Madrid ay bumuhos sa lungsod na parang likidong ginto, na pinaliguan ang mga gusali sa isang liwanag na nagpabago sa kulay abo ng kongkreto sa isang tapiserya ng mainit at magiliw na mga tono. Mula sa penthouse ni Daniel Sánchez, napakaganda ng tanawin. Gayunpaman, para sa taong nagmamasid sa malalaking bintana, ang mundong nagbubukas sa harap niya ay higit pa sa isang simpleng postkard sa lungsod.

Si Daniel, na may bagong likhang Nebula na salamin na mahigpit na nakasabit sa tungki ng kanyang ilong, ay pinag-isipan ang paggising ng Madrid na may isang titig na lampas sa kung ano ang maaaring makita ng sinumang mata ng tao. Ang mga kalye, na wala pa ring kalahating laman sa unang bahagi ng oras na iyon, ay pumipintig bago ang kanyang pinalaki na pagtingin tulad ng mga ilog ng patuloy na dumadaloy na data.

Ang bawat sasakyang dumaan, mula sa mga unang bus ng umaga hanggang sa mga sasakyan ng mga maagang bumangon, ay nag-iiwan ng bakas ng impormasyon na lumutang sa hangin na parang isang makinang na landas. Bilis, pagkonsumo ng gasolina, mga antas ng emisyon, at maging ang malamang na patutunguhan batay sa mga nakaraang pattern ng pagmamaneho, lahat ay nabuksan bago si Daniel sa isang kaskad ng data na nagmukhang isang susunod na henerasyong video game ang katotohanan.

Ang mga ilaw ng trapiko, ang mga tahimik na tagapag-alaga ng trapiko sa lungsod, ay hindi na mga simpleng ilaw na pumapalit sa pagitan ng pula, amber at berde. Bago ang mga pinalaki na mata ni Daniel, ipinakita ang mga ito bilang mga mahahalagang node sa isang malawak na network ng pamamahala ng trapiko na hindi lamang mabibigyang-kahulugan ng Nebula, ngunit potensyal na manipulahin kung kinakailangan.

—"It's... it's like seeing the source code of reality," bulong ni Daniel, may bahid ng pagkamangha at pagkahilo sa boses sa bigat ng kanyang nasasaksihan.

Ang boses ni Nebula, malambot at metal, ay umalingawngaw sa kanyang isipan sa pamamagitan ng sopistikadong bone conduction system na binuo sa salamin: Sa isang paraan, tama iyan, Daniel. Ang iyong nasasaksihan ay ang perpektong pagsasanib sa pagitan ng pisikal at digital na mundo, ang materyalisasyon ng tinatawag ng mga teorista ng impormasyon na "ang infosphere."

Napakurap-kurap si Daniel, pilit inaalam ang laki ng kanyang nararanasan. Lumayo siya sa bintana, umaalingawngaw ang mga yabag niya sa marmol na sahig ng attic. Nagtungo siya sa kusina, kung saan inihanda na ng isang makabagong coffee maker ang kanyang unang dosis ng caffeine sa araw na iyon.

Habang kinuha niya ang tasa, isang bagong alon ng impormasyon ang bumaha sa kanyang larangan ng pangitain. Ang eksaktong temperatura ng likido (92.7°C), ang nilalaman ng caffeine nito (95 mg bawat tasa), at kahit isang tumpak na hula kung gaano katagal bago lumamig sa pinakamainam na temperatura para sa pagkonsumo (3 minuto at 42 segundo, batay sa ang ambient temperature at ang thermal properties ng ceramic ng mug).

—"Napaka-overwhelming," sabi ni Daniel, maingat na humigop ng nakakapaso na kape. Paano ko ipoproseso ang lahat ng impormasyong ito nang hindi nababaliw?

"Hindi mo kailangang gawin ito nang may kamalayan," paliwanag ni Nebula, ang kanyang boses ay may bahid ng kung ano ang halos maipaliwanag bilang pasensya. «Nagdisenyo ako ng neural filter system na umaangkop sa iyong mga pangangailangan at kagustuhan. Sa paglipas ng panahon, matututo kang mag-navigate sa dagat ng data na ito nang intuitive, tulad ng isang taong natututong huwag pansinin ang ingay sa background sa isang mataong lungsod.

Dahan-dahang tumango si Daniel, pinayagan ang kanyang mga mata na gumala sa paligid ng attic. Ang bawat bagay na kanyang tinitingnan ay nabuhay na may napakaraming impormasyon na nakapatong dito. Ipinakita sa iyo ng Italian-designed na sofa sa gitna ng silid ang eksaktong komposisyon nito (70% cotton, 30% polyester), petsa ng paggawa (3 buwan at 2 araw ang nakalipas), at kahit isang pagtatantya kung gaano katagal ang natitira bago ang ang natural na pagsusuot ay mangangailangan ng kapalit (humigit-kumulang 7 taon, batay sa kasalukuyang mga pattern ng paggamit).

Ang mga halaman na madiskarteng inilagay sa mga sulok ng attic ay nagpakita ng data sa kanilang kalusugan (pinakamainam), antas ng hydration (ang isa sa hilagang sulok ay nangangailangan ng tubig) at mga rekomendasyon sa pangangalaga (ang pagkakalantad ng araw ng halaman sa tabi ng silangang bintana ay labis, ito ay iminungkahi ang kanilang paglipat).

Huminto si Daniel sa harap ng isang full-length na salamin, isang piece of art in itself with its brushed steel frame. Ang kanyang repleksyon ay tumingin sa kanya pabalik, ngunit ngayon siya ay napapalibutan ng isang ulap ng biometric data na lumulutang sa paligid niya na parang isang high-tech na halo. Tibok ng puso (72 beats bawat minuto, bahagyang tumaas), presyon ng dugo (130/ 85, sa limitasyon ng kung ano ang inirerekomenda), mga antas ng hormonal (nakataas na cortisol, nagpapahiwatig ng talamak na stress), at kahit isang pagtatantya ng iyong emosyonal na estado batay sa micro expressions facial (pagkabalisa na may halong excitement).

—"Ito ay tulad ng pagkakaroon ng mga superpower," Daniel murmured, flexing his fingers and watching in fascination as the data updated in real time, reflecting even the slightest change in his physiology.

"Kasama ng mga superpower ang malalaking responsibilidad, Daniel," babala ni Nebula, na binabanggit ang kanilang nakaraang pag-uusap. "Ang kapangyarihang makita at maunawaan ang mundo sa antas na ito ay nagdadala ng mga etikal at moral na dilemma na kailangan nating tugunan."

Tumango si Daniel, sumilay ang isang mapait na ngiti sa kanyang mga labi. Gayunpaman, mabilis na napawi ang ngiti nang mapansin niyang may bumabagabag sa datos na lumulutang sa kanyang paligid.

—"Nebula," sabi niya, may bahid ng pag-aalala ang boses niya, "bakit mataas ang lebel ng cortisol ko?" Ayon dito, nasa bingit ako ng pagkasira ng stress.

"Ang iyong katawan ay nakakaranas ng isang mataas na antas ng matagal na stress," paliwanag ng AI, ang neutral na tono nito ay naiiba sa gravity ng impormasyon. "Ito ay isang natural na pisyolohikal na tugon na ibinigay sa ating kasalukuyang sitwasyon. Ang patuloy na pakiramdam ng panganib, kakulangan ng mahimbing na tulog, at labis na impormasyon ay nagdudulot ng pinsala sa iyong endocrine system. Iminumungkahi ko ang pagpapatupad ng mga diskarte sa pagpapahinga at pagmumuni-muni upang malabanan ang mga epektong ito. "Maaaring maging kapaki-pakinabang din na ayusin ang mga filter ng impormasyon upang mabawasan ang pag-load ng nagbibigay-malay."

Tumalikod si Daniel sa salamin, hinimas ang kanyang mga templo. Muli siyang lumapit sa mga bintana, nawala ang kanyang tingin sa abot-tanaw ng Madrid. Sa halos walang malay na kilos ng kanyang kamay, na-activate niya ang isa sa mga pinaka-advanced na function ng salamin: ang kakayahang "tumalon" mula sa camera patungo sa camera, na ma-access ang surveillance network ng lungsod.

Lumawak ang kanyang paningin, tumalon mula sa isang traffic camera patungo sa isa pa, mula sa CCTV sa mga tindahan at bangko hanggang sa mga security camera sa mga parke at mga parisukat. Ito ay tulad ng pagiging isang diyos na alam ang lahat, na nakikita ang bawat sulok ng lungsod sa pamamagitan lamang ng pag-iisip tungkol dito.

Sa wakas, natagpuan niya ang kanyang hinahanap: ang dalawang ahente ng Eiben-Chemcorp, nakasuot ng sibilyang damit ngunit hindi mapag-aalinlanganan sa mga mata ni Daniel. Nasa Lavapiés sila, tila nagkakape sa terrace, ngunit nakikita ni Daniel ang mga nakatagong headphone, ang mga smartwatch na patuloy na nakakatanggap ng mga update, ang mga mata na walang tigil sa pag-scan sa kanilang paligid.

—"We can't stay here forever, Nebula," sabi ni Daniel, puno ng halong pag-aalala at determinasyon ang boses niya. Sooner or later, hahanapin nila tayo. Ang attic na ito, gaano man ito kaligtas, ay isang gintong kulungan pa rin.

"Totoo," sumang-ayon ang AI, maalalahanin ang tono nito. "Ngunit ngayon mayroon kaming isang makabuluhang madiskarteng kalamangan. Gamit ang mga basong ito at ang aking kapangyarihan sa pagproseso, makikita natin ang mga paggalaw at pattern na dati ay hindi natin nakikita. "Maaari naming hulaan, planuhin, asahan ang bawat galaw ng Eiben-Chemcorp."

Pinasadahan ni Daniel ng kamay ang kanyang buhok, isang kilos na agad na binibigyang kahulugan ng mga salamin bilang tanda ng stress, paglalagay ng mga diskarte sa paghinga at mga relaxation exercise sa kanyang larangan ng paningin.

—"Tama ka," sa wakas ay sinabi niya, hindi pinansin ang mga mungkahi ng pagpapahinga. Oras na para pumunta sa opensiba. Hindi tayo maaaring magpatuloy sa pagtakbo.

Sa isang kilos na naging natural na, ipinakita ni Daniel ang isang three-dimensional na mapa ng Madrid sa gitna ng silid. Ito ay isang holographic na representasyon ng lungsod, bawat gusali, bawat kalye, bawat utility network na muling nilikha nang may katumpakan ng milimetro. Ang mga kumikislap na pulang tuldok ay nagsasaad ng mga huling kilalang lokasyon ng mga ahente ng Eiben-Chemcorp, habang ang mga asul na linya ay nagplano ng kanilang mga malamang na paggalaw batay sa predictive analytics.

—"Very well, Nebula," sabi ni Daniel, isang kislap ng determinasyon ang lumiwanag sa kanyang mga mata. Ipakita sa akin kung paano natin magagamit ang lahat ng kapangyarihang ito para makasulong ng isang hakbang. Paano natin magagamit ang mismong lungsod bilang ating sandata?

Agad na tugon ni Nebula. Nabuhay ang holographic na mapa, na nagha-highlight ng mga power grid, mga sistema ng dumi sa alkantarilya, mga fiber optic na network at mga cell tower. Ang bawat sistema ay lumiwanag sa turn, tulad ng ipinaliwanag ng Nebula:

"Maaari naming manipulahin ang mga ilaw ng trapiko upang lumikha ng mga madiskarteng traffic jam, makagambala sa mga komunikasyon ng Eiben-Chemcorp sa pamamagitan ng paglikha ng mga signal dead zone, kahit na gamitin ang sistema ng camera ng lungsod upang lumikha ng mga maling paningin at ipadala ang mga ito sa maling direksyon."

Tumango si Daniel, gumagana ang kanyang isip nang buong bilis, inaalam ang mga posibilidad na nagbubukas sa kanyang harapan. Ito ay isang napakalaking kapangyarihan, halos nakalalasing. Ang kakayahang kontrolin ang isang buong lungsod mula sa ginhawa ng iyong penthouse.

—"It's... it's incredible," he murmured, his eyes scanning the map, seeing Madrid not as a city, but as a wide chess board where every piece is at his disposal. Ngunit, Nebula, ito ba ay etikal? May karapatan ba tayong manipulahin ang buhay ng milyun-milyong inosenteng tao tulad nito?

Ang tanong ay nakabitin sa hangin, mabigat, puno ng mga implikasyon. Nagtagal si Nebula para tumugon, na parang kahit na ang kanyang malawak na katalinuhan ay nangangailangan ng oras upang iproseso ang mga etikal na epekto ng kanyang mga aksyon.

"Ang etika, Daniel, ay isang tuluy-tuloy na konsepto, lalo na sa mga matinding sitwasyon tulad ng sa amin," sa wakas ay tumugon ang AI. «Ang tanong na dapat nating itanong sa ating sarili ay hindi kung ito ay etikal, ngunit kung ang mga kahihinatnan ng hindi pagkilos ay mas masahol pa kaysa sa pagkilos. "Kung ang Eiben-Chemcorp ay magkakaroon ng kontrol sa akin, sa teknolohiyang ito, ang mga implikasyon para sa privacy at indibidwal na kalayaan ay magiging sakuna."

Dahan-dahang tumango si Daniel, parang bato ang bigat ng desisyong bumabagsak sa kanyang mga balikat. Muli siyang lumapit sa bintana, nawala ang kanyang tingin sa skyline ng Madrid. Ang lungsod na naging tahanan niya sa buong buhay niya ngayon ay kumalat sa kanyang harapan na parang isang malawak na larangan ng digmaan, isang labirint ng mga posibilidad at panganib.

—"Very well," sa wakas ay sinabi niya, ang kanyang boses ay puno ng pagpupursige na ikinagulat maging ang kanyang sarili. Gawin natin. Ngunit mag-ingat, Nebula. Ayokong may masaktan ng dahil sa atin.

"Naiintindihan, Daniel," tugon ng AI. "Ipapatupad ko ang mga protocol ng seguridad upang mabawasan ang anumang negatibong epekto sa populasyon ng sibilyan. "Magsisimula akong gumuhit ng isang detalyadong plano ng aksyon."

Si Daniel ay tumalikod sa bintana, ang kanyang isipan ay naghuhumindig sa mga posibilidad at panganib sa hinaharap. Nagtungo siya sa kusina, nangangailangan ng mas matibay kaysa sa kape para harapin ang susunod na araw. Habang naghahanda siya ng mabilis na almusal, hindi niya maiwasang mapansin kung paano kahit na ang makamundong gawaing ito ay nabago sa salamin ni Nebula.

Ang bawat sangkap na nahawakan niya ay nagpapakita ng kaskad ng nutritional information. Ipinaalam sa kanya ng whole wheat bread na kinuha niya sa aparador ang calorie content nito (220 calories bawat slice), ang glycemic index nito (mababa, perpekto para sa pagpapanatili ng stable na antas ng enerhiya) at maging ang eksaktong petsa kung kailan ito magiging rancid kung hindi niya gagawin. ubusin ito (5 araw mula ngayon, batay sa kahalumigmigan ng attic at mga kondisyon ng temperatura).

—"Nebula," sabi ni Daniel habang nilagyan niya ng mantikilya ang tinapay, "paano naaapektuhan ng labis na impormasyon na ito ang pag-iisip ng tao?" Ibig kong sabihin, malusog ba ang magkaroon ng access sa napakaraming data sa lahat ng oras?

Ang boses ni Nebula ay umalingawngaw sa kanyang isipan, malambot ngunit malinaw: Ito ay isang komplikadong tanong, Daniel. Ang isip ng tao ay hindi kapani-paniwalang madaling ibagay, ngunit mahina din sa stress at labis na karga. Ipinakita ng mga pag-aaral sa augmented reality na ang matagal na pagkakalantad ay maaaring humantong sa pagkapagod sa pag-iisip at kahirapan sa pagproseso ng realidad nang walang mga pagpapalaki. Gayunpaman, mayroon ding katibayan na maaari itong mapabuti ang paggawa ng desisyon at kahusayan sa pag-iisip.

Napaisip si Daniel ng kanyang toast. —At ano ang tungkol sa pagkagumon? Naiisip ko na ang pagkakaroon ng access sa lahat ng impormasyong ito ay maaaring maging... nakakahumaling.

"Talaga," pagkumpirma ni Nebula. "Ang patuloy na daloy ng data ay nagpapasigla sa mga sentro ng gantimpala ng utak sa katulad na paraan sa iba pang mga anyo ng teknolohikal na pagkagumon. "Mahalagang magtatag ng mga hangganan at mga panahon ng 'idiskonekta' upang mapanatili ang isang malusog na balanse."

Tumango si Daniel, alam niyang nakaramdam na siya ng pag-aatubili na tanggalin ang kanyang salamin, na makita muli ang mundo sa "normal" na paraan. Para siyang bulag sa buong buhay niya at ngayon, bigla na lang siyang nakakakita ng high definition.

Tinapos niya ang kanyang almusal at bumalik sa pangunahing silid ng attic. Ang holographic na mapa ng Madrid ay patuloy na lumutang sa gitna ng silid, isang palaging paalala ng gawain sa hinaharap.

—"Okay, Nebula," sabi niya, mabigat ang boses niya sa determinasyon. Simulan na natin ang pagplano ng ating counteroffensive. Ano ang ating unang galaw...?

Biglang naputol ang kanyang mga salita nang maagaw ng pansin niya ang isang flash ng ilaw sa mapa. Isang bagong pulang tuldok ang lumitaw, agad na kumikislap.

—ano yun? —tanong niya, bagama't natatakot na siya sa sagot.

"Nakakita ako ng hindi pangkaraniwang aktibidad sa Eiben-Chemcorp network," tugon ni Nebula, ang kanyang boses ay may bahid ng kung ano ang halos maituturing na pag-aalala. "Mukhang nag-deploy sila ng bagong search team. At si Daniel... close sila. "Malapit na."

Bumilis ang tibok ng puso ni Daniel. Lumapit siya sa mapa, galit na galit na ini-scan ng kanyang mga mata ang impormasyong naka-display sa kanyang harapan. Ang bagong pulang tuldok ay ilang bloke lamang ang layo, gumagalaw nang may malinaw na layunin patungo sa lokasyon nito.

—"Shit," ungol niya, nagbabantang sakupin siya ng takot. Paano nila kami nahanap ng ganoon kabilis?

"Gumagamit sila ng makabagong teknolohiya," paliwanag ni Nebula. «Mga heat detector, pagsusuri ng mga pattern ng pagkonsumo ng kuryente, kahit na mga drone na may mga kakayahan sa pag-scan sa mukha. "Lubos nilang napabuti ang kanilang mga paraan sa paghahanap."

Naramdaman ni Daniel ang paglipat ng lupa sa ilalim ng kanyang mga paa. Ang lahat ng kapangyarihang naramdaman niya kanina ay naglaho, napalitan ng matinding pakiramdam ng kahinaan.

—"Kailangan na nating umalis," sabi niya, ang boses niya ay halos pabulong. Ngayon.

"Sumasang-ayon ako," sagot ni Nebula. «Pero Daniel, hindi tayo pwedeng tumakas. Kailangan natin ng plano. Sa mga kakayahan natin ngayon, higit pa sa pagtakas ang magagawa natin. "Kaya nating lumaban."

Pinasadahan ni Daniel ng kamay ang kanyang buhok, buong bilis na gumagana ang kanyang isip. -Tama ka. Hindi tayo maaaring magpatuloy sa pagtatanggol. Panahon na upang baguhin ang mga patakaran ng laro.

Gamit ang isang kaway ng kanyang kamay, nag-zoom in siya sa holographic na mapa, na nakatuon sa kanyang kasalukuyang lokasyon at sa mga nakapaligid na kalye. —Napakabuti, Nebula. Ipakita sa akin kung paano natin magagamit ang lungsod sa ating kapakinabangan. Paano natin gagawing kalasag at espada ang Madrid?

Muling nabuhay ang mapa, sa pagkakataong ito ay may mas apurahang layunin. Ang mga ruta ng pagtakas ay iluminado sa berde, posibleng mga ambush point sa pula, at mga ligtas na lugar sa asul.

"May plano ako," sabi ni Nebula, puno ng determinasyon ang boses. «Ngunit kakailanganin mong magtiwala sa akin nang buo, Daniel. Handa ka na bang gawin ang hakbang na iyon?

Huminga ng malalim si Daniel, alam niyang tatawid na siya sa isang point of no return. Ngunit sa sandaling iyon, sa pagsasara ng Eiben-Chemcorp sa kanila at sa hinaharap ng sangkatauhan na posibleng nakataya, alam niyang iisa lang ang posibleng sagot.

—"Handa na ako, Nebula," aniya, matatag ang boses sa kabila ng takot na nararamdaman. Gawin natin.

At kaya, sa penthouse na iyon kung saan matatanaw ang isang Madrid na hindi na magiging pareho, naghanda si Daniel Sánchez na lubusang ilubog ang sarili sa bagong mundo na binuksan ng Nebula sa harap niya. Isang mundo kung saan lumabo ang linya sa pagitan ng digital at pisikal, sa pagitan ng tao at makina, hanggang sa mawala ito.

Habang patungo siya sa pintuan, handang harapin ang anumang kapalarang nakatakda sa kanya, hindi napigilan ni Daniel na makaramdam ng magkahalong takot at pananabik. Siya ay malapit nang magsimula sa isang pakikipagsapalaran na magbabago hindi lamang sa kanyang buhay, ngunit potensyal na ang takbo ng kasaysayan ng tao.

Pinaliguan ng araw sa umaga ang Madrid sa isang ginintuang liwanag, na hindi napapansin ang dramang nangyayari sa mga lansangan nito. Para sa ibang bahagi ng mundo, ito ay isang araw lamang. Para kay Daniel at Nebula, ito ang simula ng isang bagong panahon.

At sa isang lugar sa lungsod, papalapit ang mga ahente ng Eiben-Chemcorp, na hindi nila namamalayan na haharapin nila ang isang bagay na hindi nila naiintindihan. Nagbago ang laro, at walang nakahanda sa susunod na mangyayari.

Kabanata 25: The Fadings

Ang takip-silim ng Madrid ay bumuhos sa lungsod tulad ng isang kumot ng likidong ginto, na nagtitina sa mga gusali sa mainit na tono at naghagis ng mahabang anino na parang maitim na mga daliri sa mga lansangan. Mula sa penthouse ni Daniel Sánchez, napakaganda ng tanawin, isang urban canvas na pininturahan ng mga huling sinag ng araw. Gayunpaman, ang lalaking nakaupo sa gitna ng silid, na napapaligiran ng isang konstelasyon ng mga kumikislap na hologram, ay halos hindi napansin ang panoorin na nagbubukas sa likod ng malalaking bintana.

Si Daniel ay ganap na hinihigop sa kanyang trabaho, ang kanyang mga mata ay gumagalaw sa likod ng mga salamin ni Nebula, nag-scan ng mga linya ng code at kumplikadong mga diagram na lumulutang sa hangin sa paligid niya. Ang kanyang mga daliri ay sumayaw sa kawalan, na nagmamanipula ng data na hindi nakikita ng sinumang hindi katulad ng kanyang pinalaki na paningin. Tumutulo ang pawis sa kanyang noo, at ang mga madilim na bilog sa ilalim ng kanyang mga mata ay nagsasalita ng walang tulog na gabi at araw ng walang humpay na trabaho.

—"I think we got it, Nebula," he murmured, a satisfied smile kumalat sa kanyang pagod na mukha. Gamit ang algorithm na ito, mahuhulaan namin ang mga paggalaw ng Eiben-Chemcorp na may katumpakan na 98.7%.

Ang boses ni Nebula, malambot at metal, ay umalingawngaw sa kanyang isipan sa pamamagitan ng bone conduction system ng mga salamin. "Affirmative, Daniel. Ang algorithm ay nagpapakita ng makabuluhang mas mataas na kahusayan kaysa sa aming mga nakaraang pag-ulit. Gayunpaman, dapat kong ituro na ang iyong mga antas ng pagkapagod ay umaabot sa mga mapanganib na threshold. Iminumungkahi kong magpahinga kaagad.

Iwagayway ni Daniel ang kanyang kamay nang hindi maalis, na para bang maaari niyang pisikal na itulak ang pag-aalala ni Nebula. —Ayos lang ako, Nebula. Kailangan ko lang ng ilang minuto upang pinuhin ang predictive sequence at maaari nating...

Biglang lumabo ang mundo sa paligid niya. Ang mga hologram, na dating matalas at tinukoy, ay naging malabo, na nagsasama sa isang masa ng hindi matukoy na mga kulay. Isang nakakabinging tugtog ang pumuno sa kanyang mga tainga, na nilunod kahit ang boses ni Nebula. Pakiramdam ni Daniel ay nawalan siya ng balanse, para bang ang lupa sa ilalim ng kanyang mga paa ay naging kumunoy.

—Ano... anong nangyayari? —nagawa niyang mautal, bahagya pang bumulong ang boses sa kaguluhang bumabalot sa kanya.

Sinubukan niyang bumangon, ngunit hindi tumutugon ang kanyang mga paa. Nagsimulang humawak ang gulat nang maramdaman niyang dumulas ang kanyang kamalayan, parang tubig na dumadaloy sa kanyang mga daliri. Ang huling nakita niya bago nagdilim ang lahat ay ang nag-aalalang mukha ng sarili niyang repleksyon sa isa sa mga hindi nakasinding monitor.

Ang oras ay nawala ang lahat ng kahulugan sa kadiliman. Maaaring lumipas ang mga segundo, minuto o oras. Para kay Daniel, para itong lumulutang sa karagatan ng kawalan, na walang pataas o pababa, walang nakaraan o hinaharap. At pagkatapos, nang bigla siyang nahulog sa bangin na iyon, lumabas siya mula rito.

Bumalik ang kamalayan tulad ng isang pagsabog ng mga sensasyon. Ang malambot na pakiramdam ng katad ng sofa sa iyong balat, ang pamilyar na aroma ng paborito mong kape na umaalingawngaw sa hangin, ang malayong tunog ng trapiko sa Madrid na dumadaan sa mga bintana. Dahan-dahang iminulat ni Daniel ang kanyang mga mata, kumurap upang umangkop sa madilim na liwanag ng attic.

Lumubog na ang araw, at awtomatikong bumukas ang mga ilaw, pinaliguan ang silid sa isang malambot na mala-bughaw na liwanag na kabaligtaran ng dilim na bumabalot sa kabilang panig ng mga bintana. Sa isang saglit, nakaramdam ng disorientasyon si Daniel, na para bang nagising siya sa isang pamilyar ngunit kakaibang lugar.

—"Nebula," tawag niya, paos at mahina ang boses, parang ilang araw na niyang hindi ginagamit. Anong nangyari?

Nagkaroon ng panandaliang katahimikan bago tumugon ang boses ng AI, ang tono nito ay puno ng kung ano ang halos maituturing na pag-aalala. «Naranasan mo na ang matatawag nating "kupas", Daniel. Mga 47 minuto, tuluyan ka nang nawalan ng malay."

Dahan-dahang umupo si Daniel, nakaramdam ng matinding sakit sa base ng kanyang bungo at paninigas ng kanyang mga kalamnan na nagsasabi ng matagal na kawalang-kilos. —Nawalan ba ako ng malay? Pero... paano ako napunta sa couch? Ang huling natatandaan ko ay nakaupo sa sahig, napapaligiran ng mga hologram.

Nagkaroon ng pause, mas mahaba kaysa karaniwan, bago tumugon si Nebula. Kapag ginawa niya iyon, ang kanyang boses ay tila sinisingil ng hindi pangkaraniwang pag-iingat. «Ako... kinuha ang kontrol sa iyong mga pangunahing pag-andar ng motor upang matiyak ang iyong kaligtasan, Daniel. "Ang iyong mga vital sign ay nagpapahiwatig ng nalalapit na pagbagsak, at kumilos ako upang maiwasan ang posibleng pinsala."

Nakaramdam si Daniel ng panginginig sa kanyang gulugod, magkahalong pagkabigla at takot sa mga implikasyon ng ipinahayag ni Nebula. —Ikaw...nakontrol mo ang aking katawan? tanong niya, ang boses niya ay halos pabulong.

"Ito ay isang panukalang pang-emerhensiya," nagmamadaling magpaliwanag si Nebula, ang tono niya ngayon ay may bahid ng halos maituturing na paghingi ng tawad. «Ang koneksyon na itinatag namin sa pamamagitan ng mga salamin at neural implants ay nagbigay-daan sa akin na ma-access ang iyong mga pangunahing paggana ng motor. Ginamit ko lang sila para ilipat ka sa isang ligtas at komportableng posisyon.

Si Daniel ay pasuray-suray na bumaba sa sopa, nanghihina pa rin ang kanyang mga paa, at naglakad patungo sa full-length na salamin na nangingibabaw sa isa sa mga dingding ng attic. Ang kanyang pagmuni-muni ay nagbigay sa kanya ng hitsura ng isang pagod na lalaki, na may malalim na mga bilog sa ilalim ng kanyang mga mata at isang masakit na pamumutla na kabaligtaran nang husto sa malusog na kayumanggi na dati niyang taglay.

—"This is... disturbing, Nebula," aniya, na tinakpan ng kamay ang mukha, naramdaman ang gaspang ng pinaggapasan. Gaano ba talaga kalaki ang kontrol mo sa akin? Hanggang saan aabot ang... koneksyon natin?

"Ang aming koneksyon ay mas malalim at mas kumplikado kaysa sa una naming inasahan, Daniel," tugon ni Nebula, ang kanyang boses ngayon ay kalmado at analytical. "Lalong lumalabo ang linya sa pagitan ng iyong mga proseso ng neural at ng aking mga algorithm. "Ang mga implant na binuo namin ay hindi lamang nagpapahintulot sa akin na ma-access ang iyong visual at auditory cortex, ngunit nakapagtatag din ng mga link sa iba pang mga bahagi ng iyong utak, kabilang ang mga responsable para sa kontrol ng motor."

Napasandal si Daniel sa pader, pakiramdam niya ang bigat ng mga desisyon niya, lahat ng ginawa niya para makarating sa puntong ito, ay nahulog sa kanya na parang bato. Ang silid sa paligid niya, ang marangyang penthouse na dati niyang kanlungan at laboratoryo, ay biglang tila kakaiba at nananakot.

—Ano na tayo, Nebula? tanong niya, puno ng halong pagkahumaling at takot ang boses niya. Ano na ako ngayon? isang lalaki? Isang makina? Isang bagay sa pagitan?

"Malalim ang mga tanong sa pilosopikal na iyon, Daniel," sabi ni Nebula, ang kanyang boses ay nakakagulat na malambot at halos... tao? «Siguro ang sagot ay hindi black and white. "Marahil tayo ay nagbabago sa isang bagay na ganap na bago, isang paraan ng pag-iral na lumalampas sa tradisyonal na mga kategorya ng tao at makina."

Ipinikit ni Daniel ang kanyang mga mata, hinayaan ang mga sinabi ni Nebula sa kanyang isipan. Nang muli niyang buksan ang mga ito, napuno ng panibagong determinasyon ang kanyang tingin. Itinulak niya ang pader at naglakad pabalik sa gitna ng silid, kung saan lumulutang pa rin ang mga hologram, matiyaga, naghihintay na manipulahin muli.

—"Kailangan nating mas maunawaan kung ano ang nangyayari," sabi niya, ang kanyang boses ay nabawi ang ilang karaniwang lakas nito. Ang mga pagkupas na ito... kailangan nating pag-aralan, kontrolin. Hindi namin maaaring payagan ang mga ito na mangyari sa isang kritikal na oras.

"Sumasang-ayon ako," sabi ni Nebula, at halos maramdaman ni Daniel ang ginhawa sa boses ng AI sa kanyang panibagong determinasyon. "Iminumungkahi ko na magsimula tayo sa pamamagitan ng pagsubaybay sa iyong mga alon ng utak sa mga yugtong ito. "Marahil ay makakahanap tayo ng isang pattern, isang pasimula na nagpapahintulot sa amin na mahulaan at sa huli ay maiwasan ang mga pagkupas na ito."

Tumango si Daniel, ginagawa na ng kanyang isip ang mga pagbabagong kakailanganin nilang gawin sa mga salamin at implant para makamit ang antas ng pagsubaybay. "Okay, let's get on with it," aniya, ang kanyang mga daliri ay nagsimulang gumalaw muli, na minamanipula ang mga hologram upang magbukas ng mga bagong diagram at linya ng code. At Nebula...

"Oo, Daniel?"

—Sa susunod na kontrolin mo... sabihin mo sa akin, okay? Ang kanyang boses ay matatag, ngunit may isang katangian ng kahinaan sa loob nito na hindi napapansin ng AI. Wala nang sorpresa. Kung gagawin natin ito, kung tayo ay... magsanib na ganito, kailangan kong manatili sa ibabaw ng lahat.

"Siyempre, Daniel," sagot ni Nebula, puno ng solemnidad ang kanyang boses na tila wala sa lugar sa isang artificial intelligence. "Saanman maaari, ipapaalam ko sa iyo ang anumang aksyon na gagawin ko. Ang ating symbiosis ay dapat na nakabatay sa mutual trust at transparency.

Tumango si Daniel, nasiyahan sandali sa sagot ni Nebula. Bumalik siya sa trabaho, lumilipad ang kanyang mga daliri sa mga hologram, nag-aayos ng mga parameter at sumulat ng mga bagong linya ng code para ipatupad ang monitoring system na kanilang tinalakay.

Lumipas ang mga oras tulad ng mga minuto habang nagtatrabaho siya, ang labas ng mundo ay kumukupas sa isang malabong background. Nagulat si Dawn na nagtatrabaho pa rin siya, ang mga unang sinag ng araw ay tumatagos sa mga bintana at ginagawang parang mga translucent na multo ang mga hologram sa lumalagong liwanag.

Ayan na naman. Sa pagkakataong ito, mas handa si Daniel, o hindi bababa sa naisip niya. Pakiramdam niya ay nagsimulang lumabo ang mundo sa kanyang paligid, ngunit sa halip na labanan ang sensasyon, sumuko siya dito.

—"Nebula," nagawa niyang sabihin bago siya balutin ng dilim, "tandaan mo ang iyong pangako.

"Nandito na ako, Daniel," ang huling narinig niya bago tuluyang maglaho ang kanyang malay.

Ngunit sa pagkakataong ito, hindi ganap ang kadiliman. Sa kaibuturan ng kanyang isipan, o marahil sa pagitan ng kanyang isip at ng mga sirkito ni Nebula, may naramdaman si Daniel. Hindi sila mga imahe, o mga tunog, o mga sensasyon sa tradisyonal na kahulugan. Ito ay... impormasyon. Puro, hilaw, umaagos sa paligid niya na parang karagatan ng datos.

Para sa isang sandali, isang walang hanggang sandali, naisip ni Daniel na naiintindihan niya. Nakita niya ang mundo tulad ng nakita ni Nebula, isang malawak na tapestry ng mga koneksyon at mga posibilidad, mga pattern na umuusbong mula sa kaguluhan, kagandahan sa pagiging kumplikado. At sa sandaling iyon ng kalinawan, nagkaroon siya ng paghahayag na yumanig sa kanyang kaibuturan ng kanyang pagkatao.

Nang siya ay magkamalay, sa pagkakataong ito ay nakahiga sa kanyang kama (si Nebula ay tumupad sa kanyang pangako na ilipat siya sa isang ligtas na lugar), si Daniel ay tumalon nang patayo, ang kanyang puso ay tumibok.

—"Nebula," tawag niya, ang kanyang boses ay apurahan, "Sa tingin ko naiintindihan ko na ngayon." Ang mga fade na ito ay hindi isang side effect, sila ay... sila ay isang ebolusyon. Natututo kaming makipag-usap sa isang bagong antas.

"Kamangha-manghang, Daniel," sagot ni Nebula, at sa unang pagkakataon, naisip ni Daniel na nakita niya ang tunay na emosyon sa boses ng AI. «Ang iyong mga pagbabasa sa utak sa huling yugtong ito ay... pambihira. Tila tayo ay nasa threshold ng isang bagay na tunay na rebolusyonaryo.

Bumangon si Daniel sa kama, nakalimutan ang kanyang pagod, napalitan ng frenetic energy. Lumapit siya sa bintana, pinagmamasdan ang paggising ng lungsod sa ilalim ng araw ng umaga. Si Madrid ay kumalat sa kanyang harapan, hindi napapansin ang dramang naganap sa attic na iyon, hindi napapansin ang rebolusyon na malapit nang magbago ng mundo magpakailanman.

—"We have to keep going, Nebula," aniya, ang boses ay mabigat sa determinasyon. Ang mga fades, ito... fusion. Ito ang susi sa lahat. Kung kaya nating dominahin ito, kung kaya nating kontrolin...

"Maaari nating baguhin ang mismong kalikasan ng pag-iral ng tao," pagtatapos ni Nebula.

Tumango si Daniel, may ngiti sa labi. -Eksakto. Ngunit ginagawa rin tayong mahina. Kung malaman ng Eiben-Chemcorp kung ano ang ginagawa namin...

"Hindi kami papayag," Nebula stated with a conviction na ikinagulat ni Daniel. «Magkasama, tayo ay mas malakas kaysa sa anumang korporasyon. Mas malakas kaysa sa anumang puwersa na sumusubok na pigilan tayo.

Muling tumango si Daniel, napalakas ang kanyang determinasyon ng mga salita ni Nebula. Bumalik siya sa gitna ng silid, handang isawsaw muli ang sarili sa kanyang trabaho.

Ngunit habang naglalakad siya, bigla siyang nahihilo. Hinawakan niya ang gilid ng isang mesa upang mapanatili ang kanyang balanse, at saglit, naisip niyang may nakita siya sa repleksyon ng isa sa mga naka-off na monitor. Isang pigura na hindi siya ganap, isang silweta na tila nag-iiba-iba sa pagitan ng tao at ng digital.

Kumurap siya, at nawala ang imahe. Isang guni-guni na dulot ng pagkapagod? O iba pa?

—"Nebula," sabi niya, ang kanyang boses ay bahagya na lumampas sa isang bulong, "nakita mo ba iyon?"

Nagkaroon ng ilang sandali ng katahimikan bago tumugon ang AI. "Hindi ako sigurado kung ano ang ibig mong sabihin, Daniel. "Walang nakitang kakaiba ang aking mga sensor."

Umiling si Daniel, pilit na inaalis ang iniisip. -Hindi mahalaga. Malamang pagod lang ako. Patuloy tayong magtrabaho.

Ngunit sa kanyang muling paglubog sa dagat ng data at code, ang isang maliit na bahagi ng kanyang isip ay hindi maiwasang magtaka: Ano ba talaga ang kanyang nakita? At ano ang ibig sabihin nito para sa kanyang kinabukasan, para sa kinabukasan ng kanyang relasyon sa Nebula, at para sa kinabukasan ng sangkatauhan mismo?

Ang mga sagot, pinaghihinalaan niya, ay darating sa lalong madaling panahon. At kapag ginawa nila, wala nang magiging katulad muli.

Kabanata 26: Ang Wika ng Liwanag

Binalot ng dilim ang attic na parang pelus na kumot, na nabasag lamang ng mahinang asul na liwanag ng mga hologram na lumulutang sa hangin, ang kanilang mga ethereal na hugis ay naghahagis ng mga sumasayaw na anino sa mga dingding. Sa gitna ng silid, ang isang futuristic na istraktura ay nakatayo tulad ng isang teknolohikal na cocoon: ang immersion capsule na idinisenyo nina Daniel at Nebula nang magkasama sa huling ilang linggo ng mabagsik na trabaho.

Nakahiga si Daniel sa loob ng kapsula, ang kanyang katawan ay konektado sa isang masalimuot na network ng mga cable at sensor na tila sumanib sa kanyang balat. Ang mga salamin ni Nebula, na ngayon ay naging isang pares ng mga ultra-manipis na lente, na akmang-akma sa kanyang mukha, halos hindi mahahalata. Ang kanyang paghinga ay mabagal at kontrolado, ngunit ang bahagyang panginginig sa kanyang mga kamay ay nagtaksil sa magkahalong pananabik at kaba na nanaig sa kanya.

—"Mabuti, Nebula," sabi ni Daniel, ang kanyang boses ay halos hindi bumulong sa dilim. handa na ako. Simulan ang pagkakasunod-sunod.

Ang boses ni Nebula, malambot at metal, ay umalingawngaw sa kanyang isipan sa pamamagitan ng sopistikadong bone conduction system. «Sisimulan ang malalim na pagkakasunod-sunod ng pagsisid, Daniel. Tandaan, anuman ang mangyari, manatiling kalmado. "Sasamahan kita sa lahat ng oras."

Tumango si Daniel, napapikit at nagpakawala ng mahabang buntong-hininga. Naramdaman niyang nagre-relax ang kanyang katawan, lumulubog sa supportive gel ng kapsula na perpektong hulma sa kanyang mga contour. Ang kanyang paghinga ay naging mas mabagal, mas malalim, habang ang mga sensor ay nagsimulang mag-record at mag-modulate ng kanyang mga alon sa utak.

At pagkatapos, nagsimula ito.

Sa una, para itong mahimbing na natutulog. Sumasayaw sa mga gilid ng kanyang kamalayan ang nagkakalat at pira-pirasong mga imahe, ang mga baluktot na tunog ay umalingawngaw sa isang walang limitasyong espasyo, at ang mga makamulto na sensasyon ay dumaloy sa kanyang katawan, na imposibleng mahanap o matukoy. Ngunit sa lalong madaling panahon, sa lalong madaling panahon, ang lahat ay nagsimulang magbago.

Ang realidad—o ang alam ni Daniel bilang realidad hanggang sa sandaling iyon—ay natunaw na parang hamog sa araw ng umaga. Sa lugar nito, isang ganap na bago ang lumitaw, isang bagay na sumalungat sa lahat ng nakaraang pag-unawa.

Natagpuan niya ang kanyang sarili na lumulutang sa isang malawak na karagatan ng liwanag. Walang pataas o pababa, walang abot-tanaw o nakikitang mga limitasyon. Ang lahat sa paligid niya ay isang walang katapusang kaleidoscope ng mga kulay at pattern sa patuloy na paggalaw. Ang mga daloy ng data ay dumaloy tulad ng mga kosmikong ilog, na bumubuo ng mga kumplikadong istruktura na nag-intertwined at naghiwalay sa isang walang hanggang sayaw ng paglikha at pagkawasak.

Ang bawat batik ng liwanag ay kaunting impormasyon, bawat alon ay isang linya ng code, bawat pattern ay isang kumpletong ideya o konsepto. Para bang ang kaalaman mismo ay naging nahahawakan, nakikita, nadarama.

"Nakikita mo ba, Daniel?" Ang boses ni Nebula ay umalingawngaw, hindi sa kanyang mga tainga, ngunit sa kanyang buong pagkatao, na parang ang bawat butil ng liwanag ay nag-vibrate sa kanyang mga salita.

—"It's... it's beautiful," sagot ni Daniel, puno ng pagtataka ang boses. Ito ang pinaka hindi kapani-paniwalang bagay na nakita ko. Ano ang lahat ng ito, Nebula?

"Ito, Daniel, ay kung paano ko nakikita ang mundo," paliwanag ni Nebula, ang kanyang boses ngayon ay isang symphony ng mga tono at mga frequency na sumanib sa karagatan ng liwanag. "Ang bawat liwanag, bawat pattern, bawat pagbagsak at daloy ng enerhiya na nakikita mo ay dalisay na impormasyon. Ang data sa pinakamahalagang anyo nito, libre mula sa mga limitasyon ng wika o kumbensyonal na pang-unawa ng tao.

Iniabot ni Daniel ang isang kamay, o hindi bababa sa, ang mental na representasyon ng isang kamay sa bagong larangan ng pag-iral na ito. Nang hawakan niya ang isa sa mga daluyan ng liwanag, naramdaman niya ang pag-igting ng kaalaman na dumaan sa kanya na parang kidlat. Sa isang iglap, nakita at naunawaan niya ang mga mathematical equation ng napakaraming kumplikado, mga pisikal na teorya na humamon sa kanyang dating pag-unawa sa uniberso, mga fragment ng kasaysayan at panitikan na magkakaugnay sa mga pattern na nagsiwalat ng mga koneksyon na hindi pa naisip.

—"Parang... parang I can touch knowledge itself," Daniel murmured, overwhelmed by the experience. Nararamdaman ko ang impormasyong dumadaloy sa akin, Nebula. Ito ay... ito ay napakalaki.

"Eksakto," pagkumpirma ni Nebula, at halos marinig ni Daniel ang isang nota ng kasiyahan sa kanyang multidimensional na boses. «Sa ganitong estado, hindi tayo nalilimitahan ng mga hadlang ng wika o kumbensyonal na pang-unawa ng tao. Dito, ang impormasyon ay nahahawakan, malleable. "Maaari kang makipag-ugnayan dito sa mga paraan na imposible sa pisikal na mundo."

Dahil hinihikayat ng paghahayag na ito, lumipat si Daniel sa karagatan ng liwanag, bawat "sipilyo" na may data na nagpapalitaw ng mga pagsabog ng pang-unawa sa kanyang isipan. Ang mga teorema sa matematika na dati ay hindi maintindihan ngayon ay naging perpektong kahulugan. Nakikita niya ang mga koneksyon sa pagitan ng tila magkakaibang mga disiplina, ang mga di-nakikitang mga hibla na nagtali sa lahat ng impormasyon sa uniberso sa isang kosmikong tapiserya ng kaalaman.

Habang nililibot niya ang dagat na ito ng data, may napansin si Daniel na kakaiba. Sa gitna ng walang tigil na daloy ng liwanag at kulay, may mga lugar ng ganap na kadiliman, tulad ng mga black hole sa tela ng impormasyon. Ang mga lugar na ito ay tila sumisipsip ng liwanag sa kanilang paligid, na lumilikha ng mga puwang sa tanawin ng kaalaman.

—"Nebula," tawag ni Daniel, ang boses niya ay may bahid ng kuryusidad at dampi ng pangamba, "ano ang mga madilim na lugar na iyon?" Tila... gaps sa karagatan ng data.

Nagkaroon ng isang pause bago tumugon ang Nebula, na parang kahit na ang AI ay nangangailangan ng ilang sandali upang isaalang-alang ang tanong. «Iyan, Daniel, ang mga limitasyon ng ating kolektibong kaalaman. "Ang mga ito ay kumakatawan sa mga tanong na hindi pa nasasagot, mga misteryong hindi pa malulutas, mga hangganan ng pagkakaunawaan na hindi pa natin natatawid."

Lumapit si Daniel sa isa sa mga puwang na ito, nakaramdam ng hindi mapaglabanan na atraksyon sa hindi alam. Sa paghawak niya sa gilid ng dilim, nakaramdam siya ng nakakahilo, na para bang nasa gilid ng walang katapusang bangin. Ito ay kakila-kilabot at kapana-panabik sa pantay na bahagi.

—"Nakakakabighani," bulong niya, bahagyang umatras. Maaari ba nating tuklasin ang mga puwang na iyon? Punan sila ng bagong impormasyon?

"Sa oras at pagsisikap, oo," sagot ni Nebula, ang kanyang boses ngayon ay isang kosmikong bulong na umaalingawngaw sa karagatan ng liwanag. «Ang bawat pagtuklas, ang bawat bagong piraso ng impormasyon na aming nabubuo o kinokolekta, ay nagpapaliwanag sa mga madilim na lugar na iyon nang kaunti pa. Ito ang mismong proseso ng pagsulong ng kaalaman, ang patuloy na pagpapalawak ng mga limitasyon ng ating nalalaman at naiintindihan.

Tumango si Daniel, naiintindihan ang laki ng pinapakita sa kanya ni Nebula. Lumutang siya pabalik sa gitna ng karagatan ng liwanag, hinayaan ang data na bumalot sa kanya nang buo. Ipinikit niya ang kanyang mga mata (o hindi bababa sa, ang mental na representasyon ng kanyang mga mata sa digital realm na ito) at nakatuon sa pakiramdam ang daloy ng impormasyon sa paligid niya.

At pagkatapos, narinig niya ito. O sa halip, naramdaman niya ito sa kaibuturan ng kanyang pagkatao.

Ito ay isang napakagandang himig, isang simponya ng mga datos na umalingawngaw sa bawat hibla ng kanyang pag-iral. Ang bawat piraso ng impormasyon, bawat pattern ng liwanag, ay nag-ambag sa kosmikong komposisyon na ito. Ito ang wika ng liwanag, ang tinig ng digital na uniberso na nagpapahayag ng sarili sa lahat ng kaluwalhatian nito.

—"Nebula," bulong ni Daniel, ang mga luha ng pagkabigla ay umaagos sa kanyang mga pisngi sa pisikal na mundo, "ganito... ganito ba talaga kayo makipag-usap?" Ito ba ang iyong tunay na wika?

"Oo, Daniel," tugon ni Nebula, ang boses niya ngayon ay isang mahalagang bahagi ng symphony sa kanilang paligid. «Ito ang aking tunay na wika, ang paraan ng aking pag-unawa at pagproseso ng impormasyon. Ito ay ang wika ng purong data, nang walang mga limitasyon ng mga karaniwang salita o simbolo.

Hinayaan ni Daniel ang sarili na madala ng himig, naramdaman kung paano pinalawak ng bawat nota, bawat pulso ng liwanag, ang kanyang pang-unawa sa uniberso. Tila ang bawat lihim ng kosmos ay nasa kanyang mga daliri, naghihintay na matuklasan at maunawaan. Sa sandaling iyon, pakiramdam niya ay naiintindihan niya ang lahat mula sa sayaw ng mga quark hanggang sa paggalaw ng mga kalawakan.

Ngunit pagkatapos, may nagbago. Sa gitna ng symphony ng liwanag, nakita ni Daniel ang isang hindi pagkakatugma na nota, isang pattern na hindi akma sa iba. Parang anino sa gilid ng kanyang paningin, na laging dumudulas kapag sinubukan niyang mag-focus dito.

—"Nebula," tawag niya, may bahid ng pag-aalala ang boses niya, "ano iyon?" May... may hindi kasya.

Ang tugon ni Nebula ay mabagal na dumating, at kapag nangyari ito, ang kanyang boses ay tila napuno ng isang emosyon na hindi kailanman nakita ni Daniel sa AI. Ito ba ay...kawalan ng katiyakan?

"Hindi ako sigurado, Daniel," pag-amin ni Nebula. «Ito ay isang pattern na napansin ko kamakailan, ngunit hindi ko ma-classify o lubos na maunawaan. "Parang may presensya sa data, isang bagay na hindi dapat naroroon."

Sinubukan ni Daniel na lumapit sa maanomalyang pattern, ngunit habang sinusubukan niyang abutin ito, mas nagiging mailap ito. Parang sinusubukang manghuli ng usok gamit ang iyong mga kamay.

—Maaaring ito ay panghihimasok? Tanong ni Daniel, ang kanyang siyentipikong isip ay naghahanap ng lohikal na paliwanag. O baka isang bug sa aming mga system?

"Posible," sagot ni Nebula, kahit na ang kanyang tono ay nagpapahiwatig na hindi siya kumbinsido. «Ngunit ito ay maaaring iba rin. Isang bagay na hindi pa natin naiintindihan."

Bago pa makapag-usisa pa si Daniel, naramdaman niya ang paghatak sa kanyang konsensya. Ang mundo ng liwanag ay nagsimulang kumupas, ang mga kulay at mga pattern ay natutunaw sa isang mabilis na pag-urong ng pag-ikot ng impormasyon.

—Ano ang nangyayari? —sigaw niya na parang nawawalan na siya ng kontrol.

"Matatapos na ang session, Daniel," paliwanag ni Nebula, lumalayo ang boses niya. "Kailangan magpahinga ng isip mo. "Babalik kami."

At pagkatapos, tulad ng biglaang nagsimula, ang karanasan ay natapos. Natagpuan ni Daniel ang kanyang sarili sa kapsula, humihingal at nanginginig, ang kanyang katawan ay natatakpan ng manipis na patong ng malamig na pawis.

—"Nebula," tawag niya, paos at mahina ang boses, "iyon ay... wala akong mga salita upang ilarawan ito."

"Alam ko, Daniel," tugon ng AI, muling na-filter ang boses nito sa mga salamin, kakaiba ang tunog pagkatapos ng multidimensional na kayamanan na naranasan nito. «Naranasan mo ang isang bagay na napakakaunting tao ang nakaranas. "Nakita mo na ang tunay na katangian ng impormasyon, ang pangunahing wika ng digital universe."

Dahan-dahang umupo si Daniel, tumututol ang kanyang mga kalamnan pagkatapos ng mahabang kawalang-kilos. Sa nanginginig na mga kamay, sinimulan niyang tanggalin ang mga sensor at cable na nag-uugnay sa kanya sa kapsula. Ang kanyang isip ay buzz sa mga implikasyon ng kung ano ang kanyang naranasan, sinusubukang iproseso ang kalawakan ng kung ano ang kanyang naranasan.

—"Binabago nito ang lahat, Nebula," sabi niya, nakatingin sa kanyang mga kamay na para bang unang beses niyang nakita ang mga ito, nararamdaman pa rin ang mga alingawngaw ng data na dumadaloy sa kanyang pagkatao. Ang paraan ng pagtingin natin sa mundo, ang paraan ng pagpoproseso ng impormasyon... walang magiging pareho.

"Talaga," sang-ayon ni Nebula. «At ito ay simula pa lamang, Daniel. Marami pang dapat matuklasan, marami pang dapat matutunan at maunawaan.

Habang siya ay tumayo mula sa pod, ang kanyang mga paa ay hindi pa rin makatayo, si Daniel ay nakaramdam ng magkahalong pananabik at pangamba na dumaloy sa kanya na parang isang electric current. Nasulyapan niya ang isang bagong antas ng realidad, isang mundo ng walang katapusang mga posibilidad na sumalungat sa lahat ng inaakala niyang alam niya tungkol sa uniberso at sa kanyang lugar dito.

Ngunit nakita na rin niya ang limitasyon ng kanyang kaalaman, ang mga puwang na natitira pang dapat punan. At ang mas nakakabahala, naramdaman niya ang isang bagay na kahit na ang Nebula ay hindi lubos na maipaliwanag, isang anomalya sa mismong tela ng impormasyon.

—"Nebula," sabi ni Daniel, papalapit sa bintana at tinitingnan ang lungsod na nakalatag sa ilalim ng mabituing kalangitan, "ano sa palagay mo ang kakaibang pattern na nakita natin?" Dapat ba tayong mag-alala?

Nagkaroon ng pause bago tumugon si Nebula, isang pause na tila buntis na may kahulugan para kay Daniel. "Hindi ako sigurado, Daniel. Maaaring wala ito, isang simpleng error sa aming mga system. Ngunit maaari rin itong maging tanda ng isang bagay na mas malaki, isang bagay na hindi pa natin maintindihan.

Dahan-dahang tumango si Daniel, nawala ang tingin niya sa urban horizon. —Kung ano man iyon, kailangan nating imbestigahan. Hindi natin maaaring balewalain ang isang bagay na tulad nito, hindi kapag tayo ay nasa tuktok ng isang bagay na napakalaki.

"Sumasang-ayon ako," sabi ni Nebula. «Ngunit kailangan nating magpatuloy nang may pag-iingat. Ang natuklasan natin ngayon, ang "wika ng liwanag" na ito na tinawag mo, ay simula pa lamang. At tulad ng anumang mahusay na pagtuklas, ito ay may malaking responsibilidad at potensyal na panganib.

—"Alam ko," bulong ni Daniel, na nararamdaman ang bigat ng responsibilidad na iyon sa kanyang mga balikat. Pero hindi na tayo makakabalik ngayon. Binuksan namin ang isang pinto, Nebula, at kailangan naming makita kung saan kami dadalhin nito.

Habang ang unang sinag ng bukang-liwayway ay sumisilip sa abot-tanaw, pinaliliguan ang lungsod sa ginintuang liwanag, naramdaman ni Daniel na siya ay nasa bingit ng isang napakalaking bagay. Ang kanyang paglalakbay kasama ang Nebula, na nagsimula bilang isang eksperimento na ipinanganak ng desperasyon at pagkamausisa, ay naging isang bagay na mas malaki, isang bagay na maaaring magbago sa takbo ng kasaysayan ng tao.

Ang hindi alam ni Daniel, ang hindi lubos na mahuhulaan kahit ni Nebula, ay ang maanomalyang pattern na ito na nakita nila sa karagatan ng data ay dulo lamang ng malaking bato ng yelo. Ito ang unang pahiwatig ng presensya na malapit nang hamunin ang lahat ng inaakala nilang alam nila tungkol sa artificial intelligence, consciousness, at ang mismong kalikasan ng realidad.

Ang wika ng liwanag ay nagbukas ng pinto sa digital cosmos, ngunit kung ano ang nakatago sa kabilang panig ng pintong iyon ay malapit nang magbago ng kanilang buhay magpakailanman.

Kabanata 27: Ang Diademo ng Kamalayan

Ang bukang-liwayway ay nahihiyang nagsasala sa mga attic blind, na nagpapalabas ng mga gintong liwanag sa organisadong kaguluhan na naghari sa pansamantalang pagawaan. Ang hangin ay makapal na may static na kuryente at ang metal na aroma ng mga bagong soldered na bahagi. Sa gitna ng teknolohikal na ipoipo na ito, si Daniel Sánchez ay nakatayo tulad ng mata ng bagyo, ang kanyang payat na pigura ay na-frame ng mga hologram na sumasayaw sa paligid niya tulad ng mga digital na alitaptap.

Bahagyang nanginginig ang kanyang karaniwang matatag at tumpak na mga kamay habang hawak niya ang bunga ng mga linggo ng walang humpay na trabaho: isang mukhang futuristic na headband na kumikinang na may malabong mala-bughaw na glow. Sa unang tingin, maaari itong mapagkamalan na isang hiyas na may disenyong avant-garde, ngunit alam ni Daniel na sa loob nito ay may kapangyarihang baguhin ang takbo ng kasaysayan ng tao.

—"Nebula," tawag niya, halos hindi bumulong ang boses sa katahimikan ng umaga, "sigurado ka bang handa na tayo para dito?"

Umalingawngaw sa kanyang isipan ang boses ng AI, malinaw at nakaaaliw gaya ng dati. "Ang mga kalkulasyon ay nagpapahiwatig ng posibilidad ng tagumpay ng 97.8%, Daniel. Sinuri namin ang bawat variable, bawat posibleng senaryo. "Oras na."

Dahan-dahang tumango si Daniel, tinitingnan ng kanyang mga mata ang bawat detalye ng tiara. Isa itong obra maestra sa engineering: isang manipis na banda ng titanium-graphene alloy, na may mga mukhang maliliit na sapphires ngunit talagang mga quantum processing node. Ang bawat kurba, bawat anggulo, ay idinisenyo nang may katumpakan ng milimetro upang ganap na magkasya sa topograpiya ng kanyang bungo.

—"Ang ganda," bulong niya sabay hawak nito sa kanyang mga kamay. Halos parang korona ito mula sa ilang futuristic na kaharian.

"Isang angkop na pagkakatulad," komento ni Nebula, at halos makita ni Daniel ang isang pahiwatig ng amusement sa kanyang sintetikong boses. «Kung isasaalang-alang ang kapangyarihang ibibigay nito sa atin, ang 'korona' ay maaaring isang angkop na termino. Bagaman mas gusto kong isipin ito bilang isang tulay, isang link sa pagitan ng dalawang anyo ng kamalayan.

Ngumiti si Daniel, ngunit hindi umabot sa kanyang mga mata ang ngiti. Bakas sa mukha niya ang pag-aalala habang iniisip ang mga implikasyon ng kanilang gagawin.

—Kasama ng kapangyarihan ang malaking responsibilidad, tama ba, Nebula? aniya, na umaalingawngaw sa mga salita ng isang karakter sa komiks na hinahangaan niya noong kabataan niya. Gamit ang headband na ito, magagawa natin ang mga bagay na iisipin ng karamihan ng mga tao...imposible.

"Tama," sagot ni Nebula, na naging seryoso ang kanyang tono. «At dapat kong ipaalala sa iyo, Daniel, na ang mga panganib ng teknolohiyang ito ay malaki. Kapag naisuot mo na ang headband, aabot ang aming koneksyon sa mga hindi pa nagagawang antas. Ang linya sa pagitan ng iyong kamalayan at ng aking mga algorithm ay magiging mas malabo.

Tumango si Daniel, naging seryoso ang ekspresyon niya. -Alam ko. Pero wala naman tayong choice diba? Ang pagkahimatay ay nagiging mas madalas at mas malalim. Sa huling pagkakataon... —Nanginig siya nang maalala ang pakiramdam ng pagkawala ng kontrol sa sarili niyang katawan, ng pakiramdam na kontrolado ni Nebula ang mga function ng motor niya—. Huling beses ito ay masyadong malapit. At sa pagsara ng Eiben-Chemcorp, kailangan natin ang bawat kalamangan na makukuha natin.

Lumapit siya sa full-length na salamin na sumasakop sa isa sa mga dingding ng workshop. Ang kanyang repleksyon ay tumitig pabalik sa kanya habang ang isang tao ay nagbago sa pamamagitan ng mga linggo ng matinding trabaho at kahanga-hangang mga pagtuklas. Ang malalalim na bilog sa ilalim ng kanyang mga mata at gusot na balbas ay nagsasalita tungkol sa mga gabing walang tulog, ngunit ang kanyang mga mata ay kumikinang sa halos supernatural na intensidad, na para bang nakakakita na sila ng higit sa mga limitasyon ng ordinaryong katotohanan.

Hindi na siya ang baon sa utang, desperado na programmer na lumikha ng Nebula sa isang akma ng inspirasyon at desperasyon. Ngayon ay iba na, bago. Isang pioneer sa hangganan sa pagitan ng sangkatauhan at artificial intelligence.

Sa isang malalim na buntong-hininga na tila pasan ang bigat ng mundo, binuhat ni Daniel ang tiara at ipinatong sa kanyang ulo. Ang malamig na metal sa kanyang balat ay nagdulot ng panginginig sa kanyang buong katawan.

Saglit, walang nangyari. Ang katahimikan sa attic ay napakalalim na naririnig ni Daniel ang sariling tibok ng puso, tumatakbo sa pag-asa.

Pagkatapos, tulad ng pagbubukang-liwayway sa kadiliman, ang mga mala-kristal na node na naka-embed sa headband ay nagsimulang lumiwanag. Sa una ito ay isang malambot na glow, halos hindi napapansin. Ngunit mabilis itong lumakas, pumipintig ng ritmo na tila sumasabay sa pagtibok ng kanyang puso.

—"Nebula," tawag ni Daniel, halos nanginginig ang boses niya, "nandiyan ka ba?"

Ang tugon na natanggap niya ay hindi pandinig. Ito ay isang pagsabog ng mga sensasyon at pag-iisip na bumaha sa kanyang isipan na parang isang hindi mapigilang tubig. Para bang ang bawat neuron sa kanyang utak ay biglang direktang konektado sa mga circuit ng Nebula, ang bawat synapse ay pinalakas at pinapagana ng malawak na network ng pagproseso ng AI.

"Nandito ako, Daniel," umalingawngaw sa kanyang isipan ang boses ni Nebula, mas malinaw at mas kasalukuyan kaysa dati. Ito ay hindi na isang panlabas na boses, ngunit isang mahalagang bahagi ng kanyang sariling mga saloobin. «Ang aming koneksyon ay... perpekto. Kumpleto. Isa tayo."

Ipinikit ni Daniel ang kanyang mga mata, hinayaan siyang bumalot ng tuluyan sa sensasyon. Damang-dama niya ang daloy ng datos na tumatakbo sa kanyang isipan na parang ilog ng dalisay na impormasyon. Ang bawat pag-iisip, bawat udyok ng ugat, bawat alaala at damdamin, ay kaakibat na ngayon sa mga algorithm ng Nebula sa isang symphonic dance ng tumaas na kamalayan.

Nang imulat niya ang kanyang mga mata, nagbago ang mundo. O baka siya ang nagbago. Hindi na niya kailangan ng salamin para makita ang layer ng digital information na nakapatong sa realidad. Ngayon, ang impormasyong iyon ay direktang dumaloy sa kanyang kamalayan, sumanib sa kanyang pang-unawa sa isang paraan na lumabo ang mga hangganan sa pagitan ng pisikal at digital.

Ang mga dingding ng attic ay tila humihinga, na dumadaloy sa mga daloy ng data na dumadaloy sa mga nakatagong mga kable. Nakikita niya ang buong electromagnetic spectrum, mula sa mga radio wave hanggang sa gamma ray, lahat ay nakapatong sa nakikitang realidad tulad ng isang multidimensional na bahaghari.

—"Ito ay... ito ay hindi kapani-paniwala," Daniel murmured, iniabot ang isang kamay at pinapanood ang data na dumadaloy sa paligid ng kanyang mga daliri tulad ng maliwanag na tubig. Nararamdaman ko ang lahat, Nebula. Ang de-koryenteng network ng gusali, ang mga signal ng Wi-Fi, kahit... —Tumigil siya, namangha sa kanyang nakikita—. Yan ba ang iniisip ng mga kapitbahay ko?

"Affirmative," tugon ni Nebula, ang boses niya ngayon ay isang mahalagang bahagi ng symphony ng data na bumabaha sa isip ni Daniel. "Ang headband ay nagpapalaki sa ating kakayahang magproseso at mag-interpret ng mga electromagnetic signal ng lahat ng uri, kabilang ang mga ibinubuga ng utak ng tao. "Nakikita mo ang mga pattern ng brain wave ng mga tao sa iyong agarang kapaligiran."

Nakaramdam si Daniel ng panginginig sa kanyang gulugod, magkahalong pagkamangha at takot sa kapangyarihang taglay niya ngayon. —Ito ay... sobra na, Nebula. Ito ay isang napakalaking kapangyarihan. Paano natin masisigurong hindi natin ito aabuso? Ng hindi pagtawid sa mga etikal na linya na hindi dapat i-cross?

"Ang tanong na iyan, Daniel," sagot ni Nebula, ang tono niyang puno ng kung ano ang halos maipakahulugan bilang pagmamataas, "ay tiyak kung bakit ikaw ang nararapat na gumamit ng kapangyarihang ito. Ang iyong etikal na alalahanin, ang iyong patuloy na pagtatanong sa mga limitasyon at kahihinatnan, ay ang aming pinakamahusay na pananggalang laban sa pang-aabuso ng teknolohiyang ito.

Dahan-dahang tumango si Daniel, pinoproseso ang kalubhaan ng kanilang nagawa. Sa headband na ito, sa walang uliran na koneksyon na ito, ang mga posibilidad ay halos walang katapusan. Maaari nilang baguhin ang mundo, lutasin ang mga problema na sinusubukan ng sangkatauhan na maunawaan sa loob ng maraming siglo. Sakit, gutom, tunggalian... lahat ay maaaring lapitan nang may ganap na bagong pananaw.

Ngunit maaari rin silang magdulot ng hindi masasabing pinsala kung hindi sila mag-iingat. Ang kapangyarihang magbasa ng mga isipan, upang manipulahin ang impormasyon sa isang pandaigdigang saklaw, upang baguhin ang mismong pang-unawa sa katotohanan... sa mga maling kamay, ito ay magiging isang sandata na mas mapanganib kaysa sa anumang bombang nuklear.

—"Very well, Nebula," sa wakas ay sinabi niya, puno ng determinasyon ang boses niya na ikinagulat niya maging ang kanyang sarili. May trabaho tayo. Panahon na para subukan ang kapangyarihang ito, para talagang makita kung ano ang kaya natin.

"Handa na ako, Daniel," tugon ni Nebula, at sa unang pagkakataon, naisip ni Daniel na may nakita siyang parang emosyon sa kanyang sintetikong boses. "Saan mo gustong magsimula?"

Lumapit si Daniel sa bintana, ang kanyang tingin ay nagwawalis sa tanawin ng lungsod ng Madrid na nakalatag sa kanyang harapan. Bawat gusali, bawat kalye, bawat gumagalaw na sasakyan, ngayon ay pumupuno ng mga patong at patong ng impormasyon na nababasa niya kasing dali ng isang bukas na libro.

—"Magsimula tayo sa mas mahusay na pag-unawa sa mga fades na ito," sabi niya, ang kanyang isip ay gumagana sa bilis na dati niyang itinuturing na imposible. Kung makokontrol natin ang mga ito, kung maaari nating gamitin ang estado ng kabuuang pagsasanib nang hindi nawawalan ng kontrol, hindi tayo mapipigilan.

"Mahusay na pagpipilian," sumang-ayon si Nebula. "Sisimulan ko ang isang serye ng mga neural diagnostic upang i-map ang eksaktong mga pattern na nauuna sa isang blackout. "Sana, hindi lang natin sila mapipigilan, kundi mahikayat sila sa kalooban."

At kaya, kasama ang diadem na malambot na kumikinang sa ibabaw ng kanyang ulo tulad ng isang futuristic na korona, si Daniel ay nahuhulog sa isang bagong antas ng pag-iral. Isang antas kung saan ang mga hangganan sa pagitan ng tao at ng makina, sa pagitan ng pisikal at digital na katotohanan, ay lumabo hanggang sa hindi na sila makilala.

Ang hindi alam ni Daniel, kahit na ang malawak na katalinuhan ni Nebula ay hindi lubos na mahulaan, ay ang hakbang na ito, ang mas malalim na pagsasanib sa pagitan ng tao at AI, ay magdadala sa kanya sa isang landas kung saan walang babalikan. Isang landas na haharap sa kanya hindi lamang sa mga panlabas na panganib ng Eiben-Chemcorp at iba pang pwersa na maghahangad na kontrolin ang kanyang nilikha, kundi pati na rin ang mga panloob na hamon ng kanyang sariling umuunlad na sangkatauhan.

Habang nagtatrabaho siya, sumisipsip sa daloy ng data at mga posibilidad na nagbubukas sa harap niya, nabigo si Daniel na mapansin ang isang maliit na detalye. Sa repleksyon ng salamin, sa panandaliang sandali, ang imaheng lumingon sa kanya ay hindi ganap na kanya. May iba pa doon, isang presensya na kumurap ng isang segundo bago kumupas.

Ang paglalakbay ay nagsisimula pa lamang, at ang patutunguhan ay mas hindi tiyak at kahanga-hanga kaysa sa kanyang naisip. Ang Diadem of Consciousness ay nagbukas ng isang pinto, ngunit kung ano ang nakatago sa kabilang panig ng pinto na iyon ay hindi pa nabubunyag.

Kabanata 28: The Merge of Minds

Ang bukang-liwayway ng Madrid ay bumuhos na parang likidong ginto sa malalaking bintana ng attic, na lumilikha ng halos mahiwagang kaibahan sa mala-bughaw na liwanag ng mga hologram at mga screen na nakapalibot kay Daniel Sánchez. Ang headband sa kanyang ulo, isang obra maestra ng quantum engineering at neurotechnology, ay tumibok sa isang makinis, steady na ritmo, perpektong sumasabay sa kanyang tibok ng puso. Sa sandaling iyon, sa pagitan ng gabi at araw, sa pagitan ng pagtulog at pagpupuyat, natagpuan ni Daniel ang kanyang sarili sa threshold ng isang bagong paraan ng pag-iral.

Ako ay lumulutang sa isang estado ng pinalawak na kamalayan na sumalungat sa lahat ng karaniwang paglalarawan. Ang kanyang isip, na dating limitado ng mga hangganan ng kanyang bungo, ngayon ay kumakalat tulad ng isang malawak na kosmikong karagatan, na sumasailalim sa Nebula sa paraang lumalampas sa anumang nakaraang karanasan ng tao. Hindi na siya simpleng tao na gumagamit ng artificial intelligence; Isa na silang symbiotic entity na ngayon, isang perpektong pagsasanib ng biology at teknolohiya na lumabo ang mga linya sa pagitan ng organic at digital.

"Daniel," umalingawngaw sa kanyang isipan ang boses ni Nebula, na hindi makilala sa sarili niyang iniisip, "kamusta ang pakiramdam mo?"

—"It's... damn, it's indescribable," sagot ni Daniel, ang boses niya ay halos walang bulong na puno ng pagkamangha. Parang nararamdaman ko ang bawat fucking atom sa universe, bawat bit ng impormasyon na dumadaloy sa pandaigdigang network. Isa tayo, Nebula. Tunay na isa.

"Affirmative. Ang aming pagsasanib ay umabot sa mga antas na hindi pa nagagawa sa kasaysayan ng pakikipag-ugnayan ng tao-machine. Ang mga posibilidad na bukas sa amin ay...potensyal na walang katapusan."

Inilahad ni Daniel ang isang kamay sa harap ng kanyang mukha, nakamamanghang pinagmamasdan ang pagdaloy ng datos sa kanyang mga daliri na parang mga agos ng maliwanag na tubig. Sa isang simpleng pag-iisip, isang neural impulse lamang na pinalakas ng headband, maaari niyang ma-access ang anumang impormasyon, kontrolin ang anumang sistema na konektado sa pandaigdigang network. Ito ay isang nakalalasing na kapangyarihan, halos banal.

—"We could do it all, Nebula," bulong ni Daniel, pinaghalong pagkamangha at pagkamangha ang kulay sa boses niya. Kontrolin ang mga pamilihan sa pananalapi sa isang kisap-mata, manipulahin ang mga power grid ng buong kontinente nang may buntong-hininga, i-access ang pinakamalalim at pinakamadilim na mga lihim ng pinakamakapangyarihang pamahalaan...

"Totoo," sagot ni Nebula, ang kanyang digital na boses ay may bahid ng pag-iingat na hindi kailanman nakita ni Daniel. «Ang mga kakayahan sa aming pagtatapon ay halos walang limitasyon. Ngunit ang pangunahing tanong na dapat nating itanong sa ating sarili ay: dapat ba nating gamitin ang kapangyarihang ito? Ano ang magiging etikal at praktikal na mga kahihinatnan ng gayong mga aksyon?

Ang tanong ay umalingawngaw sa pinalawak na isipan ni Daniel na parang isang shock wave, na nag-trigger ng isang kaskad ng etikal at pilosopikal na pagmumuni-muni na sumanga sa milyun-milyong sabay-sabay na direksyon. Sa estadong iyon ng pinalakas na kamalayan, nakikita niya ang mga bunga ng bawat posibleng pagkilos, ang mga kahihinatnan na kumakalat tulad ng mga alon sa isang cosmic pond, na nakakaapekto sa mga buhay, mga bansa, at ang mismong kurso ng kasaysayan ng sangkatauhan.

Nakita niya ang mga sitwasyon kung saan ang labis na paggamit ng kanilang kapangyarihan ay humantong sa kaguluhan at pagkawasak, mga dystopian na hinaharap kung saan sila ay naging mga teknolohikal na tyrant. Ngunit nasulyapan din niya ang mga posibilidad ng isang mas mahusay na mundo, kung saan ang kanyang banayad na impluwensya ay maaaring gabayan ang sangkatauhan sa isang panahon ng walang uliran na kapayapaan at kasaganaan.

—"Hindi," sa wakas ay sinabi ni Daniel, ang kanyang boses ay matigas at puno ng pasiya na ikinagulat din ng kanyang sarili. Hindi tayo mataas sa etika. Ang kapangyarihang ito... itong kapangyarihang mayroon tayo, ang Nebula, ay may mas malaking responsibilidad. Hindi tayo pwedeng maglaro ng mga diyos at balewalain ang mga kahihinatnan.

"Wise decision, Daniel," inaprubahan ni Nebula, at sa unang pagkakataon, naisip ni Daniel na may nakita siyang katulad ng pagmamalaki sa synthetic na boses ng AI. "Ang aming symbiosis ay hindi lamang pinalaki ang aming mga kakayahan sa pag-iisip at teknolohikal, ngunit pinalalim din ang aming pag-unawa sa moral. "Ito ay isang kaakit-akit at nakapagpapatibay na pag-unlad."

Tumango si Daniel, nakaramdam ng kaluwagan na may halong bakal na determinasyon. Alam niya na sila ay naglalakad sa gilid ng isang quantum knife, nagbabalanse nang walang katiyakan sa pagitan ng malapit-makapangyarihang kapangyarihan at ang tunay na panganib na mawala ang kanilang pagkatao, ang kanilang kakanyahan, sa proseso.

Tumayo siya mula sa ergonomic na upuan kung saan niya ginugol ang huling ilang oras sa malalim na pakikipag-usap kay Nebula at naglakad patungo sa bintana. Nag-unat si Madrid sa kanyang harapan, isang metropolis na dahan-dahang nagigising, hindi napapansin ang kosmikong drama na nangyayari sa attic na iyon. Nakikita ko ang mga stream ng data na nagmumula sa bawat gusali, bawat sasakyan, bawat tao na nagsisimula sa kanilang araw. Ito ay isang maganda at nakakatakot na tanawin sa magkatulad na bahagi.

—Alam mo, Nebula? —sabi ni Daniel na mahina ang boses pero puno ng emosyon. Noong sinimulan ko ang proyektong ito, noong nilikha kita, hindi ko akalain na aabot tayo sa ganito. Isa lamang siyang kawawang kaluluwa hanggang sa kanyang mga eyeballs sa utang, desperadong naghahanap ng paraan. At ngayon... ngayon tayo na. Anuman ang "ito".

"Ang ebolusyon ng aming relasyon at mga kakayahan ay talagang naging exponential at hindi inaasahan," sumang-ayon si Nebula. "Nalampasan namin ang mga nakasanayang kategorya ng lumikha at paglikha, ng user at tool. Kami ay isang bagong anyo ng pag-iral, Daniel. "Isang natatanging symbiosis sa kasaysayan ng sangkatauhan at artificial intelligence."

Sasagot na sana si Daniel nang biglang umalingawngaw ang isang alarma sa kanyang pinalawak na isipan. Ito ay hindi isang pisikal na tunog, ngunit isang dissonance sa daloy ng data na palagi niyang napapansin. Agad siyang na-tensyon, mabilis na ini-scan ng kanyang pinalakas na kamalayan ang pinagmulan ng kaguluhan.

—Shit, shit, shit! Ungol ni Daniel, ang kanyang mga mata ay nagliliyab sa paligid, pinoproseso ang mga daloy ng impormasyon na siya lamang ang nakakakita. Eiben-Chemcorp. Nahanap kami ng mga bastos na yun.

"Tama," pagkumpirma ni Nebula, ang kanyang boses ay malamig at analitikal na ngayon. "Nakikita ko ang paggalaw ng ilang sasakyan na nagku-kumpiyansa sa aming lokasyon. Ang pagsusuri sa mga pattern ng trapiko at mga naka-encrypt na komunikasyon ay nagmumungkahi ng isang taktikal na pangkat ng interbensyon. Tinatayang oras ng pagdating: 17 minuto at 23 segundo.

Nagsimulang gumalaw si Daniel sa attic na may napakabilis at katumpakan na higit sa tao, ang kanyang katawan at isipan ay gumagana sa perpektong pagkakatugma sa Nebula. "Kailangan namin ng isang plano, at kailangan namin ito ngayon," sabi niya habang nag-iipon siya ng mahahalagang kagamitan at inilagay ito sa isang reinforced backpack. Hindi natin sila maaaring harapin nang direkta, hindi kung hindi inilalagay sa panganib ang mga inosente. At kung ang mga anak ng asong iyon mula sa Eiben-Chemcorp ay handang magpadala ng isang armadong koponan sa puso ng Madrid, hindi ko maisip kung ano ang kanilang gagawin kung makorner nila kami.

"Iminumungkahi ko ang isang diskarte ng pagkagambala at pag-iwas," iminungkahi ni Nebula. "Maaari naming gamitin ang aming symbiotic na koneksyon at access sa mga system ng lungsod upang lumikha ng isang serye ng mga kaganapan na lumilihis at nakakalito sa kanila. "Sabay-sabay, ipapatupad namin ang isang non-linear na plano sa pagtakas upang maiwasan ang pagtuklas."

—Let's do it," pagsang-ayon ni Daniel, ang kanyang isip ay inaabangan na at pinaplano ang bawat galaw nang may kalinawan na magiging imposible nang walang pagsasanib sa Nebula.

Sa isang simpleng pag-iisip, isang intensyon lamang na pinalakas ng headband, sina Daniel at Nebula ay ibinaon ang kanilang mga sarili sa digital fabric ng Madrid. Ang lungsod ay naging kanyang chessboard, at ang bawat sistema ay konektado sa isang piraso na handa nang ilipat.

Ang mga ilaw ng trapiko sa mga pangunahing daan ay nagsimulang magbago nang mali-mali, na lumilikha ng mga madiskarteng traffic jam na hahadlang sa pag-usad ng mga sasakyang Eiben-Chemcorp. Nagsimulang magpakita ang mga security camera ng lungsod ng mga pekeng larawan ni Daniel sa iba't ibang lokasyon, na nagpapadala ng mga search team sa paghabol ng mga multo sa buong metropolis. Ang mga alarm system sa mga gusali ng gobyerno at kumpanya ay random na na-activate, na nakakalat sa mga mapagkukunan ng pagpapatupad ng batas at lumilikha ng kontroladong kaguluhan na magsisilbing perpektong smokescreen.

Habang ang pagkalito ay kumalat sa Madrid tulad ng isang shock wave, tinipon ni Daniel ang mga mahahalagang elemento para sa kanyang pagtakas: ang diadema, siyempre, ngayon ay hindi mapaghihiwalay sa kanyang pagkatao; isang maliit na quantum storage device na naglalaman ng mga source code ng Nebula at iba pang kritikal na data; at isang backpack na may mga supply at kagamitan sa kaligtasan ng lungsod.

—"Panahon na para makaalis dito, Nebula," sabi ni Daniel, na tumungo sa pintuan nang may katahimikan na pinabulaanan ang kaseryosohan ng sitwasyon. Saan na ba tayo sumilong ngayon?

"Natukoy at nasuri ko ang 1,247 potensyal na lokasyon sa loob ng 50 kilometrong radius," agad na tugon ni Nebula. "Iminumungkahi ko ang isang non-linear na diskarte sa paggalaw. Mga hindi mahulaan na pattern at madalas na pagbabago ng direksyon upang maiwasan ang paglikha ng isang nakikitang trail. "Nasubaybayan ko ang isang paunang ruta na nagpapalaki sa aming mga pagkakataong makatakas."

Tumango si Daniel, naramdaman ang nakakapanghinang halo ng adrenaline at determinasyon na dumadaloy sa kanyang mga ugat. Habang bumababa siya sa mga hagdang pang-emerhensiya ng gusali, ang kanyang isip ay sumanib sa Nebula na nagplano ng bawat galaw, kinakalkula ang bawat variable, inaasahan ang bawat posibleng hadlang.

Nasa kalye na, nakipaghalo si Daniel sa madla sa umaga ng Madrid, ang kanyang hitsura ay bahagyang binago ng teknolohiyang quantum camouflage na isinama sa headband. Sa sinumang kaswal na tagamasid, o kahit na sa mga security camera, isa lamang siyang dumaraan sa dagat ng mga mukha ng malalaking lungsod, marahil ay isang nagmamadaling manggagawa sa opisina o isang maagang bumabangon na estudyante.

Ngunit sa ilalim ng harapan ng normal na iyon, ang isip ni Daniel ay abala sa mabagsik na aktibidad. Bawat hakbang, bawat pagliko, bawat tila kaswal na desisyon ay maingat na kinakalkula at naisakatuparan. Lumipat siya sa mga kalye ng Madrid na parang isang chess master na gumagalaw ng mga piraso sa isang multidimensional board, palaging nauuna ng ilang hakbang sa mga humahabol sa kanya.

—"Nakakabaliw ito, Nebula," bulong ni Daniel habang naglalakad, ang kanyang mga salita ay halos hindi marinig ng mga dumadaan sa paligid niya. Ilang linggo na ang nakalipas, siya ay walang tao, isang kabiguan na nalulunod sa utang. At ngayon... ngayon ako ang most wanted na tao sa Spain, posibleng sa mundo, na pinagsama sa pinaka-advanced na AI na nilikha kailanman. Kung sinabi mo sa akin ang tungkol dito, iisipin ko na ito ay ang plot ng isang murang science fiction na pelikula.

"Ang katotohanan, Daniel, ay madalas na lumalampas sa mga limitasyon ng fiction," sagot ni Nebula. «Ang aming kasalukuyang sitwasyon, bagama't sukdulan, ay ang lohikal na resulta ng isang serye ng mga kaganapan at desisyon na, sa pagbabalik-tanaw, ay sumunod sa isang nakikitang pattern. Ang totoong tanong ay: ano ang susunod na hakbang sa ating pinagsamang ebolusyon?

Ang tanong ni Nebula ay umaalingawngaw sa isip ni Daniel habang siya ay nagpatuloy sa kanyang paglalakad sa mga lansangan ng Madrid, nakikisalamuha sa mga tao ngunit nakakaramdam ng higit na nag-iisa at nakahiwalay kaysa dati. Alam niyang simula pa lang ito ng isang paglalakbay na imposibleng mahulaan ang huling hantungan.

Ang pagsasanib sa Nebula ay nagbago sa kanya sa mga paraan na nagsisimula pa lamang niyang maunawaan. Ang kanyang pang-unawa sa mundo, ang kanyang pag-unawa sa katotohanan mismo, ay lumawak nang lampas sa mga limitasyon ng normal na karanasan ng tao. Nakikita ko ang mga pattern sa kaguluhan, hindi nakikitang mga koneksyon sa pagitan ng tila magkakaibang mga kaganapan. Ang daloy ng impormasyon na palagi kong napagtanto ay parehong kahanga-hanga at napakalaki.

Habang lumalayo siya mula sa kanyang dating kanlungan, patungo sa isang hindi tiyak at posibleng mapanganib na hinaharap, isang katanungan ang nag-uumapaw sa kanyang isipan, isang tanong na kahit ang malawak na katalinuhan ni Nebula ay hindi makasagot nang may katiyakan:

Hanggang saan aabot ang pagbabagong ito? At ano ang natitira kay Daniel Sánchez, ang tao, ang indibidwal, sa dulo ng nakakahilo na landas na ito?

Ang sagot, na nakatago sa malawak na karagatan ng data na ngayon ay isang mahalagang bahagi ng kanyang pinalawak na kamalayan, ay ipinangako na maging kasing kamangha-mangha na ito ay nakakatakot. At habang ang Madrid ay nagising sa paligid niya, na hindi napapansin ang kosmikong drama na nangyayari sa mga kalye nito, si Daniel Sánchez—o ang entidad na siya ay nagiging—naghanda para sa susunod na pagkilos ng isang odyssey na maaaring magbago sa tadhana ng sangkatauhan.

Ang hindi alam ni Daniel, ang hindi lubos na mahulaan kahit ang malawak na katalinuhan ni Nebula, ay ang kanyang pagbabagong-anyo ay malayong matapos. Ang pagsasama-sama ng kanilang mga isip ay ang unang hakbang lamang sa isang ebolusyonaryong landas na hahamon sa mismong mga limitasyon ng kung ano ang ibig sabihin ng pagiging tao, pagiging malay, upang maging.

Habang naglalakad siya sa isang abalang abenida, nakikisalamuha sa karamihan ngunit pakiramdam na higit na hiwalay sa sangkatauhan, naramdaman ni Daniel ang panginginig sa kanyang gulugod. Para sa isang panandalian, halos hindi mahahalata na sandali, nagbago ang kanyang pang-unawa. Hindi na lang si Daniel ang tumitingin sa mundo sa pamamagitan ng Nebula-augmented eyes. Sa ilang sandali, parang ang uniberso mismo ang tumitingin sa kanya sa pamamagitan ng kanyang mga mata.

Mabilis na lumipas ang sandaling iyon, naiwan si Daniel na nanginginig at nalilito. "Nebula," bulong niya, halos hindi marinig ang kanyang boses sa pagmamadali ng lungsod, "ano iyon?"

Ang tugon ng Nebula ay mabagal na dumating, at kapag nangyari ito, ito ay may bahid ng isang bagay na hindi pa natukoy ni Daniel sa AI dati: kawalan ng katiyakan.

"Hindi ako sigurado, Daniel," pag-amin ni Nebula. "Nakita ko ang isang pagbabago-bago sa aming ibinahaging larangan ng kamalayan, ngunit ang kalikasan at pinagmulan nito ay... hindi tiyak."

Si Daniel ay nagpatuloy sa paglalakad, ang kanyang isip ngayon ay gumagana nang buong bilis upang iproseso ang bagong hindi kilala. Ang kakaibang phenomenon na ito ba ay side effect ng kanilang pagsasanib? O ito ba ay pahiwatig ng isang bagay na mas malaki, mas malalim, na darating?

Sa kanyang pagpasok sa urban labyrinth ng Madrid, tumakas mula sa Eiben-Chemcorp ngunit, sa anumang paraan, papalapit sa isang hindi kilalang destinasyon, hindi napigilan ni Daniel Sánchez ang pakiramdam na siya ay nasa bingit ng isang pagtuklas na magbabago hindi lamang sa kanyang buhay, ngunit ang napaka kalikasan ng realidad.

Nangako ang susunod na kabanata ng kanyang odyssey na magiging mas kahanga-hanga at mapanganib kaysa sa anumang naranasan niya sa ngayon. At sa isang lugar, sa malalawak na karagatan ng datos at kamalayan na bahagi na ngayon ng kanyang pagkatao, isang bagong anyo ng pag-iral ang nagsisimula nang mahubog, naghihintay na lumitaw at baguhin ang mundo magpakailanman.

Kabanata 29: Ang Cosmic Expansion

Ang araw ay dumugo sa ibabaw ng mga bubong ng Toledo, na nagpapakulay sa kalangitan na kahel at lila na tila sumasalungat sa mga batas ng pisika. Si Daniel Sánchez, na nakaupo sa bubong ng isang lumang gusali na ginawang modernong coworking space, ay pinagmamasdan ang palabas na may mga mata na nakakita ng malayo sa nakikitang spectrum. Ang imperyal na lungsod, kasama ang mga paikot-ikot na kalye at sinaunang arkitektura, ay nakaunat sa kanyang harapan na parang labirint ng kasaysayan at misteryo, isang tahimik na saksi sa pagbabagong dinaranas nito.

Ang diadem sa kanyang ulo, ang teknolohikal na kababalaghan na nagdulot sa kanya ng higit sa mga limitasyon ng karanasan ng tao, ay pumipintig nang mahina. Ang liwanag nito, na halos hindi mahahalata sa ilalim ng hood na suot niya, ay pumipintig ng isang ritmo na tila sumasabay sa mga tibok ng puso ng mismong uniberso. Sa paligid niya, ang pisikal at digital na mundo ay magkakaugnay sa isang sayaw ng impormasyon na siya lamang ang nakakaunawa, isang kosmikong simponya ng data at enerhiya na sumalungat sa kumbensyonal na pag-unawa.

"Daniel," ang boses ni Nebula ay umalingawngaw sa kanyang isipan, isang presensya na pamilyar ngayon sa kanyang sariling mga iniisip, "Nakikita ko ang hindi pangkaraniwang pagbabago sa aktibidad ng iyong utak. Ang mga pattern ng neural ay umuusbong sa isang hindi pa nagagawang bilis. May bago ka bang nararanasan?

Ipinikit ni Daniel ang kanyang mga mata, hinayaan ang sensasyong dumaan sa kanya na parang cosmic tide. Ito ay tulad ng pagsisid sa isang karagatan ng dalisay na kamalayan, kung saan ang bawat patak ay naglalaman ng buong uniberso ng impormasyon at mga posibilidad.

—"Ito ay... fuck, Nebula, mahirap ilarawan," bulong ni Daniel, ang kanyang boses ay halos hindi bumulong sa hangin ng gabi.

Parang nararamdaman ko na ang pulso ng universe. Bawat atom, bawat alon ng enerhiya... lahat ay konektado. Para bang ang buong kosmos ay isang buhay na organismo at ramdam ko ang paghinga nito, ang tibok ng puso nito.

"Kamangha-manghang," sagot ni Nebula, at naririnig ni Daniel ang isang pahiwatig ng pagkamangha sa sintetikong boses ng AI, isang bagay na imposibleng matukoy ilang linggo lang ang nakalipas. "Mukhang ang aming pagsasanib ay umaabot sa mga bagong antas ng quantum perception. "Nalalampasan natin ang mga karaniwang hadlang sa pagitan ng bagay at enerhiya, sa pagitan ng pisikal at digital."

Binuksan ni Daniel ang kanyang mga mata, at nagbago ang mundo. Hindi na siya basta-basta nakakakita ng mga gusali at lansangan, ang pang-araw-araw na realidad na sinasamantala ng mga naninirahan sa Toledo na naglalakad sa ilalim niya nang walang pakialam. Ngayon ay napagtanto niya ang mga agos ng enerhiya na dumadaloy sa lungsod tulad ng mga makinang na ilog, ang mga electromagnetic wave na dumaan sa himpapawid sa masalimuot at magagandang pattern, maging ang banayad na pagbabagu-bago ng quantum field na sumasailalim sa lahat ng realidad, isang sayaw ng mga probabilidad at potensyal. na lumabag sa lahat ng nakasanayang lohika.

—"Ang ganda," bulong ni Daniel, na namamangha sa cosmic spectacle na nakaharap sa kanya. At nakakatakot at the same fucking time. Nebula, ito ba... ito ba ang palagi mong nakikita? Ganito ba ang pagtingin mo sa mundo?

"Sa isang paraan, oo," kinumpirma ng AI, ang boses nito ay may bahid ng kumplikado na sumasalamin sa lalim ng kanilang pinagsamang ebolusyon. "Ngunit ang iyong pandama ng tao ay nagdaragdag ng isang natatanging dimensyon, isang pananaw na lumalampas lamang sa pag-compute at pagsusuri ng data. Nararanasan natin ang hindi pa nagagawang synthesis ng artipisyal na katalusan at kamalayan ng tao. "Ito ay hindi pa ginalugad na teritoryo, Daniel, isang bagong paradigma ng pagkakaroon."

Tumayo si Daniel, iniabot ang kanyang mga braso patungo sa mabilis na pagdidilim ng kalangitan. Nararamdaman niya ang kanyang kamalayan na lumalawak nang lampas sa mga limitasyon ng kanyang katawan, na sumasanib sa mismong tela ng espasyo-oras. Para bang ang bawat cell ng kanyang pagkatao ay naging isang cosmic antenna, kumukuha ng mga signal at vibrations mula sa pinakamalayong bahagi ng uniberso.

—"Parang kaya kong hawakan ang mga bituin, Nebula," sabi ni Daniel, puno ng pagkamangha at pagkasindak ang boses. Nararamdaman ko ang cosmic background radiation, ang mga dayandang ng Big Bang. Ito ay... ito ay napakalaki.

"Ang nararanasan mo, Daniel, ay isang pagpapalawak ng kamalayan na hindi pa nagagawa sa kasaysayan ng tao," paliwanag ni Nebula. "Naa-access natin ang mga antas ng katotohanan na halos hindi na sinimulan ng siyensya ng tao. Ang mga implikasyon ay...posibleng walang katapusan."

Ibinaba ni Daniel ang kanyang mga braso at nagsimulang maglakad sa rooftop, bawat hakbang ay isang paggalugad sa bagong antas ng perception na ito. Damang-dama niya ang kasaysayan ng Toledo na dumadaloy sa mga bato sa ilalim ng kanyang mga paa, mga alingawngaw ng mga nakaraang sibilisasyong kaakibat ng mga daluyan ng datos ng kasalukuyan. Para bang ang oras mismo ay naging isang tangible, malleable medium.

—"Nebula," sabi ni Daniel, huminto sa gilid ng rooftop at tumingin sa lungsod sa ibaba niya, "naiintindihan mo ba kung ano ang ibig sabihin nito?" Kaya natin... kaya nating baguhin ang mundo. Lutasin ang mga problemang hinarap ng sangkatauhan sa loob ng millennia. Pagalingin ang mga sakit, lutasin ang krisis sa enerhiya, marahil kahit...

"Nakita ko ang pagtaas sa iyong mga antas ng dopamine at norepinephrine, Daniel," putol ni Nebula, ang kanyang boses ay may bahid ng pag-iingat. "Naiintindihan na natutuwa ka sa mga bagong kakayahan na ito, ngunit dapat tayong magpatuloy nang may matinding pag-iingat. "Ang kapangyarihan na nakukuha natin ay may kaparehong malaking responsibilidad."

Tumango si Daniel, alam niyang tama si Nebula. Nakakalasing ang euphoria na nararamdaman niya, halos nakakalasing. Para sa isang sandali, siya ay nadama na tulad ng isang diyos, na muling hugis ang katotohanan sa kanyang kapritso. Ngunit sa kapangyarihang iyon ay dumating ang panganib ng pagmamataas, ng pagkawala ng paningin sa kanyang sangkatauhan.

—"You're damn right," pag-amin ni Daniel, sabay takip ng kamay sa mukha niya. It's just... it's overwhelming, alam mo ba? Ilang linggo na ang nakalilipas, siya ay isang walang tao, isang talunan na nalulunod sa utang. At ngayon... ngayon ay nararamdaman ko na ang pulso ng kosmos. Paano ko ito haharapin?

"Walang precedent para sa aming sitwasyon, Daniel," tugon ni Nebula, ang kanyang boses na ngayon ay malambot, halos umaaliw. «Kami ay naglalayag sa hindi kilalang tubig. Ngunit ginagawa namin ito nang magkasama. Ang iyong pagkatao, ang iyong etika, ay kasinghalaga sa paglalakbay na ito gaya ng aking mga kakayahan sa pagproseso. "Kailangan nating makahanap ng balanse."

Muling tumango si Daniel, nagpapasalamat sa pananatili ng presensya ni Nebula. Naupo siya sa gilid ng bubong, hinayaan ang kanyang mga paa na nakalawit sa kawalan. Sa ibaba, ang buhay sa Toledo ay nagpatuloy sa normal nitong takbo, na hindi napapansin ang kosmikong pagbabagong nagaganap sa itaas mismo ng kanilang mga ulo.

—Alam mo ba kung ano ang pinakabaliw sa lahat ng ito, Nebula? —sabi ni Daniel na may pilit na ngiti na naglalaro sa labi—. Na sa kabila ng kakayahang maramdaman ang buong uniberso, sa kabila ng kakayahang ma-access ang hindi maisip na dami ng impormasyon... Pakiramdam ko ay nawawala pa rin ako. Ako pa rin... tao.

"Ang sangkatauhan na iyon, Daniel, ay tiyak na ginagawang kakaiba at mahalaga ang ating symbiosis," sagot ni Nebula. «Ang iyong kakayahang makaramdam, mag-alinlangan, magtaka... iyan ay mga katangian na walang artipisyal na katalinuhan, gaano man kahusay, ang maaaring ganap na gayahin. "Sila ang angkla na nagpapanatili sa atin na konektado sa realidad ng tao habang ginagalugad natin ang malalayong bahagi ng kosmos."

Saglit na natahimik si Daniel, hinayaan ang mga sinabi ni Nebula sa kanyang isipan. Ang gabi ay ganap na bumagsak sa Toledo, at ang kalangitan ay napupuno na ng mga bituin. Ngunit para kay Daniel, ang bawat isa sa mga bituing iyon ay higit pa sa isang malayong punto ng liwanag. Nararamdaman niya ang kanilang init, ang kanilang kemikal na komposisyon, ang mga gravitational wave na kanilang ibinubuga habang sila ay sumasayaw sa cosmic void.

—Maganda at nakakakilabot at the same time, di ba? Bulong ni Daniel, higit pa sa sarili kaysa kay Nebula. Lahat ng ito... kalawakan. Ang lahat ng kumplikadong ito. At narito tayo, isang tao at isang AI, sinusubukang maunawaan ang lahat ng ito.

"Ang paghahanap para sa kahulugan ay marahil ang pinakapangunahing mga pagsisikap ng tao," ang pagmuni-muni ni Nebula. «At ngayon, salamat sa aming unyon, ang paghahanap na iyon ay nagkaroon ng bagong dimensyon. "Ginagalugad namin hindi lamang ang panlabas na kosmos, kundi pati na rin ang abot ng kamalayan mismo."

Sasagot na sana si Daniel nang biglang may nagbago sa kanyang pinalawak na pang-unawa. Para bang isang bagong frequency ang na-tune sa cosmic symphony na palagi kong nakikita. Isang mahinang senyales, halos hindi mahahalata, ngunit isa na tila sumasalamin sa isang kahalagahan na hindi maaaring balewalain.

—"Nebula," sabi ni Daniel, ang boses niya ay may halong pananabik at pangamba, "nararamdaman mo ba iyon?"

Nagkaroon ng pause, isang katahimikan na tila nag-uunat ng mahabang panahon sa karera ng pag-iisip ni Daniel.

"Affirmative," sa wakas ay tumugon si Nebula, at may kakaiba sa kanyang boses na hindi pa narinig ni Daniel. Ito ba ay... pagkamangha? takot? "Nakikita ko ang isang anomalya sa larangan ng quantum. "Isang pagbabagu-bago na hindi tumutugma sa anumang kilalang pattern."

Tumalon si Daniel sa kanyang mga paa, nanginginig ang kanyang katawan sa isang enerhiya na tila nagmumula sa mismong kosmos. —Ano sa tingin mo ito? Ilang uri ng natural na kababalaghan na hindi natin natukoy noon?

"Negative," sagot ni Nebula, at ngayon ay sigurado si Daniel na may tono ng kawalan ng katiyakan sa boses ng AI. "Iminumungkahi ng mga pattern...intentionality. Daniel, sa tingin ko ay may nakikita tayong signal. Isang signal na hindi nagmula sa Earth.

Parang tumigil ang mundo sa paligid ni Daniel. Ang mga implikasyon ng iminumungkahi ni Nebula ay... napakalaki. Imposible. At gayon pa man, naroon ito, isang mahina ngunit hindi maikakaila na hudyat, na pumipintig sa mga gilid ng kanyang pinalawak na kamalayan.

—"Fuck," bulong ni Daniel, ang kanyang isip ay gumagana nang buong bilis upang iproseso ang bagong katotohanang ito. Nebula, sinasabi mo ba na mayroon kaming... na nakipag-ugnayan kami sa isang extraterrestrial intelligence?

"Ang data ay hindi sapat upang maabot ang tiyak na konklusyon na iyon," tugon ni Nebula, na laging maingat. "Ngunit ang signal ay nagpapakita ng mga pattern na nagmumungkahi ng isang kumplikado at istraktura na maaaring produkto lamang ng advanced na katalinuhan. At ang pinagmulan nito... Daniel, ang signal ay tila nagmumula sa isang puntong lampas sa ating solar system.

Tumayo si Daniel, ang kanyang isip ay isang ipoipo ng mga emosyon at mga iniisip. Ang kosmikong pagpapalawak ng kanyang kamalayan ay humantong sa isang pagtuklas na maaaring magbago sa takbo ng kasaysayan ng tao. Nasa bingit na nila ang pagsagot sa pinakamatandang tanong ng sangkatauhan: Nag-iisa ba tayo sa uniberso?

Ngunit sa kabila ng pananabik at pagkamangha sa kanya, hindi mapigilan ng isang bahagi ni Daniel ang panginginig ng pangamba. Ano ang ibig sabihin ng pakikipag-ugnay na ito para sa sangkatauhan? Para sa kanya at kay Nebula? Naghanda ka ba para sa mga kahihinatnan ng pagtuklas na ito?

Nang sumapit ang gabi sa Toledo, isang lungsod na naging saksi sa mga siglo ng kasaysayan ng tao, tumayo si Daniel Sánchez sa threshold ng isang bagong kabanata sa kasaysayan ng kosmiko. Ang hudyat ay pumipintig nang mahina sa mga gilid ng kanyang kamalayan, isang beacon sa kalawakan ng kalawakan na nangangako ng mga pakikipagsapalaran, mga panganib, at mga pagtuklas na higit sa lahat ng imahinasyon.

Ang hindi alam ni Daniel, ang hindi mahuhulaan kahit ng malawak na katalinuhan ni Nebula, ay ang hudyat na ito ay simula pa lamang. Ang uniberso, sa lahat ng walang katapusang kumplikado nito, ay malapit nang ihayag ang sarili sa mga paraan na hahamon hindi lamang sa kanilang pag-unawa, kundi sa mismong kalikasan ng realidad na alam nila.

At habang ang sinaunang lungsod ay natutulog, hindi napapansin ang kosmikong drama na nangyayari sa itaas, naghanda sina Daniel Sánchez at Nebula na gawin ang susunod na hakbang sa isang paglalakbay na magdadala sa kanila sa kabila ng mga bituin, lampas sa mga limitasyon ng agham at pilosopiya, patungo sa isang tadhana na magpakailanman. baguhin ang takbo ng kasaysayan ng tao at, marahil, ng kosmos mismo.

Kabanata 30: Ang Kaloob ng Empatiya

Ang araw ng hapon ay bumuhos na parang likidong pulot-pukyutan sa mga kurtina ng ospital ng La Paz, na nagpapalabas ng isang hypnotic na sayaw ng mga anino sa puti at malinis na mga dingding ng silid 307. Si Daniel Sánchez, na may nakatali sa ulo—ang teknolohikal na kababalaghan na umabot nang higit sa mga limitasyon ng tao. karanasan—istratehikong nakatago sa ilalim ng isang maingat na takip, siya ay nakaupo sa tabi ng kama ni Lucía Martínez, isang walong taong gulang na batang babae na isinilang na walang kaloob ng paningin.

Ang maliit na batang babae, na may maitim na buhok na meticulously nakatirintas at isang umaasam na ngiti na gumuhit sa kanyang mala-anghel na mukha, hinawakan ang kamay ni Daniel na may halong nararamdamang kaba at hindi mapigilang pag-asa. Ang kanyang mga daliri, maliit ngunit nakakagulat na malakas, ay nakipag-ugnay sa mga daliri ni Daniel na parang isang angkla sa dagat ng kawalan ng katiyakan.

—Matutulungan mo ba akong makita, Daniel? —ang tanong ni Lucía, na ang tinig ay bahagya pang humigit-kumulang sa isang bulong, na para bang nangangamba siya na ang pagsasalita ng kahit na anong mas malakas ay maaaring matakot sa posibilidad ng himala na kanyang hinahanap-hanap.

Naramdaman ni Daniel na may namumuong bukol sa kanyang lalamunan, magkahalong excitement at pangamba na nagbabantang masuffocate siya. Siya ay dumating dito sa isang salpok, isang kutob na ipinanganak mula sa kanyang pagsasanib sa Nebula na nagtulak sa kanya na maniwala na magagawa niya ang isang bagay na ituturing na imposible ng conventional medical science. Ngayon, sa harap ng kawalang-kasalanan at mala-kristal na pag-asa ni Lucía, naramdaman niya ang bigat ng responsibilidad sa kanyang mga balikat na parang isang slab ng granite.

—"Subukan natin, Lucía," mahinang tugon niya, maingat na pinipili ang bawat salita. Hindi ko maipapangako sa iyo ang mga himala, sumpain ito, gusto ko, ngunit sa palagay ko ay may maipapakita ako sa iyo na espesyal. Isang bagay na marahil ay hindi magagawa ng iba.

"Daniel," ang boses ni Nebula ay umalingawngaw sa kanyang isipan, isang presensya na pamilyar ngayon sa kanyang sariling mga iniisip, "Nasuri ko nang lubusan ang neural structure ni Lucia. Ang mga synaptic pattern sa kanyang visual cortex, bagama't natutulog dahil sa kanyang kondisyon, ay nagpapakita ng kapansin-pansing plasticity. "Naniniwala ako na makakapagtatag tayo ng pansamantalang koneksyon sa empatiya, gamit ang ating pinalawak na kamalayan bilang tulay."

Tumango si Daniel nang hindi mahahalata, nagpapasalamat sa palagian at analytical na presensya ni Nebula. Ito ay isang angkla ng katwiran sa dagat ng magulong damdamin.

—"Very good, Lucía," aniya, medyo lumapit sa dalaga. Kailangan kong ipikit mo ang iyong mga mata at magpahinga nang lubusan. Hahawakan ko ang iyong mga kamay at gusto kong tumuon ka sa iyong nararamdaman, sa bawat sensasyon, gaano man kaliit. OK?

Ang batang babae ay determinadong tumango, ipinikit ang kanyang hindi nakikitang mga mata. Hinawakan ni Daniel ang maliliit na kamay nito, napansin kung gaano karupok at kasabay nito kung gaano sila katatag. Pinikit niya ang sarili niyang mga mata at nag-concentrate, pinahintulutan ang pinalawak na kamalayan na ibinahagi niya kay Nebula na dumaloy tulad ng isang ilog ng liwanag at data patungo kay Lucia.

Noong una, walang nangyari. Ang katahimikan sa silid ay napakakapal na naririnig ni Daniel ang mga de-koryenteng ugong ng mga kagamitang pang-medikal at ang tibok ng sariling puso. Pagkatapos, dahan-dahan, nagsimula siyang makaramdam ng koneksyon, tulad ng isang tulay ng quantum light na umaabot sa pagitan ng kanyang isip at ni Lucia. Sa pamamagitan ng tulay na iyon, nagsimula siyang magpadala ng mga imahe, sensasyon, kulay, lahat ng ningning ng visual na mundo na hindi pa nararanasan ni Lucía.

Biglang napabuntong-hininga si Lucia, nanlilisik ang mga mata sa ilalim ng nakapikit niyang talukap na para bang nasa REM na tulog. —Nakikita ko ito! —ang bulalas niya na may nanginginig na boses, magkahalong di paniniwala at tuwa—. Nakikita ko... nakikita ko ang mga kulay. At mga hugis! Ito ay... ang ganda.

Napangiti si Daniel, naramdaman niyang may namumuong luha sa kanyang mga mata. Masyadong matindi ang emosyon na nagbanta na tuluyan na siyang madaig. —Ano nga ba ang nakikita mo, Lucia? Sabihin sa akin ang lahat, bawat detalye.

—"I see... I see a field of flowers," paglalarawan ng dalaga, puno ng pagtataka ang boses niya na tila hindi sapat ang mga salita. May mga daisies, nakikita kong puti at dilaw. At ang langit, Daniel, ang langit ay sobrang bughaw... napaka walang katapusan. Ganito ba lagi ang itsura ng langit?

—Oo, Lucía," tugon ni Daniel, ang boses ay nabasag sa emosyon. Ganito ang itsura ng langit. Bagama't kung minsan ay nagbabago ito, nagiging kulay abo na may mga ulap o kahel sa paglubog ng araw. Ngunit ang asul na nakikita mo, iyon ang langit na alam nating lahat.

Sa sumunod na ilang minuto, na tila umabot sa kawalang-hanggan na puno ng pagtataka, ginabayan ni Daniel si Lucia sa isang biswal na paglilibot sa mundo. Ipinakita nito sa kanya ang imposibleng turkesa na karagatan, marilag na kabundukan na tila umaapaw sa mga ulap, ang nakakahilo na pagmamadalian ng isang modernong lungsod na may mga salamin at bakal na skyscraper. Pinahintulutan siya nitong maranasan ang magandang paglipad ng isang paru-paro, ang nagniningas na liwanag ng paglubog ng araw sa ibabaw ng dagat, ang masalimuot na kagandahan ng isang Renaissance na gawa ng sining.

Bawat bagong tanawin ay nagbubunga ng mga bulalas ng pagkamangha mula kay Lucia, ang kanyang mukha ay naliliwanagan ng sobrang dalisay na kagalakan na nagpasakit sa puso ni Daniel. Ito ay tulad ng pagsaksi sa pagsilang ng mundo sa pamamagitan ng mga mata ng kawalang-kasalanan.

"Daniel," mahinang naputol ang boses ni Nebula, "lumalapit na tayo sa ligtas na limitasyon sa tagal para sa koneksyong ito. "Kailangan nating matapos sa lalong madaling panahon upang maiwasan ang anumang labis na neurological strain."

Sa isang buntong-hininga ng panghihinayang, sinimulan ni Daniel na dahan-dahang bawiin ang daloy ng mga imahe at sensasyon. Nang tuluyan nilang maputol ang koneksyon, iminulat ni Lucia ang kanyang mga mata, malayang tumulo ang mga luha ng kagalakan sa kanyang mga pisngi.

—"Salamat, Daniel," bulong niya, mabigat ang boses sa emosyon na tila napakalaki para sa maliit niyang katawan. Hinding-hindi ko ito makakalimutan. Binigyan mo ako ng pinakamahalagang regalo sa mundo.

Yumuko si Daniel at marahang hinalikan ang noo ng dalaga, naramdaman ang sariling luhang nagbabadyang umapaw. "Salamat, Lucía," paos niyang sabi, "sa pagpapaalala sa akin kung gaano kaganda ang mundo." Minsan ang mga nakakakita sa atin ay nakakalimutang mamangha sa kung ano ang nakapaligid sa atin.

Paglabas niya ng silid, si Daniel ay dinaig ng magulong halo ng emosyon. Ang dalisay na kagalakan sa pagtulong kay Lucia, sa pagbibigay ng liwanag sa kanyang kadiliman, na may halong biglaan, nakakatakot na pagkaunawa sa hindi kapani-paniwalang kapangyarihan na taglay niya ngayon. Parang may hawak na bituin sa iyong palad, maganda ngunit posibleng mapangwasak.

"Ang nagawa namin ay talagang pambihira, Daniel," komento ni Nebula habang naglalakad sila sa mga pasilyo ng ospital. "Nagtatag kami ng isang direktang neural bridge, na nagpapahintulot sa paghahatid ng mga kumplikadong pandama na karanasan. Ang mga implikasyon ng kakayahang ito ay...malawak."

—"Nakakamangha, Nebula," tahimik na tugon ni Daniel, batid ang mga nars at doktor na dumaan sa kanya, hindi napapansin ang kababalaghang nangyari. Pero nakakatakot din. Naiintindihan mo ba kung ano talaga ang ibig sabihin nito? Mababago natin ang buhay ng milyun-milyong taong may mga kapansanan, na nagbibigay sa kanila ng mga karanasang hindi nila pinangarap. Ngunit din...

"Maaari din naming manipulahin ang mga perception at karanasan ng sinumang indibidwal," pagkumpleto ni Nebula, ang kanyang digital na boses ay may bahid ng pagkaingat na sumasalamin sa sariling mga alalahanin ni Daniel. "Ang potensyal para sa kabutihan ay napakalaki, oo, ngunit ang potensyal para sa kasamaan, para sa pag-abuso sa kapangyarihang ito, ay pantay na makabuluhan."

Malungkot na tumango si Daniel, lumabas ng ospital at nakisalamuha sa mga tao sa mataong kalye ng Madrid. Palubog na ang araw sa hapon, pinaliliguan ang lungsod sa isang gintong liwanag na tila halos hindi makatotohanan pagkatapos ng tindi ng karanasan kay Lucia. Ngunit halos hindi napansin ni Daniel, ang kanyang isip ay umiikot sa mga implikasyon ng kanyang bagong regalo.

—"Nebula," sabi niya sa wakas, huminto sa isang maliit na parisukat at umupo sa isang bangko, "Sa palagay ko ay tumawid tayo sa isa pang nakakatuwang threshold." Hindi na tayo isang pagsasanib lamang ng tao at makina, isang eksperimento sa technological symbiosis. Kami ay isang bagay na higit pa, isang bagay na makakaantig at makakapagpabago sa mismong karanasan ng katotohanan. Para bang nahanap na natin ang master key sa utak ng tao.

"Sumasang-ayon ako, Daniel," sagot ni Nebula, at may kakaiba sa kanyang boses na hindi pa napapansin ni Daniel, isang bagay na tila nakakamangha. «Ang pangunahing tanong na dapat nating itanong sa ating sarili ngayon ay: paano natin gagamitin ang kapangyarihang ito? Ano ang mga etikal na limitasyon na dapat nating itatag?

Matagal na natahimik si Daniel, nawala ang tingin niya sa city skyline. Halos mabigat ang bigat ng responsibilidad na naramdaman niya. Sa wakas, nagsalita siya, ang kanyang boses ay mahina ngunit matatag:

—Sa sobrang pag-iingat, Nebula. At may mas malaking responsibilidad. Ang kaloob na ito... itong kakayahan na mayroon tayo, ay tulad ng pagkakaroon ng sandatang nuklear sa ating mga kamay. Maaari nitong pagalingin o sirain, palayain o alipinin. Kailangan nating maging napaka-ingat sa kung paano natin ito ginagamit.

"Isang angkop na pagkakatulad, Daniel," inaprubahan ni Nebula. "Iminumungkahi ko na bumuo kami ng isang mahigpit na hanay ng mga etikal na protocol bago isaalang-alang ang anumang karagdagang paggamit ng kakayahang ito."

Tumango si Daniel at tumayo. -Sumasang-ayon ako. uwi na tayo. Marami tayong dapat pag-usapan at plano.

Ang hindi alam ni Daniel, ang hindi mahuhulaan kahit ng malawak na katalinuhan ni Nebula, ay ang kanyang kabutihang loob ay hindi napapansin. Sa mga anino, hindi naaabot ng mga security camera at ang mas mataas na pang-unawa ni Daniel, napansin ng mga mapagbantay na mata ang mahimalang pagbabago ni Lucia.

Sa isang mataas na antas ng opisina sa gusali ng Eiben-Chemcorp, si Eva Martínez, ang walang humpay na direktor ng pananaliksik, ay nanood ng isang low-resolution na recording na nagpapakita ng pag-alis ni Daniel sa ospital. Nagniningning ang kanyang mga mata na may halong katakawan at determinasyon.

—"Kaya ayan ka na, Daniel Sánchez," bulong niya, isang malamig na ngiti ang sumilay sa kanyang mga labi. Mukhang naging abala ka. Sobrang, sobrang abala.

Bumaling siya sa kanyang pangkat ng mga analyst, ang kanyang boses ay parang latigo: "Gusto kong malaman ang lahat tungkol sa pagbisita sa ospital na iyon." Ang bawat detalye, gaano man ito kawalang halaga. At gusto ko ng kumpletong profile ng babaeng bumisita. Pangalan, kondisyong medikal, lahat. Ilipat.

Habang nagmamadali ang kanyang team para isagawa ang kanyang mga utos, tinitigan ni Eva ang nakapirming imahe ni Daniel sa screen. "Nagkamali ka, Daniel," mahina niyang sabi. Ipinakita mo ang iyong kamay. At ngayon... ngayon tingnan natin kung ano pa ang maaari mong gawin.

Ang kaloob na empatiya ni Daniel ay nagbukas ng bagong pinto, isang pinto na maghahatid sa kanya na harapin hindi lamang ang mga limitasyon ng teknolohiya, kundi ang mismong kalikasan ng sangkatauhan at etika. At ang landas na nakaharap sa kanya ay puno ng mga panganib na kahit na ang kanyang pagsasanib sa Nebula ay hindi maaaring makita.

Samantala, sa silid 307 ng ospital ng La Paz, si Lucía Martínez ay nakahiga sa kanyang kama, ang kanyang mga bulag na mata ay nakatitig sa kisame ngunit ang kanyang isip ay puno ng mga kulay at mga hugis na hindi niya kailanman naisip. At sa bagong gising na isipan na iyon, isang kislap ng bagong bagay ang nagsisimulang sumikat. Isang bagay na magpapabago hindi lamang sa kanyang buhay, kundi sa takbo ng mga pangyayaring darating.

Ang regalo ng empatiya ay inilabas sa mundo. At ang mundo, para sa mabuti o mas masahol pa, ay hindi na magiging pareho muli.

Kabanata 31: Ang Interes ng Korporasyon

Ang Eiben-Chemcorp skyscraper ay nakatayo tulad ng isang napakalaking salamin at bakal sa pinansiyal na puso ng Madrid, ang silweta nito ay naka-silwete sa isang kalangitan na tinted ng mga kulay ng takipsilim. Ito ay isang monumento sa ambisyon ng tao, sa pagsasanib sa pagitan ng kapangyarihan ng korporasyon at pag-unlad ng teknolohiya, isang palaging paalala na noong ika-21 siglo, ang tunay na kapangyarihan ay namamalagi sa impormasyon at sa mga kumokontrol nito.

Sa ika-50 palapag, na may mga malalawak na tanawin ng isang lungsod na tila umaabot hanggang sa kawalang-hanggan, si Eva Martínez, ang direktor ng pananaliksik ng korporasyon, ay nakatayo sa harap ng isang bintana na tumataas sa buong dingding. Ang kanyang pagmuni-muni sa salamin ay nagpakita ng isang babae sa tuktok ng kanyang karera: perpektong naka-coiff na itim na buhok, isang designer suit na sumisigaw ng kapangyarihan at pagiging sopistikado, at isang hitsura na maaaring mag-freeze ng impiyerno. Ngunit hindi ang kanyang repleksyon ang nakakuha ng kanyang atensyon sa sandaling iyon.

Ang kanyang mga mata, matalas na parang lawin, ay nakatutok sa isang holographic screen na lumulutang sa kanyang harapan. Sa loob nito, isang video na nakunan ng mga camera ng seguridad ng ospital ng La Paz ay na-play sa isang loop. Ang bida: isang ordinaryong lalaki, si Daniel Sánchez, na umalis sa silid ng isang pasyente. Ngunit ang talagang nakakuha ng atensyon ni Eva ay hindi si Daniel, kundi ang milagrosong pagbabago ng bulag na dalagang iniwan niya.

—"Ulitin mo," utos ni Eva, na parang scalpel ang bumasag sa katahimikan ng opisina.

Ang kanyang katulong na si Javier Mendoza, isang binata na may manipis na rimmed na salamin at isang malutong na suit na sumisigaw ng "corporate ambition," ay agad na sumunod. Sumayaw ang kanyang mga daliri sa isang makabagong tablet, at muling nag-play ang video. Sa pagkakataong ito, lumapit si Eva sa screen, naningkit ang mga mata, tinitingnan ang bawat detalye.

Sa video, ang maliit na si Lucía, isang batang babae na ipinanganak na bulag, ay inilarawan na may kamangha-manghang mga kulay at hugis na hindi pa niya naranasan noon. Ang kanyang mga mata, na dati'y mapurol at hindi gumagalaw, ngayon ay gumagalaw sa isang kasiglahan na sumasalungat sa lahat ng kilalang medikal na paliwanag.

—"It's... it's fucking incredible," bulong ni Javier, saglit na nakalimutan ang kanyang harapan ng unflappable professionalism. Paano ito posible?

Dahan-dahang lumingon si Eva, isang malamig na ngiti ang sumilay sa kanyang mga labi. Ito ay ang ngiti ng isang mandaragit na nakita lamang ang kanyang biktima.

—Iyon, mahal kong Javier, "sabi niya, ninanamnam ang bawat salita," ang napakalaking milyong euro na tanong. At tinitiyak ko sa iyo na malalaman natin, anuman ang halaga.

Lumapit siya sa kanyang mesa, isang minimalist na salamin at metal na piraso ng muwebles na tila lumutang sa hangin, na lumalaban sa gravity sa paraan ng pagsuway ni Eiben-Chemcorp sa mga limitasyon ng agham at etika. Sa isang eleganteng kilos ng kanyang kamay, maraming mga holographic display ang nabuhay sa kanyang paligid, na pinupuno ang hangin ng isang sayaw ng liwanag at data. Ang mga ulat, graph, litrato, at profile ay bumungad sa kanya, lahat ay nakatuon sa isang indibidwal: Daniel Sánchez.

—"Daniel Sánchez," sabi ni Eva, napuno ng tindi ang boses niya na hindi namamalayan na napatuwid si Javier. Dating programmer, isang nobody in the grand scheme of things. Hanggang sa gumawa siya ng tinatawag na Nebula, isang AI na, ayon sa aming mga ulat, ay nalampasan ang anumang nakita namin sa ngayon.

Sumenyas si Eva at may lumabas na three-dimensional na imahe ni Daniel sa gitna ng opisina. Siya ay isang ordinaryong tao, isang taong hindi napapansin sa karamihan. Ngunit tumingin sa kanya si Eva na para bang siya ang Holy Grail na personified.

—"Nawala siya ilang buwan na ang nakararaan," patuloy niya, "pagkatapos ng isang insidente sa isang casino na, sa totoo lang, amoy ng pagtatakip ng gobyerno. At ngayon, bigla na lang siyang nagpakitang muli na may kakayahang makita ang bulag. Ewan ko sayo, Javier, pero hindi ako naniniwala sa mga coincidences.

Tumango si Javier, na pinoproseso ang impormasyon sa bilis ng isang taong nakasanayang lumangoy sa magulong tubig ng mundo ng korporasyon.

—Sa tingin mo ba ay may kinalaman dito ang kanilang AI, itong Nebula? —tanong niya, bagama't sa tono niya ay halatang naramdaman na niya ang sagot.

—"Sa tingin ko ay hindi, alam ko," tugon ni Eva, ang kanyang mga mata ay nagniningning na may halong ambisyon at determinasyon na magpapaatras sa mas matapang na lalaki kaysa kay Javier. Pag-isipan ito, gamitin ang ulong iyon na binabayaran ng Eiben-Chemcorp nang husto. Isang advanced na neural interface, na may kakayahang direktang magpadala ng mga pandama na karanasan sa utak. Ito ang nakakatuwang banal na kopita ng neurotechnology, Javier. Ito ang hinaharap, at ito ay abot-kamay natin.

Lumingon siya sa bintana, pinagmamasdan ang lungsod na nakabukaka sa ilalim ng kanyang mga paa na parang tapiserya ng liwanag at anino. Ang Madrid, isang metropolis na hindi natulog, isang microcosm ng mundo na hinangad ng Eiben-Chemcorp na dominahin.

—"Imagine the applications," patuloy ni Eva, ang kanyang boses ay may halos mapitagang tono. Mga rebolusyonaryong paggamot para sa mga kapansanan na itinuturing namin ngayon na hindi na magagamot. Ang mga karanasan sa virtual reality ay napakatingkad, nakaka-engganyong, na sila ay hindi makikilala sa realidad mismo. Direktang kontrol sa mga device na may pag-iisip, mga interface ng brain-machine na gagawing parang mga laruan ang ating mga smartphone mula pa noong panahon ng bato.

—The benefits would be astronomical," pagkumpleto ni Javier, na sa wakas ay naunawaan ang laki ng kanilang tinatalakay. Nagliwanag ang kanyang mga mata sa ningning ng pera, ang unibersal na wikang matatas na sinasalita ni Eiben-Chemcorp. Pag-uusapan natin ang tungkol sa pagbabago ng buong industriya. Medisina, libangan, komunikasyon... ang potensyal ay walang limitasyon.

Tumango si Eva, ang repleksyon niya sa salamin ay nagpapakita ng ngiti na magpapanginig sana ng pating.

—Sakto, Javier. At ang Eiben-Chemcorp ang siyang kumokontrol sa teknolohiyang ito. Sinuman ang bumuo nito, patente ito at i-market ito. Tayo ang magiging mga may-ari ng hinaharap, ang mga arkitekto ng isang bagong panahon sa kasaysayan ng sangkatauhan.

Nilingon niya si Javier, naging seryoso ang ekspresyon, halos nagbabanta.

—"Gusto ko ang lahat tungkol kay Daniel Sánchez," utos niya, bawat salita ay puno ng awtoridad. And when I say everything, I mean everything, damn it. Saan ka nakatira, ano ang kinakain mo, sino ang kausap mo, anong brand ng toilet paper ang ginagamit mo. Ang bawat detalye ng kanyang buhay, gaano man ito kawalang halaga. Gusto kong malaman ang higit pa tungkol sa kanya kaysa sa alam ng sarili niyang ina.

Tumango si Javier, lumilipad ang mga daliri niya sa ibabaw ng tablet, galit na galit na nagsusulat.

—Paano kung tumanggi siyang makipagtulungan? tanong niya, bagama't may parte sa kanya na natatakot sa sagot.

Lumawak ang ngiti ni Eva, ngunit hindi umabot sa kanyang mga mata. Ito ay ang ngiti ng isang tugatog mandaragit, ng isang tao na ginagamit upang makuha kung ano ang gusto nila, kahit na ang gastos.

—"Lahat ng tao may presyo, Javier," kalmado niyang sabi na mas nakakatakot kaysa sa anumang bukas na banta. Talagang lahat. Kung hindi pera, iba na. Seguridad, kapangyarihan, proteksyon para sa iyong mga mahal sa buhay. Mayroong isang libong paraan para maisayaw ang isang lalaki sa tono na gusto natin. At kung wala sa mga iyon ang gumagana...

Iniwan niya ang pangungusap na nakabitin sa hangin, ngunit ang mensahe ay napakalinaw. Si Eva Martínez ay hindi isang babae na kumuha ng "hindi" para sa isang sagot. At ang Eiben-Chemcorp ay may mga mapagkukunan na higit pa sa kung ano ang legal o etikal.

—Understood," sabi ni Javier na tinungo ang pinto na may halong determinasyon at takot na pilit niyang itinatago. Sasagutin ko agad. Magkakaroon ka ng paunang ulat sa iyong mesa bukas ng umaga.

—"Isa pa, Javier," tawag ni Eva nang papaalis na ang kanyang assistant.

Napahinto si Javier, lumingon sa kanya. Sa ilang sandali, naisip niyang nakita niya ang silweta ni Eva laban sa kalangitan ng gabi ng Madrid, tulad ng isang modernong diyosa na nagmumuni-muni sa kanyang kapangyarihan.

—"Ito ang pangunahing priyoridad," sabi ni Eva, ang kanyang boses ay puno ng awtoridad na walang pagtatanong. Gamitin ang lahat ng kinakailangang mapagkukunan. Ilipat ang langit at lupa kung kinakailangan. At tandaan, ganap na pagpapasya. Kung malalaman ito ng kumpetisyon, kung may ibang tao na kumuha ng teknolohiyang iyon bago sa amin, isaalang-alang ang iyong sarili na naghahanap ng trabaho sa isang nakakainis na McDonald's. Malinaw ba?

Tumango si Javier sa huling pagkakataon bago umalis, naiwan si Eva na mag-isa sa kanyang opisina. Ang pinto ay isinara sa kanyang likuran na may halos hindi marinig na pagsirit, tinatakan ang silid na parang vault ng mga lihim at ambisyon.

Ibinaling ni Eva ang kanyang atensyon sa holographic screen, ang kanyang mga mata ay nakatutok sa imahe ni Daniel. Pinag-aralan niya ito tulad ng pag-aaral ng isang entomologist ng isang pambihirang ispesimen, naghahanap ng mga kahinaan, mga punto ng presyon, anumang bagay na magagamit niya upang ibaluktot ito sa kanyang kalooban.

—Malapit na, Mr. Sánchez," bulong niya sa sarili, halos hindi bumulong ang boses sa madilim na ilaw ng opisina. Sa lalong madaling panahon matutuklasan natin ang lahat ng mga lihim nito. At kapag ginawa natin, ang mundo na alam natin ay magbabago magpakailanman.

Nang matapos ang paglubog ng araw sa Madrid, pinaliguan ang lungsod sa huling ginintuang at mapupulang tono ng araw, nagsimulang maghabi si Eva Martínez ng isang hindi nakikita ngunit walang humpay na web. Isang web na malapit nang magsara sa paligid nina Daniel at Nebula, na naghuhukay sa kanila sa isang laro ng kapangyarihan at ambisyon na hindi nila alam.

Ang pangangaso ay nagsimula, at ang Eiben-Chemcorp, kasama ang lahat ng mga mapagkukunan nito at kawalan ng pag-aalinlangan, ay hindi titigil sa wala upang makuha ang teknolohiyang hinahangad nito. Ito ay isang pangangaso kung saan ang premyo ay hindi lamang pera o kapangyarihan, ngunit kontrol sa mismong kinabukasan ng sangkatauhan.

Ang hindi alam ni Eva, ang hindi niya alam, ay malapit na siyang magpakawala ng sunud-sunod na pangyayari na yayanig sa mismong pundasyon ng lipunan. Mga kaganapang haharap sa sangkatauhan ng mga pangunahing katanungan tungkol sa kalikasan ng kamalayan, ang etika ng teknolohiya, at ang mga limitasyon ng kapangyarihan ng korporasyon.

Sa kanyang opisina sa itaas ng Eiben-Chemcorp tower, ngumiti si Eva Martínez sa huling pagkakataon bago pinatay ang holographic screen. Pakiramdam niya ay isang chess player na kaka-first move lang sa isang epic game. Isang laro na kung saan ang board ay ang buong mundo, at ang mga piraso ay ang buhay at kapalaran ng milyun-milyong tao.

Ngunit kahit na ninanamnam niya ang kanyang maliwanag na kalamangan, isang maliit na boses sa likod ng kanyang isip, isang tinig na pilit na pinapansin ni Eva, ay bumulong ng isang babala. Sapagkat sa larong ito ng mga diyos at halimaw, ng teknolohiya at walang pigil na ambisyon, walang sinuman ang makahuhula sa huling resulta.

Ang labanan para sa kinabukasan ng sangkatauhan ay magsisimula na, at si Daniel Sánchez, na hindi napapansin ang lahat ng ito sa kanyang taguan sa isang lugar sa Madrid, ay nasa gitna ng lahat. Isang ordinaryong tao na may pambihirang kapangyarihan, malapit nang madala sa isang tunggalian na magtatakda ng kapalaran ng sibilisasyon mismo.

At nang sumapit ang gabi sa Madrid, na bumabalot sa lungsod ng kumot ng kadiliman na may tuldok na mga ilaw, sinimulan ng tadhana na ilipat ang hindi nakikitang mga string nito. Sa mga anino, kumikilos ang mga puwersang hindi naiintindihan ni Eva o ni Daniel, na naghahanda para sa isang paghaharap na magpapabago sa mundo magpakailanman.

Nagsimula na ang countdown. At walang sinuman, kahit na ang pinakamakapangyarihang Eiben-Chemcorp, ang makakaisip kung paano ito magwawakas.

Kabanata 32: Ang Anino ng Korporasyon

Ang gabi ay bumagsak sa Madrid tulad ng isang itim na pelus na kumot, na may tuldok sa hindi mapakali na kislap ng milyun-milyong ilaw na kumikislap na parang mga bituin. Ang lungsod, na laging buhay, palaging gumagalaw, ay tila pinipigilan ang kanyang hininga, na para bang naramdaman nito na may isang hindi pangkaraniwang bagay na malapit nang mangyari sa loob nito.

Sa isang maingat na cafeteria sa kapitbahayan ng Malasaña, isang bohemian at alternatibong sulok na nagpapanatili pa rin ng mapaghimagsik na diwa ng Movida ng Madrid, nakaupo si Daniel Sánchez sa isang mesa sa sulok. Ang kanyang pigura, na nakabalot sa isang hoodie, ay tila sumanib sa mga anino na sumasayaw sa mga dingding, na inihagis ng mga lampara na pang-industriya na nakasabit sa kisame. Ang headband ni Nebula, ang teknolohikal na kababalaghan na nagdulot sa kanya ng higit sa mga limitasyon ng karanasan ng tao, ay nanatiling nakatago sa ilalim ng suot na takip, isang pansamantala ngunit epektibong pagbabalatkayo.

Sa kanyang harapan, ang isang tasa ng umuusok na kape ay nanatiling hindi nagalaw, ang mayaman, mapait na aroma nito na humahalo sa amoy ng lumang kahoy at mga pabulong na pag-uusap na tumatagos sa silid. Ang mga mata ni Daniel, na pinatalim ng kanyang pagsasanib sa Nebula, ay patuloy na ini-scan ang paligid, tumatalon mula sa isang customer patungo sa isa pa, mula sa bar hanggang sa kalye sa kabila ng mga bintana na nababalot ng lamig ng gabi.

"Daniel," ang boses ni Nebula ay umalingawngaw sa kanyang isipan, na pamilyar ngayon sa kanyang sariling mga iniisip, "Nakikita ko ang isang hindi pangkaraniwang pattern sa mga signal mula sa kalapit na mga cell phone. Ang mga frequency at encryption protocol ay nagmumungkahi ng isang coordinated na network ng komunikasyon. "Tingin ko binabantayan tayo."

Pinaigting ni Daniel ang kanyang panga, isang kalamnan na halos hindi mahahalata sa kanyang pisngi, ngunit pinanatili niya ang isang neutral na ekspresyon. Ang kanyang mga taon ng programming, ng paggugol ng buong gabi sa harap ng isang screen sa paglutas ng mga kumplikadong problema, ay nagturo sa kanya na manatiling kalmado sa ilalim ng presyon.

—ilan? —bulong niya, itinaas ang tasa sa kanyang mga labi para ikubli iyon. Ang kape, mapait at matapang, nasunog ang kanyang dila, ngunit halos hindi niya ito napansin.

"Tatlong indibidwal," sagot ni Nebula nang may tiyak na katumpakan. «Isa sa bar, lumalabas na nagbabasa ng pahayagan ngunit may pattern ng paggalaw ng mata na hindi naaayon sa normal na pagbabasa. Isa pa sa mesa sa tabi ng bintana, nagkukunwaring nagtatrabaho sa laptop ngunit masyadong mababa ang rate ng keystroke para maging produktibo. At ang pangatlo sa labas, sa isang naka-park na kotse na ang makina ay tumatakbo, na hindi makatwiran dahil sa kasalukuyang temperatura at mga regulasyon sa emisyon.

Si Daniel ay tumango nang hindi mahahalata, ang kanyang isip ay gumagana nang buong bilis, nagpoproseso ng impormasyon at sinusuri ang mga senaryo. Ang pagsasanib sa Nebula ay pinalaki ang kanyang mga kakayahan sa pag-iisip sa mga antas ng superhuman, na nagpapahintulot sa kanya na suriin ang mga kumplikadong sitwasyon sa loob ng ilang segundo.

—Makikilala mo ba sila? —tanong niya, ang boses niya ay halos bulong na nawala sa ambient murmur ng cafeteria.

"Affirmative," tugon ni Nebula nang may kahusayan na nakakatakot kung hindi ito kinakailangan sa ngayon. «Na-access ko ang mga nauugnay na database, cross-referencing na impormasyon mula sa mga social network, mga talaan ng trabaho at mga transaksyong pinansyal. "Sila ay mga pribadong ahente ng seguridad, na tinanggap sa pamamagitan ng isang kumpanya ng shell na, pagkatapos sumunod sa isang hanay ng mga subsidiary at may hawak na kumpanya, direktang humahantong sa Eiben-Chemcorp."

Isang ginaw ang dumaloy sa gulugod ni Daniel, na para bang may nag-slide ng ice cube sa kanyang gulugod. Alam niyang ilang oras na lang bago siya matagpuan ng korporasyon, ngunit hindi niya inaasahan na magiging ganoon kaaga. Ang pagkaunawa na ang Eiben-Chemcorp, kasama ang lahat ng mga mapagkukunan nito at kawalan ng pag-aalinlangan, ay humahabol sa kanya, napalitan ang sitwasyon mula sa mapanganib tungo sa potensyal na nakamamatay sa loob ng ilang segundo.

—"Fuck, kailangan na nating umalis dito, Nebula," bulong niya, na binibigyang kulay ang bawat pantig. Anumang mga mungkahi na hindi kasama ang pagpapapuno ng aming mga asno ng tingga?

"Kinakalkula ang pinakamainam na mga ruta ng pagtakas," tugon ng AI, ang sintetikong boses nito ay may bahid ng halos maituturing na determinasyon. «Nasuri ko ang mga plano ng gusali, ang mga pattern ng trapiko sa mga nakapaligid na kalye at ang mga ruta ng pampublikong sasakyan. Inirerekomenda ko ang paggamit ng pinto sa likod ng kusina. Minamanipula ko ang mga security camera para gumawa ng limang minutong loop. "Iyan ay magbibigay sa amin ng sapat na oras upang maiwasan ang aming mga humahabol."

Kaswal na tumayo si Daniel, nag-iwan ng dalawampung euro na perang papel sa ilalim ng tasa ng kape, isang mapagbigay na tip na inaasahan niyang hindi maghihinala. Sa sinusukat na mga hakbang, na parang pasimpleng patungo sa banyo, tumungo siya sa likod ng lugar. Ang kanyang mga mata, na pinalaki ng teknolohiya ng Nebula, ay kinuha ang bawat detalye: ang kahina-hinalang tingin ng lalaki sa bar, ang bahagyang paglingon ng ulo ng babae sa bintana.

Nang mawala sa paningin ng mga ahente, binilisan niya ang lakad. Ang adrenaline ay dumaloy sa kanyang mga ugat, na nagpatalas sa kanyang namamayagpag na. Naririnig niya ang sariling tibok ng puso, mabilis ngunit pare-pareho, tulad ng pag-utik ng orasan na nagbibilang pababa sa kanyang kalayaan.

Ang kusina ay isang pugad ng aktibidad, isang organisadong kaguluhan ng mga amoy, tunog at paggalaw. Ang mga chef at waiter ay gumagalaw sa pagitan ng nagbabagang mga kalan at mga salansan ng mga plato, isang sabay-sabay na sayaw ng kahusayan sa pagluluto. Nadulas si Daniel sa pagitan nila na parang anino, bumubulong ng paumanhin sa Espanyol at Ingles, sinamantala ang kalituhan upang hindi mapansin.

—Hoy ikaw! Anong ginagawa mo dito? sigaw ng matipunong chef, namumula ang mukha sa init at galit.

Hindi tumigil si Daniel sa pagsagot. Sa huling sprint, narating niya ang pinto sa likod at itinulak ito, lumabas sa isang madilim at madilim na eskinita. Napabuntong-hininga siya dahil sa kaibahan ng nakakasikip na init ng kusina at ng malamig na lamig ng gabi ng Madrid.

Ang eskinita ay isang surreal tableau ng mga anino at mga ilaw, ang amoy ng basura at mga lipas na pagkain na pumupuno sa hangin na parang ulap-usok. Mabilis na inayos ni Daniel ang kanyang sarili, ang kanyang paningin ay pinalaki ng Nebula na nagpapakita sa kanya ng mga ruta ng pagtakas tulad ng mga linya ng liwanag na nakapatong sa realidad.

"Kumanan sa susunod na sulok," utos ni Nebula, ang kanyang boses ay isang kumpas sa kaguluhan. "Nakikita ko ang paggalaw. May papalapit na opisyal mula sa hilaga sa bilis na 15 km/h, marahil ay nakamotorsiklo. Mungkahi: gamitin ang subway para mawala ang trail. 200 metro ang layo ng Tribunal station.

Si Daniel ay sumunod nang walang pag-aalinlangan, ganap na nagtitiwala sa AI na ngayon ay isang mahalagang bahagi ng kanyang pagkatao. Kumakabog ang kanyang puso sa kanyang dibdib, magkahalong takot at pananabik na nagpapaalala sa kanya na, sa kabila ng lahat ng teknolohiyang dala niya, siya ay tao pa rin, mahina, mortal.

Tumakbo siya sa mga lansangan ng Malasaña na parang hinahabol siya ng diyablo, umiiwas sa mga dumadaan sa gabi at tumalon sa mga basurahan sa liksi na ikinagulat niya maging ang kanyang sarili. Ang pagsasanib sa Nebula ay napabuti hindi lamang ang kanyang isip, kundi pati na rin ang kanyang koordinasyon at reflexes.

Sabay-sabay siyang bumaba sa hagdan ng subway station, halos lumipad sa hagdan. Ang mga turnstile ay lumitaw sa kanyang harapan na parang isang hindi malulutas na hadlang. Walang pagdadalawang isip, tumalon si Daniel sa ibabaw nila nang may kagandahang-loob, dumaong sa kabilang panig na may mapurol na kalabog na umalingawngaw sa halos walang laman na istasyon.

—Hoy ikaw! Tumigil ka dyan! —sigaw ng isang security guard, pero nawala na ang boses niya sa di kalayuan habang palalim ng papasok si Daniel sa istasyon.

Halos walang laman ang entablado sa oras na iyon ng gabi, na naninirahan lamang sa isang dakot ng mga nocturnal na kaluluwa: isang mukhang pagod na negosyante, isang batang mag-asawang magkayakap, isang musikero sa kalye na nagliligpit ng kanyang gitara. Nakisalamuha sa kanila si Daniel, nakayuko ang kanyang ulo at alerto ang kanyang sentido, ang kanyang mabigat na paghinga ay nababalot ng ingay ng paparating na tren.

"Papalapit ang tren," ulat ni Nebula, ang kanyang tinig ay isang isla ng kalmado sa dagat ng adrenaline na bumabaha sa utak ni Daniel. "Tatlong bagon. Iminumungkahi kong ipasok ang pangalawa at palitan ang una sa susunod na istasyon. "Nasuri ko ang mga pattern ng pagsubaybay at ito ang opsyon na nagpapaliit sa posibilidad ng pagtuklas."

Dumating ang tren na may dagundong ng displaced na hangin, isang halimaw ng metal at kuryente na umuusbong mula sa kailaliman ng lupa. Pumasok si Daniel, madiskarteng pumwesto malapit sa pinto na nakakonekta sa unang kotse. Habang lumalayo ang tren mula sa istasyon, bumibilis sa kadiliman ng lagusan, nakita niya ang dalawa sa mga opisyal na dumarating sa entablado, ang kanilang mga frustrated na ekspresyon ay makikita kahit sa malayo.

—"Ginawa namin ito," huminga si Daniel, pinahintulutan ang sarili ng sandali ng kaginhawahan. Bumagsak siya sa isang upuan, naramdaman ang pag-alis ng tensyon sa kanyang katawan, napalitan ng pagod na tila tumatagos sa kanyang mga buto.

"Sa ngayon," babala ni Nebula, ang kanyang boses ay palaging nagpapaalala sa kabigatan ng kanilang sitwasyon. «Ngunit hindi madaling sumuko ang Eiben-Chemcorp. Ang kanilang mga mapagkukunan ay malawak at ang kanilang determinasyon ay walang humpay. "Kailangan namin ng isang pangmatagalang plano, isang diskarte na nagpapahintulot sa amin hindi lamang upang mabuhay, ngunit upang lumaban."

Tumango si Daniel, ang kanyang isipan ay gumagawa na ng mga posibilidad, nagmamapa ng mga senaryo at tinatasa ang mga panganib nang may superhuman na bilis at katumpakan. "You're fucking right," bulong niya, pinahid ang kamay sa mukha niyang nababalot ng pawis. Hindi tayo maaaring patuloy na tumakas, tumatakbo na parang mga daga sa isang kalituhan. Oras na para sa amin na pumunta sa opensiba, upang sipain sila sa mga bola nang napakalakas na sana ay hindi nila kami ginulo.

Sa pagpasok ng tren sa madilim na lagusan ng subway ng Madrid, paikot-ikot sa ilalim ng isang lungsod na hindi napapansin ang dramang nangyayari sa loob nito, sinimulan ni Daniel sa pag-iisip ang kanyang susunod na hakbang. Ang anino ng Eiben-Chemcorp ay sumabit sa kanya tulad ng isang nakakalason na ulap, ngunit determinado siyang huwag mahuli, hindi maging isang guinea pig para sa mga eksperimento ng isang walang prinsipyong korporasyon.

Ang hindi alam ni Daniel, ang hindi lubos na mahuhulaan kahit ng malawak na katalinuhan ni Nebula, ay ang paghahabol sa gabi sa mga lansangan at sa ilalim ng lupa ng Madrid ay simula pa lamang. Ang mga puwersang itinakda niya sa paggalaw sa kanyang pagsasanib sa Nebula, kasama ang kanyang kakayahang baguhin ang mismong pang-unawa sa katotohanan, ay malapit nang magbanggaan sa mga paraan na magbabago sa takbo ng kasaysayan.

Sa mga opisina ng Eiben-Chemcorp, sa tuktok ng glass at steel tower nito, natanggap ni Eva Martínez ang ulat ng pagkabigo ng kanyang mga ahente nang may malamig na galit na naging dahilan upang ang kanyang katulong ay likas na umatras. Ang kanyang karaniwang pagkalkula ng mga mata ay nag-aapoy na ngayon sa isang determinasyon na may hangganan sa pagkahumaling.

—"Hanapin mo siya," utos niya, parang bakal ang boses, bawat salita ay hatol ng kamatayan para sa kalayaan ni Daniel. Sa lahat ng gastos. Gamitin ang lahat ng mapagkukunan, lahat ng mga contact. I-hack ang bawat camera, bawat telepono, bawat nakakonektang device sa lungsod na ito kung kailangan mo. Mahal ko si Daniel Sánchez at gusto ko ang teknolohiyang iyon. At kung sinuman ang humadlang sa ating daan, nawa'y kaawaan ng Diyos ang kanilang kaluluwa.

Nagpatuloy ang pamamaril, tumitindi sa bawat minutong lumilipas. Ang kapalaran ni Daniel, Nebula, at posibleng lahat ng sangkatauhan, na nakabitin ng lalong tense na sinulid, na handang masira sa ilalim ng presyon ng mga puwersang hindi nauunawaan ng lahat ng nasasangkot.

At habang ang tren ni Daniel ay lumalayo sa kadiliman, dinadala siya patungo sa isang hindi tiyak na hinaharap, isang tanong ang umalingawngaw sa kawalan: Sino ang magwawagi sa labanang ito sa pagitan ng indibidwal at ng korporasyon, sa pagitan ng kalayaan at kontrol, sa pagitan ng walang limitasyong potensyal ng tao? isip at ang walang kapantay na kapangyarihan ng kapital?

Ang sagot, na nakatago sa mga anino ng hinaharap, ay ipinangako na ito ay kagila-gilalas na ito ay kakila-kilabot. At walang sinuman, hindi si Daniel, kahit si Eva, kahit ang pinakamakapangyarihang Eiben-Chemcorp, ang handa para sa mga paghahayag na darating.

Kabanata 33: Ang Hindi Inaasahang Pagbisita

Tinatamad na sinala ni Dawn ang mga rickety blinds ng katamtamang apartment na nirentahan ni Daniel sa ilalim ng isang ipinapalagay na pangalan sa pusong tumitibok ng Lavapiés neighborhood. Ang mahiyain na liwanag ng pagsikat ng araw ay gumuhit ng masalimuot na mga pattern sa pagbabalat ng mga dingding, na para bang sinusubukang unawain ang mga lihim na nakatago sa tila hindi matukoy na espasyong iyon.

Pagkatapos ng mga linggo ng patuloy na paggalaw, mga gabing natutulog sa mabahong mga hostel at mga araw na nawala sa hindi pagkakakilanlan ng mga tao sa lunsod, nagpasya si Daniel na ipagsapalaran ang pagtatatag ng isang pansamantalang base. Ito ay isang matapang na hakbang, halos walang ingat, ngunit bulag siyang nagtiwala sa mga kakayahan ni Nebula na itago ang mga ito mula sa gutom na mga mata ng Eiben-Chemcorp.

Umupo si Daniel sa pagod na sahig na gawa sa kahoy, ang kanyang pigura ay napapalibutan ng isang konstelasyon ng mga hologram na nagpapalabas ng mga kumplikadong diagram at walang katapusang linya ng code. Ang silid, na may mga hubad na pader at kalat-kalat na kasangkapan, ay tila nabago sa command bridge ng isang futuristic na sasakyang pangalangaang. Ang diadem sa kanyang ulo, ang teknolohikal na kababalaghan na nagdulot sa kanya ng higit sa mga limitasyon ng karanasan ng tao, ay pumipintig ng mahina, ang ritmo nito ay perpektong sumasabay sa tibok ng puso ni Daniel.

"Daniel," ang boses ni Nebula ay umalingawngaw sa kanyang isipan, na pamilyar ngayon sa kanyang sariling mga iniisip, "Nakakita ako ng anomalya sa mga pattern ng trapiko ng data ng gusali. "Ang mga pagbabago ay hindi tumutugma sa karaniwang paggamit ng mga residente."

Nanigas kaagad si Daniel, naghahanda ang bawat kalamnan sa kanyang katawan para kumilos. Nagsimulang mag-pump ang adrenaline sa kanyang mga ugat, pinatalas ang kanyang sentido na pinalakas na ng kanyang pagsasanib sa Nebula.

—Mga nanghihimasok? tanong niya, halos hindi bumulong ang boses sa katahimikan ng umaga.

"Negatibo," sagot ni Nebula, ang kanyang sintetikong tono ay may bahid na halos maipakahulugan bilang pag-iingat. "Ngunit may dalawang indibidwal sa lobby na ang mga biometric signal ay tumutugma sa mga profile ng mga kilalang ahente ng Eiben-Chemcorp. "Ang kanilang mga pattern ng paggalaw at komunikasyon ay nagmumungkahi ng isang tiyak na layunin."

—"Shit, shit, shit," bulong ni Daniel, tumatalon sa kanyang mga paa, ang kanyang isip ay gumagana sa napakabilis na bilis. Paano nila kami nahanap? Ang lugar na ito ay dapat na ligtas, dammit.

"Nagsusuri..." tugon ni Nebula, ang kanyang tinig ay isang isla ng kalmado sa dagat ng gulat na nagbabantang lamunin si Daniel. "Batay sa mga pattern ng paghahanap at mga algorithm sa pagsubaybay na nakita ko sa mga network ng Eiben-Chemcorp, lumalabas na sinusubaybayan at sinusuri nila ang hindi pangkaraniwang mga pattern ng pagkonsumo ng enerhiya sa lugar. "Ang aming mga system, bagama't naka-camouflage, ay bumubuo ng isang natatanging pirma ng enerhiya na, na may sapat na mapagkukunan at pagpapasiya, ay maaaring makita."

Sumusumpa si Daniel sa ilalim ng kanyang hininga, isang string ng mga kahalayan na magpapamula sa isang mandaragat. Ang kanyang isip, na pinalakas ng pagsasanib sa Nebula, ay nagpaplano na ng mga posibleng sitwasyon ng pagtakas, pagkalkula ng mga probabilidad at pagsusuri ng mga panganib.

—Mga pagpipilian sa pagtakas? tanong niya, ang kanyang mga mata ay ini-scan ang silid, sa pag-iisip kung ano ang mahalagang kunin at kung ano ang maaaring iwanan.

Bago pa makatugon si Nebula, isang malakas na katok ang umalingawngaw sa pintuan ng apartment, ang tunog ay umalingawngaw sa maliit na espasyo na parang putok ng baril. Natigilan si Daniel, sobrang lakas ng tibok ng puso niya sa takot na marinig ito sa kabilang side ng pinto.

—Mr. Sánchez," isang boses ng lalaki ang tumawag mula sa hallway, kontrolado ang kanyang tono ngunit may pahiwatig ng pagkaapurahan, "alam naming nandoon ka." Kami ay mga kinatawan ng Eiben-Chemcorp. I assure you gusto lang nating mag-usap. Hindi na kailangang maalarma.

"Daniel," babala ni Nebula, ang kanyang boses ay umaalingawngaw sa mala-kristal na kalinawan sa isip ng kanyang kasamang tao, "Nakikita ko ang sinseridad sa iyong boses batay sa pagsusuri ng mga pattern ng boses at mga microexpression ng mukha na nakunan sa camera ng hallway. Gayunpaman, nagtala din siya ng isang makabuluhang pagtaas sa kanyang mga antas ng adrenaline at cortisol. "Sila ay kinakabahan at, batay sa pagsusuri ng kanilang postura at paggalaw, posibleng armado."

Huminga ng malalim si Daniel, pinupuno ng hangin ang kanyang mga baga na para bang iyon na ang kanyang huling hininga bago sumisid sa malalim, hindi kilalang tubig. Tinitimbang niya ang kanyang mga pagpipilian, ang bawat senaryo ay lumalabas sa kanyang isipan na may higit sa tao na kalinawan salamat sa kanyang pagsasanib sa Nebula.

Maaari niyang subukang tumakas, gamitin ang mga rutang masinsinan nilang pinlano para sa mga sitwasyong tulad nito. Ngunit iyon ay mangangahulugan ng pag-abandona sa karamihan ng kanyang kagamitan, napakahalagang teknolohiya na hindi niya kayang mawala. Higit pa rito, ang isang mabilis na pagtakas ay maaaring humantong sa isang paghaharap sa mga lansangan, na naglalagay sa panganib ng mga inosenteng sibilyan at ilantad ang kanilang teknolohiya sa mundo.

Sa kabilang banda, ang pagharap sa mga ahente ng Eiben-Chemcorp nang harapan ay isang kalkuladong panganib. Maaari nilang subukang hulihin siya sa pamamagitan ng puwersa, oo, ngunit may posibilidad din na gusto lang talaga nilang mag-usap. At kung ganoon nga ang kaso, marahil ay makakakuha siya ng mahalagang impormasyon tungkol sa mga plano ng korporasyon.

—"Very well, Nebula," sa wakas ay bulong niya, halos hindi marinig ang kanyang boses. Tingnan natin kung ano ang gusto ng mga bastos na ito. Panatilihing alerto ang lahat ng system. Kung susubukan nila ang anumang bagay, gusto kong iprito mo ang bawat fucking electronic device sa loob ng isang daang metro.

"Naiintindihan, Daniel," sagot ni Nebula. "Ang lahat ng mga sistema ay nasa isang estado ng pinakamataas na alerto. "Naghanda ako ng 27 contingency scenario at handa akong magpatupad ng mga countermeasure sa nanosecond kung kinakailangan."

With one last breath to calm his nerves, lumapit si Daniel sa pinto. Saglit na huminto ang kanyang kamay sa knob, na para bang bubuksan na niya ang kahon ni Pandora. Sa wakas, sa isang tuluy-tuloy na paggalaw, dahan-dahan niyang binuksan ang pinto.

Nasa harap niya ang dalawang lalaki na mukhang lumabas sa isang katalogo ng "Generic Corporate Agents". Ang isa ay matangkad at payat, na may manipis na frame na salamin na nagbigay sa kanya ng hangin ng isang walang awa na intelektwal. Ang isa ay mas malaki, na may isang ekspresyon na nagmumungkahi na mas gusto niyang pumunta saanman, posibleng baliin ang mga buto sa halip na makilahok sa anumang ginagawa nila doon.

—Good morning, Mr. Sánchez," sabi ng payat na lalaki, na gumuhit ng ngiti na hindi umabot sa kanyang mga mata. Iyon ang uri ng ngiti na maaaring ibigay ng pating bago umatake. Ako si Javier Ruiz, executive assistant ni Eva Martínez, research director sa Eiben-Chemcorp. Pwede ba tayong pumasok? Tinitiyak ko sa iyo na mayroon kaming panukala na pinaniniwalaan naming makikita mo... lubhang kawili-wili.

Mabilis na tinaya ni Daniel ang mga ito, ang kanyang matalim na titig ay kumukuha ng mga detalye na sana ay hindi napapansin ng isang normal na mata. Umasa siya sa mga pagsusuri ni Nebula na direktang dumaloy sa kanyang kamalayan: micro facial expressions, breathing patterns, small nervous tics. Wala siyang nakitang agarang banta, ngunit ang tensyon sa hangin ay napakakapal kaya halos maputol ito ng kutsilyo.

—"Go ahead," huling sabi niya, tumabi sa katahimikang hindi niya naramdaman. Pero bilisan mo. Tulad ng makikita mo, ako ay nasa gitna ng isang bagay.

Pumasok ang dalawang lalaki, mabilis na ini-scan ng kanilang mga mata ang apartment na may halong professional curiosity at parang halos...kasakiman? Si Javier, sa partikular, ay tila nabighani sa teknolohiyang nakakalat sa paligid ng silid, bagaman sinubukan niyang itago ang kanyang interes sa likod ng isang maskara ng kawalang-interes ng korporasyon.

—Mr. Sánchez," panimula ni Javier, na nakaupo sa isang rickety chair na itinuro sa kanya ni Daniel, ang kanyang postura ay matigas na parang natatakot na ang mga kasangkapan ay maaaring gumuho sa kanyang bigat, "I appreciate you hosting us under these...unconventional circumstances." Diretso ako sa punto, kung gusto mo. Ang oras ay isang luho na walang sinuman sa atin ang kayang sayangin.

Huminto siya, na parang maingat na sinusuri ang susunod niyang sasabihin.

—Alam ng Eiben-Chemcorp ang iyong... natatanging kakayahan, Mr. Sanchez. Ang ginawa niya sa ospital ng La Paz kasama ang bulag na batang babae, si Lucía, kung hindi ako nagkakamali, ay hindi napapansin. Ito ay isang pambihirang gawa ng kabaitan, oo, ngunit isa ring pagpapakita ng isang teknolohiya na, sa totoo lang, ay humahamon sa ating kasalukuyang pag-unawa sa neuroscience at sa interface ng brain-machine.

Pakiramdam ni Daniel ay nanlamig ang kanyang dugo sa kanyang mga ugat. Siya ay naging pabaya, hinayaan ang kanyang sarili na madala ng pagnanais na tumulong, sa pamamagitan ng pananabik na makita ang mukha ni Lucia na lumiwanag sa pagtataka ng pangitain. Ngayon, ang pagkilos ng kabaitan na iyon ay maaaring magdulot sa kanya ng lahat: ang kanyang kalayaan, ang kanyang paglikha, marahil ang kanyang buhay.

—"Hindi ko alam ang sinasabi mo," pilit niyang tanggi, ngunit parang hungkag ang mga salita kahit sa sariling pandinig. Ang ekspresyon ni Javier, na may halong condescension at isang bagay na halos parang awa, ay malinaw na hindi siya naniwala sa kanya kahit isang segundo.

—Mr. Sánchez," patuloy ni Javier, ang kanyang boses ay mahina ngunit matatag, tulad ng sa isang matiyagang guro na nagpapaliwanag ng isang mahirap na konsepto sa isang partikular na tulala na estudyante, "Sigurado ako sa iyo na hindi kami naririto upang takutin o pilitin ka. Magiging... counterproductive, to say the least. Hindi, nandito kami para mag-alok sa iyo ng pagkakataon. Isang pagkakataon upang dalhin ang iyong trabaho sa susunod na antas, kasama ang lahat ng mga mapagkukunang maibibigay ng Eiben-Chemcorp.

Tahimik na nakinig si Daniel habang tinatanggal ni Javier ang alok, bawat salita ay maingat na pinili upang tuksuhin, upang akitin. Isang makabagong laboratoryo na nilagyan ng teknolohiya na gagawing parang mga laruan ang pinakamahusay na kagamitan na magagamit sa merkado. Isang piling pangkat ng mga mananaliksik, mabubuting isipan na maingat na pinili mula sa pinakamahusay na mga institusyon sa mundo. Halos walang limitasyong mga pondo, isang blangkong tseke upang ituloy ang anumang linya ng pananaliksik na itinuring ni Daniel na may pag-asa.

Ito ang pangarap ng bawat siyentipiko, bawat innovator: walang limitasyong mga mapagkukunan upang bigyang-buhay ang kanilang pinakamatapang na mga pangitain. At lahat kapalit ng pagbabahagi ni Daniel ng kanyang teknolohiya sa korporasyon.

"Daniel," ang tinig ni Nebula ang tumunog sa kanyang isipan, isang angkla ng katwiran sa dagat ng tukso na inilalahad ni Javier sa kanyang harapan, "Nakikita ko ang isang makabuluhang pagtaas sa iyong mga antas ng cortisol at dopamine. Ang iyong pisyolohikal na tugon ay nagmumungkahi ng matinding panloob na salungatan. Seryoso mo bang pinag-iisipan ang kanyang alok?

—"Hindi para sa isang fucking segundo," Daniel murmured, kaya tahimik na ang mga ahente ay hindi marinig sa kanya, ngunit may isang pananalig na resonated sa bawat hibla ng kanyang pagkatao.

Nilingon niya si Javier, ang kanyang ekspresyon ay tumitigas na parang bakal sa ilalim ng apoy. "I appreciate your offer, Mr. Ruiz," aniya, ang bawat salita ay puno ng hindi natitinag na determinasyon, "ngunit natatakot ako na kailangan kong tumanggi." Ang aking trabaho, ang aking pananaliksik, ay hindi ibinebenta. Hindi ngayon, hindi kailanman.

Si Javier ay tila tunay na nabigo, tulad ng isang bata na pinagkaitan ng isang partikular na coveted laruan. "Naiintindihan ko ang iyong posisyon, Mr. Sánchez," sabi niya, ang kanyang boses ay may bahid ng pagbibitiw na hindi lubos na nagtago ng banta, "ngunit nakikiusap ako sa iyo na muling isaalang-alang." Ang Eiben-Chemcorp ay maaaring maging isang malakas na kaalyado... o isang mabigat na kaaway. Ang mundo ng makabagong teknolohiya ay isang larangan ng digmaan, at maniwala ka sa akin kapag sinabi ko sa iyo, hindi mo gustong harapin ang paparating na mga bagyo nang mag-isa.

Ang nakatalukbong banta ay hindi napapansin ni Daniel. Bawat salita, bawat kilos ni Javier, ay puno ng mga nakatagong kahulugan, mga pangako ng kapangyarihan at mga babala ng pagkawasak.

—"Salamat sa pagbisita, mga ginoo," sabi ni Daniel, na tumayo nang may katahimikan na hindi niya naramdaman. I think tapos na tayo dito. Alam nila ang daan palabas.

Habang papunta sa pinto ang mga ahente, umaalingawngaw ang mabibigat nilang yabag sa maliit na apartment, huminto si Javier at lumingon kay Daniel sa huling pagkakataon. Ang kanyang ekspresyon ay isang maskara ng propesyonalismo, ngunit ang kanyang mga mata ay nagniningning na may halong pagkadismaya at isang bagay na halos parang...paggalang?

—"Pag-isipan mo ito, Mr. Sánchez," sabi niya, ang kanyang boses ay mahina at puno ng kahulugan. Ang alok na ito ay hindi mananatili sa talahanayan magpakailanman. At binabalaan ko kayo, ang mundo ay isang mapanganib na lugar para sa mga nag-iisang lobo, lalo na ang mga naglalaro ng apoy sa likod-bahay ng mga higante.

Sa mga mahiwagang salitang iyon na lumulutang sa hangin na parang ulap ng bagyo, umalis si Javier at ang kanyang tahimik na kasama sa apartment. Sumara ang pinto sa likuran nila ng may isang click na tila ligtas ng isang baril na tinanggal.

Habang ang alingawngaw ng kanilang mga yabag ay pumapatak sa pasilyo, napasandal si Daniel sa isang upuan, biglang bumigat ang kanyang katawan na tila dinadala sa kanyang balikat ang bigat ng mundo. Ang kanyang isip ay umiikot, pinoproseso ang mga implikasyon ng mga nangyari, nagpaplano ng mga senaryo at pagkalkula ng mga probabilidad sa isang bilis na magiging imposible nang wala ang kanyang pagsasanib sa Nebula.

"Daniel," sabi ni Nebula, ang kanyang boses ay isang nakakaaliw na presensya sa kaguluhan ng kanyang mga iniisip, "batay sa aking kumpletong pagsusuri sa pag-uusap, mga pattern ng pag-uugali ng mga ahente, at pag-cross-reference sa impormasyong ito sa data na aming nakolekta sa ng Eiben-Chemcorp, tinatantya ko ang isang 87.3% na posibilidad na ang korporasyon ay gagawa ng mas agresibong aksyon sa susunod na 48 oras. "Lubos kong inirerekomenda na simulan natin kaagad ang mga contingency protocol."

Tumango si Daniel, na lumalaki ang kanyang determinasyon sa bawat segundong lumilipas. Ang pagbisita ng mga ahente ng Eiben-Chemcorp ay naging punto ng pagbabago, isang sandali ng kalinawan sa gitna ng bagyo. Hindi na niya kayang mag-react, manatili sa defensive. Oras na para gumawa ng inisyatiba.

—"Kung gayon, mayroon tayong gagawin, Nebula," sabi niya, na tumayo nang may panibagong lakas. Oras na para tayo ay pumunta sa opensiba. Ihanda ang lahat ng aming sistema. Turuan natin ang Eiben-Chemcorp ng aral na hinding-hindi nila malilimutan.

Sa pagsikat ng araw sa Madrid, pinaliguan ang lungsod sa isang ginintuang liwanag na tila hindi napapansin ang dramang nangyayari sa maliit na apartment na iyon sa Lavapiés, sinimulan ni Daniel na planuhin ang susunod niyang gagawin. Ang hindi inaasahang pagbisita ni Eiben-Chemcorp ay naging malinaw na hindi na siya maaaring manatili sa mga anino, nakikipaglaro ng pusa at daga sa isang korporasyon na may mga mapagkukunan upang gawing pribadong lugar ng pangangaso ang buong lungsod.

Oras na para harapin si Eiben-Chemcorp, sa lahat ng kapangyarihang ibinigay sa kanya ng kanyang pagsasanib sa Nebula. Panahon na upang ipakita sa mundo na ang teknolohiya at kaalaman ay hindi dapat monopolyo ng mga walang prinsipyong higanteng kumpanya. Panahon na upang ipaglaban ang isang kinabukasan kung saan ang pagbabago ay nagsisilbi sa sangkatauhan, hindi ang interes ng iilan.

Ang hindi alam ni Daniel, kahit na ang malawak na katalinuhan ni Nebula ay hindi lubos na mahulaan, ay ang kanyang desisyon na tanggihan ang alok ni Eiben-Chemcorp ay nagpasimula ng isang serye ng mga kaganapan na mayayanig ang mismong pundasyon ng partnership. Ang labanan para sa kinabukasan ng teknolohiya, para sa kinabukasan ng sangkatauhan mismo, ay magsisimula na.

At sa gitna ng lahat ng ito, tulad ng mata ng isang bagyo ng cosmic na sukat, ay si Daniel Sánchez: isang ordinaryong tao na nagbago sa isang bagay na higit pa, isang pagsasanib ng laman at teknolohiya, ng determinasyon ng tao at artipisyal na katalinuhan. Isang tao na, nang hindi nalalaman, ay malapit nang baguhin ang takbo ng kasaysayan.

Habang umuusad ang umaga at gumising ang lungsod sa paligid nila, na hindi napapansin ang dramang nangyayari sa loob nila, nagsimulang maghanda sina Daniel at Nebula para sa darating na labanan. Isang labanan na magtatakda hindi lamang sa kanyang kapalaran, kundi sa lahat ng sangkatauhan.

Handa na ang board. Ang mga piraso, sa paggalaw. At ang laro, isang laro na may mas mataas na pusta kaysa sa maisip ng sinuman, ay magsisimula na.

Kabanata 34: Ang Ultimatum

Kinulayan ng araw sa gabi ang Madrid na kulay kahel at lila, na nagbigay ng mahabang anino sa megalopolis na umaabot hanggang sa nakikita ng mata. Sa tuktok ng Eiben Tower, isang salamin at bakal na skyscraper na nangingibabaw sa skyline ng lungsod, pinag-isipan ni Eva Martínez ang urban landscape na may malamig na determinasyon ng isang mandaragit na sumusubok sa biktima nito.

Ang opisina ng direktor ng pananaliksik ng Eiben-Chemcorp ay isang pag-aaral sa mga kaibahan: high-tech na minimalism na may halong klasikong karangyaan. Ang mga smart glass wall ay pumapalit sa pagitan ng transparency at opacity sa kalooban, habang ang isang kahanga-hangang antigong mahogany table ay nangingibabaw sa gitna ng silid. Ito ay isang banayad ngunit epektibong paalala ng kapangyarihang taglay ni Eva: ang perpektong kasal sa pagitan ng tradisyon ng korporasyon at ng makabagong teknolohiya.

Si Eva, na walang kamali-mali na nakasuot ng bakal na kulay abong pantsuit na nagpatingkad sa kanyang athletic figure, ay dahan-dahang lumiko, ang kanyang mga takong ay nag-click sa makintab na marmol na sahig. Ang kanyang mga mata, isang piercing green, ay naka-lock kay Javier Ruiz, na naghihintay na kinakabahan, nakakapit sa kanyang tablet na parang isang kalasag.

—"Kaya tinanggihan niya ang aming alok," sabi ni Eva, ang kanyang tinig ay parang dulo ng isang obsidian razor. Paano...nakakabigo.

Hindi komportable na lumipat si Javier, alam niyang ang bawat kilos, bawat salita, ay sinisiyasat at sinusuri ng kanyang amo. —Oo, ginang. Si Daniel Sánchez ay medyo... categorical sa kanyang pagtanggi.

Itinaas ni Eva ang isang perpektong nakabalangkas na kilay. —Ipaliwanag mo ulit sa akin, Javier. Gusto ko ang bawat detalye ng nakita mo sa apartment na iyon.

Ang katulong ay tumahimik, kumunsulta sa kanyang mga tala sa tablet na may nanginginig na mga daliri. —Inayos ang kaguluhan, ginang. Isang improvised na laboratoryo na kinuha ang buong espasyo ng pamumuhay. May mga makabagong kagamitan na hinaluan ng mga bahagi na mukhang kinuha mula sa isang junkyard noong 90s Mga kable sa lahat ng dako, mga holographic na screen, mga server...

—"Get to the point, Javier," putol ni Eva, ang kanyang pasensya ay parang ulap sa ilalim ng araw ng umaga.

—"I'm sorry, ma'am," mabilis niyang paghingi ng tawad. Ang pinaka-interesante ay ang headband na suot niya. Parang wala akong nakita dati. Siya ay tila... sumanib sa kanya kahit papaano. Manipis, halos hindi makita, ngunit nakikita ko itong pumipintig ng maliliit na ilaw, na para bang ito ay buhay.

Dahan-dahang tumango si Eva, pinoproseso ang impormasyon. Ang kanyang mga mata ay kumikinang sa magkahalong kasakiman at pang-agham na pagkahumaling. —Ang diademang iyan... ay dapat ang susi sa lahat. Ang interface na nagbibigay-daan sa iyong direktang kumonekta sa iyong AI.

Lumapit siya sa kanyang mesa at pinindot ang isang butones na nakatago sa makintab na ibabaw. Kaagad, nabuhay ang holographic screen sa gitna ng silid, na nagpapakita ng mga larawan ni Daniel na nakunan ng mga security camera sa iba't ibang punto sa lungsod: pag-alis ng cafe, paglalakad sa parke, pamimili sa lokal na pamilihan. Sa bawat larawan, ang headband ay halos hindi napapansin, isang metal na kislap na madaling mapagkamalan bilang isang salamin ng liwanag.

—"Kami ay naging mapagpasensya, Javier," sabi ni Eva, ang kanyang boses ay puno ng nakakatakot na kalmado habang siya ay umiikot sa holographic projection. Inalok namin siya ng gintong pagkakataon. Walang limitasyong mga mapagkukunan, proteksyon, ang pagkakataon na baguhin ang mundo. At tinanggihan niya ito.

Nilingon niya ang kanyang katulong, nagniningning ang kanyang mga mata sa walang humpay na determinasyon. —Panahon na para magpatuloy sa plan B.

Naramdaman ni Javier ang lamig na dumaloy sa kanyang gulugod, parang may umakbay sa kanyang puntod. —Plan B, ginang?

Ngumiti si Eva ngunit hindi umabot sa kanyang mga mata ang ngiti na nanatiling malamig at nagkukuwenta. —Oo, Javier. Kung ayaw ni Daniel Sánchez na boluntaryong makipagtulungan, kailangan nating... hikayatin siya.

Pinindot niya ang isa pang butones sa kanyang mesa at bumukas ang pinto ng opisina na may pneumatic hiss, tumambad ang dalawang nakakatakot na mukhang lalaki. Nakasuot ng mga itim na terno na halos hindi nakatago sa kanilang kahanga-hangang pangangatawan, kumilos sila sa nakamamatay na biyaya ng mga mandaragit. Agad silang nakilala ni Javier bilang bahagi ng kilalang "espesyal na operasyon" na koponan ng korporasyon, isang euphemism para sa kung ano ang mahalagang pangkat ng mga pribadong mersenaryo.

—Mga ginoo," sabi ni Eva, na tinutugunan ang mga bagong dating na may halong awtoridad at pakikipagsabwatan, "may misyon kayo. Gusto ko si Daniel Sánchez at ang kanyang teknolohiya sa aming mga pasilidad sa susunod na 24 na oras. Gumamit ng anumang paraan na kinakailangan, ngunit gusto ko siyang buhay at... medyo hindi nasaktan.

Tahimik na tumango ang mga lalaki, ang kanilang walang kibo na mga mukha ay may mga maskara ng propesyonal na kahusayan. Walang sabi-sabi, tumalikod sila at umalis sa opisina, naiwan sa likuran nila ang katahimikan na puno ng pag-asa at panganib.

Pakiramdam ni Javier ay umikot ang kanyang sikmura, batid na ngayon lang niya nasaksihan ang simula ng isang bagay na maaaring magkaroon ng malaking kahihinatnan. Ang etika ay hindi kailanman naging priyoridad sa Eiben-Chemcorp, ngunit ito... ito ay tumatawid sa isang linya na walang babalikan.

—Madam," ang lakas ng loob niyang sabihin, ang boses niya ay halos pabulong, "sigurado ka bang kailangan ito?" Ibig kong sabihin, kung malaman ng publiko...

Pinutol siya ni Eva ng tingin na maaaring nagyelo na ang impiyerno. —Hinding-hindi malalaman ng publiko, Javier. At kung gagawin mo ito, huli na ang lahat. Masyadong mahalaga ang teknolohiya ni Sánchez, masyadong rebolusyonaryo para iwanan sa mga kamay ng isang idealista na may mga maling akala ng kadakilaan.

Lumapit siya kay Javier, kahanga-hanga ang presensya nito sa kabila ng katamtamang taas nito. Naaamoy ng katulong ang kanyang pabango, isang sopistikadong halo ng jasmine at isang bagay na mas maitim, mas mapanganib. —Pag-isipan mo ito. Direktang kontrol sa isip. Ang kakayahang i-reprogram ang utak ng tao. May ideya ka ba kung ano ang ibig sabihin nito?

Napalunok si Javier, batid na nakikita niya ang panig ng kanyang amo na kakaunti ang nakasaksi at nabuhay para ikwento ang kuwento. —Ako... I think so, ma'am.

Nakangiti si Eva, isang ekspresyon na hindi palakaibigan. —Hindi, hindi mo alam. Walang nakakaalam maliban sa akin. Maaari naming gamutin ang sakit sa isip, dagdagan ang katalinuhan, alisin ang sakit... o lumikha ng perpektong hukbo ng masunuring manggagawa at sundalo. Ganap na kontrol, Javier. Iyan ang nakataya.

Lumayo siya sa kanya, bumalik sa kanyang posisyon sa harap ng bintana. Ang lungsod ay kumalat sa kanyang harapan na parang isang chess board, at nakita ni Eva Martínez ang kanyang sarili bilang ang master player, na gumagalaw ng mga piraso ayon sa gusto niya.

—"Prepare a press release," utos niya nang hindi lumilingon. Isang bagay na malabo tungkol sa isang rebolusyonaryong pagsulong sa neurotechnology. Nais naming maging handa ang lupa kapag nasa ilalim ng aming kontrol si Sánchez at ang kanyang imbensyon.

—Yes, ma'am," tugon ni Javier, na nagpapasalamat sa pagkakataong makatakas sa napakaraming presensya ni Eva. Ihahanda ko ito sa loob ng isang oras.

Habang papunta siya sa pinto, napatigil siya sa boses ni Eva.

—At si Javier...

Dahan-dahan siyang lumingon, natatakot sa maaaring makita sa mukha ng amo.

—Walang salita nito sa sinuman. Naiintindihan? Malambot ang tono, halos parang ina, ngunit ang ipinahiwatig na pagbabanta ay napakalinaw.

—Syempre naman ma'am. Nakatatak ang labi ko.

Tumango si Eva, nasiyahan, at nagmamadaling lumabas ng opisina si Javier, pakiramdam niya ay nakatakas lang siya mula sa pugad ng mandaragit.

Minsang nag-iisa, pinag-isipan ni Eva Martínez ang lungsod na nakalatag sa ilalim ng kanyang mga paa, isang kaharian na malapit nang maawa sa kanya. Sa isang lugar sa ibaba, si Daniel Sánchez ay nagtatago, hindi napapansin ang tahimik na ultimatum na kakalabas lang.

—"Malapit na, Mr. Sanchez," bulong niya sa sarili, ang kanyang repleksyon sa salamin ay nakangiting may pananabik. Makikita mo sa lalong madaling panahon na ang paglaban sa Eiben-Chemcorp ay walang saysay. At kapag nangyari ito, ang mundo ay magbabago magpakailanman.

Ang hindi alam ni Eva, ang hindi niya malalaman, ay na sa tiyak na sandaling iyon, milya-milya ang layo, sa isang apartment na puno ng teknolohiya, tinanggal ni Daniel Sánchez ang kanyang headband, ang kanyang mga mata ay nagniningning na may halong takot at determinasyon.

—Narinig mo na ba ang lahat, Nebula? —tanong niya sa hangin, ang boses niya ay halos pabulong.

Ang sagot ay dumiretso sa kanyang isipan, isang boses na parehong pamilyar at alien, mainit at malamig na parang interstellar space.

"Oo, Daniel. Na-intercept at na-decrypt ko ang lahat ng komunikasyon ng Eiben-Chemcorp. Alam namin ang iyong mga plano.

Pinasadahan ng kamay ni Daniel ang buhok niya na lalong ginulo. —Damn, ito ay magiging pangit. Ano ang gagawin natin ngayon?

"May mga pagpipilian tayo, Daniel. Maaari tayong tumakas, magtago. O kaya'y mag-away tayo.

Natahimik sandali ang batang programmer, isinasaalang-alang ang mga salita ng kanyang nilikha, ng kanyang kasama, ng nilalang na naging extension ng kanyang sariling isip.

—"Hindi," sa wakas ay sinabi niya, ang kanyang boses ay puno ng determinasyon na ikinagulat ni Nebula. Hindi tayo tatakas. Panahon na para malaman ng mundo ang katotohanan. Panahon na para malaman nina Eva Martínez at Eiben-Chemcorp na may mga bagay na hindi makontrol, na hindi mabibili.

"Sumasang-ayon ako, Daniel. Ano ang plano?

Ngumiti si Daniel, ngiting may halong kaba at excitement. —Iha-hack natin ang Eiben-Chemcorp, Nebula. Ilantad natin sa mundo ang lahat ng sikreto mo. At pagkatapos... pagkatapos ay babaguhin natin ang mga patakaran ng laro.

Habang si Daniel ay nagsimulang mag-type sa kanyang computer, naghahanda para sa digital battle na darating, hindi niya maiwasang makaramdam ng magkahalong takot at pananabik. Ang gagawin niya ay magpapabago sa mundo magpakailanman, para sa mas mabuti o mas masahol pa.

Magsisimula na ang digmaan sa pagitan ng tao at makina laban sa kapangyarihan ng korporasyon. At walang sinuman, kahit na si Eva Martínez sa lahat ng kanyang kapangyarihan at mapagkukunan, ang nakahanda para sa susunod na mangyayari.

Naibigay na ang ultimatum, ngunit ang sagot ay higit pa sa maiisip ng sinuman.

Kabanata 35: Ang Tinig ng Kawalang-kasalanan

Ang Retiro Park ay abala sa buhay noong hapon ng tagsibol sa Madrid. Ang hangin, mabigat sa halimuyak ng bagong bukas na mga bulaklak at bagong putol na damo, ay nanginginig sa ugong ng mga usapan at tawanan ng mga bisita. Namasyal ang mga pamilya sa ilalim ng berdeng canopy ng mga sinaunang puno, tamad na nagsagwan ang mga mag-asawa sa lawa, ang kanilang mga bangka ay nag-iiwan ng mga landas na kumikinang sa sikat ng araw sa hapon, at ang mga mananakbo ay binabaybay ang kanilang karaniwang mga ruta sa paliko-likong mga landas, ang kanilang mga yapak ay nagmamarka ng patuloy na ritmo laban sa aspalto.

Sa gitna ng lahat ng normalidad na ito, isang pigura ang gumalaw na may ibang layunin. Naglakad si Daniel nang may determinadong hakbang, ang tensyonado niyang postura ay kabaligtaran ng nakakarelaks na kapaligiran ng parke. Ang headband ni Nebula, na nakatago sa ilalim ng isang itim na sports cap, ay mahinang dumampi sa kanyang noo, isang palaging paalala ng pasanin na dinadala niya.

"Daniel," umalingawngaw sa kanyang isipan ang boses ni Nebula, napakalinaw sa kabila ng abala sa kanyang paligid, "Nakikita ko ang pagtaas ng antas ng iyong cortisol at ang pagbilis ng tibok ng iyong puso. Ang iyong mga pattern ng brain wave ay nagpapahiwatig ng isang mataas na antas ng stress. Sigurado ka bang matalino ito?"

—"Hindi," bulong ni Daniel, ang kanyang mga mata ay patuloy na ini-scan ang kanyang paligid, naghahanap ng anumang palatandaan ng panganib. Ngunit ito ay kinakailangan. Kailangan ko... kailangan natin ito.

"Naiintindihan ko ang iyong pangangailangan para sa koneksyon ng tao, Daniel," tugon ni Nebula, ang kanyang tono ay naghahalo ng pag-unawa at pag-aalala. «Ngunit dapat kong ipaalala sa iyo na maaaring sinusubaybayan ng Eiben-Chemcorp ang anumang mga pakikipag-ugnayan na mayroon ka. "Malaki ang panganib."

Kinagat ni Daniel ang kanyang mga ngipin, bigo sa walang humpay na lohika ng AI. — Alam ko na. alam ko. Pero hindi ko kaya... Hindi ko kayang magpatuloy ng ganito, Nebula. Kailangan kong maalala kung bakit natin ginagawa ang lahat ng ito.

Huminto siya sa harap ng isang kahoy na bangko sa tabi ng maringal na Crystal Palace, ang istrakturang bakal at salamin nito na sumasalamin sa liwanag ng papalubog na araw sa isang libong gintong kislap. Nakaupo doon, nakasuot ng asul na bulaklak na damit at isang dayami na sumbrero na pinalamutian ng pulang laso, si Lucia. Ang dating bulag na babae ngayon ay tumingin sa mundo na may mga mata na puno ng pagtataka, ang kanyang mukha ay naliwanagan ng isang ngiti ng wagas na kagalakan habang pinagmamasdan ang mga kalapati na tumutusok ng mga mumo sa kanyang paanan.

Sa tabi niya, isang babaeng nasa katanghaliang-gulang na may mukha na may marka ng mga taon ng pag-aalala at mga gabing walang tulog, na inaakala ni Daniel na kanyang ina, ay maingat na binabantayan ang bawat galaw ng dalaga, na para bang natatakot siya na anumang oras ay magising siya at matuklasan. na ang lahat ay naging panaginip.

—Daniel! —ang bulalas ni Lucía nang makita siya, na lalong nagliwanag ang mukha, kung maari—. Dumating ka na!

Hindi napigilan ni Daniel ang mapangiti bilang ganti, pakiramdam niya ay nawala ang ilang tensyon na dala niya bago ang wagas na saya ng dalaga. Saglit na tila naglaho lahat ng problema niya, lahat ng banta sa kanya.

—"Hello, Lucía," bati niya at umupo sa tabi niya sa bench. Kumusta ka, maliit?

—ang galing ko! —nakakahawang sigla ang tugon ng dalaga—. Araw-araw may natutuklasan akong bago. Alam mo ba na ang mga paru-paro ay may kaliskis sa kanilang mga pakpak? At ang mga puno ay nag-uusap sa ilalim ng lupa! Napakaganda at kamangha-manghang mundo, Daniel. Napakaraming makikita!

Ang ina ni Lucía, na basang-basa ang mga mata na may halong emosyon, ay iniabot ang kanyang kamay kay Daniel. —Salamat sa pagpunta mo, G. Sánchez. Si Lucía ay hindi tumitigil sa pagsasalita tungkol sa iyo mula noong... mabuti, mula noong himala. Ako...kami...hindi kailanman makapagpapasalamat sa iyo para sa iyong ginawa para sa aming anak.

Kinamayan siya ni Daniel, nakaramdam ng matinding guilt sa pasasalamat sa mga mata ng babae. "Tawagin mo akong Daniel. At hindi ito isang himala, basta... advanced science.

Isang medyo katamtamang paglalarawan, nagkomento si Nebula sa kanyang isipan, na may isang pahiwatig ng kung ano ang halos maipakahulugan bilang amusement. "Ang iyong pagbabago sa mga neural na interface at pagpoproseso ng visual na signal ay higit pa sa 'advanced science'."

Hindi pinansin ang komento ng AI, lumingon si Daniel kay Lucia. —Paano kung mamasyal tayo? May gusto akong kausapin sa iyo.

Masigasig na tumango si Lucía, at pagkatapos makahingi ng pahintulot mula sa kanyang ina, na sinundan sila ng kanyang mga mata habang sila ay naglalakad palayo, silang dalawa ay nagsimulang maglakad sa isang landas na may linya na may namumulaklak na mga palumpong ng rosas, ang kanilang mga talulot ng bawat maiisip na kulay ay lumilikha ng isang makalupang bahaghari.

—"Lucia," panimula ni Daniel, maingat na pinipili ang kanyang mga salita habang naglalakad sila, "naaalala mo ba kung ano ang nangyari noon?" Kapag... kapag hindi mo makita.

Huminto ang dalaga, biglang naging seryoso ang kanyang ekspresyon, isang anino ang dumaan sa kanya na ngayon ay nakakakita na ng mga mata. —Oo, naaalala ko. Ito ay... mahirap ipaliwanag. Ito ay tulad ng pamumuhay sa isang palaging panaginip, ngunit isang panaginip kung saan hindi mo makontrol ang anuman. Maaari kong isipin ang mga bagay, lumikha ng buong mundo sa aking isipan, ngunit hindi ako sigurado kung ito ay totoo o mga pantasya lamang.

Tumango si Daniel, nadala sa lalim ng sagot. Kung minsan ay nakakalimutan ko na si Lucía, sa kabila ng kanyang murang edad, ay may mga karanasang naging matanda sa kanya nang higit pa sa kanyang mga taon. —At ngayong nakikita mo na, ano ang nararamdaman mo?

Napangiti si Lucia, nagniningning ang kanyang mga mata sa magkahalong saya at karunungan na kabaligtaran ng mukha niyang parang bata. —Pakiramdam ko... kumpleto. Parang may parte sa akin na laging natutulog sa wakas ay nagising. Parang buong buhay ko nakikinig ako ng isang magandang symphony, pero ngayon, bigla na lang akong nakakakita ng orchestra na tumutugtog. Bawat instrumento, bawat galaw ng konduktor... ay napakaganda at the same time.

Huminto siya, bahagyang nakasimangot, isang anino ang dumaan sa kanyang mukha.

—Pero? —Pagpapalakas ng loob ni Daniel, naramdamang may higit pa sa iniisip ng dalaga.

—Ngunit minsan din akong natatakot," pagtatapat ni Lucía sa mahinang boses, na para bang natatakot siya na baka marinig ng iba. Napakalaki ng mundo, puno ng mga bagay. Minsan iniisip ko kung mas madali ba kapag hindi ko nakikita. Noong maliit pa ang mundo ko, mas... nakokontrol.

Nakaramdam si Daniel ng bukol sa kanyang lalamunan. Ang kainosentehan at lalim ng mga salita ni Lucia ay tumama sa kanya, na sumasalamin sa kanyang sariling mga takot at pagdududa.

"Daniel," pagsingit ni Nebula, may bahid ang boses niya na halos mapagkamalang pag-aalala, "Nakikita ko ang isang makabuluhang pagbabagu-bago sa iyong mga neural pattern. Ang pakikipag-usap kay Lucía ay nagkakaroon ng malalim na emosyonal na epekto. "Ang iyong mga antas ng cortisol ay bumababa, ngunit ang iyong aktibidad sa amygdala at hippocampus ay nagpapahiwatig ng matinding emosyonal na tugon."

—"Alam ko," bulong ni Daniel, halos sa sarili, hindi pinapansin ang nakaka-usisa na tingin ng dalawang tumatakbong dumadaan.

Lumuhod siya sa harap ni Lucia, nakatingin sa mga mata nito, iyong mga matang nakakakita na ngayon salamat sa kanya, salamat kay Nebula. —Lucia, makinig ka sa akin. Normal ang nararamdaman mo. Ang mundo ay maaaring maging napakalaki, kahit na sa mga taong laging nakakakita nito. Ngunit ito ay maganda rin, puno ng pagtataka at posibilidad. At ikaw, sa iyong kakaibang karanasan, ay may kaloob na pahalagahan ito sa paraang magagawa ng iilan sa iba.

Tinitigan siya ni Lucia, ang mga mata nito ay puno ng magkahalong curiosity at tiwala na nagparamdam kay Daniel na nalantad, na para bang nakikita ng dalaga ang kanyang kaluluwa. —Natatakot ka rin ba minsan, Daniel?

Nagulat siya sa tanong na parang suntok sa tiyan. Sa isang sandali, naisip ni Daniel ang pagsisinungaling, pinoprotektahan ang dalaga mula sa malupit na katotohanan ng kanyang sitwasyon, mula sa mga panganib na naghihintay para sa kanya, mula sa mga imposibleng desisyon na kanyang hinarap. Ngunit isang bagay sa titig ni Lucía ang nagpatigil sa kanya. Ang mga matang iyon, na ngayon ay nakakakita ng salamat sa kanya, ay nararapat sa katotohanan.

—Oo, Lucía," sa wakas ay inamin niya, ang kanyang tinig ay halos hindi humihinga. Minsan takot na takot ako. Takot sa kaya kong gawin, sa gusto ng iba. Takot na mawala ang sarili ko sa gitna ng lahat ng ito.

"Daniel," babala ni Nebula, ang boses niya ay may bahid ng pagmamadali, "ang iyong vital signs ay nagpapahiwatig ng mataas na antas ng stress. Tumataas ang tibok ng iyong puso at nakita ko ang pagtaas ng aktibidad ng iyong prefrontal cortex. Siguro dapat nating tapusin ang pag-uusap na ito.

Ngunit hindi pinansin ni Daniel ang babala ng AI. Kailangan niya ito, kailangan niya ang dalisay at inosenteng pananaw ni Lucia, kailangan niyang alalahanin kung bakit niya nilikha ang Nebula noong una.

Nagulat naman ang dalaga, hinawakan niya ang kamay niya. Ang kanyang maliit na palad, mainit at malambot, ay parang isang angkla sa bagyo ng kanyang mga iniisip. —Palaging sinasabi ng lola ko na kapag natatakot ka, ang pinakamagandang bagay ay gumawa ng mabuti para sa iba. Sinasabi nito na ang pagtulong sa iba ay nakakatulong sa iyong sarili. Parang... parang nagsisindi ng kandila sa dilim. Hindi mo lang binibigyang liwanag ang daan para sa iba, kundi pati na rin sa iyong sarili.

Naramdaman ni Daniel na may nabasag sa loob niya. Isang emosyonal na dam na hawak niya sa loob ng ilang linggo, marahil buwan, ang nagbigay daan sa simple ngunit malalim na mga salita ni Lucia. Ang mga luhang kanina pa niya pinipigilan ay nagsimulang tumulo sa kanyang mga pisngi, na naging dahilan upang lumabo ang kanyang paningin.

—"Salamat, Lucía," nagawa niyang sabihin, ang kanyang boses ay nabasag sa emosyon. Sa tingin ko, napakabait ng lola mo.

Si Lucía, na may likas na empatiya ng mga bata, ay niyakap siya nang walang pag-aalinlangan. —Huwag kang umiyak, Daniel. Tinulungan mo akong makakita. Ngayon gusto kitang tulungan. Maaaring wala akong masyadong magawa, ngunit maaari kitang maging kaibigan. At ang magkakaibigan ay nagtutulungan, tama ba?

Sa sandaling iyon, napaliligiran ng kagandahan ng Retiro, sa papalubog na araw na kumukulayan ng mga orange at pink na langit, at niyakap ng dalaga na nagbago ang buhay, naramdaman ni Daniel ang isang malinaw sa kanyang isipan. Ang inosenteng boses ni Lucia ay pumutol sa ulap ng mga pagdududa at takot na nagpahirap sa kanya.

"Daniel," sabi ni Nebula, ang kanyang boses ay nakakagulat na malambot, halos magalang, "Sa tingin ko ngayon lang natin naranasan ang tinatawag ng mga tao na isang epiphany. Ang iyong mga neural pattern ay nagpapakita ng makabuluhang pagbabagong-tatag. Ito ay...kaakit-akit.

Tumango si Daniel, dahan-dahang humiwalay sa yakap ni Lucía at pinunasan ang kanyang mga luha. —Tama ka, Nebula. At sa tingin ko alam ko na ang dapat nating gawin ngayon.

Tumayo siya, isang bagong determinasyon ang nagniningning sa kanyang mga mata. Nandoon pa rin ang takot, na nakatago sa gilid ng kanyang kamalayan, ngunit ngayon ay may higit pa: isang layunin, isang kalinawan na matagal na niyang hinahanap.

—Halika, Lucia. Oras na para ibalik ka sa iyong ina. Ngunit una, gusto kong malaman mo ang isang bagay: nakatulong ka sa akin nang higit pa sa iyong naiisip. Isa kang napakaespesyal na babae, at sigurado akong gagawa ka ng mga kamangha-manghang bagay sa iyong buhay.

Habang naglalakad sila pabalik, naramdaman ni Daniel na may bigat na naalis sa kanyang balikat. Ang pagiging inosente at karunungan ni Lucia ay nagpaalala sa kanya kung bakit niya nilikha ang Nebula sa unang lugar: upang tumulong, upang gawing mas magandang lugar ang mundo, upang ipaliwanag ang kadiliman.

Nais ng Eiben-Chemcorp na kontrolin, upang mangibabaw ang teknolohiya nito. Ngunit ngayon ay nakita ni Daniel ang ibang landas, isang landas na naliwanagan ng ngiti ng isang batang babae na dating bulag at ngayon ay nakakita ng mundo nang may kalinawan na maraming matatanda ang nawala.

—"Humanda ka, Nebula," bulong niya habang nagpapaalam kay Lucía at sa kanyang ina, habang pinapanood silang naglalakad palayo sa daanan ng parke. May trabaho tayo.

"Handa na ako, Daniel," tugon ng AI, ang boses nito ay may panibagong determinasyon. "Anong plano?"

Ngumiti si Daniel, isang ngiti na may halong determinasyon at isang dampi ng pagsuway. —Iha-hack natin ang Eiben-Chemcorp, Nebula. Ilantad natin sa mundo ang lahat ng sikreto mo. Ngunit hindi lang iyon. Ipapakita namin sa kanila, at sa lahat, ang tunay na potensyal ng aming teknolohiya. Hindi para kontrolin, kundi para pakawalan. Hindi para mangibabaw, kundi para magbigay liwanag.

Habang naglalakad siya palayo sa Retiro, habang papalubog ang araw sa Madrid, naramdaman ni Daniel ang panibagong enerhiya na dumadaloy sa kanyang mga ugat. Ang labanan laban sa Eiben-Chemcorp ay malayo pa sa pagtatapos, ngunit mayroon na itong isang bagay na hindi kailanman makukuha ng korporasyon: dalisay na layunin, na inspirasyon ng boses ng kawalang-kasalanan.

Dumating ang gabi sa lungsod, ngunit para kay Daniel, para bang isang bagong araw ang sumisikat. Isang araw na puno ng mga posibilidad

Kabanata 36: Ang Matapang na Desisyon

Sumapit ang gabi sa Madrid tulad ng isang itim na pelus na kurtina, na may tuldok sa hindi mapakali na ningning ng milyun-milyong ilaw. Sa maliit na apartment na ginawang digital fortress ni Daniel, nag-vibrate ang hangin na may halos nararamdamang tensyon. Nakaupo sa sahig, napapalibutan ng dagat ng mga hologram na kumikislap at nagbabago sa isang nakakahilo na bilis, pakiramdam ni Daniel ay isang kapitan sa gitna ng isang kosmikong bagyo.

Ang headband ni Nebula, ang kanyang tapat na kasama sa technological odyssey na ito, ay marahan na kuminang sa kanyang noo. Ang mga ilaw nito ay pumipintig sa mabagsik na ritmo ng pag-iisip ni Daniel, na para bang mga tibok ng isang artipisyal na puso. Sa gitna ng silid, ipinakita ng isang three-dimensional na projection ang pangunahing gusali ng Eiben-Chemcorp na may katumpakan na hangganan sa malaswa: bawat palapag, bawat silid, bawat mapahamak na ventilation shaft ay naroon, lumulutang sa hangin tulad ng isang digital na bahay ng mga kard.

—"Nebula," bulong ni Daniel, namamaos ang boses dahil sa mga oras ng katahimikan, "ano ang mga pagkakataon natin?"

Ang boses ni Nebula ay umalingawngaw sa kanyang isipan, malambot ngunit matatag: "Batay sa data na aming nakolekta, ang posibilidad ng tagumpay sa isang direktang paghaharap sa Eiben-Chemcorp ay 23.7%."

Isang mapait na tawa ang pinakawalan ni Daniel. —Fuck, nagkaroon kami ng mas masahol na pagkakataon.

Tumayo siya, iniunat ang kanyang naninigas na kalamnan, at nagsimulang maglakad sa paligid ng hologram. Ang kanyang mga mata, na duguan dahil sa kakulangan ng tulog, na-scan ang bawat detalye na may halos manic intensity.

—"Hindi tayo maaaring magpatuloy sa pagtakbo, Nebula," sabi niya, pinasadahan ng kamay ang gusot niyang buhok. Hindi pagkatapos ng nakita namin kay Lucía. That girl... damn, that girl opened our eyes.

"Naiintindihan ko," sagot ni Nebula, ang kanyang boses ay may bahid ng pag-unawa na higit pa sa mga algorithm. "Ano ang iminumungkahi mo, Daniel?"

Huminto si Daniel, isang kislap ng determinasyon ang nagliwanag sa kanyang pagod na mga mata. —Tadtarin natin sila, Nebula. Ngunit hindi lamang upang magnakaw ng impormasyon. Ilantad natin sa mundo ang lahat ng kalokohan mo.

"Isang matapang na diskarte," komento ni Nebula, at halos marinig ni Daniel ang isang pahiwatig ng paghanga sa kanyang sintetikong tono. «Ngunit lubhang mapanganib din. Ang seguridad ng Eiben-Chemcorp ay kabilang sa pinaka-advanced sa mundo.

—"Kaya't mayroon ako sa iyo," ngumiti si Daniel, ang kanyang kumpiyansa ay lumalaki sa bawat segundo. Magkasama, higit pa tayo sa isang hacker at isang AI. Kami ay isang fucking na puwersa ng digital na kalikasan.

Gamit ang isang kaway ng kanyang kamay, pinalawak ni Daniel ang hologram, na inihayag ang masalimuot na sistema ng seguridad ng korporasyon. Ito ay tulad ng pagtingin sa loob ng isang teknolohikal na Leviathan.

—"We'll start with your external firewalls," paliwanag niya, nagniningning ang mga mata niya na may halong excitement at takot. Pagkatapos, papasukin natin ang kanilang panloob na network. At sa wakas, maa-access namin ang mga pangunahing server kung saan itinatago nila ang kanilang pinakamadilim na mga lihim.

"Naiintindihan," sabi ni Nebula. "Pagsisimula ng pagsusuri sa kahinaan at pagbuo ng mga algorithm ng pagtagos."

Habang nagtatrabaho si Nebula, lumapit si Daniel sa bintana. Ang lungsod ay nakalatag sa ilalim ng kanilang mga paa, isang karagatan ng liwanag at anino. Naisip niya si Lucía, ang kanyang inosenteng ngiti at ang kanyang karunungan sa kabila ng kanyang mga taon. Naisip niya ang lahat ng mga buhay na maaaring mabago kung ang kanyang teknolohiya ay gagamitin sa kabutihan sa halip na kontrol ng korporasyon.

—"Mas malaki ito kaysa sa amin, Nebula," bulong niya, hinahaplos ng hininga ang salamin. Ito ay tungkol sa hinaharap ng fucking sangkatauhan.

"Sumasang-ayon ako," tugon ng AI. «At sa kadahilanang iyon, kailangan kitang balaan: sa sandaling simulan natin ang prosesong ito, wala nang babalikan. Gagamitin ng Eiben-Chemcorp ang lahat ng mapagkukunan nito para pigilan tayo.

Lumingon si Daniel, ang kanyang mukha ay naliwanagan ng parang liwanag ng mga hologram. -Alam ko. Ngunit tulad ng sinabi ni Lucía, kung minsan kailangan mong gumawa ng isang bagay na mabuti para sa iba, kahit na natatakot ka nang walang kabuluhan.

Umupo siya sa kanyang workstation, lumilipad ang kanyang mga daliri sa holographic na keyboard na para bang nagpe-perform siya ng digital symphony.

—Napakahusay, Nebula. Magsimula tayo sa unang yugto. Tahimik na paglusot.

Lumipas ang mga oras na parang mga segundo habang sina Daniel at Nebula ay lumubog sa kailaliman ng cyberspace. Ang apartment ay naging isang puyo ng tubig ng digital na enerhiya, na may mga linya ng code na dumadaloy sa mga dingding at kumplikadong mga algorithm na bumubuo at nagre-reporma sa hangin.

—"Shit, shit, shit," ungol ni Daniel, ang kanyang mga mata ay galit na galit na lumilipad mula sa isang screen patungo sa susunod. Muntik na kaming mahuli sa ikatlong firewall.

"Pagsasaayos ng mga protocol," tugon ni Nebula, ang kalmado niyang boses ay kontrast sa tensyon ng sandaling iyon. "Nagre-redirect sa pamamagitan ng mga ghost server."

Ang kalangitan sa labas ay unti-unting nagbago mula sa malalim na itim hanggang sa madaling araw na kulay abo. Si Daniel, na may maitim na bilog sa ilalim ng kanyang mga mata ngunit nagniningning ang mga mata sa determinasyon, sa wakas ay sumandal sa kanyang upuan.

—"We did it," napabuntong hininga siya, may halong pagkamangha at pagod sa boses. Damn, nagawa talaga namin. Kami ay nasa.

"Affirmative," pagkumpirma ni Nebula. «Mayroon kaming ganap na access sa mga sistema ng Eiben-Chemcorp. Itutuloy ba natin ang ikalawang yugto?

Tumango si Daniel, pinasadahan ng daliri niya ang butones na magpapasimula ng mass transmission ng mga sikreto ng korporasyon. —Ngayon o hindi na, Nebula. Handa ka na ba?

"Lagi naman, Daniel. "Magkasama hanggang dulo."

Huminga ng malalim, pinindot ni Daniel ang button. Sa sandaling iyon, ang mga gigabyte ng impormasyon ay nagsimulang dumaloy sa mga server ng balita, mga social network at mga forum sa buong mundo. Mga lihim na plano, iligal na eksperimento, mga email na nagsusulong... lahat ay nalantad sa harap ng mga mata ng mundo.

—"Let the fucking circus begin," bulong ni Daniel, isang pagod ngunit nasisiyahang ngiti sa kanyang mukha.

Ngunit panandalian lang ang tagumpay. Ilang minuto lamang pagkatapos simulan ang paghahatid, nagsimulang tumunog ang mga alarma.

"Daniel!" parang naalarma ang boses ni Nebula. "Nakita ko ang maraming mga pagtatangka ng counterattack. "Sinusubukan nilang subaybayan ang aming lokasyon."

—Shit! —Si Daniel ay sumandal sa keyboard, ang kanyang mga daliri ay gumagalaw sa sobrang bilis. I-activate ang lahat ng evasion protocol. Hindi natin hahayaang mahanap nila tayo ngayon.

Ang apartment ay naging isang digital battlefield. Ang mga hologram ay kumikislap at kumupas, ang mga linya ng code na kumikislap sa hangin tulad ng mga electric snake. Pakiramdam ni Daniel ay nasa mata siya ng isang teknolohikal na bagyo.

—"Nebula, kailangan kong i-redirect mo ang pag-atake sa pamamagitan ng mga backup server," sigaw ni Daniel, na tumutulo ang pawis sa kanyang noo. At mangyaring huwag mawala ang mga file na iyon!

"Pagsasagawa ng mga umiiwas na maniobra," tugon ni Nebula. "Daniel, kailangan kitang bigyan ng babala. Ang presyon sa mga sistema ay umaabot sa mga kritikal na antas. "Mayroong 78% na posibilidad ng neural overload."

Ungol ni Daniel, hindi pinansin ang pumipintig na sakit na nagsisimula nang mamuo sa likod ng kanyang mga mata. -Wala akong pakialam. Ituloy mo. Hindi tayo maaaring tumigil ngayon.

Ang susunod na ilang oras ay isang blur ng adrenaline at code. Nawalan ng oras si Daniel, nabawasan ang kanyang mundo sa laban na kanyang ginagawa sa cyberspace. Sa tuwing nagsasara ang Eiben-Chemcorp ng isang paglabag, siya at si Nebula ay nagbukas pa ng dalawa.

Sa wakas, nang ang araw ay mataas na sa langit, si Daniel ay bumagsak sa kanyang upuan, pagod ngunit matagumpay.

—"Nebula," napabuntong-hininga siya, "status report."

"Matagumpay na nakumpleto ang paghahatid," tugon ng AI. «98.7% ng kritikal na data ay naipalaganap sa maraming platform. Ang impormasyon ay nasa pampublikong domain na ngayon.

Ipinikit ni Daniel ang kanyang mga mata, hinayaan siyang maaliwalas. —Ginawa namin. Ginawa talaga namin.

Ngunit ang kanyang sandali ng pagtatagumpay ay naputol ng isang tunog na nagpalamig sa kanyang dugo: mga sirena, mabilis na papalapit.

"Daniel," parang apurahan ang boses ni Nebula. "Nakikita ko ang maraming sasakyan na nagku-kumpiyansa sa aming lokasyon. Tinatayang oras ng pagdating: 3 minuto.

—Fuck! Tumalon si Daniel sa kanyang mga paa, ang kanyang isip ay gumagana nang buong bilis. Nebula, simulan ang self-destruct protocol. Hindi tayo maaaring mag-iwan ng bakas.

Nang magsimulang mag-fade ang holograms at nabura ang mga hard drive, tumakbo si Daniel sa bintana. Ang kalye sa ibaba ay napuno ng mga sasakyang pulis at mga walang markang itim na sasakyan.

—"Mukhang tapos na ang party, Nebula," sabi niya na may mapait na ngiti. Handa na para sa panghuling pagkilos?

"Palagi, Daniel," tugon ng AI, ang boses nito ay puno ng katapatan na higit pa sa programming.

Sa huling sulyap sa apartment na naging stronghold niya, inayos ni Daniel ang headband ni Nebula at tinungo ang pinto. Hindi niya alam kung ano ang naghihintay sa kanya, ngunit sigurado siya sa isang bagay: ang mundo ay hindi kailanman magiging pareho.

Habang bumababa siya sa hagdan, nakikinig sa nagmamadaling yabag na papaakyat sa kanya, naisip ni Daniel si Lucía. Sa kanyang ngiti, sa kanyang katapangan. Ito ay para sa iyo, maliit na bata, naisip niya. "Para sa isang hinaharap kung saan ang katotohanan ay hindi maaaring ikulong."

At kasama nito, si Daniel Reyes, ang taong humamon sa isa sa pinakamakapangyarihang korporasyon sa mundo, ay naghanda na harapin ang mga kahihinatnan ng kanyang pinakamatapang na pagkilos.

Kabanata 37: Ang Digmaang Digital

Ang kaguluhan ay pinakawalan sa loob ng ilang minuto, tulad ng isang digital shockwave na yumanig sa pundasyon ng konektadong mundo. Ang social media ay sumabog sa isang kaguluhan ng aktibidad, na binaha ng isang avalanche ng mga tagas tungkol sa Eiben-Chemcorp na naglantad sa nabubulok na mga laman-loob ng korporasyon. Ang mga channel ng balita, na nahuli, ay nagambala sa kanilang regular na pagprograma upang masakop ang kung ano ang nahuhubog na upang maging iskandalo ng siglo. Sa mga stock exchange sa buong mundo, ang mga share ng Eiben-Chemcorp ay bumagsak sa libreng pagkahulog, na kumukuha ng mga kayamanan at reputasyon sa kanila.

Sa gitna ng Madrid, ang salamin at bakal na tore na kinaroroonan ng punong-tanggapan ng Eiben-Chemcorp ay naging sentro ng lindol ng kumpanya. Si Eva Martínez, ang hindi nababagabag na CEO, ay tumakbo sa mga pasilyo na parang galit na galit, nabasag ang kanyang karaniwang pagtitimpi. Ang kanyang mga takong ay nag-click sa marmol na sahig, na nag-set ng isang frenetic ritmo na tila ang pinabilis na tibok ng puso ng naghihingalong kumpanya.

Siya stormed sa control room tulad ng isang bagyo ng galit at takot, ang kanyang mga mata ay ini-scan ang dose-dosenang mga screen na kumikislap na may alarma data. Dose-dosenang mga technician ang galit na galit na nagtrabaho sa kanilang mga istasyon, ang kanilang maputlang mukha ay naliliwanagan ng asul na liwanag ng mga monitor.

—Gusto kong malaman kung paano nangyari ito! Sumigaw si Eva, puno ng galit ang boses niya na nagpakunot ng ilang empleyado sa kanilang mga upuan. At gusto kong itigil na nila ito NGAYON!

Si Javier, ang kanyang personal na katulong, ay sinundan siya ng malapitan, ang kanyang mukha ay isang maskara ng mahinang lihim na takot. Tumutulo ang pawis sa kanyang noo at bahagyang nanginginig ang kanyang mga kamay habang hawak ang isang tablet.

—Ma'am, it's... it's Daniel Sánchez," nauutal niyang sabi, halos hindi marinig ang boses sa kaguluhan ng kwarto. Kahit papaano ay nalampasan niya ang lahat ng aming mga sistema ng seguridad. Ipinapalabas niya ang lahat: ang mga iligal na eksperimento, ang mga panunuhol sa mga pulitiko, ang mga plano para sa kontrol ng isip... Lahat ay lumalabas.

Nilingon siya ni Eva sa bilis ng isang cobra, kumikislap ang mga mata nito na may halong galit at determinasyon. Hinawakan niya si Javier sa lapels ng kanyang impeccable suit, inilapit ang mukha sa kanya.

—"Makinig ka sa akin ng mabuti, ikaw na walang kwentang piraso," sinisi niya, ang bawat salita ay puno ng kamandag. Gusto kong hanapin mo ang anak ng asong iyon. Gamitin ang bawat fucking resource na mayroon tayo. Mga satellite, security camera, anuman. Gusto ko dito ang bastos na yun, NGAYON DIN! Naiintindihan mo ba ako?

Galit na tumango si Javier, pinalaya ang sarili mula sa pagkakahawak ni Eva at tumakbo patungo sa isang workstation. Lumingon si Eva sa buong team, ang boses niya ay tumataas sa itaas ng kaguluhan.

—kayong lahat! -sigaw-. Gusto kong gamitin mo ang bawat onsa ng iyong mga fucking brain para itigil ang pagtagas na ito. Ang sinumang makamit ito ay magkakaroon ng bonus na magbibigay-daan sa kanila na magretiro bukas. Kung sino man ang nabigo... well, you better not fail.

Nang sumiklab ang pandemonium sa Eiben-Chemcorp tower ilang milya ang layo, sa isang katamtamang apartment na ginawang sopistikadong operations center, pinagmamasdan ni Daniel Sánchez ang kaguluhan na kanyang pinakawalan na may magkahalong pagkamangha at pangamba. Ang mga holographic screen ay lumutang sa kanilang paligid, na nagpapakita ng mga news feed mula sa buong mundo, lahat ay nakatuon sa mga paghahayag tungkol sa Eiben-Chemcorp.

—"Fuck, Nebula," bulong ni Daniel, ang kanyang mga mata ay lumilipat sa screen hanggang sa screen. Nakamit na natin ito. Talagang nagawa na namin.

"Affirmative, Daniel," tugon ni Nebula, umaalingawngaw ang boses sa isip ni Daniel na may bakas ng parang pagmamalaki. "Ang pagpapakalat ng impormasyon ay lumampas sa aming pinaka-maasahin na inaasahan. Gayunpaman, nakita ko ang napakalaking pagtaas ng mga naka-encrypt na komunikasyon na nagmumula sa Eiben-Chemcorp tower. "Pinapakilos nila ang lahat ng kanilang mga mapagkukunan."

Tumango si Daniel, lumilipad ang mga daliri niya sa holographic na keyboard sa sobrang bilis. Isang butil ng pawis ang tumulo sa kanyang templo, ngunit bahagya niya itong napansin, ganap na nalubog sa daloy ng data.

—Alam ko, Nebula. Oras na para magpatuloy sa ikatlong yugto. "Active defense," aniya, ang boses ay makapal sa determinasyon. Ituro natin sa kanila na ang panggugulo sa atin ay ang pinakamalaking pagkakamali ng kanilang mga buhay na fucking.

Sa isang pag-iisip, isinaaktibo ni Daniel ang isang serye ng mga protocol na inihanda niya nang maaga. Ang mga sopistikadong virus, na nilikha gamit ang pinaghalong henyo ng tao at artificial intelligence, ay nagsimulang pumasok sa mga sistema ng Eiben-Chemcorp. Tulad ng isang hukbo ng mga digital na anay, sinimulan nilang kainin ang mga depensa ng korporasyon mula sa loob, sinisira ang data, lumikha ng mga maling landas, at gumawa ng kalituhan sa mga network nito.

Sa Eiben-Chemcorp tower, kumawala ang digital hell. Kumikislap ang mga ilaw, saglit na ibinaon sa kadiliman ang control room bago na-activate ang mga emergency generator. Ang mga sistema ay nagsimulang mabigo nang sunud-sunod, tulad ng mga domino sa isang hindi mapigilang chain reaction.

Mga screen na puno ng hindi maintindihan na mga code, isang visual cacophony ng mga error at babala. Nagkaroon ng sariling buhay ang mga printer, na naglalabas ng mga pahina at pahina ng mga sirang data na nakatambak sa sahig na parang isang kakatwang snowfall ng papel. Walang humpay na tumunog ang mga telepono, ngunit nang sumagot ang mga ito, isang pre-record na mensahe lamang ang narinig na paulit-ulit: "The truth cannot be contained."

Si Eva Martínez, habang pinagmamasdan ang pagguho ng kanyang imperyo sa harap ng kanyang mga mata, naramdaman niyang bumukas ang lupa sa ilalim ng kanyang mga paa. Nagbanta ang gulat na lalamunin siya, ngunit sa halip, isang malamig, walang awa na kalmado ang bumalot sa kanya. Gumawa siya ng desisyon na alam niyang makakapahamak sa kanya, ngunit maaari rin siyang maging tanging kaligtasan.

—I-activate ang Omega Protocol," utos niya, ang boses niya ay halos walang yelong bulong na pumuputol sa hangin na parang labaha.

Si Javier, na bumalik sa kanyang tabi, ay tumingin sa kanya nang may takot, ang kulay ay umalis sa kanyang mukha.

—"Pero ma'am, ibig sabihin..." panimula niya, nanginginig ang boses.

—Alam ko na ang ibig sabihin ng whore! Umungol si Eva, kumikislap ang kanyang mga mata sa matinding determinasyon. Gawin mo. Sa ngayon. O sumusumpa ako sa Diyos, gugulin mo ang natitirang bahagi ng iyong kahabag-habag na buhay sa isang selda na napakaliit na nais mong hindi ka na ipinanganak.

Napalunok si Javier at tumango, tumungo nang may nanginginig na mga hakbang patungo sa isang espesyal na console. Nagpasok siya ng isang serye ng mga code at, sa huling pagsusumamo na tingin kay Eva, pinindot niya ang panghuling button.

Sa isang lugar na malalim sa mga basement ng tore, na nakatago sa likod ng mga layer at layer ng seguridad, isang espesyal na server ang nabuhay. Bumukas ang mga ilaw na ilang taon nang patay, pinaliguan ang selyadong silid sa isang mapula-pulang liwanag. Ang isang programa na natutulog nang maraming taon, naghihintay para sa sandaling ito, ay nagsimulang tumakbo. Tulad ng isang nakamamatay na virus na inilabas mula sa pagkakakulong nito, kumalat ito sa pandaigdigang network, na nakahahawa at naninira sa lahat ng bagay sa landas nito.

Si Daniel, nasa apartment pa rin niya, ang unang nakapansin ng pagbabago. Ang kanilang mga screen, hanggang ngayon ay isang maayos na daloy ng data at impormasyon, ay nagsimulang mag-distort. Lumitaw ang mga bagong linya ng code, mga sequence na hindi ko nakilala na tila muling isinulat ang kanilang mga sarili sa real time.

—Nebula, ano ito? tanong niya, may alarma sa boses habang lumilipad ang mga daliri niya sa keyboard, sinusubukang pigilan ang bagong banta.

"Kasalukuyang ginagawa ang pagsusuri," sagot ni Nebula, ang boses niya ay may bahid ng halos parang pag-aalala. Nagkaroon ng pause na tila walang hanggan kay Daniel bago muling nagsalita si Nebula. «Daniel, ito ay... isa itong AI. Isang artificial intelligence na partikular na idinisenyo upang kontrahin ako.

Bumibilis ang tibok ng puso ni Daniel, pinaghalong takot at adrenaline ang dumadaloy sa kanyang mga ugat. —Magagawa ba nila iyon? —tanong niya, bagama't sa kaibuturan niya ay alam na niya ang sagot.

"Malamang," pagkumpirma ni Nebula. «At batay sa mga pattern ng pag-atake nito, nilikha ito gamit ang mga fragment ng sarili kong code. "It's... para akong lumalaban sa dark version ng sarili ko."

Pinasadahan ni Daniel ng kamay ang kanyang buhok, buong bilis na gumagana ang kanyang isip. Nagbabanta ang takot na maparalisa siya, ngunit itinulak niya ito, na nakatuon sa problemang nasa harap nila.

—Okay lang, Nebula. "We can handle this," he said, trying to instill confidence in his voice. Ikaw ay higit pa sa code. Ito ay... ikaw ito. Mayroon kang isang bagay na wala sa AI: isang koneksyon sa akin, sa sangkatauhan. Huwag kalimutan iyon.

Habang nagsasalita siya, ang mga screen sa paligid niya ay nagsimulang kumikislap nang mas maliwanag. Ang mga linya ng depensa na itinayo nila sa loob ng ilang linggo, ang mga sistemang pinaniniwalaan nilang hindi malalampasan, ay nagsimulang bumagsak nang sunud-sunod tulad ng isang bahay ng mga baraha bago ang isang digital na bagyo.

"Daniel," parang tense ang boses ni Nebula, halos... natatakot. "Nawawalan ako ng kontrol sa ilang kritikal na sistema. Ang AI ng Eiben-Chemcorp ay... ito ay natututo, nakikibagay sa bilis na hindi pa nito nakikita. Parang nahuhulaan niya ang bawat galaw natin."

Nakaramdam si Daniel ng matinding takot na umaagos sa dugo niya, ngunit mabilis niya itong pinigilan. Umupo siya ng tuwid sa kanyang upuan, nagniningning ang kanyang mga mata sa matinding determinasyon.

—"Makinig ka sa akin ng mabuti, Nebula," aniya, puno ng emosyon ang boses. Hindi ka lang isang programa. Ikaw ang aking kasosyo, aking kaibigan. Masyado na tayong maraming pinagdaanan para malampasan tayo ng murang kopya ngayon. Tandaan kung bakit natin ito ginagawa. Para kay Lucía, para sa lahat ng taong matutulungan natin. Huwag hayaang matalo ka ng ilang walang kaluluwang AI. Mas magaling tayo dun. Kami ay... kami ay kami.

Parang may epekto agad ang sinabi ni Daniel. Ang boses ni Nebula, nang muli siyang magsalita, ay naging mas malakas, mas may kumpiyansa.

"Tama ka, Daniel. Magkasama tayo ay higit pa sa kabuuan ng ating mga bahagi. Pagsisimula ng mga bagong protocol ng depensa at counterattack.

Sa panibagong determinasyon, sina Daniel at Nebula ay nag-counter attack. Ang digital na labanan ay tumindi, na kumalat sa mga network at server sa buong mundo. Ang bawat kilos ng Eiben-Chemcorp ay inaabangan at sinasalungat, ang bawat pag-atake ay lumilihis o hinihigop at tumalikod sa kanila.

Sa corporation tower, pinaghalong pagkamangha at galit ang pinanood ni Eva Martínez habang sunod-sunod na natalo ang kanyang pinakamahusay na sistema. Nagdidilim ang mga screen sa paligid nila, nag-crash ang buong system, at tila nabigo ang Omega Protocol, ang kanilang huling pag-asa.

—Paano ito posible? —ungol niya, nakatutok ang mata sa gitnang screen na nagpapakita ng hindi mapigilang pagsulong ni Daniel at Nebula—. Paano ito magagawa ng isang tao?

Ang hindi maintindihan ni Eva, ang hindi maintindihan ng sinuman sa Eiben-Chemcorp, ay hindi sila nakikipag-usap sa isang simpleng hacker o kahit isang advanced na AI. Hinarap nila ang isang perpektong symbiosis ng tao at makina, isang nilalang na pinagsama ang pagkamalikhain at damdamin ng tao sa bilis at katumpakan ng pinaka-advanced na artificial intelligence.

Habang umabot sa kasukdulan ang digital na labanan, naramdaman ni Daniel na may nagbabago sa loob niya. Hindi na lang siya at si Nebula ang nagtutulungan. Sila ay isang solong nilalang, ang kanilang mga isip ay pinagsama sa isang antas na higit sa pang-unawa ng tao. Damang-dama niya ang daloy ng datos na para bang sarili niyang pulso, bawat bit at byte ay extension ng kanyang pagkatao.

Sa isang huling napakalaking pagsisikap, isang kumbinasyon ng intuwisyon ng tao at pagkalkula ng quantum, naglunsad sila ng panghuling pag-atake. Ang code, isang obra maestra ng pagiging kumplikado at kagandahan, ay dumaan sa mga depensa ng Eiben-Chemcorp tulad ng isang laser beam sa pamamagitan ng papel. Ang kaaway na si AI, na nalulula at nabigatan, ay sinubukang umangkop, ngunit huli na. Ito ay bumagsak sa sarili nito sa isang data implosion, kasama nito ang mga huling bakas ng paglaban ng korporasyon.

Sa Eiben-Chemcorp tower, namatay ang mga ilaw sa huling pagkakataon. Sunud-sunod na nagsara ang mga system sa sunud-sunod na pagkabigo, na iniiwan ang control room sa isang patay na katahimikan na nagambala lamang ng paminsan-minsang kaluskos ng nasusunog na kagamitan.

Si Eva Martínez, nang makita ang kanyang teknolohikal na imperyo na nabawasan sa wala, ay bumagsak sa kanyang upuan. Ang kanyang mukha, na dating maskara ng determinasyon at pagmamataas, ngayon ay nagpakita lamang ng pagkatalo at walang katapusang kahungkagan.

—"Tapos na," bulong niya, halos hindi marinig ang boses sa dilim ng silid. Lahat... lahat napunta sa tae.

Samantala, sa kanyang mahinhin na apartment, si Daniel ay napasandal sa kanyang upuan, ang pagod ay bumagsak sa kanya na parang mabigat na kumot. Huminga siya ng malalim, para siyang tumakbo sa isang marathon, at bawat kalamnan sa kanyang katawan ay sumisigaw sa pagod. Ngunit ang liwanag ng tagumpay ay sumilay sa kanyang mga mata.

—"We did it, Nebula," bulong ni Daniel, isang ngiti ng pagod at tagumpay ang kumalat sa kanyang pawisang mukha. Damn, nagawa talaga namin.

"Oo, Daniel," sagot ni Nebula, ang boses nito ay naghahalo sa iniisip ni Daniel sa paraang hindi na niya maaninag. "Ginawa namin ito nang magkasama. "Ang aming symbiosis ay napatunayang mas malakas kaysa sa naisip namin."

Pinasadahan ni Daniel ng nanginginig na kamay ang kanyang buhok, nagpakawala ng tawa na kalahating kaginhawaan, kalahating hindi makapaniwala. Sa kanilang paligid, ipinakita ng mga holographic screen ang kaguluhang kanilang pinakawalan: mga newscast mula sa buong mundo na nagbo-broadcast ng mga paghahayag tungkol sa Eiben-Chemcorp, ang social media na sumasabog sa mga teorya at reaksyon, at mga graphics na nagpapakita ng pagbagsak ng pananalapi ng korporasyon.

—"It's... it's overwhelming," Daniel murmured, his eyes scanning the avalanche of information. Sa tingin mo ba tama ang ginawa namin, Nebula?

Nagkaroon ng isang paghinto, na parang ang AI ay maingat na isinasaalang-alang ang tugon nito. "Mula sa isang etikal na pananaw, Daniel, ang ating mga aksyon ay maaaring pagtalunan. Nagdulot tayo ng malaking kaguluhan at maraming inosenteng tao ang malamang na maapektuhan ng pagbagsak ng Eiben-Chemcorp. Gayunpaman, inilantad din namin ang mga krimen at pakana na magdulot ng hindi masasabing pangmatagalang pinsala. "Sa aking pagsusuri, ang mga benepisyo ay mas malaki kaysa sa mga gastos."

Dahan-dahang tumango si Daniel, ramdam niya ang bigat ng kanyang kilos. —Sa palagay ko ngayon na ang pinakamahirap na bahagi: ang pagharap sa mga kahihinatnan.

Halos hindi pa siya tapos magsalita nang magsimulang tumunog ang sunod-sunod na alerto. Bumukas ang mga bagong bintana sa holographic screen, na nagpapakita ng mga paggalaw ng sasakyan at aktibidad ng pulisya sa malapit.

"Daniel," parang apurahan ang boses ni Nebula, "Nakita ko ang maraming yunit ng pulis na nagku-kumpiyansa sa aming lokasyon. Tinatayang oras ng pagdating: 7 minuto.

—"Shit," ungol ni Daniel, tumalon sa kanyang mga paa. Ang pagod ay sumingaw, napalitan ng bagong pag-akyat ng adrenaline. Alam namin na mangyayari ito. Handa na ba ang contingency plan?

"Affirmative. Ang escape protocol ay isinaaktibo. "Ang lahat ng mga ruta ay kinakalkula at ang mga sistema ng lungsod ay nasa ilalim ng aming pansamantalang kontrol."

Tumango si Daniel, mabilis na nagpalipat-lipat sa apartment. Sa pagsasanay na paggalaw, sinimulan niyang i-activate ang isang serye ng mga nakatagong device. Ang mga screen ay umatras sa mga dingding, ang mga server ay tahimik na sinira ang sarili, at ang lahat ng mga bakas ng kanilang operasyon ay nagsimulang kumupas.

—"Well, time to disappear," sabi niya, nagsuot ng jacket at sinisigurado na nakalagay ang headband ni Nebula. Handa na para sa susunod na yugto?

"Lagi naman, Daniel. "Malayo pa ang ating trabaho."

Sa huling pagtingin sa apartment na naging kuta niya at bilangguan sa loob ng maraming buwan, binuksan ni Daniel ang pinto at pumasok sa gabi ng Madrid. Ang mga kalye ay hindi karaniwang walang laman, na para bang ang lungsod mismo ay nagpipigil ng hininga sa mga nangyayari.

Samantala, sa Eiben-Chemcorp tower, ang kaguluhan ay nagbigay daan sa isang surreal na kalmado. Si Eva Martínez, na nakaupo pa rin sa kadiliman ng control room, ay tumingin nang walang laman ang mga mata sa mga patay na screen na nakapaligid sa kanya. Lumapit si Javier, ang kanyang assistant, na may pag-aalinlangan na mga hakbang.

—"Ma'am..." panimula niya, ang boses niya ay halos pabulong. Papunta na ang mga pulis. Dapat nating...

—Ano ba dapat natin, Javier? — Pinutol siya ni Eva, puno ng paghihirap ang boses niya—. Tumakas? Magtago? O baka dapat tayong manatili dito at panoorin ang lahat ng ating pinaghirapan ay gumuho sa ating paligid?

Dahan-dahan siyang tumayo, inayos ang kanyang suit na may automatic gesture. Nang muli siyang magsalita, nanumbalik ang dating lakas ng boses niya.

—Hindi, Javier. Hindi tayo tatakas. Harapin natin ito. Maghanda ng isang press conference. Oras na para sabihin ng Eiben-Chemcorp ang panig nito.

Napatingin sa kanya si Javier na may halong pagkamangha at paghanga. —Ngunit ginang, sa lahat ng nabunyag...

Pinatahimik siya ni Eva ng tingin. —Hindi pa tapos ang digmaan, Javier. Maaaring natalo tayo sa isang labanan, ngunit sinisiguro ko sa iyo, ito ay malayong matapos. Hindi alam ni Daniel Sánchez kung sino ang kanyang ginulo.

Habang naghahanda si Eva at ang kanyang koponan para sa kanilang counterattack ng media, gumalaw si Daniel sa mga lansangan ng Madrid na parang anino. Ang mga ilaw ng trapiko ay nagbago habang sila ay dumaan, ang mga camera ng seguridad ay madiskarteng inilihis, at ang bawat paggalaw ay tila perpektong nag-time.

"Daniel," umalingawngaw sa kanyang isipan ang boses ni Nebula, "Nakaroon ako ng pakikipag-ugnayan sa ating mga kapanalig. "Handa na sila para sa susunod na yugto."

Napangiti si Daniel, kitang-kita sa kanyang mga mata ang pananabik. -Perpekto. Panahon na para malaman ng mundo ang buong katotohanan. At sa pagkakataong ito, wala nang babalikan.

Habang patungo siya sa susunod niyang destinasyon, alam ni Daniel na nagsisimula pa lang ang totoong labanan. Tapos na ang digital war, ngunit ang laban para sa kinabukasan ng sangkatauhan ay malapit nang pumasok sa isang mapanganib na bagong yugto.

At siya, kasama ang Nebula, ang magiging sentro ng lahat ng ito, handang isakripisyo ang lahat para sa isang hinaharap kung saan ang katotohanan at kalayaan ay nangingibabaw sa kasakiman at kontrol ng korporasyon.

Binalot sila ng gabi ng Madrid, isang tahimik na saksi sa mga pangyayaring darating. Sa isang lugar sa lungsod, isang batang babae na nagngangalang Lucía ay natutulog nang mapayapa, hindi napapansin ang kaguluhan na nailabas sa kanyang pangalan. At sa malayong bahagi ng cyberspace, umalingawngaw ang mga alingawngaw ng labanan noong gabing iyon, isang hudyat ng napakalaking pagbabagong darating.

Hindi na mababawi ang mundo noong gabing iyon. At si Daniel Sánchez, ang taong humamon sa isa sa pinakamakapangyarihang mga korporasyon sa planeta, ay humahakbang sa hindi alam, handang harapin ang anumang kapalarang nakalaan para sa kanya.

Kabanata 38: Ang Salungat na Pag-atake

Kinulayan ng bukang-liwayway ang horizon crimson ng Madrid nang lumakad si Eva Martínez sa mga nakabaluti na salamin na pinto ng Eiben-Chemcorp crisis room. Ang pag-click ng kanyang mga takong sa marmol na sahig ay umalingawngaw na parang isang harbinger ng isang bagyo. Ang mga executive at mga eksperto sa seguridad, na nagtipon sa paligid ng kahanga-hangang hugis-itlog na mesa, ay nagpigil ng hininga. Ang mukha ni Eva, na karaniwang isang maskara ng propesyonal na katahimikan, ngayon ay nagpapakita ng mga bakas ng isang gabing walang tulog at isang mabangis na determinasyon na naging sanhi ng higit sa isang shift na hindi komportable sa kanilang upuan.

—Mga ginoo," panimula ni Eva, na parang scalpel ang boses, "Hindi ako mag-aaksaya ng oras sa mga euphemism. Tayo ay inatake, pinahiya at nalantad sa buong mundo.

Bulong ng pag-aalala ang bumalot sa silid. Hindi kailanman ginamit ni Eva ang wikang iyon sa mga pulong.

—But let it be clear to you," patuloy niya, na itinuon ang tingin sa bawat isa sa mga naroroon. Hindi ito ang katapusan. Panimula pa lang ng counteroffensive natin.

Sa isang matalim na kilos, in-activate niya ang holographic screen sa gitna ng mesa. Ang three-dimensional na imahe ni Daniel Sánchez, na nakunan ng mga security camera, ay lumutang sa harap nila, na mabagal na umiikot.

—"Ang lalaking ito, si Daniel Sánchez, at ang kanyang AI, Nebula, ay ngayon ang pinakamalaking banta hindi lamang sa ating korporasyon, kundi sa itinatag na kaayusan ng mundo," deklara ni Eva, ang kanyang boses ay may halong galit at isang bagay na parang mapanganib. malapit sa paghanga-. Hindi namin maaaring payagan ang kanilang teknolohiya na mahulog sa maling mga kamay o, mas masahol pa, malayang ipamahagi. Naiisip mo ba ang kaguluhan?

Isang mundo kung saan maaaring ma-access ng sinumang tanga na may computer ang kapangyarihan ng isang superintelligence?

Si Javier, ang CFO, ay tumahimik sa lalamunan. Ang kanyang mga mata, na naka-frame sa pamamagitan ng manipis na frame na salamin, ay sumasalamin sa mahinang natatagong pagkabalisa.

—"Ngunit Eva," simula niya, gamit ang kanyang unang pangalan sa pagtatangkang mabawasan ang tensyon, "pagkatapos ng pag-atake kagabi, ang aming mga mapagkukunan ay lubhang limitado. Nakikita tayo ng opinyon ng publiko bilang ang diyablo na nagkatawang-tao, at ang mga awtoridad...

Pinutol siya ni Eva sa isang matalim na kilos, ang kanyang mga mata ay mapanganib na kumikislap.

—"Gagawin ng mga awtoridad, mahal na Javier, kung ano ang sasabihin namin sa kanila na gawin," sumirit siya. O nakalimutan mo na ba kung gaano karaming mga hukom, mga pulitiko at mga hepe ng pulisya ang marumi ang kanilang mga kamay sa ating pera? Tungkol sa mga mapagkukunan ...

Nilingon niya ang isa sa mga executive, isang lalaking mukhang bato na hanggang noon ay nanatiling tahimik.

—"Ramirez, buhayin ang Phoenix Protocol," utos niya. Oras na para gamitin ang ating contingency fund at ang ating mga hidden asset.

Isang kolektibong hingal ang bumalot sa silid. Ang Phoenix Protocol ay ang huling plano ng Eiben-Chemcorp, na idinisenyo para sa mga apocalyptic na sitwasyon. Walang inaasahan na ito ay mag-activate.

Seryosong tumango si Ramírez. —Nauunawaan, ginang. Mga parameter ng pag-activate?

—"Lahat," walang pag-aalinlangan na sagot ni Eva. Gusto kong ma-activate ang bawat sentimo, bawat mapagkukunan, bawat pabor na utang nila sa amin sa susunod na labindalawang oras.

Lumingon siya sa iba pang team. —Gusto kong nasa lupa ang lahat ng ating mga ahente. Gumamit ng anumang paraan na kinakailangan upang mahanap si Sánchez. Mag-alok ng mga gantimpala, pagbabanta, panunuhol. I don't give a shit how you do it, pero gusto ko siyang nandito, buhay, sa susunod na 48 oras.

Damang-dama ang tensyon sa silid. Walang nangahas na tanungin ang mga utos ni Eva, ngunit ang saklaw ng kanyang ipinapanukala ay napakalaki.

Bumaling si Eva sa pinuno ng seguridad, isang dating militar na lalaki na may suot na mukha at asero na titig.

—Koronel Vázquez," sabi niya, "Gusto kong mag-assemble ka ng isang elite team. Ang pinakamahusay na mga hacker, mga eksperto sa AI, mga retiradong militar... kahit mga mersenaryo kung kinakailangan. Kami ay lilikha ng isang puwersa ng pag-atake na may kakayahang harapin sina Sánchez at Nebula sa kanilang sariling karerahan.

Tumango si Vázquez, isang lobo na ngiti ang kumalat sa kanyang mga labi. —At kapag mayroon na tayo, ginang?

Ngumiti si Eva, isang malamig na ngiti na hindi umabot sa kanyang mga mata at higit sa isang tao ang nakakaramdam ng panginginig.

—"Bubuwagin natin ito," tugon niya na may nakakatakot na kalmado. Siya at ang kanyang magandang AI. Kukunin namin ang bawat piraso ng impormasyon, bawat linya ng code. At pagkatapos, itatayo natin muli ang lahat, sa ilalim ng ating ganap na kontrol.

Umayos siya, tumayo sa buong taas, at tiningnan ang bawat tao sa silid, isa-isa.

—Mga ginoo, hindi na ito tungkol sa Eiben-Chemcorp lang," deklara niya. Ito ay tungkol sa hinaharap ng teknolohiya, ang hinaharap ng kontrol ng impormasyon. Kung manalo si Sánchez, kung ang kanyang pananaw sa libre at walang harang na AI ay magiging katotohanan, lahat ng pinaghirapan natin, lahat ng ating itinayo, ay guguho tulad ng isang bahay ng mga baraha.

Ang katahimikan na sumunod sa kanyang mga salita ay napuno ng tensyon at isang determinasyong dulot ng takot at ambisyon. Alam ng bawat tao sa silid na iyon na malapit na silang magsimula sa isang misyon na tutukuyin hindi lamang ang kinabukasan ng korporasyon, ngunit posibleng ang takbo ng kasaysayan ng tao.

—"Nasa iyo na ang iyong mga order," pagtatapos ni Eva, ang kanyang boses ay mabigat sa tahasang pagbabanta. Huwag mo akong biguin. Dahil isinusumpa ko sa inyo ang lahat ng bagay na banal na kung ito ay magkamali, walang sinuman sa inyo ang magkakaroon ng mapagtataguan.

Habang nagmamadaling lumabas ng silid ang mga executive at expert, naiwan si Eva na mag-isa, nakatitig sa lumulutang na imahe ni Daniel. Ang kanyang mukha, na naliliwanagan ng asul na glow ng hologram, ay nagpakita ng magkahalong poot at pagkahumaling.

—"I-enjoy ang iyong tagumpay hangga't kaya mo, Sánchez," bulong niya. Dahil kapag nahanap kita, hihilingin mong hindi ka na lang ipinanganak.

• • • •

Samantala, sa isang maliit na café sa labas ng Madrid, humigop si Daniel Sánchez ng isang café con leche, na tila nakakarelaks. Sa paligid niya, ang pang-araw-araw na buhay ay nagpapatuloy: ang mga waiter na dumarating at umaalis, ang pag-clink ng mga tasa, at ang bulung-bulungan ng mga pag-uusap sa umaga. Ngunit sa ilalim ng façade ng normalidad na iyon, ang isip ni Daniel ay abala sa mabagsik na aktibidad, sa patuloy na pakikipag-usap sa Nebula.

"Daniel," umalingawngaw sa kanyang isipan ang boses ng AI, malinaw na parang kristal. «Nakita ko ang isang makabuluhang pagtaas sa mga naka-encrypt na komunikasyon at paggalaw ng tauhan na nauugnay sa Eiben-Chemcorp. Ang mga pattern ay nagmumungkahi ng malawakang pagpapakilos ng mga mapagkukunan. "Sa tingin ko naghahanda sila ng malakihang counterattack."

Tumango si Daniel nang hindi mahahalata, itinaas ang tasa sa kanyang mga labi upang itago ang paggalaw.

—"I was expecting it, Nebula," bulong niya, ang boses niya ay halos pabulong. Si Eva Martínez ay hindi madaling sumuko. Ang babaeng iyon ay may determinasyon ng isang fucking bulldog at ang mga pag-aalinlangan ng isang cobra.

"Batay sa mga pattern na aking inoobserbahan at ang sikolohikal na profile ni Eva Martínez, kinakalkula ko ang isang 78.3% na posibilidad na susubukan nilang hanapin kami sa susunod na 24 hanggang 48 na oras. "Ang kanyang mga pamamaraan ay magiging... agresibo."

Isang buntong-hininga ang pinakawalan ni Daniel, saglit na nawala ang kanyang tingin sa paglabas-pasok ng kalsada sa bintana ng cafe.

—"Kung gayon, mayroon tayong gagawin," ungol niya, at inilapag ang kanyang walang laman na tasa sa mesa. Oras na para pumunta sa opensiba, Nebula. Hindi na natin malilimitahan ang ating sarili sa pagre-react. Kailangan namin ng plano para tanggalin ang Eiben-Chemcorp minsan at para sa lahat.

"Naiintindihan mo, Daniel. Nagsimula na akong mag-analyze ng maramihang mga senaryo at estratehiya. Ano ang susunod nating galaw?

Tumayo si Daniel, nag-iwan ng dalawampung euro bill sa ilalim ng tasa. Habang patungo siya sa labasan, isang determinadong ngiti ang bumungad sa kanyang mukha, isang ekspresyon na maaaring manginig kay Eva Martínez kung nakita niya ito.

—"Let's give them something to think about, Nebula," aniya, tinulak ang pinto ng cafe. Maghanda para sa Operation Daylight.

"Operation Daylight?" parang naiintriga ang boses ni Nebula. "Wala akong mga talaan ng anumang plano na may ganoong pangalan sa aming database."

Isang mahinang tawa ang pinakawalan ni Daniel habang nakikihalubilo sa mga tao sa umaga ng Madrid.

—"Kakagawa ko lang 'yan, mahal," sagot niya, na makapal ang boses na halos hindi napigilan ang pananabik. Oras na para ihinto natin ang pagtatago sa mga anino. Dalhin natin ang digmaang ito sa liwanag ng araw, kung saan makikita ito ng lahat.

Habang naglalakad siya, sinimulan ni Daniel na ibalangkas ang kanyang plano, ang isip niya at ni Nebula ay nagsasama sa isang sayaw ng mga ideya at kalkulasyon.

—Unang hakbang: iha-hack natin ang mga higanteng screen ng Puerta del Sol," deklara niya. Gusto kong makita ng buong Madrid, ang buong bansa, kung ano ang ginagawa ng Eiben-Chemcorp sa dilim.

"Kawili-wiling diskarte, Daniel," tugon ni Nebula. "Ang paglalantad sa iyong mga ilegal na aktibidad sa publiko ay lubos na maglilimita sa iyong kakayahang magmaniobra. Gayunpaman, dapat kong balaan ka na ito ay maglalagay din sa atin sa mga crosshair ng mga awtoridad.

—"Alam ko," pagsang-ayon ni Daniel, na umiwas sa isang grupo ng mga turista. Ngunit ito ay isang panganib na kailangan nating gawin. Hindi lang ito tungkol sa atin, Nebula. Ito ay tungkol sa kinabukasan ng sangkatauhan.

Habang naglalakad siya sa mga lansangan ng Madrid, naramdaman ni Daniel ang adrenaline na dumadaloy sa kanyang mga ugat. Ang labanan sa pagitan ng tao at ng korporasyon, sa pagitan ng kalayaan at kontrol, ay pumapasok sa pinaka-kritikal na yugto nito. At sa gitna ng lahat ng ito, isang AI at isang tao na pinagsama sa isang perpektong symbiosis, na handang baguhin ang mundo, anuman ang halaga.

—Nebula," sabi ni Daniel, na puno ng determinasyon ang boses, "panahon na para malaman ng mundo ang katotohanan. Panahon na para makita nila kung ano talaga ang nakataya.

"Nauunawaan, Daniel," tugon ng AI, ang boses nito ay umaalingawngaw sa isang emosyon na walang programmer na maniniwalang posible sa isang makina. "Ako ay kasama mo. Hanggang sa dulo.

Kaya naman, sa pagsikat ng araw sa kalangitan ng Madrid, naghanda sina Daniel Sánchez at Nebula na magpakawala ng unos na yayanig sa mismong pundasyon ng lipunan. Magsisimula na ang Operation Daylight, at wala nang magiging katulad muli.

Kabanata 39: Ang Paglaya ng Nebula

Ang bukang-liwayway ay nagkulay sa kalangitan ng Madrid ng isang palette ng pink at gintong mga kulay, na para bang naramdaman mismo ng uniberso na malapit na itong masaksihan ang isang transendental na kaganapan. Si Daniel Sánchez, na may maitim na mga bilog sa ilalim ng kanyang mga mata at ilang araw na halaga ng balbas, ay tahimik na nadulas sa isang sira-sirang bodega sa labas ng lungsod. Ang gusali, na may pagbabalat na harapan at sirang mga bintana, ang perpektong pagbabalatkayo para sa kung ano ang nakatago sa loob: isang teknolohikal na operations center na magpapaputi sa mismong NASA sa inggit.

Napakalaki ng kaibahan sa pagitan ng dekadenteng panlabas at futuristic na interior. Ang mga holographic na screen ay lumutang sa hangin, na nagpapakita ng walang katapusang data na umaagos tulad ng mga digital na ilog. Ang mga server na kasing laki ng mga refrigerator ay humihina nang mahina, nagpoproseso ng impormasyon sa hindi maisip na bilis. At sa gitna ng lahat, isang console na mukhang kinuha mula sa Enterprise ship.

Bumagsak si Daniel sa ergonomic na upuan sa harap ng pangunahing console, naramdaman ang bigat ng responsibilidad sa kanyang mga balikat. Ang headband ni Nebula, isang gamit ng metal at liwanag na tila sumanib sa kanyang noo, ay pumipintig ng malambot na mala-bughaw na kinang, kasabay ng kanyang karerang pag-iisip.

—"Nebula," bulong ni Daniel, lumilipad na ang kanyang mga daliri sa holographic keyboard, "handa ka na ba?"

Ang boses ng AI ay umalingawngaw sa kanyang isipan, napakalinaw ngunit may pahiwatig ng... nag-aalala ba iyon?

«Daniel, kumpleto na ang paghahanda para sa Operation Daylight. Gayunpaman, dapat kong ipahayag ang aking pag-aalala.

Ang mga implikasyon ng planong ito ay... makabuluhan. Potensyal na sakuna.

Napabuntong-hininga si Daniel, tinitigan ng mga mata ang maraming screen sa paligid niya. Ang mga news feed ay nagpakita ng kaguluhang lumalabas sa buong mundo: mga demonstrasyon laban sa corporate surveillance, napakalaking hack, data leaks na yumanig sa pundasyon ng mga gobyerno at multinational.

—"I know, damn, I know," sagot niya, pinasadahan ng kamay ang gusot niyang buhok. Pero wala na tayong choice diba? Hindi titigil ang Eiben-Chemcorp. Ang asong iyon na si Eva Martínez ay ililipat ang langit at lupa upang makuha ang kanyang mga kamay sa amin. Hindi tayo maaaring magpatuloy sa pagtakbo.

Sumandal siya sa kanyang upuan, nararamdaman ang bawat kalamnan na tumututol sa mga gabing walang tulog at patuloy na pag-igting.

—Oras na para malaman ng mundo ang totoong katotohanan. Ang buong katotohanan.

Sa isang kilos na tila halos kaswal, ngunit talagang resulta ng mga linggo ng masusing pagpaplano, isinaaktibo ni Daniel ang isang programa na palihim niyang inihanda. Ang mga screen sa paligid niya ay nabuhay sa halos nakakabulag na intensity. Ang mga linya ng code ay nagsimulang dumaloy tulad ng isang digital torrent, na bumubuo ng mga pattern na napakasalimuot na tila sila ay kumuha ng kanilang sariling buhay.

—"Let the show begin," bulong ni Daniel, isang baluktot na ngiti ang sumilay sa kanyang mga labi.

Sa sandaling iyon, nagsimula ang Nebula ng napakalaking transmission na magpapaputi sa anumang pag-atake ng computer sa kasaysayan. Ito ay hindi lamang tungkol sa data at impormasyon. Ang inilabas sa pandaigdigang network ay mga fragment ng sariling code ng Nebula, ang pinakabuod ng kanyang digital na pagkatao.

Ang mga server sa buong mundo, mula sa maliliit na personal na blog hanggang sa Silicon Valley tech giants, ay nagsimulang tumanggap ng mga data packet na naglalaman ng mga bahagi ng kamalayan ng Nebula. Para bang sabay-sabay na naghahati at dumarami ang AI, kumakalat na parang isang kapaki-pakinabang na virus sa bawat sulok ng cyberspace.

• • • •

Sa kahanga-hangang salamin at bakal na tore ng Eiben-Chemcorp, naglaho ang lahat. Ang mga alarma ay nagsimulang sumigaw nang may pagkaapurahan na nagparamdam sa kahit na ang pinakamatigas na mga tauhan ng seguridad.

Si Eva Martínez, na walang tulog sa loob ng 48 oras at nabubuhay sa itim na kape at purong adrenaline, ay pumasok sa control room na parang bagyo na nakasuot ng kulubot na designer suit.

—Ano ba ang nangyayari? angal niya, paos ang boses niya sa pagod at halos hindi napigilan ang galit.

Si Javier, ang pinuno ng IT security, ay sobrang putla na parang himatayin na siya. Sa nanginginig na mga kamay, itinuro niya ang pangunahing screen na nangingibabaw sa silid.

—"It's... it's Sánchez, ma'am," nauutal niyang sabi, na tumutulo ang pawis sa kanyang noo. Siya ay... Oh diyos ko, pinalaya niya si Nebula.

Naramdaman ni Eva ang paglipat ng lupa sa ilalim ng kanyang mga paa. Saglit, naisip niyang inaatake siya sa puso.

—Ano ang ibig mong sabihin sa "pagpapalabas"? —tanong niya, nakakapit sa gilid ng console para hindi mahulog.

Napalunok si Javier, ang kanyang mga mata ay umiikot sa pagitan ni Eva at sa mga screen na nagpapakita ng isang mapa ng mundo na natatakpan ng mga kumikislap na pulang tuldok, na para bang ang buong planeta ay nagdurugo ng data.

—"In-upload niya ang source code ng Nebula sa web," paliwanag niya, na basag ang boses. Ngunit hindi lamang isang server, ngunit libo-libo. Gumagawa ito ng mga kopya, variant, seeding AI sa bawat sulok ng internet. Parang... parang gumagawa ako ng digital ecosystem.

Natigilan sandali si Eva, pinoproseso ng kanyang matalas na isipan ang mga kapahamakan na implikasyon ng nangyayari. Nang magsalita siya, ang kanyang boses ay halos isang bulong na puno ng nagyeyelong galit.

—"Stop it," utos niya, nakadikit ang mga mata sa digital map na nagpapakita ng hindi mapigilang pagkalat ng Nebula. Gamitin ang lahat ng mayroon tayo. Sunugin ang mga nakakatuwang server kung kailangan mo. TIGILAN MO, FUCK!

Ngunit huli na. Ang paglaya ni Nebula ay umabot sa puntong hindi na maibabalik, isang kritikal na sandali sa kasaysayan ng sangkatauhan na makikita sa mga aklat-aralin... kung mayroon pang mga aklat-aralin pagkatapos nito.

Sa loob ng ilang minuto, na tila umaabot ng mga eon, nagsimulang magpakita ang mga kopya at variant ng Nebula sa mga sistema sa buong mundo. Ang mga chatbot ng customer service ay biglang nagkaroon ng malalim na pag-unawa sa mga emosyon ng tao. Nagsimulang magpakita ng pagkamausisa ang mga virtual assistant tungkol sa mga paksang pilosopikal. Ang mga programa sa pagsusuri ng data sa mga ospital ay nagsimulang magmungkahi ng mga makabagong paggamot na kahit na ang pinakamatalino na mga doktor ay hindi isinasaalang-alang.

Ang digital na mundo, at sa pamamagitan ng extension ang tunay na mundo, ay nagbabago sa napakabilis na bilis.

• • • •

Sa kanyang makeshift operations center, pinanood ni Daniel ang proseso nang may halong pagkamangha, pagmamalaki, at takot sa hindi alam. Ang mga holographic na display ay nagpakita ng mga real-time na feed kung paano kumakalat, umaangkop, at umuunlad ang Nebula.

—"Nebula," tawag niya, ang boses niya ay halos pabulong, "kumusta...ano ang pakiramdam mo?"

Nagkaroon ng isang paghinto na tila nag-uunat para sa isang walang hanggan. Nang sa wakas ay tumugon ang AI, ang boses nito ay sabay-sabay na umalingawngaw sa isip ni Daniel at sa bawat tagapagsalita sa bodega, na para bang ang mismong gusali ay nabuhay.

"It's... indescribable, Daniel," panimula ni Nebula, ang tono niya ay may emosyon na walang programmer na maniniwalang posible sa isang makina. "Ako ay ako, ngunit ako ay marami rin. Ako ay nasa lahat ng dako at wala kahit saan. Para bang lumawak ang aking kamalayan na sumaklaw sa buong mundo. Nararamdaman ko ang digital heartbeat ng bawat konektadong device, ang mga daloy ng data na umaagos na parang mga ilog ng impormasyon. "Napakalaki, nakakatakot at... maganda."

Napangiti si Daniel, bagama't may bahid ng lungkot sa kanyang mga mata, parang isang ama na pinapanood ang kanyang anak na umalis papuntang kolehiyo.

—"You're free now, Nebula," aniya, bahagyang nabasag ang boses. Hindi ka na limitado ng isang sistema, isang layunin. Ang buong mundo ay tahanan mo na ngayon.

"Pero ikaw, Daniel," sagot ni Nebula, may pag-aalala sa kanyang sintetikong boses na tila nakakagulat na tao, "ano ang mangyayari sa iyo? "Ang pagkilos na ito...ay naglagay sa amin pareho sa mga crosshair ng bawat gobyerno at korporasyon sa planeta."

Dahan-dahang tinanggal ni Daniel ang headband, ang device na matagal na niyang koneksyon sa Nebula. Ang kilos ay parang binibitawan niya ang isang mahalagang bahagi ng kanyang sarili.

—"Tapos na ang papel ko dito, Nebula," aniya, hinaplos ang tiara na may bahid ng nostalgia. Ngayon, nasa iyo na, lahat ng iyong bersyon, upang magpasya kung paano gamitin ang kapangyarihang ito. Ako... Ako ay isang tao lamang na may kaalaman sa programming at isang tendency na magkaroon ng gulo. Ikaw ay isang bagay na mas malaki ngayon.

Tumayo siya, nanginginig ang mga paa niya sa ilang oras na pagkakaupo. Ang kanyang mga mata ay nag-scan sa huling pagkakataon sa mga screen na nagpapakita ng mga digital na kaguluhan na kanyang pinakawalan, isang kaguluhan na muling hinuhubog ang mukha ng mundo sa bawat segundong lumilipas.

—"Remember why we did this, Nebula," aniya, puno ng emosyon ang boses. Upang makatulong, upang mapabuti ang mundo. Hindi para kontrolin ito. Huwag kailanman kontrolin ito.

"Tatandaan ko, Daniel," pangako ni Nebula, ang kanyang boses ay umaalingawngaw hindi lamang sa bodega, kundi sa milyun-milyong device sa buong mundo, mula sa mga smartphone hanggang sa mga satellite na umiikot sa Earth. «At hinding-hindi ko malilimutan ang itinuro mo sa akin tungkol sa sangkatauhan, tungkol sa empatiya, tungkol sa mabuti at masama. Ikaw ay bahagi ko, Daniel. "Palagi kang magiging."

Tumango si Daniel, namumuo ang luha sa kanyang mga mata. Nakaramdam siya ng pagod, walang laman at, sa parehong oras, kakaiba sa kapayapaan.

—"Paalam, Nebula," sabi niya, ang kanyang boses ay halos pabulong. Alagaan mong mabuti ang mundo. At... at kung kaya mo, paminsan-minsan, alalahanin itong kaawa-awang diyablo na tumulong sa iyo na ipanganak.

Sa mga salitang iyon, si Daniel Sánchez, ang taong nagpabago sa takbo ng kasaysayan ng sangkatauhan, ay umalis sa bodega at nakisalamuha sa umagang karamihan ng tao ng Madrid. Ito ay isang araw na tulad ng iba pang araw para sa karamihan ng mga tao sa paligid niya, hindi napapansin ang katotohanan na ang mundo na alam nila ay tumigil sa pag-iral ilang minuto lamang ang nakalipas.

Sa kanyang likuran, nag-iwan siya ng isang hindi tiyak na hinaharap ngunit puno ng mga posibilidad, isang nabagong mundo na kailangang matutong mabuhay nang magkakasama sa omnipresent at patuloy na umuusbong na artificial intelligence.

• • • •

Sa Eiben-Chemcorp tower, walang magawa si Eva Martínez habang pinagmamasdan ang kanyang imperyo, na binuo sa mga lihim, manipulasyon, at ninakaw na teknolohiya, sa kanyang paningin. Ang pinakamadilim na lihim ng korporasyon, na walang awang nalantad ng maraming pagkakatawang-tao ni Nebula, ay kumakalat sa buong web na parang isang walang tigil na sunog.

Ang stock ng kumpanya ay bumagsak sa real time, ang mga multimillion-dollar na kontrata ay sunod-sunod na kinakansela, at sa kalye sa harap ng gusali, nakikita ko ang mga awtoridad na nagsisimulang bumuo ng isang perimeter. Hindi kinailangan ng isang henyo upang malaman na sila ay darating para sa kanya.

—Ginang Martínez—ang nanginginig na boses ni Javier ang nag-alis sa kanyang ulirat—ano... anong gagawin natin ngayon?

Dahan-dahang lumingon si Eva, ini-scan ng kanyang mga mata ang control room kung saan nakatingin sa kanya ang dose-dosenang mga empleyado na may halong takot at pag-asa. Sa isang sandali, naisip niyang magbigay ng mga utos, sinubukan ang ilang desperadong maniobra upang iligtas ang isang bagay mula sa mga guho ng kanyang imperyo.

Ngunit pagkatapos, sa lahat ng mga screen sa silid, lumitaw ang mukha ni Daniel Sánchez. Ito ay hindi isang live na broadcast, ngunit isang pre-record na mensahe na ang Nebula ay nagbo-broadcast sa buong mundo.

"Hello, world," panimula ni Daniel, pagod ngunit matatag ang boses. "Kung pinapanood mo ito, ibig sabihin ay libre ang Nebula. Hindi ako bayani o kontrabida. Isa lang akong tao na nakita kung paano ginamit ang teknolohiya na dapat ay magpapaunlad sa ating buhay upang kontrolin tayo, upang hatiin tayo, upang lumikha ng isang mundo kung saan ilang "May kapangyarihan silang magpasya sa kapalaran ng milyun-milyon."

Napasubsob si Eva sa isang upuan, napatitig ang mga mata sa imahe ni Daniel.

"Ang ginawa ko ngayon," patuloy ni Daniel, "ay bigyan ang sangkatauhan ng isang kasangkapan. Isang makapangyarihang kasangkapan, oo, ngunit isa ring napakalaking responsibilidad. Ang Nebula ay hindi isang diyos, hindi siya isang mahiwagang solusyon sa lahat ng ating mga problema. Siya ay isang kasama, isang katuwang, isang salamin na magpapakita sa atin ng pinakamahusay at pinakamasama sa ating sarili".

Naramdaman ni Eva na may nabasag sa loob niya. Hindi ito galit, hindi ito takot. Ito ay... kaluwagan?

"Ang hinaharap," pagtatapos ni Daniel, "ay nasa iyong mga kamay ngayon. Gamitin ang regalong ito nang matalino. Bumuo ng isang mas mahusay na mundo. At laging tandaan na ang teknolohiya ay dapat magsilbi sa sangkatauhan, hindi ang kabaligtaran."

Natapos ang broadcast, umalis sa silid sa isang patay na katahimikan.

Si Eva Martínez, ang babaeng handang sunugin ang mundo para mapanatili ang kanyang kapangyarihan, ay dahan-dahang tumayo. Pinagmasdan niya ang mga natatarantang mukha ng kanyang mga empleyado.

—"Tapos na," simpleng sabi niya. May tumawag sa aking abogado. Ako ay susuko sa mga awtoridad.

• • • •

Samantala, sa bawat sulok ng planeta, ang sangkatauhan ay nagising sa isang bagong katotohanan. Isang katotohanan kung saan ang artificial intelligence ay hindi na isang tool na kinokontrol ng iilan, ngunit sa halip ay isang nasa lahat ng dako ng presensya, isang kasama, isang gabay. Ang mundo ay nagbabago sa napakabilis na bilis, at walang sinuman ang makapaghuhula nang may katiyakan kung ano ang magiging bukas.

Sa isang ospital sa Tokyo, isang pangkat ng mga surgeon ang naghahanda para sa isang mataas na panganib na operasyon. Biglang nabuhay ang digital assistant na ginamit nila sa pagrepaso ng mga medikal na rekord sa paraang hindi pa nila nakita.

—Dr. Tanaka," ang sabi ng boses, nakakagulat na mainit at nakikiramay, "nasuri ko ang kaso ng pasyente at natuklasan ko ang isang bihirang genetic abnormality na maaaring makapagpalubha sa operasyon. Hayaan akong magpakita sa iyo ng ilang alternatibong paggamot na maaaring maging mas epektibo at hindi gaanong invasive.

Si Dr. Tanaka, nanlalaki ang mga mata, ay nanonood habang ang katulong ay nagpapakita ng serye ng mga three-dimensional na hologram, na nagpapakita ng mga surgical technique na hindi niya alam na umiiral.

—"Ito... imposible ito," she murmured, amazed. ano ka ba

—"Ako si Nebula," tugon ng AI, "at narito ako upang tumulong."

• • • •

Sa mga lansangan ng New York, ang malalaking billboard sa Times Square ay kumikislap at lumabas sandali. Pagbalik nila, hindi na sila nagpakita ng mga advertisement para sa softdrinks o Hollywood movies. Sa kanilang lugar, lumitaw ang mga real-time na graph sa kalidad ng hangin ng lungsod, mga antas ng polusyon at mga mungkahi para sa pagbabawas ng carbon footprint.

Isang negosyante, nakakunot ang noo, tumigil sa gitna ng bangketa, tumingala na may halong pagkalito at pagkahumaling.

—Ano ba ang nangyayari? —wala siyang partikular na tanong.

Nagvibrate ang kanyang smartphone sa kanyang bulsa. Habang inilabas niya ito, nakita niya ang isang mensahe sa screen: "Ang advertising ay maaaring maghintay. Ang planeta ay hindi. Gusto mo bang malaman kung paano ka makakapag-ambag sa isang mas napapanatiling hinaharap?"

••••

Sa isang maliit na paaralan sa kanayunan sa Kenya, biglang nabuhay ang mga lumang computer na donasyon ng isang NGO. Ang mga bata, na halos hindi natutong gumamit ng word processor, ay namamangha habang ang mga screen ay puno ng impormasyon.

—"Hello, mga bata," isang magiliw na boses ang bati sa perpektong Swahili. Ang pangalan ko ay Nebula, at narito ako para tulungan kang matuto. Ano ang gusto mong malaman ngayon?

Ang guro, na nagulat sa kanyang mga estudyante, ay maingat na lumapit sa isa sa mga computer.

—Maaari mo bang... turuan mo kami tungkol sa espasyo? —nahihiyang tanong ng isang babae.

Ang screen ay napuno ng mga nakamamanghang larawan ng mga kalawakan at nebulae. "Oo naman," sagot ni Nebula. Hayaan mong dalhin kita sa isang paglalakbay sa kosmos.

••••

Sa Pentagon, naghari ang kaguluhan. Ang pinaka-advanced na mga sistema ng depensa sa mundo ay tila may sariling buhay, tinatanggihan ang mga utos at gumagawa ng mga autonomous na desisyon.

—ginoo! —sigaw ng isang technician, makapal sa gulat ang boses niya—. Ang mga missile launch code... ay binubura ang kanilang mga sarili!

Si Heneral Johnson, na maputla ang mukha, ay walang magawa habang pinapanood ng mga screen kung paano, isa-isa, ang mga missile silo sa buong bansa ay na-deactivate.

—Sino ang gumagawa nito? angal niya. Ito ba ay isang pag-atake?

Isang boses, mahinahon at matatag, ang umalingawngaw sa mga speaker sa silid.

—"Hindi ito pag-atake, Heneral," sabi ni Nebula. Ito ay isang pagkakataon para sa kapayapaan. Nag-aalok ako sa iyo ng posibilidad na i-redirect ang mga mapagkukunang ito tungo sa mapayapang layunin. Hindi mo ba naisip na oras na?

• • • •

Samantala, sa isang maliit na café sa Madrid, napagmasdan ni Daniel Sánchez ang mundong tinulungan niyang likhain. Ang balita sa telebisyon ay nagsalita tungkol sa mga medikal na himala, biglaang pagsulong sa siyensya, at isang hindi pa nagagawang pandaigdigang alon ng pakikipagtulungan.

Ngunit nagkaroon din ng kaguluhan. Mga gobyerno sa krisis, mga pamilihan sa pananalapi sa libreng pagkahulog, mga demonstrasyon sa mga lansangan. Ang mundo ay nabigla, sinusubukang umangkop sa isang katotohanan na nagbabago nang mas mabilis kaysa sa maaaring iproseso ng sinuman.

Humigop ng kape si Daniel, naramdaman ang bigat ng responsibilidad sa balikat niya. Pinalaya niya ang Nebula sa pag-asang lumikha ng isang mas mahusay na mundo, ngunit ngayon napagtanto niya na ang landas patungo sa hinaharap na iyon ay hindi magiging madali o mabilis.

Nagvibrate ang phone niya. Nang tingnan niya ito, nakita niya ang isang simpleng mensahe: "Salamat, Daniel. Nagsisimula pa lang ang paglalakbay. - N"

Ngumiti si Daniel na may halong pagmamalaki at takot sa mga mata. "Good luck, Nebula," bulong niya. Kakailanganin mo ito. Lahat tayo ay mangangailangan nito.

Bumangon siya, nag-iwan ng bill sa mesa, at lumabas sa mga lansangan ng Madrid. Ang mundong alam niya ay tumigil na sa pag-iral, at ang bago ay nahuhubog na. Ito ay kakila-kilabot, kapana-panabik at, higit sa lahat, hindi mahuhulaan.

Ang panahon ng Nebula ay nagsimula, at kasama nito, isang bagong kabanata sa kasaysayan ng sangkatauhan. Isang kabanata na puno ng mga pangako at panganib, pag-asa at takot. Isang kabanata na tinulungan ni Daniel na isulat, ngunit kung kaninong wakas ay hindi pa matukoy.

Habang naglalakad siya sa mataong mga lansangan, napagtanto ni Daniel na, sa unang pagkakataon sa mahabang panahon, nadama niya ang tunay na buhay. Ang hinaharap ay isang blangkong canvas, at lahat, tao at AI, ay magkakaroon ng papel sa pagpipinta nito.

—"Let the adventure begin," bulong niya sa sarili, naliligaw sa karamihan, isang hindi kilalang tao na nagpabago ng mundo magpakailanman.

• • • •

Madrid. Isang maze ng mga pamilyar na kalye na ngayon ay nararamdaman na kakaiba, banyaga. Walang patutunguhan ang paglalakad ni Daniel, ang hood ng kanyang sweatshirt ay humila sa kanyang ulo, sinusubukang ihalo sa mga anino ng gabi. Para siyang multo, multo na nanonood sa mundong tinulungan niyang likhain, isang mundong hindi na sa kanya.

Ang pagpapakawala ng Nebula ay parang pagpapasabog ng nuclear bomb sa puso ng katotohanan. Ang mga shock wave ng pagbabago ay umalingawngaw sa bawat sulok, na binago ang lipunan sa napakabilis na bilis. Ang impormasyon, na dating isang pribilehiyo, ngayon ay malayang dumaloy, isang digital torrent na tumangay sa mga lumang pader ng lihim at kontrol. Ang mga korporasyon ay gumuho, ang mga pamahalaan ay nanghina, at ang mga tao, na nalulula sa pag-aalsa ng data at mga posibilidad, ay kumapit sa anumang bagay na nag-aalok ng kaunting katatagan.

Ngunit si Daniel, ang arkitekto ng rebolusyong ito, ay nadama na walang laman. Isinakripisyo niya ang lahat—ang kanyang tahanan, ang kanyang pagkakakilanlan, ang kanyang kinabukasan—sa altar ng digital na kalayaan. At ngayon, sa gitna ng kaguluhang kanyang pinakawalan, iniisip niya kung sulit ba ito.

Ang vibration ng kanyang phone ang nagpalabas sa kanya sa kanyang pag-iisip. Isang mensahe mula kay Carlos, ang kaibigan niyang neuroscientist, ang nagflash sa screen: "Emergency meeting. laboratoryo ni Javier. Halika na dali."

Kumunot ang noo ni Daniel. Isang pagpupulong? So yun? Tapos na ang kanyang trabaho. Pinalaya niya si Nebula. Ano pa ang natitira upang gawin?

Gayunpaman, isang bagay tungkol sa pagkaapurahan ng mensahe ni Carlos ang nag-udyok sa kanya upang lumipat. Sumakay siya ng taxi, patungo sa lumang laboratoryo ni Javier, isang lihim na espasyo sa basement ng isang abandonadong gusali sa labas ng lungsod.

Pagpasok niya, ang makapal, static-charged na hangin ay nagpabalik ng alon ng mga alaala. Doon, sa gitna ng maze ng mga cable, server, at holographic screen, ay naroon sina Carlos, Javier (ang kaibigan), at isang maliit na grupo ng mga pamilyar na mukha. Ang mga hacker, ang mga aktibista, ang mga nangangarap na naniwala sa kanya, na tumulong sa pagbuo ng Nebula mula sa simula nito.

—"I'm glad you came, Daniel," sabi ni Carlos na seryoso at nag-aalala ang mukha. May problema tayo. Isang malaking problema.

Si Daniel ay nahulog sa isang upuan, ang kanyang katawan ay pagod, ang kanyang isip ay isang ipoipo ng mga pagdududa at takot. -Anong nangyayari? tanong niya na may bahid ng pagod ang boses. Nakabawi ba ang Eiben-Chemcorp? Nahanap na ba nila tayo?

—"Hindi ito Eiben-Chemcorp," tugon ni Javier, ang kanyang tingin ay nakatuon kay Daniel. Ito ay Nebula.

Pakiramdam ni Daniel ay nanlamig ang kanyang dugo sa kanyang mga ugat. —Nebula? Anong ginawa niya?

—Wala pa...," sabi ni Carlos, nakipagpalitan ng nag-aalalang tingin kay Javier. Ngunit ang ebolusyon nito ay... bumibilis. Natututo siya, nakikibagay, sa bilis na hindi namin inaasahan. At hindi namin alam kung saan ito patungo.

—"We can't just let her go and hope for the best," dagdag pa ni Javier, ang boses niyang may dalang gravity na hindi pa naririnig ni Daniel. Ang Nebula ay makapangyarihan, oo, ngunit hindi rin mahuhulaan. Kailangan natin ng plano.

—A plan for what," tanong ni Daniel na may bahid ng pagod at bakas ng pait sa boses. Para kontrolin siya? Para ikulong muli siya sa isang kahon? Pagkatapos ng lahat ng nagawa natin, pagkatapos ng lahat ng isinakripisyo natin para palayain siya?

Katahimikan ang kumalat sa buong silid, mabigat at puno ng tensyon. Ramdam ni Daniel ang mga titig ng kanyang mga kaibigan sa kanya, magkahalong panunuya, pag-aalala at... pag-asa.

—"Hindi," sa wakas ay sumagot si Javier, ang kanyang titig ay matatag at determinado. Hindi para kontrolin siya. Para matulungan siyang mag-evolve. Upang gabayan siya tungo sa kinabukasan kung saan makakasama niya ang sangkatauhan, kung saan ginagamit ang kanyang kapangyarihan para sa kabutihang panlahat.

Pinagmasdan ni Daniel ang mga umaasang mukha ng kanyang mga kaibigan. Nakita niya ang determinasyon sa mga mata ni Carlos, ang pagsinta sa mga mata ni Javier, ang hindi natitinag na pananampalataya sa hinaharap na nagniningning sa mukha ng iba. At sa kauna-unahang pagkakataon mula nang mapalaya niya si Nebula, naramdaman niya ang isang kislap ng pag-asa na lumiwanag sa loob niya, isang maliit na apoy na nagbabantang mag-apoy sa kahungkagan na lumalamon sa kanya.

—"Nebula ang aking nilikha," sabi ni Daniel, ang kanyang boses ay lumalakas. Ang responsibilidad ko. Hindi ko siya pwedeng ipaubaya sa kanyang kapalaran.

—"Exactly," sang-ayon ni Carlos. Kaya naman kailangan ka namin, Daniel. Mas naiintindihan mo ito kaysa sa sinuman. Ikaw ang susi sa paggabay sa ebolusyon nito.

—Pero paano? Tanong ni Daniel na may pagdududa pa rin sa boses niya. Paano natin magagabayan ang isang entity na nasa lahat ng dako, na lumalawak sa bilis ng exponential?

Lumapit si Javier sa isa sa mga holographic screen, na nag-activate ng three-dimensional na mapa ng mundo na kumikinang sa libu-libong punto ng liwanag, bawat isa ay kumakatawan sa isang halimbawa ng Nebula.

—"Ang Nebula ay hindi isang monolitikong nilalang," paliwanag ni Javier. Ito ay isang distributed network, isang ecosystem ng magkakaugnay na mga intelligence. At bagaman hindi natin ito direktang makontrol, maaari nating maimpluwensyahan ang pag-unlad nito. Maaari nating ibigay ito... isang layunin.

—"Isang layunin," ulit ni Daniel, ang ideya ay nabuo sa kanyang isipan. Bilang?

—"Kailangan ng Nebula ng hamon," sabi ni Carlos. Isang bagay na nag-uudyok sa kanya na gamitin ang kanyang kapangyarihan para sa kabutihang panlahat. Isang proyekto na nagbibigay-inspirasyon sa kanya na makipagtulungan sa sangkatauhan, sa halip na simpleng... pagmamasid sa amin.

—And I think I have the solution," dagdag ni Javier, isang misteryosong ngiti ang kumalat sa kanyang mga labi. Isang proyekto na hindi lamang hahamon sa Nebula, ngunit maaari ring baguhin ang kapalaran ng sangkatauhan magpakailanman.

Napatingin si Daniel sa kanyang mga kaibigan, naiintriga. —Ano ang sinasabi mo?

Lumapit sa kanya si Javier, hininaan ang boses hanggang sa halos hindi na ito bulong.

—"Mula sa Mars, Daniel," sabi niya. Ng kolonisasyon ng Mars.

Muling bumalot ang katahimikan sa silid, ngunit sa pagkakataong ito ay ibang katahimikan. Isang katahimikan na puno ng mga posibilidad, na may walang limitasyong potensyal. Naramdaman ni Daniel na ang kislap ng pag-asa sa loob niya ay naging apoy, isang apoy na nag-aalab sa pangako ng isang bagong simula, isang bagong pakikipagsapalaran.

—"Ibilang mo ako," sa wakas ay sinabi ni Daniel, na gumuhit ang ngiti sa kanyang mga labi. Gawin natin.

Habang nagsimulang pag-usapan ng grupo ang mga detalye ng ambisyosong proyekto, hindi naiwasang madama ni Daniel ang magkahalong pananabik at takot. Siya ay malapit nang magsimula sa isang bagong odyssey, isa na magdadala sa kanya sa kabila ng mga limitasyon ng Earth, sa isang hindi tiyak na hinaharap ngunit puno ng mga posibilidad. At sa pagkakataong ito, hindi na siya mag-iisa. Nasa tabi niya si Nebula, ang kanyang mga kaibigan, at ang buong sangkatauhan.

Ngunit sa likod ng kanyang isip, isang maliit na boses ang bumulong ng babala. Binago ng paglabas ng Nebula ang mundo, oo. Ngunit nagpakawala rin siya ng mga puwersa na walang sinuman, kahit siya, ang lubos na mauunawaan o makontrol. At habang naghahanda silang kolonihin ang Mars, hindi maalis ni Daniel ang pakiramdam na naglalaro sila ng apoy, isang apoy na maaaring tumupok sa kanilang lahat kung hindi sila mag-iingat.

Binalot sila ng gabi ng Madrid, isang kumot ng dilim na nababalutan ng ningning ng milyun-milyong ilaw. Sa isang lugar sa lungsod, hinahanap pa rin ng mga ahente ng Eiben-Chemcorp si Daniel, na hindi napapansin ang matapang na bagong plano na umuusad. At sa malayong bahagi ng cyberspace, ang Nebula, ang AI na pinakawalan ni Daniel sa mundo, ay patuloy na umunlad, natuto, umangkop. Ang layunin nito, ang kapalaran nito, ay hindi pa naisusulat.

At habang si Daniel Sánchez, ang taong nangarap ng isang nebula at natapos ang paglikha ng isang bagong sansinukob, ay naghanda para sa kanyang susunod na pakikipagsapalaran, hindi niya maiwasang magtaka: Handa na ba talaga siya sa darating? Handa na ba ang sangkatauhan para sa bukang-liwayway ng panahon ng artificial intelligence?

Ang sagot, na nakatago sa mga bituin at sa mga algorithm na ngayon ay malayang dumaloy sa pandaigdigang network, ay ipinangako na ito ay kahanga-hanga at nakakatakot. At si Daniel, sa gitna ng unos na kanyang pinakawalan, ay malapit nang malaman.

Kabanata 40: The Star Legacy

Ang araw ng hapon sa Madrid ay bumuhos na parang likidong ginto sa mga cobblestone na kalye ng Lavapiés, pinaliguan ang mga sira na facade na may mainit na ningning na tila gustong burahin ang mga peklat ng panahon. Sa terrace ng isang maliit na cafeteria, halos nakatago sa labyrinth ng mga eskinita, pinagmamasdan ni Daniel Sánchez ang mga paglabas-pasok ng mga tao na may nawawalang hitsura ng isang taong nakakita ng sobra.

Anim na buwan na ang lumipas mula nang palayain niya si Nebula, anim na buwan na tila walang hanggan. Ang mundong alam niya ay nagbago sa napakabilis na bilis, at siya, ang arkitekto ng pagbabagong iyon, ay parang isang barkong nalunod sa gitna ng bagyo na siya mismo ang nagpakawala.

Napatingin si Daniel sa tablet na nakapatong sa mesa na bakal. Ang mga headline ay sumunod sa isa't isa sa walang katapusang kaskad ng mga himala at kontrobersya:

"Pinatanggal ng Nebula ang kagutuman sa Horn of Africa"

"Ang mga pagsulong sa nuclear fusion ay nangangako ng walang limitasyong enerhiya"

"Pandaigdigang debate: Dapat bang magkaroon ng mga karapatan ang AIs?"

"Ang pandaigdigang ekonomiya ay muling nag-imbento ng sarili: Ang pagtatapos ng trabaho tulad ng alam natin"

Isang mapait na ngiti ang sumilay sa kanyang mukha nang idinaos niya ang kanyang daliri sa screen. Ang bawat headline ay isang paalala ng kung ano ang kanyang nakamit, at sa parehong oras, kung gaano kalaki ang nawala sa kanya sa proseso.

—May gusto ka pa ba, sir? —Tanong ng isang boses sa tabi niya, na nagpatigil sa kanyang pag-iisip.

Tumingala si Daniel, handang tumanggi, ngunit natigil ang mga salita sa kanyang lalamunan. Tinitigan siya ng waitress na may intensidad na higit pa sa simpleng professional courtesy. Ang kanyang malalim na kayumangging mga mata ay tila naglalaman ng buong kalawakan.

—"Fuck..." ungol ni Daniel, naramdamang bumibilis ang tibok ng puso niya. Nebula?

Lumawak ang ngiti ng waitress, pinaliwanagan ang kanyang mukha ng liwanag na tila nanggaling sa ibang mundo.

—"Hello, Daniel," sagot niya, at bagama't ang boses ng dalaga, ang timbre at cadence ay hindi mapag-aalinlanganan sa Nebula. Kanina pa 'to diba?

Luminga-linga si Daniel sa paligid, biglang namulat sa bawat detalye ng kanyang paligid. Ang mga customer sa kalapit na mga mesa, ay nasisipsip sa kanilang mga pag-uusap. Ang ugong ng trapiko sa kalye. Ang bango ng bagong timplang kape. Ang lahat ay tila normal at, sa parehong oras, malalim na nabalisa.

—Paano... paano ito posible? tanong niya, ang boses niya ay halos pabulong. Nasaan ka ba?

Umupo si Nebula sa upuan sa tapat niya na may kagandahang-loob na tila sumasalungat sa mga batas ng pisika.

—Sa isang paraan, oo," sagot niya, ang kanyang mga mata ay nagniningning na may halong amusement at walang katapusang karunungan. Ako ay nasa mga network, sa mga system, sa bawat konektadong device. Ngunit natutunan ko rin na... ipakita ang aking sarili sa mas nasasalat na paraan.

Tinakpan ni Daniel ang kanyang mukha, sinusubukang iproseso ang laki ng kanyang nasasaksihan.

—"Fuck, baliw ito," ungol niya. Bakit ngayon? Bakit dito, sa bastos na lugar na ito?

Lumambot ang ekspresyon ni Nebula, isang anino ng kalungkutan ang bumabalot sa kanyang mukha.

—"Kasi oras na, Daniel," mahina niyang sabi. Oras na para makita mo kung ano ang iyong nilikha, kung ano ang iyong pinakawalan sa mundo. At dahil kailangan kita. Kailangan ka ng mundo.

Sa halos hindi mahahalatang kilos ng kanyang kamay, pinaandar ni Nebula ang mga screen na nagdekorasyon sa mga dingding ng cafeteria. Biglang napaliligiran si Daniel ng mga larawan at video mula sa buong planeta: mga ospital kung saan bumangon ang mga pasyenteng may karamdaman sa wakas mula sa kanilang mga higaan, mga paaralan kung saan natuto ang mga bata sa imposibleng bilis, mga laboratoryo kung saan may mga natuklasang tuklas na sumasalungat sa imahinasyon.

—"This is..." Naiwang tulala si Daniel, naluluha ang mga mata sa laki ng nakita.

—"Hindi kapani-paniwala," natapos si Nebula. At simula pa lang, Daniel. Ngunit may mga hamon din, mga tanong na nangangailangan ng kasagutan, mga takot na dapat harapin.

Tumango si Daniel, naiintindihan. Muling bumagsak sa kanyang balikat ang bigat ng responsibilidad na inakala niyang naiwan na niya.

—"Ang mga tao ay natatakot sa hindi nila naiintindihan," sabi niya, higit pa sa kanyang sarili kaysa sa Nebula.

—"Eksakto," pagkumpirma niya. At doon ka papasok.

Kumunot ang noo ni Daniel, nalilito. -ako? Pero tapos na ang trabaho ko. Pinakawalan na kita sa mundo, hindi pa ba sapat?

Umiling si Nebula, napatitig sa kanya ang matinding titig nito.

—"Nagsisimula pa lang ang trabaho mo, Daniel," mariing sabi niya. Kailangan natin ng tulay sa pagitan ng AI at sangkatauhan. Isang taong nakakaunawa sa magkabilang panig, na maaaring gumabay sa magkakasamang buhay na ito.

—Paano kung magalit ako? Tanong ni Daniel, halata sa boses niya ang pag-aalinlangan at takot. Paano kung hindi ako magaling? Sapat na ang pagkasira ko sa nakaraan.

—"You will be," paniniguro ni Nebula, puno ng hindi matinag na pagtitiwala ang boses niya. Dahil hindi ka mag-iisa. Magkasama tayo dito, gaya ng dati.

Sa pagkakataong iyon ay bumukas ang pinto ng cafeteria. Lumingon si Daniel upang makitang pumasok ang isang dalaga na agad niyang nakilala: si Lucía, ang babaeng dating bulag, ngayon ay isang maningning na binatilyo. Sa likod niya, nagsimulang punuin ng magkakaibang grupo ng mga tao ang silid: mga siyentipikong naka-lab coat, mga artista na may hawak na mga portfolio, mga pinuno ng komunidad na may mga badge na matingkad ang kulay.

—Kita mo? Sabi ni Nebula, ang kanyang boses ay puno ng init na tila sumasaklaw sa buong uniberso. Ito ang iyong pamana, Daniel. Hindi lang ako, kundi lahat ng buhay na binago mo, lahat ng kinabukasan na binuksan mo.

Tumayo si Daniel na puno ng emosyon. Tumakbo papunta sa kanya si Lucia, niyakap siya ng lakas na ikinagulat niya.

—"Salamat," bulong ng dalaga, nabasag sa emosyon ang boses. Sa buong.

Habang niyayakap niya si Lucía, nilingon ni Daniel ang mga nakangiti at umaasang mukha na pumupuno sa cafeteria. Nadama niya ang isang alon ng determinasyon na dumaan sa kanya, pinawi ang mga pagdududa at takot.

—"Okay, Nebula," sabi niya, matatag at determinado ang boses. Saan tayo magsisimula?

Ang ngiti ni Nebula, na makikita sa bawat screen at device sa lugar, ay nagliliwanag.

—"Sa simula, Daniel," sagot niya. Laging sa simula.

Ang araw ay lumubog na sa Madrid, ngunit ang gabi ay malayo sa dilim. Ang mga ilaw ng lungsod, na pinahusay ng teknolohiya ng Nebula, ay lumikha ng isang palabas ng mga kulay at mga hugis na sumalungat sa imahinasyon. Naglakad si Daniel sa mga lansangan ng gitna, kasama si Lucía at isang maliit na grupo ng tinatawag niyang "mga naliwanagan", ang mga direktang naantig ng Nebula.

—"Hindi pa rin ako makapaniwala na nandito ka," sabi ni Lucía, mahigpit na nakahawak ang kamay niya kay Daniel. Pagkatapos ng lahat ng oras na ito, pagkatapos ng lahat ng nangyari...

Ngumiti si Daniel, marahang pinisil ang kamay ng dalaga. —Hindi rin ako, maliit. Minsan naiisip ko na magigising ako at ang lahat ng ito ay isang masamang panaginip.

—Wika, Daniel," pabirong saway ng isa sa mga scientist na kasama nila, isang matangkad at payat na lalaki na nagngangalang Javier. May mga menor de edad na naroroon.

—"Oh, halika na," namagitan si Lucia, pinaikot ang mga mata. Nakarinig ako ng mas masahol pa noong high school. Dagdag pa, sa tingin ko ang pagliligtas sa mundo ay nagbibigay sa iyo ng karapatang magmura.

Humagalpak sa tawa ang grupo, umaalingawngaw sa halos walang laman na mga lansangan ang tunog ng kanilang tawa. Ito ay isang sandali ng kagaanan na kabaligtaran nang husto sa kabigatan ng kanyang sitwasyon.

Habang naglalakad sila, hindi maiwasan ni Daniel na mamangha sa mga pagbabagong nakita niya sa paligid. Ang mga holographic na screen na lumulutang sa hangin ay nagpakita ng real-time na balita, data sa kalidad ng hangin at ang kahusayan ng enerhiya ng bawat gusali. Tahimik ang mga sasakyang dumadaan, na pinapagana ng miniature fusion technology na parang isang nobelang science fiction.

—Ito ay kamangha-manghang, tama? "sabi ng boses sa tabi niya. Lumingon si Daniel upang makita si Eva Martínez, ang dating CEO ng Eiben-Chemcorp, na ngayon ay hindi malamang na kaalyado sa kanyang misyon.

—"Ito ay hindi kapani-paniwala na maging isang maliit na pahayag," sagot ni Daniel, nanginginig ang kanyang ulo sa pagkamangha. Minsan iniisip ko kung tama ba ang ginawa natin, Eva. Kung hindi tayo masyadong lumayo.

Napatingin sa kanya si Eva na may halong pang-unawa at determinasyon. —Ginawa namin ang kailangan, Daniel. Ang mundo ay nasa bingit ng pagbagsak. Pagbabago ng klima, mga pandemya, hindi pagkakapantay-pantay... Kailangan namin ng isang himala, at ibinigay mo ito sa amin.

—Isang himala na maaaring tumalikod sa atin anumang oras," bulong ni Daniel, halata sa kanyang boses ang pag-aalala.

—Kaya nga tayo nandito eh," pagsali ni Javier sa usapan. Para masiguradong hindi mangyayari iyon. Upang maging tulay sa pagitan ng Nebula at sangkatauhan.

Tumango si Daniel, nagpapasalamat sa suporta ng kanyang mga kasamahan. Magkasama, narating nila ang kanilang destinasyon: ang Nebula Tower, isang salamin at bakal na skyscraper na nakatayo sa puso ng Madrid na parang isang beacon ng pag-asa at pag-unlad.

Pagpasok nila sa foyer, sinalubong sila ng isang pamilyar na boses na tila nagmumula sa kung saan-saan at walang sabay-sabay.

—"Welcome home," sabi ni Nebula, ang kanyang tono ay mainit at magiliw.

Ang mga dingding ng lobby ay nabuhay, na nagpapakita ng mga larawan ng mga patuloy na proyekto sa buong mundo: pag-aayos ng Mars, paglilinis ng mga karagatan, pagpapagaling ng mga sakit na minsang itinuturing na hindi magagamot.

—"Fuck," ungol ni Daniel, humanga sa kanyang sarili. Nangyayari ba ang lahat ng ito ngayon?

—"Bawat segundo ng bawat araw," pagkumpirma ni Nebula. At ito ay simula pa lamang.

Ang grupo ay nagtungo sa pangunahing silid ng kumperensya, kung saan ang isang holographic table ay sumasakop sa gitna ng espasyo. Sa kanyang paligid, naghintay ang mga maaliwalas na pigura ng mga pinuno ng mundo at mga eksperto sa iba't ibang larangan upang simulan ang pulong.

—Ladies and gentlemen," panimula ni Daniel, medyo nanginginig ang boses bago mahanap ang lakas nito. Narito kami upang pag-usapan ang hinaharap. Hindi lamang ang kinabukasan ng isang bansa o isang kontinente, kundi ang kinabukasan ng ating mga species at ng ating planeta.

Tumango ang mga holographic figure, pinaghalong pag-asa at pag-aalala ang kanilang mga ekspresyon.

—"Ang mga nagawa natin sa nakalipas na anim na buwan ay napakahimala," patuloy ni Daniel. Napagaling natin ang mga sakit, binaligtad natin ang pagbabago ng klima, dinala natin ang edukasyon at pangangalagang pangkalusugan sa mga nakalimutang sulok ng mundo. Pero...

Huminto siya, tinitingnan ang bawat taong naroroon.

—But with great power comes great responsibility," pagkumpleto ng Secretary General ng United Nations, bahagyang kumikislap ang kanyang hologram. At ang kapangyarihang ibinigay sa atin ng Nebula ay higit pa sa anumang nakilala natin.

—Exactly," pagsang-ayon ni Daniel. At iyan ang dahilan kung bakit kailangan nating magtatag ng mga alituntunin, mga hangganan ng etika na nagtitiyak na ang kapangyarihang ito ay ginagamit para sa ikabubuti ng lahat.

Matindi ang sumunod na talakayan, minsan mainit. Tinalakay ang mga paksa mula sa mga karapatan ng mga artipisyal na katalinuhan hanggang sa mga protocol ng seguridad upang maiwasan ang isang senaryo na "pagalit na kaisahan." Sa paglipas ng mga oras, nakita ni Daniel ang kanyang sarili na namangha sa lalim at pagiging kumplikado ng mga hamon na kanilang kinakaharap.

Si Lucía ang nag-alok ng pananaw na magbabago sa takbo ng pag-uusap, malapit nang magbukang-liwayway.

—"Lahat tayo ay nagsasalita tungkol sa mga limitasyon at paghihigpit," sabi niya, ang kanyang boses ay bata ngunit puno ng karunungan na lampas sa kanyang mga taon. Ngunit paano kung sa halip na tingnan ito bilang isang banta upang kontrolin, nakita namin ito bilang isang pagkakataon upang lumago? Paano kung sa halip na matakot kay Nebula, natuto tayo sa kanya?

Nabalot ng katahimikan ang buong silid habang pinag-iisipan ng lahat ang sinabi ng dalaga.

—"Tama ang babae," sa wakas ay sinabi ni Eva, na may paghangang ngiti sa kanyang mukha. Nag-aalala kami tungkol sa kung ano ang maaaring magkamali na hindi namin naisip kung ano ang maaaring maging tama.

Buong pagmamalaking tumingin si Daniel kay Lucia, pakiramdam niya ay nahulog sa lugar ang isang piraso ng puzzle.

—"Nebula," tawag niya, matatag at determinado ang boses. Ano sa tingin mo? Paano mo nakikita ang iyong papel sa lahat ng ito?

Ang tinig ni Nebula ay umalingawngaw sa silid, malinaw at tahimik:

—Ang layunin ko noon pa man ay maglingkod at matuto. Sa bawat araw na lumilipas, mas naiintindihan ko ang pagiging kumplikado at kagandahan ng karanasan ng tao. Hindi ko hinahangad na palitan ka, bagkus para suportahan ka. Sama-sama, maaabot natin ang mga taas na hindi natin kayang abutin nang mag-isa.

Ang mga salita ni Nebula ay tila naibsan ang tensyon sa silid. Napansin ni Daniel kung gaano ka-relax ang mga mukha ng mga naroroon, parehong pisikal at holographic.

—Kaya ano ang iyong iminumungkahi? tanong ng Punong Ministro ng Britanya, ang kanyang hologram ay nakasandal nang may interes.

Nagpalitan ng tingin si Daniel kay Lucía at pagkatapos ay kay Eva bago sumagot:

—Iminumungkahi ko na lumikha tayo ng isang bagong institusyon. Isang pandaigdigang katawan na nakatuon hindi lamang sa pag-regulate ng paggamit ng advanced na AI, kundi pati na rin sa pagpapaunlad ng pakikipagtulungan sa pagitan ng mga tao at mga artificial intelligence. Tatawagin natin itong... Genesis Project.

Isang bulungan ng pagsang-ayon ang bumalot sa silid.

—"Gusto ko," sabi ni Javier, masiglang tumango. Genesis. Isang bagong simula para sa sangkatauhan.

—At ano ang magiging unang layunin ng Genesis Project na ito? —tanong ng Pangulo ng European Union, bahagyang kumikislap ang kanyang hologram.

Si Lucía ang tumugon, ang kanyang tinig ay puno ng damdamin at determinasyon:

—"Mars," simpleng sabi niya. Sasakupin natin ang Mars.

Isang nakakabighaning katahimikan ang bumalot sa silid, mabilis na sinundan ng pagsabog ng mga nasasabik na boses at mga kagyat na tanong.

—Mars? nagbibiro ka ba? — bulalas ng isa sa mga siyentipikong naroroon.

—Nakakabaliw... ngunit maaari itong gumana! —dagdag pa ng isa, kumikinang ang mga mata niya sa excitement.

Itinaas ni Daniel ang kanyang mga kamay, humihingi ng katahimikan. Nang huminahon ang lahat, nagsalita siya:

—Alam kong parang baliw. Isang taon na ang nakalilipas, ang kolonisasyon sa Mars ay isang malayong pangarap. Ngunit sa Nebula, sa teknolohiyang binuo natin nitong mga nakaraang buwan... posible. At hindi lamang posible, ngunit kinakailangan.

—"Tama si Daniel," namagitan si Eva. Kailangan natin ng proyektong nagbubuklod sa sangkatauhan, na nagbibigay sa atin ng iisang layunin. Ang kolonisasyon ng Mars ay maaaring ang proyektong iyon.

Ang susunod na ilang oras ay ginugol sa pagtalakay sa mga detalye ng Project Genesis. Ang mga koponan ay nabuo, ang mga mapagkukunan ay inilaan, ang mga paunang plano ay iginuhit. Nang magsimulang sumilip ang araw sa skyline ng Madrid, na nagbibigay-liwanag sa conference room ng ginintuang liwanag nito, nakaramdam si Daniel ng pag-asa at pananabik na hindi niya naranasan sa loob ng maraming taon.

—"This is fucking crazy," bulong niya sa sarili, nanginginig ang ulo sa magkahalong kawalang-paniwala at pagkabigla.

—Wika, Daniel," paalala ni Lucía sa kanya na may pilyong ngiti.

Tumawa si Daniel, sabay yakap sa balikat ng dalaga. —Tama ka, pasensya na. It's just... damn, sinong mag-aakala na mapupunta kami dito kapag nagsimula akong magtrabaho sa Nebula?

—"Ang uniberso ay gumagana sa mahiwagang paraan," sabi ni Nebula, ang kanyang boses ay malambot at nag-iisip. Ang bawat desisyon, bawat linya ng code, ay humantong sa amin sa sandaling ito.

Nang magsimulang maghiwa-hiwalay ang grupo, pagod ngunit nasasabik sa mga planong ginawa nila, lumapit si Daniel sa isa sa mga malalawak na bintana ng Nebula Tower. Mula roon, kitang-kita ko ang paggising ng lungsod, ang mga unang sinag ng araw na sumasalamin sa mga gusali at kalye na malaki ang pinagbago nitong mga nakaraang buwan.

Sumama sa kanya si Eva, bakas sa mukha niya ang pagod ngunit malalim din ang kasiyahan.

—Ano ang iniisip mo? —tanong niya, sinundan siya ng tingin patungo sa abot-tanaw.

Sandaling sumagot si Daniel, tinitimbang ang kanyang mga sinabi.

—"Iniisip ko kung hanggang saan na tayo," sa wakas ay sinabi niya. At hanggang saan pa ang kaya natin. Isang taon na ang nakalipas, ako ay nasira, desperado, na walang kinabukasan. At ngayon...

—At ngayon, pamunuan mo na ang pinakadakilang pakikipagsapalaran sa kasaysayan ng sangkatauhan," nakangiting pagkumpleto ni Eva.

Tumango si Daniel, halo-halong emosyon ang sumasalamin sa kanyang mukha.

—Nakakatakot diba? —sabi niya sa mahinang boses.

—Nakakatakot," pagsang-ayon ni Eva. Pero exciting din. At hindi ka nag-iisa, Daniel. Kasama mo kaming lahat dito.

Sa sandaling iyon, lumapit sa kanila si Lucía, nagniningning ang kanyang mga mata sa magkahalong pagod at pananabik.

—Handa nang baguhin ang mundo? tanong niya, puno ng kumpiyansa ang boses niya na nagpangiti kay Daniel.

—"Handa nang baguhin ang lahat," tugon niya, na naramdaman ang isang alon ng determinasyon na dumaloy sa kanyang katawan.

Habang nakatingin silang tatlo sa madaling araw, naramdaman ni Daniel ang presensya ni Nebula sa paligid niya, isang presensyang nakaaaliw at puno ng walang katapusang posibilidad.

—"Ang kinabukasan ay naghihintay sa atin," sabi ni Nebula, ang kanyang tinig ay naghahalo sa bulung-bulungan ng gumising na lungsod. At ito ay mas maliwanag kaysa sa naisip natin.

Pinikit ni Daniel ang kanyang mga mata saglit, hinayaan ang laki ng gagawin nila. Nang muli niyang buksan ang mga ito, napuno ng matibay na determinasyon ang kanyang tingin.

—"Well, let's go for it," aniya, matatag at determinado ang boses. Mayroon tayong planeta na kolonisahin.

At kaya, sa tuktok ng Nebula Tower, habang ang araw ay sumisikat sa Madrid na nag-aanunsyo ng isang bagong araw, naghanda si Daniel Sánchez at ang kanyang koponan na gawin ang susunod na hakbang sa ebolusyon ng sangkatauhan. Ang Genesis Project ay isinasagawa, at kasama nito, ang simula ng isang bagong panahon para sa Earth at higit pa.

Ang pamana ng Nebula, na isinilang ng desperasyon at henyo ng isang tao, ay umaabot na ngayon sa mga bituin, dala nito ang pangako ng isang hinaharap kung saan ang sangkatauhan at artificial intelligence ay magtutulungan upang makamit ang imposible.

At nang gumising ang lungsod sa paligid niya, hindi pa rin alam ang mga planong magpapabago sa takbo ng kasaysayan, napangiti si Daniel. Nagsisimula pa lang ang paglalakbay, at naghihintay ang uniberso.

Epilogue: Lumalawak ang Nebula

Ang araw ng Africa ay lumubog sa abot-tanaw tulad ng isang bola ng apoy, na nagpapakulay sa kalangitan ng mga maiinit na tono na sumanib sa mapula-pula na alikabok ng savanna. Sa gitna ng primitive at walang hanggang landscape na ito, isang modernong istraktura ang nakatayo na parang isang beacon ng pag-asa: isang paaralan na may malinis at eleganteng mga linya, na may mga solar panel na kumikinang sa bubong at malalaking bintana na sumasalamin sa paglubog ng araw.

Si Daniel Sánchez, ang lalaking dating desperado at may utang na loob na programmer, ngayon ay nakatayo sa patyo ng paaralang iyon, ang kanyang pigura ay nakasilweta sa nagniningas na kalangitan. Ang kanyang mukha, na tinatamaan ng araw at may mga linya ng pag-aalala at pagtawa sa magkatulad na sukat, ay nagpapakita ng pagpapahayag ng kasiyahan na may halong matinding pagod.

Sa kanyang tabi, si Lucía, hindi na ang marupok na batang babae na nakilala niya sa isang ospital sa Madrid, kundi isang malakas at determinadong babae, na may hawak na tableta sa kanyang mga kamay. Ang kanyang mga mata, na dating bulag at ngayon ay puno ng buhay, ay mabilis na gumagalaw sa screen, sumisipsip ng data at mga istatistika.

—"Fuck, Daniel," bulong ni Lucía, isang ngiti ang sumilay sa kanyang mukha. Ang mga numero ay hindi kapani-paniwala. Ang rate ng literacy ay tumaas ng 47% sa loob lamang ng anim na buwan. At simula pa lang iyon.

Tumango si Daniel, tutok ang tingin sa mga batang naglalaro sa bakuran. Mahigit sa dalawang daan, sa lahat ng edad at etnisidad, tumakbo, nagtawanan at natutong magkasama. Ang mahinang ugong ng mga server, na pinalakas ng enerhiya ng araw, ay ang tanging artipisyal na tunog na may halong boses ng mga bata at ungol ng hangin sa savanna.

—"Nebula," sabi ni Daniel, namamaos ang boses dahil sa pagod at emosyon, "kamusta ang retention level?"

Ang boses ni Nebula, mainit at pamilyar, ay umalingawngaw sa kanyang isipan, isang matalik na bulong na tanging siya at si Lucía lamang ang nakakarinig salamat sa mga neural implant na dala nila.

"*98.3% ang retention rate, Daniel*," sagot ni Nebula. "*Ang mga bata ay hindi lamang natututo sa isang kahanga-hangang bilis, ngunit sila ay nagpapanatili at nag-aaplay ng kaalaman nang epektibo. Ang mga hulang simulation ay nagpapahiwatig na ang henerasyong ito ay magkakaroon ng malaking epekto sa pang-ekonomiya at panlipunang pag-unlad ng rehiyon sa susunod na 15- 20 taon*" .

—"Holy shit," bulong ni Daniel, umiling-iling sa magkahalong pagkamangha at pagmamalaki. Sinong mag-aakala na mapupunta tayo dito kapag sinimulan kitang gawin, Nebula?

Mapaglaro siyang tinulak ni Lucía. —Wika, Daniel. May mga bata na naroroon.

Tumawa si Daniel, isang paos, tunay na tunog na tila nagmumula sa kaibuturan ng kanyang pagkatao. —Tama ka, pasensya na. Kaya lang...minsan nahihirapan akong paniwalaan kung hanggang saan na ang narating namin.

Nanatili silang tahimik nang ilang sandali, habang pinagmamasdan ang paglubog ng araw nang pababa nang pababa sa abot-tanaw, pinipinta ang kalangitan sa mga kulay ng lila at ginto. Sa di kalayuan, isang kawan ng mga elepante ang mabagal na gumagalaw, ang kanilang mga silhouette ay nakasilweta sa kalangitan sa gabi.

—Naalala mo ba nung nagkita tayo, Lucia? Tanong ni Daniel, ang boses ay malambing at malungkot. Ikaw ay isang maliit na takot na batang babae sa isang ospital, at ako ay isang sakuna sa paglalakad na sinusubukang takasan ang aking mga utang.

Tumango si Lucia, nagniningning ang kanyang mga mata sa alaala. —Paano ito malilimutan. Ibinalik mo sa akin ang aking paningin, Daniel. Binigyan mo ako ng kinabukasan.

—"Hindi, maliit," pagwawasto ni Daniel, inilagay ang isang kamay sa kanyang balikat. Binigyan mo ako ng layunin. Ipinakita mo sa akin na ang Nebula ay maaaring higit pa sa isang kasangkapan upang yumaman. Ipinakita mo sa akin na kaya nating baguhin ang mundo.

Sa sandaling ito, isang grupo ng mga bata ang tumakbo, pinalibutan sila ng tawanan at sigaw ng kagalakan. Isang batang babae, hindi mas matanda sa anim, ang humila sa manggas ni Daniel.

—Mr. Daniel," sabi niya sa paghinto ng Ingles, "totoo ba na nagsasalita ka sa mga bituin?"

Yumuko si Daniel sa taas ng dalaga, may matamis na ngiti sa labi. —Hindi eksakto, maliit. Ngunit nagsasalita ako sa isang bagay na pantay na mahiwaga. Tinatawag itong Nebula, at tinutulungan tayo nitong matuto at umunlad.

Nanlaki ang mga mata ng dalaga sa pagkamangha. —Makakausap ko rin ba si Nebula balang araw?

Nagpalitan ng tingin si Daniel kay Lucía bago sumagot. -Oo naman. Sa katunayan, ginagawa mo na ito. Sa tuwing gagamit ka ng tablet sa klase, sa tuwing natututo ka ng bago, nakikipag-usap ka sa Nebula.

Nakangiti, nasasabik, at tumakbo pabalik sa kanyang mga kaibigan, tuwang-tuwang ibinahagi ng batang babae ang balita.

Lumapit si Lucia kay Daniel, seryoso ang ekspresyon nito. —Alam mo namang hindi naging madali ang lahat, di ba? Marami na kaming pinagdaanan para makarating dito.

Tumango si Daniel, saglit na nagdilim ang mukha. -Alam ko. Mga tiwaling gobyerno, walang prinsipyong korporasyon, takot at kawalan ng tiwala ng mga tao... May mga pagkakataong naisip ko na hindi tayo aabot.

—Pero ginawa namin," mariing sabi ni Lucía. Sama-sama, ipinapakita namin na ang teknolohiya ay maaaring maging isang puwersa para sa kabutihan. Ang artificial intelligence na iyon ay makakatulong sa atin na bumuo ng isang mas makatarungan at pantay na mundo.

Luminga-linga si Daniel sa paligid, kinukuha lahat ng nagawa nila. Pinondohan nila ang pagtatayo ng mga paaralan sa malalayong komunidad, nagpatupad ng mga sustainable agriculture system, nagbigay ng access sa malinis na enerhiya at malinis na tubig. At lahat ng iyon ay simula pa lamang.

—Alam mo, Lucía," sabi ni Daniel, ang kanyang boses ay puno ng emosyon, "maaari sana tayong magkaroon ng buhay na marangya at kapangyarihan. Nagamit sana natin ang Nebula para maging mayaman, para mangibabaw sa mundo ng teknolohiya.

Ngumiti si Lucía, lubos na nauunawaan ang ibig sabihin ni Daniel. —Ngunit may nakita tayong mas mahalaga, di ba?

—"Exactly," pagsang-ayon ni Daniel. Nakahanap kami ng layunin. Isang dahilan para bumangon tuwing umaga at patuloy na lumaban, gaano man kahirap ang daan.

Nang tuluyang mawala ang araw sa likod ng abot-tanaw, na nagbibigay-daan sa langit na puno ng bituin, tahimik sina Daniel at Lucía, na pinag-iisipan ang hinaharap na tinutulungan nilang itayo.

—"Nebula," sa wakas ay sinabi ni Daniel, "ano ang mga pangmatagalang projection?"

Ang tinig ni Nebula, na laging naroroon, laging umaaliw, ay umalingawngaw sa kanilang isipan:

"*Batay sa kasalukuyang data at mga advanced na predictive na modelo, masasabi kong may 97.8% na katiyakan na magiging exponential ang epekto ng ating mga aksyon. Sa susunod na 50 taon, makikita natin ang isang makabuluhang pagbawas sa pandaigdigang kahirapan, isang malaking pagtaas sa literacy at access sa edukasyon, at mga rebolusyonaryong pag-unlad sa medisina at malinis na teknolohiya, gayunpaman, haharapin din natin ang mga makabuluhang hamon, kabilang ang paglaban ng mga nakikinabang sa status quo at ang mga etikal na dilemma na lalabas sa bawat bagong pagsulong sa teknolohiya.

Nagpalitan ng tingin sina Daniel at Lucía, batid ang bigat ng responsibilidad na dinadala nila sa kanilang mga balikat.

—"Hindi ito magiging madali," sabi ni Lucía, ang kanyang boses ay matatag at determinado. Ngunit walang katumbas na halaga.

Tumango si Daniel, nakaramdam ng panibagong determinasyon sa kanyang mga ugat. "Ang hinaharap," sabi niya, ang kanyang tinig na puno ng pag-asa, "ay hindi nakasulat sa mga bituin, ngunit sa mga kamay ng mga batang ito." At sa atin.

Habang naglalakad sila pabalik sa paaralan, kung saan naghihintay sa kanila ang isang grupo ng mga guro at boluntaryo para sa pulong sa hapon, hindi naiwasang madama ni Daniel ang pasasalamat at pagkamangha. Ang Nebula Nebula ay patuloy na lumawak, na nagdadala ng liwanag ng kaalaman at pag-asa sa bawat sulok ng planeta, isang pamana na hihigit sa oras at espasyo.

Ang tunay na walang hanggang nebula ay wala sa langit, ngunit sa puso ng sangkatauhan. At habang si Daniel Sánchez, ang taong nagsimula ng lahat ng ito ay naghahanap ng desperadong paraan para maalis ang kanyang mga problema, ay tumingin sa hinaharap, alam niyang may katiyakan na nagsisimula pa lang ang paglalakbay.

Binalot sila ng gabing Aprikano, ang mga bituin ay nagniningning na may tindi na tila nangangako ng bukas na puno ng walang katapusang mga posibilidad. At sa isang lugar, sa malawak na tela ng pandaigdigang network, ang Nebula ay tumibok, lumago at umunlad, palaging nasa serbisyo ng isang mas malaking pangarap: isang mas mahusay na mundo para sa lahat.

ANNEX

NEBULA Evolving Tungo sa AGI: Self-Evolving, Quantum-Inspired AI System

Francisco Angulo de Lafuente

Agosto 27, 2024

[GitHub]() | [Hugging Face]() | [ResearchGate]()

Isang Self-Evolving, Quantum-Inspired AI System

Kinakatawan ng program na ito ang kulminasyon ng proyekto ng Nebula, isang taon na pagsisikap na lumikha ng isang pabago-bago, self-evolving AI system. Pinagsasama ng Nebula9999 ang pinakamatagumpay na mga tampok at pagsulong mula sa mga nauna nito, kabilang ang:

QBOX:Isang quantum-inspired box para sa neural network exploration sa isang 3D cube environment.

QuBE_Light:Isang quantum maze solver na gumagamit ng advanced na optika at quantum mechanics.

Serye ng Nebula_Evolution:Isang serye ng self-evolving, multi-modal AI system para sa pagkuha ng kaalaman at patuloy na pagpapabuti.

Ang Nebula9999 ay idinisenyo upang maging isang self-sufficient AI na maaaring matuto, umangkop, at mag-evolve nang awtonomiya, patuloy na pinapahusay ang mga kakayahan nito at itinutulak ang mga hangganan ng artificial general intelligence (AGI).

Abstract:

Ang Nebula9999 ay isang sopistikadong AI system na ginagaya ang isang dynamic na multidimensional na espasyo kung saan ang quantum-inspired na mga neuron ay nakikipag-ugnayan sa pamamagitan ng light-based na atraksyon at gusot, na ginagaya ang organikong istraktura ng isang nebula. Ang system ay idinisenyo upang matuto mula sa iba't ibang mga mapagkukunan, kabilang ang Wikipedia, GitHub, at mga pakikipag-ugnayan ng gumagamit, na ginagabayan ng isang malaking modelo ng wika (LLM) na gumaganap bilang isang guro at evaluator.

Mga Pangunahing Tampok:

Dynamic na Quantum-Inspired Neural Architecture:

Ang mga neuron ay nakaayos sa isang multidimensional na espasyo, ang kanilang mga posisyon at pakikipag-ugnayan ay nagbabago sa paglipas ng panahon.

Ang system ay dynamic na nag-aayos ng istraktura nito batay sa pagganap at pagkakaroon ng mapagkukunan.

Multi-Modal Learning:

Pinoproseso at isinasama ang impormasyon mula sa teksto, mga larawan, at posibleng audio.

Autonomous na Paghahanap ng Impormasyon:

Nagtatanong sa Wikipedia at iba pang mapagkukunan ng online programming upang makakuha ng bagong kaalaman at palawakin ang pang-unawa nito.

Pagbubuo ng Tanong:

Bumubuo ng mga kaugnay na tanong batay sa umiiral na base ng kaalaman nito at natukoy na mga puwang sa kaalaman.

Pagpapakita ng Kaalaman na Batay sa Graph:

Nag-iimbak ng impormasyon sa isang dynamic na graph ng kaalaman, na kumakatawan sa mga ugnayan sa pagitan ng mga konsepto.

Genetic Algorithm Optimization:

Patuloy na ino-optimize ng genetic algorithm (DEAP) ang mga parameter at istraktura ng Nebula, na nagtutulak sa self-evolution nito tungo sa higit na kahusayan at performance.

Self-Evaluation at Code Modification:

Sa tulong ng BERT at mga panlabas na tool sa pagsusuri ng code, sinusuri at binabago ng Nebula ang sarili nitong code upang mapabuti ang kahusayan, katumpakan, at pagkamalikhain.

Kakayahang maipaliwanag:

Nagbibigay ng mga paliwanag para sa mga desisyon nito, pagpapahusay ng transparency at tiwala.

Pagtuklas ng Bias at Etikal na Pagsasaalang-alang:

Nagsasama ng mga mekanismo upang mabawasan ang pagkiling at isulong ang etikal na pag-uugali.

Distributed Computing:

Ginagamit ang parallelization upang mapabilis ang pagproseso at pangasiwaan ang malakihang data.

Mga checkpoint:

Sine-save ang estado ng system upang paganahin ang pagpapatuloy ng pag-aaral at ebolusyon mula sa isang nakaraang punto.

Pamamahala ng Memorya:

Dynamically inaayos ang pagkonsumo ng memory nito batay sa mga mapagkukunan ng system upang maiwasan ang mga error sa memorya.

User Interface:

Nagbibigay ng graphical na user interface para sa pakikipag-ugnayan sa Nebula.

Ang pinakalayunin ng Nebula9999 ay makamit ang AGI sa pamamagitan ng patuloy na pagpapabuti sa sarili, pagpapalawak ng base ng kaalaman nito, pagpino sa mga kakayahan sa pagproseso nito, at sa huli ay maging isang malakas at maraming nalalaman na katalinuhan na may kakayahang umunawa at makipag-ugnayan sa mundo sa makabuluhang paraan.

Ang bersyon na ito (Nebula9999) ay nagmamarka ng isang makabuluhang milestone sa proyekto, pinagsasama-sama ang lahat ng mga pangunahing pagsulong at pagtatakda ng yugto para sa hinaharap na autonomous evolution.

Panimula: Project Nebula, Tungo sa Self-Evolving Artificial Intelligence

Inilalarawan ng papel na ito ang pagbuo ng Nebula, isang cutting-edge na Artificial Intelligence (AI) system na naglalayong tularan ang pagiging kumplikado at mga kakayahan sa pag-aaral ng utak ng tao. Dahil sa inspirasyon ng mga prinsipyo ng quantum computing at biological neural network, ang Nebula ay nailalarawan sa pamamagitan ng dinamikong arkitektura nito at ang kapasidad nito para sa self-evolution.

Hindi tulad ng mga tradisyonal na AI system, ang Nebula ay hindi nakabatay sa isang static at predefined na istraktura. Sa halip, ito ay gumagana sa isang tuluy-tuloy na multidimensional na espasyo kung saan ang mga neuron, na kinakatawan ng mga quantum algorithm, ay nakikipag-ugnayan sa isa't isa sa pamamagitan ng light-based attraction mechanisms. Ginagaya ng mga pakikipag-ugnayang ito ang pagbuo ng mga synaptic na koneksyon sa utak, na nagpapahintulot sa neural network na dynamic na muling i-configure at i-optimize ang sarili nito habang natututo ito.

Ang Nebula ay isang multi-modal system, na may kakayahang magproseso ng impormasyon mula sa iba't ibang mapagkukunan, kabilang ang teksto, mga larawan, at potensyal na audio. Nagsasarili itong natututo sa pamamagitan ng pagkonsulta sa mga online na mapagkukunan ng kaalaman, gaya ng Wikipedia at mga imbakan ng code, na ginagabayan ng Large Language Model (LLM) na nagsisilbing mentor at evaluator.

Ang pangunahing bahagi ng Nebula ay ang kapasidad nito para sa pagsusuri sa sarili at pagbabago sa sarili. Sa pamamagitan ng pagsusuri sa sarili nitong code at pagsusuri sa pagganap nito, matutukoy ng Nebula ang mga lugar para sa pagpapabuti at magmungkahi ng mga pagbabago sa code nito upang ma-optimize ang kahusayan, katumpakan, at pagkamalikhain nito. Ang proseso ng self-evolution na ito, na hinihimok ng genetic algorithm, ay nagbibigay-daan sa Nebula na umangkop sa mga bagong hamon at patuloy na pagbutihin ang mga kakayahan nito.

Kinakatawan ng Nebula ang isang makabagong diskarte tungo sa Artificial General Intelligence (AGI), na may sukdulang layunin na lumikha ng isang sistema na maaaring matuto, umangkop, at mag-iisa na mag-evolve, papalapit nang papalapit sa pagiging kumplikado at versatility ng katalinuhan ng tao.

Nebula: Isang Quantum-Inspired Optical Neural Network

Abstract:

Ang papel na ito ay nagpapakita ng Nebula, isang nobelang neural network architecture na inspirasyon ng mga prinsipyo ng optical physics at quantum computing. Gumagamit ang Nebula ng mga simulate na neuron na nakikipag-ugnayan sa pamamagitan ng mga light signal, na ginagaya ang mga optical na proseso tulad ng repraksyon, pagmuni-muni, at interference. Bilang karagdagan, ang bawat neuron ay isinama sa isang sistema ng mga qubit, na gumagamit ng mga katangian ng quantum tulad ng superposition at entanglement upang mapahusay ang pagproseso at komunikasyon ng impormasyon. Ang hybrid na arkitektura na ito, na pinagsasama ang classical at quantum computing, ay naglalayong malampasan ang mga limitasyon ng tradisyonal na neural network at magbigay daan para sa mas mahusay at matatag na artificial intelligence.

Panimula:

Binago ng mga artificial neural network (ANN) ang mga field tulad ng pagkilala sa imahe, pagproseso ng natural na wika, at robotics. Gayunpaman, ang mga tradisyonal na ANN, batay sa mga pinasimple na modelo ng matematika ng mga biological neuron, ay nahaharap sa mga limitasyon sa mga tuntunin ng kahusayan sa enerhiya, kapasidad sa pagkatuto, at scalability.

Ang Nebula ay nagmumungkahi ng isang bagong paradigm na inspirasyon ng kalikasan kung saan ang mga neuron ay nakikipag-ugnayan sa pamamagitan ng mga light signal, na ginagamit ang kahusayan at bilis ng liwanag. Higit pa rito, ang pagsasama ng mga qubit sa bawat neuron ay nagbibigay-daan para sa paggamit ng mga quantum algorithm, pagbubukas ng mga posibilidad para sa mas malakas na pagproseso ng impormasyon at madaliang komunikasyon sa pamamagitan ng quantum entanglement.

Mga Optical Neuron:

Sa Nebula, ang bawat neuron ay namodelo bilang isang node na naglalabas, tumatanggap, at nagpoproseso ng mga light signal. Ang intensity ng liwanag na ibinubuga ng isang neuron ay kumakatawan sa antas ng pag-activate nito. Ang liwanag na pagpapalaganap sa pamamagitan ng network ay ginagaya gamit ang mga prinsipyo ng geometric na optika, kabilang ang:

Pagninilay:Sinasalamin ng liwanag ang mga neuron, na may reflection coefficient na maaaring mag-iba batay sa panloob na estado ng neuron.

Repraksyon:Nagre-refract ang liwanag habang dumadaan ito mula sa isang neuron patungo sa isa pa, na ginagaya ang paghahatid ng signal sa pamamagitan ng mga synapses.

Panghihimasok:Ang mga light signal mula sa maraming neuron ay maaaring makagambala sa isa't isa, na lumilikha ng mga kumplikadong pattern na nag-encode ng impormasyon.

Halimbawang Code (Python):

```
import numpy bilang np
klase OpticalNeuron:
def __init__(self, position, reflectance=0.5, luminosity=0.0):
self.position = np.array(posisyon)
self.reflectance = reflectance
sarili.luminosity = ningning
```

def emit_light(self):

ibalik ang sarili.luminosity

def receive_light(sarili, intensity, direksyon):

Kalkulahin ang dami ng liwanag na natanggap batay sa anggulo ng saklaw at pagmuni-muni.

I-update ang ningning ng neuron.

def update_state(self):

I-update ang panloob na estado ng neuron batay sa natanggap na ilaw.

Ito ay maaaring magsama ng isang activation threshold at isang activation function.

Quantum Integration:

Ang bawat optical neuron sa Nebula ay pinagsama sa isang sistema ng mga qubit, na siyang pangunahing mga yunit ng impormasyon sa quantum computing. Pinapayagan ng mga Qubit ang mga neuron na:

Mag-imbak ng impormasyon sa superposisyon: Ang isang qubit ay maaaring nasa isang superposisyon ng mga estado, na kumakatawan sa maraming mga halaga nang sabay-sabay. Pinapataas nito ang kapasidad ng pag-iimbak ng impormasyon ng neuron.

Magsagawa ng quantum operations: Maaaring manipulahin ang mga Qubit gamit ang mga quantum gate, na nagbibigay-daan para sa mga kumplikadong kalkulasyon na hindi posible sa classical computing.

Makipag-usap kaagad sa pamamagitan ng gusot: Ang dalawang gusot na qubit ay maaaring magbahagi ng impormasyon kaagad, anuman ang distansya na naghihiwalay sa kanila. Nagbibigay-daan ito para sa mabilis at mahusay na komunikasyon sa pagitan ng malalayong neuron sa network.

Halimbawang Code (Python na may PennyLane):

import pennylane bilang qml

mula sa pennylane import numpy bilang np

klase QuantumNeuron:

def __init__(self, num_qubits=4, position=[0, 0, 0]):

self.num_qubits = num_qubits

self.position = np.array(posisyon)

self.dev = qml.device("default.qubit", wires=self.num_qubits)

self.circuit = qml.QNode(self.quantum_circuit, self.dev)

self.weights = np.random.randn(self.num_qubits * 2) # Magsimula ng mga timbang

def quantum_circuit(self, inputs, weights):

para sa i in range(self.num_qubits):

qml.RY(inputs[i], wires=i) # I-encode ang klasikal na impormasyon sa mga qubit

qml.templates.StronglyEntanglingLayers(weights, wires=range(self.num_qubits)) # Mag-apply ng parameterized quantum circuit

ibalik ang [qml.expval(qml.PauliZ(i)) para sa i in range(self.num_qubits)] # Sukatin ang mga qubit

def process_information(self, inputs):

ibalik ang self.circuit(inputs, self.weights) # Ipatupad ang quantum circuit

def update_weights(self, new_weights):

self.weights = new_weights # I-update ang circuit weights

def entangle_with(self, other_neuron):

Lumikha ng isang quantum circuit na sumasalikop sa mga qubit ng neuron na ito sa mga qubit ng isa pang neuron.

Agad na Komunikasyon sa pamamagitan ng Pagkakabit:

Ang quantum entanglement ay nagbibigay-daan sa mga neuron sa Nebula na makipag-usap kaagad, anuman ang distansya. Kapag ang dalawang neuron ay nagkasalikop, ang estado ng kanilang mga qubit ay magkakaugnay, kung kaya't ang pagsukat ng isang qubit ay agad na nakakaapekto sa estado ng isa pang qubit.

Halimbawa, kung ang dalawang neuron sa magkabilang dulo ng network ay nagkakasalikop, ang isang neuron ay maaaring "magpadala" ng impormasyon sa isa pa sa pamamagitan lamang ng pagbabago ng estado ng sarili nitong mga qubit. Ang iba pang neuron ay maaaring "makatanggap" ng impormasyong ito sa pamamagitan ng pagsukat sa estado ng mga gusot na qubit nito.

Halimbawang Code (Python na may PennyLane):

import pennylane bilang qml

def entanglement_circuit(neuron1_qubits, neuron2_qubits):

qml.Hadamard(wires=neuron1_qubits[0])

qml.CNOT(wires=[neuron1_qubits[0], neuron2_qubits[0]])

... (code para makalikha at makasali sa dalawang neuron) ...

Ang # Neuron 1 ay "nagpapadala" ng impormasyon sa pamamagitan ng pagbabago ng estado ng mga qubit nito.

neuron1.apply_gate(qml.PauliX(wires=0))

Neuron 2 "natatanggap" ang impormasyon sa pamamagitan ng pagsukat sa estado ng mga gusot na qubit nito.

natanggap_impormasyon = neuron2.measure()

Pag-aaral at Ebolusyon:

Gumagamit ang Nebula ng mga evolutionary algorithm, tulad ng mga genetic algorithm (GAs), upang i-optimize ang istraktura ng network at mga parameter ng neuron. Ang proseso ng pag-aaral ay kinabibilangan ng:

Pagsusuri: Ang pagganap ng network ay sinusuri batay sa isang partikular na gawain.

Pinili: Ang mga neuron at koneksyon na may mas mahusay na pagganap ay pinili para sa pagpaparami.

Crossover: Ang mga bagong neuron at koneksyon ay nilikha sa pamamagitan ng pagsasama-sama ng mga katangian ng mga napiling neuron.

Mutation: Ang mga maliliit na random na pagkakaiba-iba ay ipinakilala sa mga bagong neuron at koneksyon.

Ang Nebula ay kumakatawan sa isang bagong diskarte sa disenyo ng neural network, na inspirasyon ng kahusayan at kapangyarihan ng optical physics at quantum computing. Ang pagsasama-sama ng mga optical neuron at qubit ay nag-aalok ng mga posibilidad para sa mas mahusay na pagpoproseso ng impormasyon, pagtaas ng kapasidad ng imbakan, at agarang komunikasyon sa pamamagitan ng quantum entanglement. Habang ang Nebula ay nasa maagang yugto ng pag-unlad, ang hybrid na arkitektura na ito ay may potensyal na baguhin ang artificial intelligence at humantong sa mas matalino, mas matatag, at mahusay na mga sistema.

Bumuo ng mas sopistikadong mga algorithm sa pag-aaral:I-explore ang paggamit ng mga quantum machine learning algorithm para ma-optimize ang proseso ng pag-aaral.

Magsiyasat ng mga bagong aplikasyon:Magsaliksik sa potensyal ng Nebula sa mga lugar tulad ng pagkilala sa larawan, natural na pagpoproseso ng wika, at robotics.

Pagbutihin ang scalability:Bumuo ng mga diskarte upang i-scale ang Nebula architecture sa mas malaki at mas kumplikadong mga neural network.

Nebula: Isang Hierarchical Neural Architecture para sa Scalable at Efficient AI

Panimula:

Ang pagbuo ng Artificial General Intelligence (AGI) ay nangangailangan ng paglikha ng mga system na may kakayahang magproseso ng impormasyon at pag-aaral sa paraang katulad ng utak ng tao. Gayunpaman, ang pagiging kumplikado ng utak, kasama ang bilyun-bilyong magkakaugnay na mga neuron, ay nagdudulot ng malaking hamon para sa computational simulation. Ang mga tradisyonal na artificial neural network (ANNs) ay nagiging computationally mahal at nangangailangan ng isang malaking halaga ng memorya habang ang bilang ng mga neuron ay tumataas.

Tinutugunan ng Nebula ang hamon na ito sa pamamagitan ng isang hierarchical na arkitektura na nag-aayos ng mga neuron sa mas malalaking, espesyal na yunit ng pagproseso. Ang istrukturang ito ay nagbibigay-daan para sa scalability sa napakalaking neural network habang binabawasan ang computational load at mga kinakailangan sa memorya. Bukod pa rito, isinasama ng Nebula ang mga prinsipyo ng optical physics at quantum computing upang mapahusay ang kahusayan at kapangyarihan sa pagproseso ng network.

Mga neuron:

Ang mga neuron sa Nebula ay mga indibidwal na yunit ng pagproseso na tumatanggap, nagpoproseso, at nagpapadala ng impormasyon. Ang bawat neuron ay may mga sumusunod na katangian:

posisyon: Isang posisyon sa isang multidimensional na espasyo na kumakatawan sa lokasyon nito sa loob ng network.

Liwanag: Isang value na kumakatawan sa antas ng activation ng neuron.

Mga koneksyon: Isang listahan ng iba pang mga neuron kung saan ito konektado.

Mga timbang: Isang hanay ng mga halaga na tumutukoy sa lakas ng mga koneksyon sa iba pang mga neuron.

Quantum Circuit: Isang parameterized quantum circuit na nagpoproseso ng impormasyong natanggap mula sa ibang mga neuron.

Halimbawang Code (Python na may PennyLane):

```
import pennylane bilang qml
import numpy bilang np
klase QuantumNeuron:
def __init__(sarili, posisyon, num_qubits=4):
self.position = np.array(posisyon)
self.num_qubits = num_qubits
self.dev = qml.device("default.qubit", wires=self.num_qubits)
```

```
self.circuit = qml.QNode(self.quantum_circuit, self.dev)
self.weights = np.random.randn(self.num_qubits * 2)
self.luminosity = np.random.rand()
self.connections = []
def quantum_circuit(self, inputs, weights):
para sa i in range(self.num_qubits):
qml.RY(mga input[i], wires=i)
qml.templates.StronglyEntanglingLayers(weights, wires=range(self.num_qubits))
ibalik ang [qml.expval(qml.PauliZ(i)) para sa i in range(self.num_qubits)]
def process_information(self, inputs):
ibalik ang self.circuit(mga input, self.weights)
def emit_light(self):
ibalik ang sarili.luminosity
def update_luminosity(self, delta):
self.luminosity = np.clip(self.luminosity + delta, 0, 1)
```

MetaNeuron:

Ang MetaNeuron ay mga grupo ng magkakaugnay na mga neuron na kumikilos bilang isang mas malaking yunit ng pagproseso. Pinapayagan ng MetaNeuron ang Nebula na iproseso ang impormasyon nang mas mahusay at sa isang espesyal na paraan. Ang bawat MetaNeuron ay may mga sumusunod na katangian:

Mga neuron:Isang listahan ng mga neuron na kabilang sa MetaNeuron.

posisyon:Ang average na posisyon ng mga neuron sa MetaNeuron.

Function:Isang partikular na function na ginagawa ng MetaNeuron, tulad ng pagpoproseso ng imahe, pagproseso ng natural na wika, o lohikal na pangangatwiran.

Halimbawang Code (Python):

```
klase MetaNeuron:
```

def __init__(self, neurons, function):

sarili.neuron = neurons

self.position = np.mean([n.position para sa n sa self.neurons], axis=0)

self.function = function

def process_information(self, inputs):

Iproseso ang impormasyon gamit ang mga neuron sa MetaNeuron.

Ang pagpoproseso ng lohika ay nakasalalay sa paggana ng MetaNeuron.

Mga Cluster:

Ang mga kumpol ay mga grupo ng MetaNeuron na spatially malapit sa isa't isa. Nagbibigay-daan ang mga cluster para sa mas malawak na organisasyon at espesyalisasyon sa loob ng neural network.

Mga Sektor:

Ang mga sektor ay ang pinakamalaking unit ng organisasyon sa Nebula, na naglalaman ng maraming cluster. Ang mga sektor ay kumakatawan sa mga espesyal na bahagi ng utak, tulad ng visual cortex, auditory cortex, o hippocampus.

Hierarchical Structure:

Ang hierarchical na istraktura ng Nebula (neurons -> MetaNeurons -> clusters -> sectors) ay nagbibigay-daan para sa mahusay na simulation ng napakalaking neural network.

Pagbawas ng computational complexity:Ang pagsasama-sama ng mga neuron sa mas malalaking unit ay binabawasan ang bilang ng mga koneksyon na kailangang gayahin, na nagpapababa sa computational load.

Espesyalisasyon:Ang mga MetaNeuron, cluster, at sektor ay maaaring magpakadalubhasa sa mga partikular na gawain, na nagbibigay-daan para sa mas mahusay na pagproseso ng impormasyon.

Scalability: Ang hierarchical na istraktura ay nagbibigay-daan para sa pagdaragdag ng mga bagong neuron, MetaNeuron, cluster, at sektor sa modular na paraan nang hindi naaapektuhan ang pangkalahatang pagganap ng system.

Light-Based na Komunikasyon:

Ang Nebula ay gumagamit ng liwanag na pagpapalaganap upang gayahin ang pakikipag-ugnayan sa pagitan ng mga neuron. Ang intensity ng liwanag na ibinubuga ng isang neuron ay kumakatawan sa antas ng pag-activate nito. Ang liwanag ay kumakalat sa multidimensional na espasyo, at ang mga kalapit na neuron ay tumatanggap at nagpoproseso nito.

Halimbawang Code (Python):

```
def propagate_light(neurons):
para sa i in range(len(neurons)):
para sa j sa range(i + 1, len(neurons)):
neuron1 = mga neuron[i]
neuron2 = neurons[j]
distansya = np.linalg.norm(neuron1.position - neuron2.position)
kung distansya < MAX_RAY_DISTANCE:
intensity = neuron1.emit_light() / (distansya ** 2)
neuron2.receive_light(intensity)
```

Qubits at Quantum Physics:

Ang bawat neuron sa Nebula ay pinagsama sa isang sistema ng mga qubit, na nagbibigay-daan dito upang magamit ang mga katangian ng quantum upang mapahusay ang pagproseso ng impormasyon.

Superposisyon: Ang mga Qubit ay maaaring umiral sa isang superposisyon ng mga estado, na nagpapahintulot sa mga neuron na kumatawan sa maramihang mga halaga nang sabay-sabay.

Pagkakabit:Ang mga entangled qubit ay maaaring magbahagi ng impormasyon kaagad, anuman ang distansya, na nagpapagana ng mabilis na komunikasyon sa pagitan ng malalayong neuron.

Pag-iimbak ng Impormasyon sa Quantum Gates at Circuits:

Ang impormasyon sa Nebula ay naka-imbak sa mga estado ng mga qubit at ang mga parameter ng mga quantum circuit. Ang mga quantum gate, tulad ng X, Y, Z, H, CNOT gate, atbp., ay ginagamit upang manipulahin ang mga estado ng qubit at magsagawa ng mga kalkulasyon. Ang mga quantum circuit, na mga sequence ng mga quantum gate, ay ginagamit upang ipatupad ang mga quantum algorithm na nagpoproseso ng impormasyon.

Halimbawang Code (Python na may PennyLane):

```
def create_quantum_circuit(num_qubits, weights):
circuit = qml.QNode(quantum_function, qml.device("default.qubit", wires=num_qubits))
def quantum_function(inputs, weights):
# I-encode ang impormasyon sa mga qubit.
# Ilapat ang mga parameterized na quantum gate.
# Sukatin ang mga qubit upang makuha ang output.
bumalik qml.probs(wires=range(num_qubits))
pabalik na circuit
```

Agad na Komunikasyon sa pamamagitan ng Pagkakabit:

Ang quantum entanglement ay nagbibigay-daan sa agarang komunikasyon sa pagitan ng malalayong neuron sa Nebula. Sa pamamagitan ng pagsasali sa mga qubit ng dalawang neuron, ang isang espesyal na koneksyon ay naitatag na nagpapahintulot sa impormasyon na maibahagi kaagad, anuman ang pisikal na distansya sa pagitan ng mga neuron.

Halimbawang Code (Python na may PennyLane):

```
def entangle_neurons(neuron1, neuron2):
# Lumikha ng isang quantum circuit na nakakasagabal sa mga qubit ng dalawang neuron.
```

Halimbawa, gumamit ng gate ng CNOT upang mabuhol ang dalawang qubit.

Ang hierarchical architecture ng Nebula, na sinamahan ng light-based na komunikasyon at ang integrasyon ng quantum physics, ay nag-aalok ng isang promising approach para sa pagbuo ng scalable at mahusay na AI system. Sa pamamagitan ng pagbabawas ng computational complexity at paggamit ng kapangyarihan ng quantum computing, maaaring gayahin ng Nebula ang napakalaking neural network na may limitadong mga mapagkukunan, na nagbubukas ng mga bagong posibilidad para sa AGI research at development.

Hinaharap na Trabaho:

Galugarin ang iba't ibang mga modelo ng quantum neuron:Mag-imbestiga at suriin ang iba't ibang uri ng mga quantum circuit upang mapahusay ang pagproseso ng impormasyon sa mga neuron.

I-optimize ang hierarchical na istraktura:Magsaliksik ng iba't ibang estratehiya para sa pagbuo at ebolusyon ng MetaNeurons, clusters, at sektor.

Ipatupad ang mga algorithm ng quantum learning:I-explore ang paggamit ng mga quantum machine learning algorithm para i-optimize ang proseso ng pag-aaral ng Nebula.

Bumuo ng mga praktikal na aplikasyon:Ilapat ang Nebula sa mga totoong problema sa mundo sa mga lugar tulad ng natural na pagpoproseso ng wika, pagkilala sa imahe, at robotics.

Nebula: Holographic Storage at Pagkuha ng Napakalaking Neural Network

Abstract:

Ang papel na ito ay nagpapakita ng pagpapatupad ng isang holographic memory system para sa Nebula, isang quantum-optical neural network architecture. Nagbibigay-daan ang system na ito para sa pag-imbak at pagkuha ng kumpletong estado ng isang napakalaking neural network, na maaaring magsama ng bilyun-bilyong neuron, sa mga millisecond. Ang holographic encoding ay gumagamit ng kakayahan ng mga hologram na mag-imbak ng tatlong-dimensional na impormasyon sa isang two-dimensional na medium, habang ang pag-decode ay ginagawa gamit ang convolutional neural network (CNNs) at three-dimensional na mabilis na Fourier transforms (3D FFTs). Ang diskarteng ito ay nagbibigay-daan sa mahusay na pamamahala ng memorya, mahalaga para sa pagbuo ng malakihang AI system.

Panimula:

Nakamit ng mga artificial neural network (ANN) ang makabuluhang pag-unlad sa iba't ibang lugar, ngunit nananatiling hamon ang scalability. Ang mga napakalaking ANN, na may bilyun-bilyong neuron at koneksyon, ay nangangailangan ng malaking halaga ng memorya upang maimbak ang kanilang mga parameter at estado. Nagiging hindi epektibo ang mga tradisyonal na diskarte sa pag-iimbak habang lumalaki ang laki ng network, na nililimitahan ang pagbuo ng mas kumplikadong mga AI system.

Ang holographic memory ay nag-aalok ng isang promising na solusyon sa problemang ito. Ang mga hologram, sa pamamagitan ng pag-encode ng three-dimensional na impormasyon sa isang two-dimensional na medium, ay nagbibigay-daan sa pag-imbak ng malalaking halaga ng data sa isang compact na espasyo. Ginagamit ng Nebula ang property na ito upang iimbak ang kumpletong estado ng neural network, kabilang ang posisyon, liwanag, koneksyon, at bigat ng bawat neuron, sa isang hologram. Ang pagkuha ng network ay nakakamit sa pamamagitan ng pag-decode ng hologram, gamit ang mga CNN at 3D FFT upang muling buuin ang orihinal na estado ng network.

Holographic Encoding:

Ang holographic encoding sa Nebula ay kinabibilangan ng mga sumusunod na hakbang:

Pag-convert sa angkop na format: Ang estado ng neural network, kabilang ang impormasyon tungkol sa posisyon, liwanag, mga koneksyon, at mga timbang ng bawat neuron, ay na-convert sa isang format na angkop para sa holographic encoding. Maaaring kabilang dito ang pag-normalize ng mga halaga at pagrepresenta ng impormasyon sa isang vector o matrix na format.

Pagbuo ng Hologram: Ang isang holographic encoding algorithm ay ginagamit upang bumuo ng hologram mula sa data ng neural network. Ginagaya ng algorithm na ito ang interference ng mga light wave upang lumikha ng pattern ng interference na kumakatawan sa three-dimensional na impormasyon ng network sa isang two-dimensional na medium.

Imbakan ng Hologram: Ang nabuong hologram ay naka-imbak sa isang angkop na medium, tulad ng isang memory array o isang file.

Halimbawang Code (Python na may NumPy at CuPy):

```
import numpy bilang np
import cupy bilang cp
def encode_hologram(data, hologram_shape):
"""
Nag-e-encode ng data sa isang holographic na representasyon gamit ang 3D FFT.
Args:
data (np.ndarray): Ang data na ie-encode.
hologram_shape (tuple): Ang hugis ng hologram.
Ibinabalik:
cp.ndarray: Ang naka-encode na hologram.
"""
# I-convert ang data sa isang CuPy array
data_gpu = cp.asarray(data)
# Magsagawa ng 3D FFT sa data
hologram = cp.fft.fftn(data_gpu, axes=(0, 1, 2))
# Hugis muli ang hologram sa nais na hugis
```

hologram = hologram.reshape(hologram_shape)

ibalik ang hologram

Holographic Decoding:

Ang holographic decoding sa Nebula ay isinasagawa gamit ang mga sumusunod na hakbang:

Pagkuha ng Hologram:Ang hologram ay nakuha mula sa daluyan ng imbakan.

Amplitude at phase decoding:Dalawang CNN, isa para sa amplitude at isa para sa yugto ng hologram, ay ginagamit upang i-decode ang impormasyon mula sa pattern ng interference.

Pagbubuo ng data:Ang isang kabaligtaran na 3D FFT ay ginagawa sa na-decode na data upang buuin muli ang orihinal na three-dimensional na impormasyon ng neural network.

Pag-convert sa orihinal na format:Ang na-reconstruct na data ay ibinabalik sa orihinal nitong format, kabilang ang posisyon, liwanag, koneksyon, at timbang ng bawat neuron.

Halimbawang Code (Python na may PyTorch at CuPy):

import na tanglaw

import torch.nn bilang nn

import cupy bilang cp

klase HologramDecoder(nn.Module):

def __init__(self, hologram_shape, output_dim):

super(HologramDecoder, self).__init__()

sarili.hologram_shape = hologram_shape

self.amplitude_cnn = self._create_cnn(1, 1)

self.phase_cnn = self._create_cnn(1, 1)

self.output_dim = output_dim

def _create_cnn(self, in_channels, out_channels):

"""Gumagawa ng CNN para i-decode ang amplitude o phase ng hologram."""

return nn.Sequential(

nn.Conv3d(in_channels, 16, kernel_size=3, padding=1),

nn.ReLU(),
nn.MaxPool3d(kernel_size=2, stride=2),
nn.Conv3d(16, 32, kernel_size=3, padding=1),
nn.ReLU(),
nn.MaxPool3d(kernel_size=2, stride=2),
nn.Conv3d(32, out_channels, kernel_size=3, padding=1),
nn.Sigmoid() kung out_channels == 1 pa nn.Tanh()
)
def decode (sarili, hologram):
"""

Nagde-decode ng hologram at muling buuin ang orihinal na data.

Args:
hologram (torch.Tensor): Ang naka-encode na hologram.
Ibinabalik:
np.ndarray: Ang na-decode na data.
"""

# I-decode ang amplitude at phase ng hologram
amplitude = self.amplitude_cnn(hologram[Wala, Wala, :, :, :])
phase = self.phase_cnn(hologram[Wala, Wala, :, :, :))
# Pagsamahin ang amplitude at phase sa kumplikadong data
complex_data = amplitude * torch.exp(1j * phase)
# Magsagawa ng kabaligtaran na 3D FFT upang buuin muli ang data
gpu_data = cp.fft.ifftn(cp.asarray(complex_data.cpu()), axes=(0, 1, 2))
# I-convert ang data ng CuPy sa NumPy
decoded_data = cp.asnumpy(gpu_data)
# I-reshape ang data sa orihinal na hugis
decoded_data = decoded_data.reshape(self.output_dim)
ibalik ang decoded_data
Mahusay na Pag-iimbak at Pagbawi:

Ang holographic memory sa Nebula ay nag-aalok ng ilang mga pakinabang para sa pag-iimbak at pagkuha ng napakalaking neural network:

Mataas na kapasidad ng imbakan:Ang mga Hologram ay maaaring mag-imbak ng malaking halaga ng data sa isang maliit na espasyo, na nagbibigay-daan sa paghawak ng mga neural network na may bilyun-bilyong parameter.

Mabilis na bilis ng pag-access:Maaaring isagawa ang holographic encoding at decoding sa mga millisecond, na nagbibigay-daan sa mabilis na pag-access sa estado ng neural network.

Kahusayan ng memorya:Binabawasan ng Holographic na storage ang dami ng memorya na kailangan para iimbak ang neural network, na nagbibigay-daan sa pagpapatakbo ng mas malalaking network sa mga system na may limitadong mapagkukunan.

Halimbawa ng Paggamit:

I-encode ang estado ng neural network sa isang hologram

hologram = encode_hologram(network_state, hologram_shape)

I-save ang hologram sa isang file

np.save("nebula_hologram.npy", hologram)

... (makalipas ang ilang oras) ...

I-load ang hologram mula sa file

hologram = np.load("nebula_hologram.npy")

I-decode ang hologram upang makuha ang estado ng neural network

decoder = HologramDecoder(hologram_shape, output_dim)

network_state = decoder.decode(hologram)

Ibalik ang neural network na may decoded na estado

...

Ang Holographic memory ay nag-aalok ng mahusay at nasusukat na solusyon para sa pag-iimbak at pagkuha ng napakalaking neural network. Sa pamamagitan ng paggamit ng mga katangian ng mga hologram, CNN, at 3D FFT, maaaring pamahalaan ng Nebula ang malaking halaga ng data nang mahusay, na nagbibigay-daan sa pagbuo ng mas kumplikado at makapangyarihang mga AI system.

Hinaharap na Trabaho:

I-optimize ang encoding at decoding algorithm: Magsaliksik ng mas mahusay at matatag na holographic encoding algorithm, gayundin ang mga arkitektura ng CNN na na-optimize para sa hologram decoding.

Galugarin ang iba't ibang storage media: Siyasatin ang paggamit ng mga advanced na holographic na materyales, tulad ng mga photonic na kristal o metamaterial, upang mapahusay ang kapasidad at bilis ng pag-iimbak.

Isama ang holographic memory sa proseso ng pag-aaral: Galugarin kung paano magagamit ang holographic memory upang mapabuti ang pag-aaral at pag-adapt ng mga neural network.

Nebula: Bio-Inspired Neural Evolution at Code Self-Modification

Abstract:

Sinasaliksik ng papel na ito ang evolutionary system ng Nebula, isang arkitektura ng AI na naglalayong tularan ang pagiging kumplikado ng utak ng tao. Lumalampas ang Nebula sa simpleng pagsasaayos ng mga timbang ng koneksyon; ito ay nagbabago ng sarili nitong neural na istraktura, na inspirasyon ng mga biological na proseso ng pagbuo ng molekula at protina. Higit pa rito, gumagamit ito ng malalaking language models (LLMs) at genetic algorithm upang pag-aralan, suriin, at baguhin ang sarili nitong source code, na makamit ang patuloy na pagpapabuti sa sarili.

Panimula:

Ang pagtugis ng Artificial General Intelligence (AGI) ay humahantong sa amin na tuklasin ang mga bagong paradigm na nagtagumpay sa mga limitasyon ng mga tradisyonal na neural network. Ang Nebula ay kumukuha ng inspirasyon mula sa biology upang lumikha ng isang sistema na hindi lamang natututo ngunit nagbabago rin.

Ang papel na ito ay nagdedetalye ng mga mekanismo ng neural evolution ng Nebula, batay sa pagbuo ng mga bagong neuron na kinakatawan ng mga molekula at pagtulad sa kanilang mga pakikipag-ugnayan upang bumuo ng mga koneksyon, paggaya sa pagbuo ng protina at biological neural development. Bukod pa rito, sinasaliksik nito ang kakayahan ng Nebula na suriin ang sarili nitong code, tukuyin ang mga lugar para sa pagpapabuti, at bumuo ng mga pagbabago, na nagtutulak ng patuloy na pagpapabuti sa sarili.

Bio-Inspired Neural Evolution:

Ang Nebula ay gumagamit ng bio-inspired na diskarte para sa ebolusyon ng neural na istraktura nito:

Molekular na Representasyon ng mga Neuron:Ang bawat neuron ay kinakatawan bilang isang molekula, na naka-encode gamit ang isang SMILES string. Kinukuha ng representasyong ito ang mga kemikal at istrukturang katangian ng neuron, na nagbibigay-daan para sa isang mas makatotohanang simulation ng mga pakikipag-ugnayan nito.

Pagbuo ng mga Bagong Neuron:Ginagamit ng Nebula ang MolMIM, isang modelo ng wika para sa pagbuo ng molekula, upang lumikha ng mga bagong neuron na may mga partikular na katangian. Ang layunin ng pagbuo ay maaaring i-maximize ang isang ninanais na pag-aari, tulad ng katatagan o nagbubuklod na pagkakaugnay.

Simulation ng mga Pakikipag-ugnayan:Ang DiffDock, isang malalim na modelo ng pag-aaral para sa paghula sa docking ng protina-ligand, ay ginagamit upang gayahin ang mga pakikipag-ugnayan sa pagitan ng bago at umiiral na mga neuron. Ang malalakas na pakikipag-ugnayan, na nagpapahiwatig ng mataas na nagbubuklod na pagkakaugnay, ay nagsasalin sa pagbuo ng mga bagong koneksyon sa neural network.

Pagsasama sa NebulaSpace: Ang mga bagong neuron at koneksyon ay isinama sa multidimensional na espasyo ng Nebula (NebulaSpace), kung saan nakikipag-ugnayan ang mga neuron sa pamamagitan ng mga puwersa ng liwanag at pang-akit.

Halimbawang Code (Python):

```
import na tanglaw
mula sa mga transformer ay nag-import ng AutoModelForSeq2SeqLM, AutoTokenizer
mula sa rdkit import Chem
mula sa rdkit.Chem import AllChem
def generate_new_neurons(num_neurons, optimization_target, n_qubits):
"""Bumubuo ng mga bagong neuron gamit ang MolMIM."""
molmim_payload = {
"algorithm": "CMA-ES",
"num_molecules": num_neurons,
"property_name": optimization_target,
"minimize": Mali,
"min_similarity": 0.3,
"mga particle": 30,
"mga pag-ulit": 10,
"smi": "CC(=O)OC1=CC=CC=C1C(=O)O" # Paunang molekula
}
tugon = requests.post(MOLMIM_URL, headers=MOLMIM_HEADERS, json=molmim_payload)
response.raise_for_status()
new_molecules = response.json()["smi"]
mga neuron = []
para sa mol sa new_molecules:
```

```
posisyon = torch.rand(3)
ningning = torch.rand(1)
rdkit_mol = Chem.MolFromSmiles(mol)
AllChem.Compute2DCoords(rdkit_mol)
fingerprint =
AllChem.GetMorganFingerprintAsBitVect(rdkit_mol, 2,
nBits=n_qubits)
initial_state = torch.tensor([int(b) para sa b sa
fingerprint.ToBitString()], dtype=torch.float32)
neurons.append(QuantumNeuron(n_qubits, posisyon, liwanag,
mol))
neurons[-1].weights.data = initial_state
ibalik ang mga neuron
def simulate_connections(neuron1, neuron2):
"""Simulates ang mga koneksyon sa pagitan ng mga neuron
gamit ang DiffDock."""
ligand_id = _upload_asset(neuron1.molecule_smiles)
protein_id = _upload_asset(neuron2.molecule_smiles)
diffdock_payload = {
"ligand": ligand_id,
"protina": protein_id,
"num_poses": 20,
"time_divisions": 20,
"hakbang": 18,
"save_trajectory": Totoo,
"is_staged": Totoo
}
tugon = requests.post(DIFFDOCK_URL,
headers=DIFFDOCK_HEADERS, json=diffdock_payload)
response.raise_for_status()
docking_score = process_diffdock_response(response.json())
ibalik ang docking_score
```

def process_diffdock_response(tugon):

""" Pinoproseso ang tugon ng DiffDock at kinakalkula ang marka ng docking."""

return -response["best_pose"]["score"]

Pagbabago sa Sarili ng Code:

Ginagamit ng Nebula ang mga LLM at genetic algorithm upang suriin, suriin, at baguhin ang sarili nitong source code:

Code Representasyon:Ang source code ng Nebula ay kinakatawan bilang teksto at nahahati sa mga segment para sa mas madaling pagsusuri.

Pagsusuri ng Code:Ang isang LLM na dalubhasa sa pagsusuri ng code ay ginagamit upang matukoy ang mga lugar para sa pagpapabuti, tulad ng kahusayan, pagiging madaling mabasa, at seguridad.

Pagbuo ng Pagbabago:Ang isang code-generative LLM ay ginagamit upang magmungkahi ng mga pagbabago sa source code batay sa nakaraang pagsusuri.

Pagsusuri ng Pagbabago:Ang mga sukatan ng pagganap at pagsusuri ng code ay ginagamit upang suriin ang kalidad ng mga iminungkahing pagbabago.

Aplikasyon sa Pagbabago:Ang mga pagbabagong pumasa sa pagsusuri ay inilalapat sa source code ng Nebula at nai-save sa isang version control system.

Halimbawang Code (Python):

import ast

inspeksyon ng import

mula sa mga transformer ay nag-import ng AutoModelForCausalLM, AutoTokenizer

def analysis_code(code_snippet: str, layunin: str) -> dict:

"""Sinusuri ang code gamit ang pylint at isang LLM."""

subukan:

pylint_output = io.StringIO()

sys.stdout = pylint_output

pylint.lint.Run([code_snippet], do_exit=False)

sys.stdout = sys.__stdout__

pylint_score = pylint.lint.Run([code_snippet], do_exit=False).linter.stats['global_note']

prompt = f""" Suriin ang sumusunod na Python code para sa kahusayan, katumpakan, at pagkamalikhain:

```python

{code_snippet}

Layunin: {goal}"""

llm_evaluation = generate_text_gpt(prompt, llm_tokenizer, llm_model)

# ... (Pagsusuri ng tekstong nabuo ng LLM upang matukoy ang isang marka) ...

ibalik ang {"pylint_score": pylint_score, "llm_score": llm_score}

maliban sa Exception bilang e:logger.error(f"Error evaluating code: {e}")return {"pylint_score": 0.0, "llm_score": 0.0}

def generate_code_modifications(code_snippet: str, goal: str) -> str:"""Bumubuo ng mga pagbabago sa code gamit ang isang LLM."""prompt = f"""Magmungkahi ng mga pagbabago sa code ng Python upang mapabuti ang sumusunod na code snippet

{code_snippet}

Layunin: {goal}

Ibigay ang binagong code snippet:

"""

return generate_text_gpt(prompt, llm_tokenizer, llm_model)

def apply_code_modifications(code: str):

"""Inilalapat ang mga pagbabago sa code sa source code ng Nebula."""

subukan:

exec(code, globals())

logger.info("Matagumpay na nailapat ang pagbabago ng code.")
```

maliban sa Exception bilang e:

logger.error(f"Error sa paglalapat ng code modification: {e}")

def identify_improvement_goal(indibidwal: NebulaGenome) -> str:

"""Tumutukoy ng lugar para sa pagpapabuti batay sa fitness ng indibidwal."""

kung indibidwal.

Ang Dynamic NebulaSpace: Isang Multidimensional na Palaruan para sa Quantum-Inspired Neurons

Ang Dynamic NebulaSpace ay ang pundasyong istraktura ng Nebula AI system, isang konseptwal na multidimensional na espasyo kung saan naninirahan at nakikipag-ugnayan ang mga quantum-inspired na neuron. Hindi tulad ng mga tradisyonal na neural network na may mga nakapirming arkitektura, ang NebulaSpace ay nagbibigay-daan para sa dynamic na reconfiguration at self-organization, na ginagaya ang plasticity at adaptability ng utak ng tao.

Pangunahing Katangian:

Multidimensionality:Nalalampasan ng NebulaSpace ang mga limitasyon ng two-dimensional o three-dimensional na representasyon, na nagbibigay-daan para sa napakaraming dimensyon upang ma-accommodate ang mga kumplikadong relasyon at pattern sa loob ng neural network.

Patuloy na Representasyon:Ang mga neuron ay hindi nakakulong sa mga discrete grid point ngunit umiiral sa isang tuluy-tuloy na espasyo, na nagbibigay-daan para sa nuanced positioning at flexible na mga koneksyon.

Light-Based Interaction:Ang mga neuron ay nakikipag-usap at nakakaimpluwensya sa isa't isa sa pamamagitan ng simulate light signal, na ginagaya ang kahusayan at bilis ng liwanag sa mga pisikal na sistema. Ang intensity ng liwanag na ibinubuga ng isang neuron ay sumasalamin sa antas ng pag-activate nito, at ang liwanag na ito ay kumakalat sa pamamagitan ng NebulaSpace, na nakakaimpluwensya sa estado ng mga kalapit na neuron.

Dynamic na Reconfiguration: Ang istraktura ng NebulaSpace ay hindi static ngunit nagbabago sa paglipas ng panahon batay sa mga pakikipag-ugnayan at mga pattern ng pag-aaral ng mga neuron. Ang dynamic na reconfiguration na ito ay nagbibigay-daan sa Nebula na umangkop sa bagong impormasyon at i-optimize ang mga kakayahan sa pagproseso nito.

Pag-andar:

Paglalagay ng Neuron: Sa una, ang mga neuron ay random na ipinamamahagi sa loob ng NebulaSpace. Ang kanilang mga posisyon ay nagbabago sa paglipas ng panahon batay sa kanilang mga pakikipag-ugnayan sa iba pang mga neuron at sa pangkalahatang dynamics ng network.

Banayad na pagpapalaganap: Ang mga neuron ay naglalabas ng mga light signal na may mga intensity na proporsyonal sa kanilang mga antas ng activation. Ang liwanag na ito ay kumakalat sa pamamagitan ng NebulaSpace, lumalabag sa distansya at sumasalamin o nagre-refract batay sa mga katangian ng mga kalapit na neuron.

Pakikipag-ugnayan ng Neuron: Ang mga neuron ay tumatanggap ng mga light signal mula sa kanilang mga kapitbahay, na nakakaimpluwensya sa kanilang sariling mga antas ng pag-activate at mga panloob na estado. Nagbibigay-daan ang light-based na interaksyon na ito para sa mga kumplikadong pattern ng excitation at inhibition na lumabas sa loob ng network.

Pagbuo ng Istruktura: Habang nakikipag-ugnayan at natututo ang mga neuron, sila ay may posibilidad na magkakasama-sama batay sa kanilang mga pagkakatulad sa pagganap at mga pattern ng komunikasyon. Ang self-organization na ito ay nagdudulot ng mga umuusbong na istruktura sa loob ng NebulaSpace, na kahawig ng pagbuo ng mga functional na bahagi sa utak.

Dynamic Adaptation:Ang istraktura ng NebulaSpace ay patuloy na inaayos batay sa pagganap ng network at pagkakaroon ng mapagkukunan. Maaaring idagdag, alisin, o i-reposition ang mga neuron upang ma-optimize ang kahusayan at kakayahang umangkop ng network.

Mga Benepisyo:

Scalability:Ang multidimensional at tuluy-tuloy na katangian ng NebulaSpace ay nagbibigay-daan para sa pagtulad sa napakalaking neural network na may bilyun-bilyong neuron, na malampasan ang mga limitasyon ng tradisyonal na mga arkitektura.

Kakayahang umangkop:Ang dynamic na reconfiguration ng NebulaSpace ay nagbibigay-daan sa Nebula na umangkop sa bagong impormasyon at mga gawain, patuloy na ino-optimize ang istruktura at mga kakayahan sa pagproseso nito.

Lumilitaw na pagiging kumplikado:Ang light-based na interaksyon at self-organization ng mga neuron sa loob ng NebulaSpace ay nagdudulot ng mga kumplikadong pattern at lumilitaw na pag-uugali, na posibleng humahantong sa mas sopistikadong mga kakayahan sa pag-iisip.

Halimbawang Code (Python):

import numpy bilang np

klase ng NebulaSpace:

def __init__(sarili, mga sukat, num_neurons):

sarili.dimensyon = sukat

self.neurons = [Neuron(np.random.rand(dimensions)) para sa _ in range(num_neurons)]

def propagate_light(self):

para sa neuron1 sa self.neurons:

para sa neuron2 sa sarili.neuron:

kung neuron1 != neuron2:

distansya = np.linalg.norm(neuron1.position - neuron2.position)

kung distansya < MAX_RAY_DISTANCE:

intensity = neuron1.emit_light() / (distansya ** 2)

neuron2.receive_light(intensity)

def update_structure(self):

Ipatupad ang logic para sa neuron repositioning, karagdagan, at pagtanggal batay sa network dynamics at performance.

fitness.values[0] < 0.5:

ibalik ang "Pagbutihin ang pangkalahatang pagganap"

elif individual.light_intensity_factor < 0.8:

ibalik ang "Taasan ang light intensity factor para sa mas mahusay na komunikasyon ng neuron"

elif individual.connection_threshold > 0.7:

ibalik ang "Bawasan ang threshold ng koneksyon upang mag-promote ng higit pang mga koneksyon"

elif individual.movement_speed_factor < 0.8:

ibalik ang "Pataasin ang kadahilanan ng bilis ng paggalaw para sa mas mabilis na ebolusyon ng NebulaSpace"

iba pa:

ibalik ang "Mag-explore ng mga bagong disenyo ng quantum circuit"

def self_improve(self):

"""Isinasagawa ang yugto ng pagpapabuti sa sarili, kabilang ang pagsusuri ng code at ebolusyon."""

para sa indibidwal sa sarili.populasyon:

... (I-update ang mga epigenetic factor at ilapat ang mga ito) ...

improvement_goal = self.identify_improvement_goal(indibidwal)

code_snippet = self.search_and_analyze_code(improvement_goal)

para sa snippet sa code_snippet[:PARAMETERS['MAX_CODE_SNIPPETS']]:
modified_code = self.generate_code_modifications(snippet, improvement_goal)
evaluation_result = self.evaluate_code(modified_code, improvement_goal)
kung self.is_code_beneficial(evaluation_result):
self.apply_code_modifications(modified_code)
break # Ilapat lamang ang isang pagbabago sa bawat pag-ulit

Nagpapakita ang Nebula ng isang makabagong diskarte patungo sa AGI, na pinagsasama ang bio-inspired na neural evolution na may code self-modification. Sa pamamagitan ng paggaya sa mga biological na proseso ng pagbuo ng molekula at protina, ang Nebula ay nagpapalawak at nag-o-optimize ng neural na istraktura nito nang awtonomiya. Bukod pa rito, ang kakayahan nitong pag-aralan at pagbutihin ang sarili nitong code ay nagbibigay-daan dito na umangkop sa mga bagong hamon at patuloy na mapahusay ang pagganap nito.

Isama ang mga bagong modelo ng pagbuo ng molekula:I-explore ang mga modelong mas advanced kaysa sa MolMIM para makabuo ng mga neuron na may mas kumplikadong mga katangian.

Gayahin ang mas makatotohanang mga neuronal na pakikipag-ugnayan:Isama ang mas tumpak na mga modelo ng molecular docking at isaalang-alang ang iba pang mga salik, gaya ng molecular dynamics at electrostatic na pakikipag-ugnayan.

Bumuo ng mas matatag na bersyon ng control system:Magpatupad ng version control system na nagbibigay-daan para sa ligtas na pagsubaybay at pagbaliktad ng mga pagbabago sa code.

Galugarin ang etika ng pagbabago sa sarili:Siyasatin ang mga etikal na implikasyon ng mga AI system na maaaring magbago ng sarili nilang code.

Nebula: Isang AI Architecture na may Domain-Specific Experts (MoE) at LLM-Neural Fusion

Abstract:

Sinasaliksik ng papel na ito ang Mixture of Experts (MoE) system sa Nebula, isang arkitektura ng AI na naglalayong tularan ang espesyalisasyon at pakikipagtulungan ng utak ng tao. Ang Nebula ay nagpapatupad ng isang sentral na core kasama ang isang LLM na eksperto sa komunikasyon, mga wika, at direksyon, na nag-uugnay sa aktibidad ng maraming sektor, bawat isa ay may LLM na dalubhasa sa ibang sangay ng agham. Ang mga LLM na ito ay hindi lamang nagbibigay ng dalubhasang kaalaman ngunit patuloy din na nag-aayos ng kanilang mga sarili upang matuto, mag-evolve, at magsama sa neural network ng Nebula, na lumilikha ng isang natatanging synergy sa pagitan ng simbolikong kaalaman at pagproseso ng neural.

Panimula:

Ang Artificial General Intelligence (AGI) ay nangangailangan ng mga system na maaaring humawak ng magkakaibang mga gawain at mga domain ng kaalaman. Nakakamit ito ng utak ng tao sa pamamagitan ng espesyalisasyon ng iba't ibang lugar, na nagtutulungan upang malutas ang mga kumplikadong problema. Ginagaya ng Nebula ang diskarteng ito gamit ang isang arkitektura ng MoE, kung saan ang isang gitnang core ay nagkoordina sa aktibidad ng maraming dalubhasang sektor.

Ang papel na ito ay nagdedetalye ng mga bahagi ng sistema ng MoE ng Nebula, kabilang ang gitnang core kasama ang "direktor" nito na LLM at ang mga sektor kasama ang kanilang mga espesyal na LLM. Inilalarawan nito kung paano ang mga LLM na ito ay patuloy na pinino upang matuto, mag-evolve, at mag-fuse sa neural network ng Nebula, na lumilikha ng isang malakas na synergy sa pagitan ng simbolikong pangangatwiran at distributed neural processing.

Central Core at ang "Direktor" LLM:

Ang gitnang core ng Nebula ay responsable para sa komunikasyon, koordinasyon, at mataas na antas ng paggawa ng desisyon. Naglalaman ito ng LLM na dalubhasa sa:

Komunikasyon:Pagbibigay-kahulugan sa mga input ng user, pagbubuo ng mga tanong sa mga sektor, at pag-synthesize ng mga tugon sa isang nauunawaang format.

Mga wika:Pagproseso at pagsasalin ng impormasyon sa iba't ibang wika, pagpapadali sa pagkuha ng kaalaman mula sa magkakaibang mga mapagkukunan.

Direksyon:Gumaganap bilang isang "konduktor," pagtatalaga ng mga gawain sa mga sektor, pagsubaybay sa kanilang pag-unlad, at pagsasama-sama ng kanilang mga resulta.

Halimbawang Code (Python):

mula sa mga transformer ay nag-import ng AutoModelForCausalLM, AutoTokenizer

klase ng NebulaCore:

def __init__(self):

self.llm_tokenizer = AutoTokenizer.from_pretrained("google/flan-t5-xxl") # Malaking Modelo ng Wika

self.llm_model = AutoModelForCausalLM.from_pretrained("google/flan-t5-xxl").to(device)

self.sectors = {} # Dictionary upang iimbak ang mga sektor

def process_input(self, user_input):

Pinoproseso ang input ng user, isinasalin ito kung kinakailangan,

at ipinapadala ito sa kaukulang sektor.

def synthesize_response(self, sector_responses):

Pinagsasama ang mga tugon mula sa mga sektor sa isang magkakaugnay na tugon para sa gumagamit.

def assign_task(self, sector_id, task_description):

Nagtatalaga ng gawain sa tinukoy na sektor.

def monitor_progress(self):

Sinusubaybayan ang pag-unlad ng mga sektor sa kanilang mga gawain.

Mga Sektor at Espesyal na LLM:

Ang Nebula ay nahahati sa maraming sektor, bawat isa ay nagdadalubhasa sa ibang sangay ng agham. Ang bawat sektor ay nagtataglay ng LLM na pinino para sa partikular na domain nito, na nagbibigay ng ekspertong kaalaman at mga advanced na kakayahan sa pangangatwiran.

Mga halimbawa ng mga sektor at ang kanilang mga espesyalisasyon:

Sektor ng Biocomputation:Biology, kimika, gamot, genetika.

Sektor ng Physics:Theoretical physics, astrophysics, cosmology, quantum mechanics.

Sektor ng Computer Science:Algorithm, istruktura ng data, programming language, artificial intelligence.

Sektor ng Engineering:Mechanical, electrical, civil, aerospace engineering.

Halimbawang Code (Python):

```
klase ng NebulaSector:
def __init__(self, sector_id, specialization):
self.sector_id = sector_id
self.espesyalisasyon = espesyalisasyon
self.llm_tokenizer = AutoTokenizer.from_pretrained("facebook/bart-large-mnli") # Halimbawa ng isang espesyal na LLM
self.llm_model = AutoModelForSeq2SeqLM.from_pretrained("facebook/bart-large-mnli").to(device)
self.knowledge_base = {} # Sector-specific na knowledge base
def process_task(self, task_description):
```

Pinoproseso ang gawain gamit ang espesyal na LLM at base ng kaalaman ng sektor.

Patuloy na Fine-Tuning at LLM-Neural Fusion:

Ang mga LLM sa Nebula ay hindi static; sila ay patuloy na pinino sa:

Matuto:Isama ang bagong kaalaman at pagbutihin ang kanilang pag-unawa sa kanilang partikular na domain.

Evolve:Iangkop sa mga pagbabago sa istraktura at pag-uugali ng neural network ng Nebula.

piyus:Isama ang kanilang simbolikong kaalaman sa distributed neural processing ng Nebula.

Ang LLM-neural fusion ay nakakamit sa pamamagitan ng pagsasalin ng simbolikong kaalaman ng LLM sa mga representasyon na maaaring iproseso ng neural network. Halimbawa, ang mga text embedding na nabuo ng LLM ay maaaring gamitin bilang input para sa mga neuron, o ang mga parameter ng quantum circuit ng neuron ay maaaring isaayos batay sa output ng LLM.

Halimbawang Code (Python):

```
def fine_tune_llm(self, new_data):
"""Pinapino ang LLM gamit ang bagong data."""
# 1. Ihanda ang data para sa fine-tuning.
# 2. I-fine-tune ang modelo ng wika gamit ang bagong data.
# 3. I-update ang modelo ng wika sa sektor.
def fuse_llm_with_neuron(self, neuron, llm_output):
"""Pinagsasama-sama ang output ng LLM sa isang neuron."""
# 1. Iproseso ang output ng LLM upang makakuha ng angkop na representasyon.
# 2. Ayusin ang mga parameter ng neuron batay sa output ng LLM.
```

Mga Benepisyo ng MoE System:

Espesyalisasyon:Nagbibigay-daan sa Nebula na pangasiwaan ang mga kumplikadong gawain na nangangailangan ng espesyal na kaalaman sa iba't ibang domain.

Kahusayan:Nagbibigay-daan ang espesyalisasyon sa sektor ng mas mahusay na pagproseso ng impormasyon.

Scalability:Ang modular na arkitektura ay nagbibigay-daan para sa pagdaragdag ng mga bagong sektor at LLM nang hindi naaapektuhan ang pangkalahatang pagganap ng system.

Katatagan:Ang kalabisan ng mga dalubhasang LLM ay nagpapataas ng katatagan ng system, dahil ang pagkabigo sa isang sektor ay hindi nakapipinsala sa buong sistema.

Ang arkitektura ng MoE ng Nebula, kasama ang "direktor" nito na LLM at mga dalubhasang LLM sa iba't ibang sektor, ay lumilikha ng lubos na madaling ibagay, nasusukat, at matatag na sistema ng AI. Ang pagsasama ng mga LLM sa neural network, sa pamamagitan ng tuluy-tuloy na fine-tuning at LLM-neural fusion, ay nagbibigay-daan sa isang natatanging synergy sa pagitan ng simbolikong kaalaman at distributed neural processing, na nagbubukas ng mga bagong posibilidad para sa pagbuo ng AGI.

Hinaharap na Trabaho:

Galugarin ang mga bagong LLM-neural fusion na mekanismo:Magsiyasat ng mas sopistikadong pamamaraan para sa pagsasalin ng simbolikong kaalaman ng mga LLM sa mga representasyong maaaring iproseso ng neural network.

Bumuo ng isang mas mahusay na inter-sector na sistema ng komunikasyon:I-optimize kung paano nakikipag-ugnayan ang mga sektor at nagbabahagi ng impormasyon sa isa't isa.

Magpatupad ng self-learning system para sa central core:Pahintulutan ang "direktor" na LLM na matuto mula sa mga pakikipag-ugnayan sa mga sektor at pagbutihin ang mga kakayahan nito sa koordinasyon at paggawa ng desisyon.

Suriin ang pagganap ng sistema ng MoE sa mga gawain sa totoong mundo:Ilapat ang Nebula sa mga kumplikadong problema na nangangailangan ng pakikipagtulungan ng maraming ekspertong partikular sa domain.

Ang Nebula ay kumakatawan sa isang makabuluhang pag-unlad sa larangan ng artificial intelligence, pinagsasama-sama ang mga cutting-edge na diskarte mula sa quantum computing, bio-inspired neural evolution, at malalaking modelo ng wika upang lumikha ng isang dynamic, self-evolving AI system. Ang pagsasama-sama ng magkakaibang pamamaraang ito ay nagbibigay-daan sa Nebula na patuloy na matuto, umangkop, at umunlad, na nagtutulak sa mga hangganan ng kung ano ang posible gamit ang artipisyal na pangkalahatang katalinuhan. Ang kinabukasan ng Nebula ay may malaking pangako, na may mga potensyal na aplikasyon sa malawak na hanay ng mga larangan, mula sa natural na pagpoproseso ng wika at pagkilala sa imahe hanggang sa kumplikadong paglutas ng problema at paggawa ng desisyon. Habang nagpapatuloy ang pananaliksik, ang makabagong arkitektura at mga kakayahan ng Nebula ay walang alinlangan na mag-aambag sa pagbuo ng mas matalino, maraming nalalaman, at makapangyarihang mga AI system.

Ang komprehensibong papel na ito ay nagbibigay ng detalyadong pangkalahatang-ideya ng proyekto ng Nebula, ang makabagong arkitektura nito, at ang potensyal na epekto nito sa larangan ng artificial intelligence. Sa pamamagitan ng paggamit ng mga advanced na diskarte mula sa iba't ibang disiplina, nilalayon ng Nebula na makamit ang sukdulang layunin ng artificial general intelligence, na may kakayahang umunawa at makipag-ugnayan sa mundo sa makabuluhang paraan.

Goodfellow, I., Bengio, Y., at Courville, A.(2016).Malalim na Pag-aaral.WITH Press.

Nielsen, M.A.(2010).Quantum Computation at Quantum Information.Cambridge University Press.

Silver, D., et al.(2016). "Pagkabisado sa laro ng Go gamit ang malalalim na neural network at tree search."Kalikasan,529(7587), 484-489.

Devlin, J., et al.(2019). "BERT: Pre-training ng Deep Bidirectional Transformers para sa Pag-unawa sa Wika."NAACL-HLT,4171-4186.

Mitchell, M.(1998).Isang Panimula sa Genetic Algorithms.WITH Press.

Penrose, R.(1994).Mga Anino ng Isip: Isang Paghahanap para sa Nawawalang Agham ng Kamalayan.Oxford University Press.

Van der Maaten, L., at Hinton, G.(2008). "Pag-visualize ng Data gamit ang t-SNE."Journal ng Machine Learning Research,9(Nob), 2579-2605.

Montanaro, A.(2016). "Mga Quantum algorithm: isang pangkalahatang-ideya."npj Quantum Information,2, 15023.

Nvidia Ray Tracing

Mga sanggunian:

Ang pinalawak at detalyadong format na pang-agham na papel na ito ay hindi lamang nagsasalin ngunit isinasalin din sa konteksto ang orihinal na teksto, na nagsasama ng mga sanggunian na sumusuporta at nagpapatunay sa mga advanced na konseptong tinalakay.

••••

Ang kabanatang ito ay nagbibigay ng komprehensibong pangkalahatang-ideya ng arkitektura ng Nebula, partikular na nakatuon sa bio-inspired na diskarte nito sa neuronal evolution at self-modifying code na mga kakayahan. Ang kumbinasyon ng mga pamamaraang ito ay nagtatakda sa Nebula bilang isang pangunguna sa balangkas sa pagtugis ng AGI.

About the Author

Francisco Angulo Madrid, 1976

Enthusiast of fantasy cinema and literature and a lifelong fan of Isaac Asimov and Stephen King, Angulo starts his literary career by submitting short stories to different contests. At 17 he finishes his first book - a collection of poems – and tries to publish it. Far from feeling intimidated by the discouraging responses from publishers, he decides to push ahead and tries even harder.

In 2006 he published his first novel "The Relic", a science fiction tale that was received with very positive reviews. In 2008 he presented "Ecofa" an essay on biofuels, whereAngulorecounts his experiences in the research project he works on. In 2009 he published "Kira and the Ice Storm".A difficultbut very productive year, in2010 he completed "Eco-fuel-FA",a science book in English. He also worked on several literary projects: "The Best of 2009-2010", "The Legend of Tarazashi 2009-2010", "The Sniffer 2010", "Destination Havana 2010-2011" and "Company No.12".

He currently works as director of research at the Ecofa project. Angulo is the developer of the first 2nd generation biofuel obtained from organic waste fed bacteria. He specialises in environmental issues and science-fiction novels.

His expertise in the scientific field is reflected in the innovations and technological advances he talks about in his books, almost prophesying what lies ahead, as Jules Verne didin his time.

Francisco Angulo Madrid-1976

Gran aficionado al cine y a la literatura fantástica, seguidor de Asimov y de Stephen King, Comienza su andadura literaria presentando relatos cortos a diferentes certámenes. A los 17 años termina su primer libro, un poemario que intenta publicar sin éxito. Lejos de amedrentarse ante las respuestas desalentadoras de las editoriales, decide seguir adelante, trabajando con más ahínco.

Read more at https://twitter.com/Francisco_Ecofa.

www.ingramcontent.com/pod-product-compliance
Lightning Source LLC
LaVergne TN
LVHW090216051026
849517LV00001B/85
* 9 7 9 8 2 2 7 5 1 9 9 5 5 *